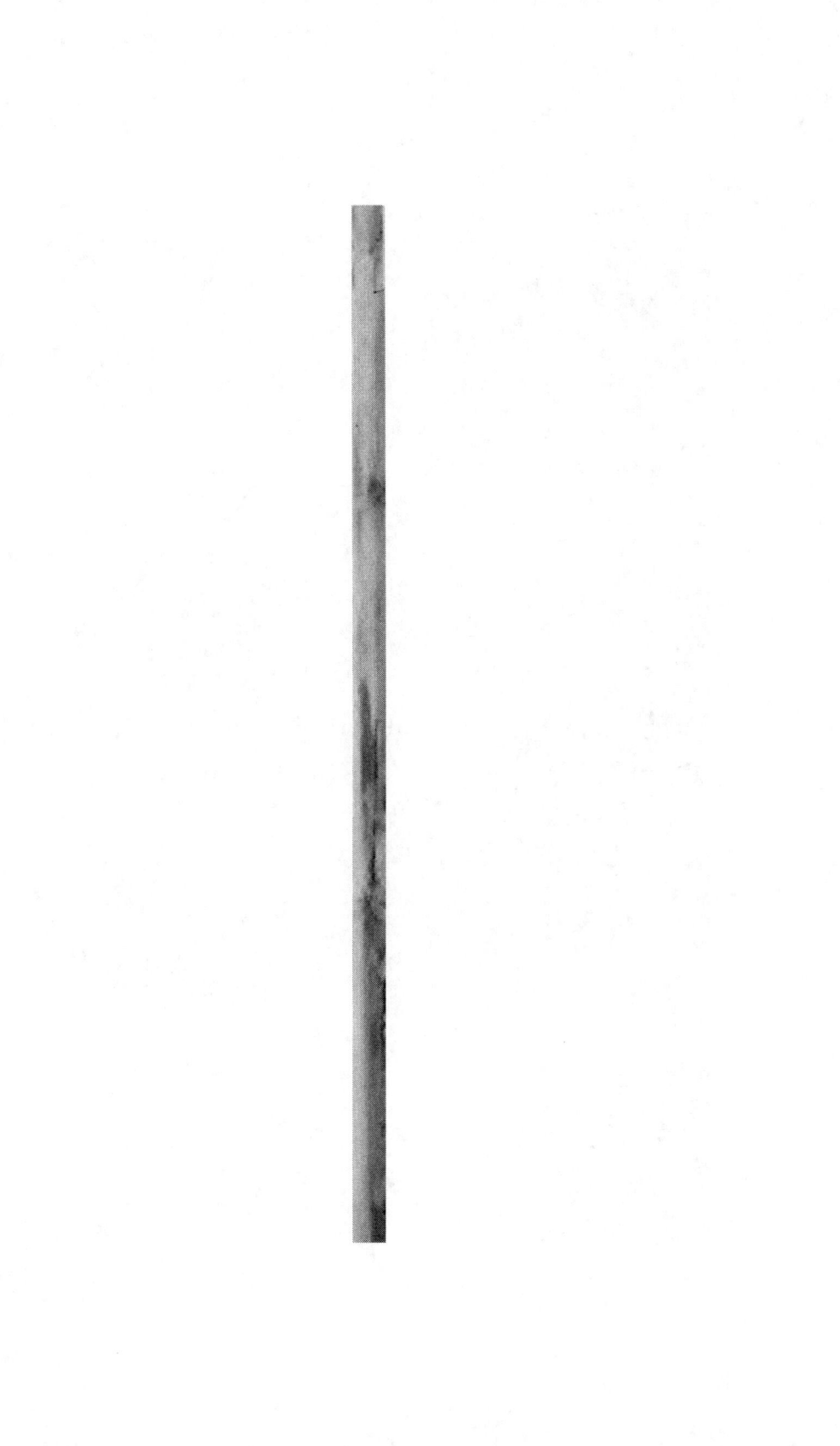

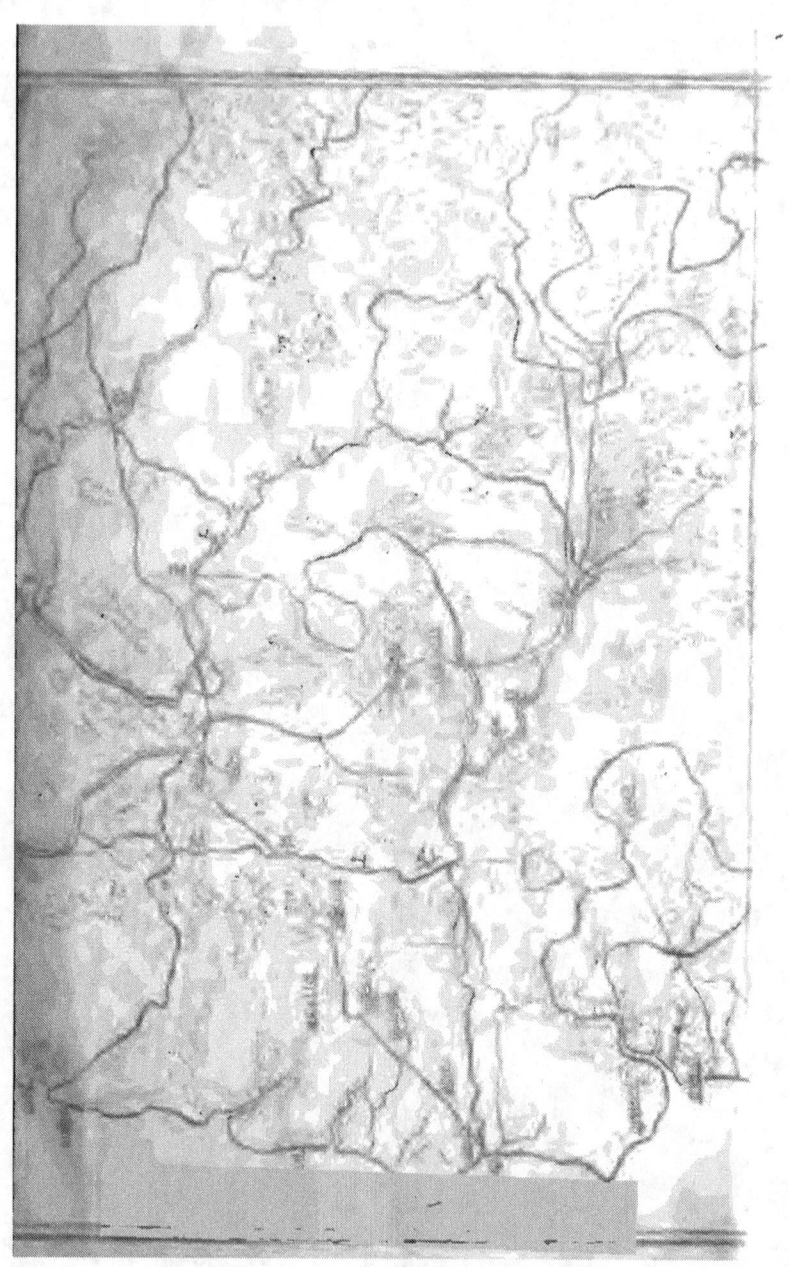

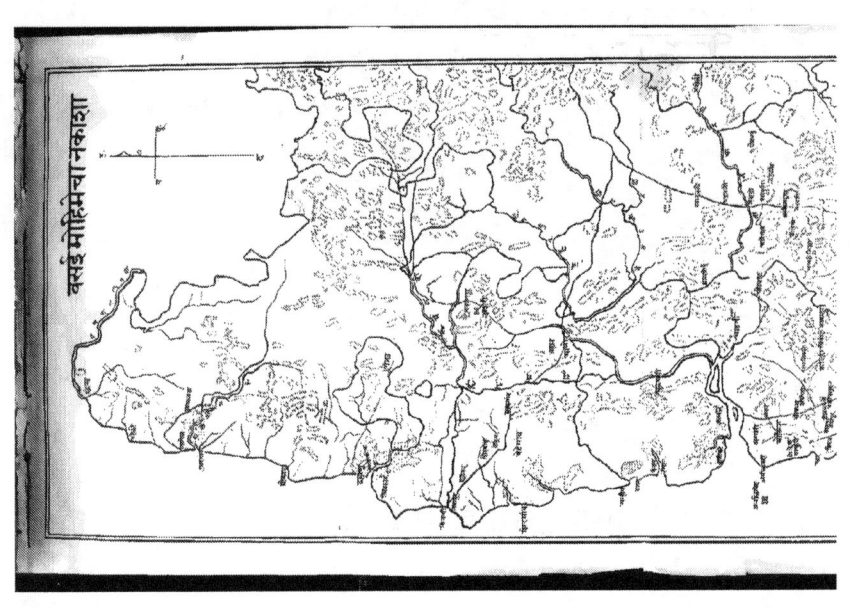

वसई मोहिमेचा नकाशा

वसईची मोहीम

(१७३७–१७३९)

Vasaici mohima

Kelkar, Yashwant Narsinha

हल्ल्यांत उडाले लोक । करिति किति शोक ।
पडुनि संग्रामीं । नव लाख बांगडी फुटलि वसइ मुक्कामीं ॥

—प्रभाकर शाहीर.

लेखक

यशवंत नरसिंह केळकर.

प्रकाशकः—

य. न. केळकर,
१९६/३३ सदाशिव पेठ, पुणें शहर.

मुद्रकः—

गोपाळ बळवंत जोशी
आनंद मुद्रणालय,
१९६/४६ सदाशिव पेठ, पुणें.

प्रस्तावना

गेलीं दोन-तीन वर्षें सतत ज्या विषयाच्या चिंतनांत गेलीं तो या पुस्तकाच्या रूपानें हातावेगळा करीत असतां मनास आनंद वाटणें साहजिकच आहे.

सुमारें पांच वर्षांपूर्वी पेशवे दप्तरांत संशोधकाचें काम करण्याची दुर्मिळ संधि दैवयोगानें प्राप्त झाली व ती सुमारें तीन वर्षें टिकली. त्या अवधींत पेशवे दप्तराच्या समुद्रांत मनसोक्त अवगाहन करीत असतां शेकडों ऐतिहासिक व्यक्तींविषयीं व प्रसंगांविषयीं बहुमोल कागद उपलब्ध होऊं लागले. त्यांत चिमाजीआपासाहेबांविषयींचा संभार फारच विपुल होता. तो वाचून त्यांच्या असामान्य कर्तृत्वाची कांहीं विलक्षण छाप मनावर पडली. आप्पासाहेबांच्या कर्तबगारीचा कळस वसईमोहिमेंत झाला. व त्या मोहिमेसंबंधींहि पत्रव्यवहार सांपडूं लागला. तेव्हां तोच विषय सांगोपांग अभ्यासावा असें मनाशीं ठरविलें व त्याचेच दृश्यफळ म्हणजे प्रस्तुतचा ग्रंथ होय.

हा ग्रंथ तयार करीत असतां उपलब्ध बहुतेक सर्व साधनांचा मीं यावत् शक्य उपयोग करून घेतला आहे. मराठी अस्सल कागदपत्रांच्या जोडीस पोर्तुगीज साधनांचाही उपयोग करून घेतला आहे ही विशेष गोष्ट म्हणून वाचकांच्या नजरेस आणूं इच्छितों. पोर्तुगीज साधनांचा उपयोग केल्यामुळें माहितीचा एकांगीपणा नष्ट झाला व या इतिहासास बरीच पूर्णता आली आहे असेंही म्हणतां येईल. पोर्तुगीज साधनें म्हणजे प्रो. पिसुर्लेकरांचे ग्रंथ. पिसुर्लेकरांच्या ग्रंथांतील हकीकतींचीं टिपणें मुद्दाम गोव्यास जाऊन त्यांना दाखवून दुरुस्त करून घेतलेलीं आहेत. हें सांगण्याचें कारण म्हणजे मला स्वतः-ला पोर्तुगीज येत नाहीं. त्याकामीं माझे स्नेही श्री. अ. ज. करंदीकर यानीं फार साहाय्य केलें. सर्व ग्रंथ शब्दशः वाचून दाखवून व त्याचें भाषांतर सांगून, पोर्तुगीज हकीकतीचा मराठी हकीकतीशी पडताळा पाहण्यास व टिपणें करण्यास त्यांच्या आपुलकीच्या मदतीचा फारच उपयोग झाला. याखेरीज अनेकांनीं अनेक रीतींनीं मला बहुमोल सहाय्य केलें. त्यापैकीं विशेष उल्लेखनीय व्यक्ति म्हणजे श्री. शं. ना. जोशी, प्रो. पिसुर्लेकर, दादरचे डॉ. पुरंदरे, गजाननराव अणजूरकर वगैरे होत. श्री. दत्तोपंत आपटे यानीही चर्चेच्या कामीं मदत केली. भारत-इतिहास-संशोधक-मंडळाच्या पुस्तकसंग्रहाचाही फार उपयोग झाला. असो.

मराठेशाहीच्या इतिहासांतील एका अभिमानास्पद परंतु अज्ञात प्रसंगाचा इतिहास प्रथम माझ्याच हातून लिहून झाला याबद्दल मला निःसंशय

अभिमान वाटतो. तथापि अभिमानाच्या भरतींत पुस्तकांतली वैगुण्यें किंवा चुका मी विसरलों नाहीं. त्या पुष्कळच असतील व अभ्यासक व टीकाकार त्या दाखवितीलच. पुरोगामी लेखकांच्या हकीकतींचा व साधनांचा मीं जसा उपयोग करून घेतला, तसा त्यांचाही उपयोग पुढील आवृत्ति निघालीच तर करतां येईल.

शेवटीं या मोहिमेसंबंधीं ज्यांनीं ज्यांनीं कांहींना कांहीं लिहिलें आहे त्या सर्व इतिहाससंशोधकांचे व लेखकांचे मनःपूर्वक आभार मानून हें हृदयाविष्करण पुरें करतों. आनंद छापखान्याच्या चालकांनीं पुस्तक सुबक छापून दिल्याबद्दल त्यांचा मी अत्यंत आभारी आहें. पुस्तकांत घातलेली पोर्तुगीज चित्रें व नकाशे प्रो. पिसुर्लेकरांच्या ग्रंथातून घेतले आहेत १९३० चे वसई किल्ल्याचे ड्राइंग वसईचे श्री. बापट हेडमास्तर यांनीं उदारपणें दिले आहे.

वसई-विजयदिनोत्सव } य. न. केळकर.

अनुक्रमणिका.

मातृपितृचरणीं समर्पण.

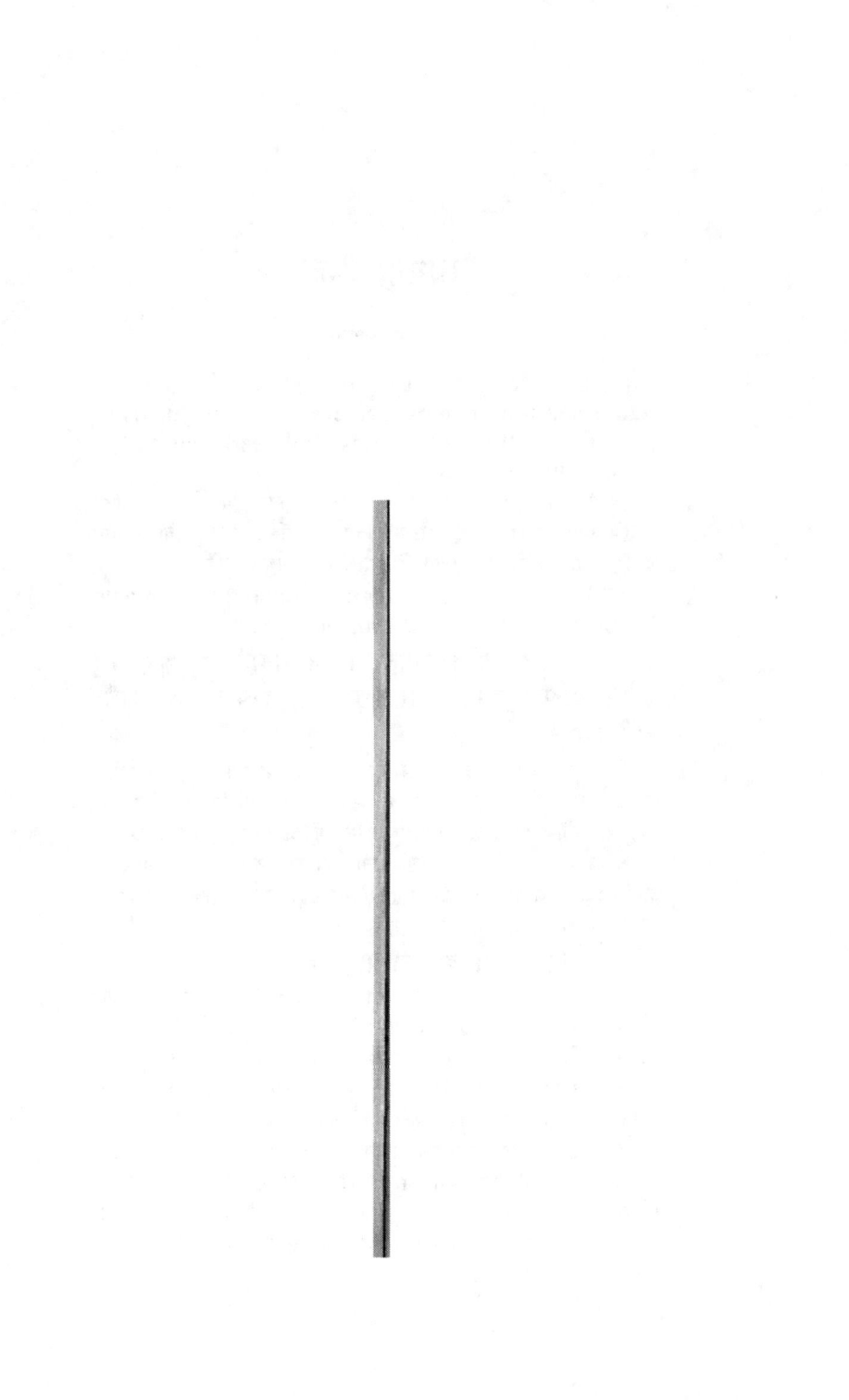

साधनचिकित्सा

(१) (Selections from the Letters Despatches and other state papers preserved in the Bombay Secretariat Marathi :Series Volume I Edited by George W. Forest:—)

यातील एका प्रकरणांत वसई संबंधींचा इंग्रज व फिरंगी ह्यांचा महत्त्वाचा पत्रव्यवहार आहे. तसेंच इंचवर्ड व गॉर्डन यांच्या वकिलातींची हकीकत आहे. मोहिमेच्या दृष्टीनें हें पुस्तक फार उपयुक्त आहे.

(२) Treaties engagements Sunnud-India Volume III. Compiled by C. U. Aithison उपयुक्त.

(३) उत्तर कोकणांतील प्राचीन गंगातीरस्थ शुक्ल यजुर्वेदीय ब्राह्मण अथवा देशस्थ शुक्ल यजुर्वेदीय ब्राह्मण ह्यांची खरी माहिती.

लेखक—नारायण विठ्ठल वैद्य पुरंदरे पुणतांबेकर शके १८०६. ऐतिहासिक माहितीच्या दृष्टीनें अत्यंत बहुमोल. ग्रंथांत एका परिशिष्टांत अंताजीपंत कावळ्याचा पेशव्यांशीं झालेला पत्रव्यवहार छापला आहे. हींच पत्रें मागाहून अनेक वर्षांनीं रा. ब. पु. बा जोशी यांनीं आपल्या उत्तर कोकणाच्या इतिहासांत घेतली. मात्र त्यांनीं तारखा वगैरे गाळल्या. प्रस्तुत पुस्तकांतील पत्रेंही कांहीं ठिकाणीं अशुद्ध छापली आहेत.

(४) साष्टी ऊर्फ ठाण्याची बखर

सदरहू बखर काव्येतिहाससंग्रहांत छापली आहे. ही बखर या मोहिमेच्या इतिहासाबाबत फार विश्वसनीय मानावी लागते. वसई मोहिमेंत ज्यांनीं फार भाग घेतला त्या अणजूरकर घराण्यांतल्याच कोणा गृहस्थानें—चांगल्या माहितगार गृहस्थानें ही लिहिलेली आहे. बखरीची कसोटी दोन चार गोष्टींनीं पहातात. एक, ती समकालीन किंवा माहितगार माणसानें लिहिली आहे कीं काय? दुसरें, तीत अनुक्रमानें घडल्या तशाच गोष्टी दिल्या आहेत कीं काय? तिसरें, तीत किती प्रसंगांच्या तारखा दिल्या आहेत. व त्यांपैकीं किती बरोबर आहेत व चवथें, त्या बखरींत वर्णन केलेले प्रसंग समकालीन अस्सल पत्रव्यवहाराच्या प्रत्यंतर पुराव्यानें कितपत बरोबर ठरतात.

या सर्व कसोट्या लावून पाहिलें तर असें दिसतें कीं, ही बखर पुष्कळशी विश्वसनीय मानावी लागते. तींत फिरंग्यांनीं साष्टी-वसई प्रांत जिंकल्यापासून तों अखेर साष्टीप्रांत इंग्रजांच्या हातीं जाईपर्यंतची हकिकत सांगितलेली आहे. तथापि त्यांतील मुख्य हकिकत १७३९ मधील वसईमोहिमेसंबंधींचीच आहे. व हकिकतींत फारशा कालानुक्रमाच्या चुका झालेल्या नाहींत. त्यापुरतेंच पहावयाचें तर एकदोन चुका सांगतां येतात. बखरीच्या १७ व्या पानावर १७३८ च्या जानेवारीच्या सुमारास आपासाहेब फिरंगाणांत ठाण्यास आले असें सांगून नंतर धारावीस झालेल्या लढाईची हकिकत दिली आहे. व त्यानंतर कडदिनानें धारावीचा मेढा घेतला व मराठ्यांशीं लढाई दिली त्यावेळची हकिकत दिली आहे. वास्तविक ती हकिकत १७३७ च्या मेमध्यें घडली. व धारावीच्या मेढ्यावर फिरंगी चालून गेले ती हकिकत १७३८ च्या फेब्रुवारीमधील आहे. सारांश, १० महिन्यांच्या अंतरानें घडलेल्या दोन लढायांच्या काळांत बखरकारानें काळाची आलटापालट केली. १७३७ पर्यंतची फिरंगाणाची हालहवाल, तेथें चाललेलीं पेशव्यांचीं भेदाचीं कारस्थानें, इत्यादिकांची हकिकत बखरकारानें पुष्कळ दिली आहे. परंतु पेशवे दप्तरांतील नवीन निघालेल्या कागदपत्रांचा प्रत्यंतर पुरावाहि अपुरा पडत असल्यामुळें त्या हकिकतींत आलेल्या गोष्टी कालानुक्रमपूर्ण आहेत कीं नाहींत तें सांगतां येत नाहीं.

बखरकारानें नक्की कालाचा उल्लेख असा फक्त दोन-तीन ठिकाणींच केला आहे. एक ठाणें-साष्टीस वस्ती झाली त्यासंबंधीं व दुसरा फिरंगाण मोडलें, वसई काबीज झाली त्यासंबंधीं. ते उल्लेख असे. (१) " फिरंगी निघून बतेल्यावर चढून गेला. शके १६५९ पिंगलनाम संवत्सरे माहे चैत्र शु॥ ७ रविवार ते दिवशीं साष्टीस वस्ती झाली. लष्कर ठाण्यास गेलें. " (२) " शके १६६१ सिद्धार्थीनाम संवत्सरे वैशाख शु॥ ९ या दिवशीं फिरंगाण मोडला. " (३) " शके १६९६ त इंग्रजांनीं मुंबईहून पलटणें आणोन ठाण्याचा किल्ला सर करून घेतला. " एरवीं बखरकार ' पुढले सालीं ' ' पुढील वर्षीं ' ' पुढें अश्विनमासीं ' ' त्याच वर्षीं श्रावणमासांत ' ' मग ' ' त्याजवर सराईस ' ' मग दोन वर्षांनंतर ' ' पुढें चौथें वर्षीं ' ' पुन्हा वैशाखमासीं ' ' नंतर ' ' मग दुसरे सालीं ' ' इकडे असें झालें तेच दिवशीं ' ' इतक्यांत ' ' इकडे हें वर्तलें तों ' ' तिकडे ' ' त्याजवर ' असे मोघम उल्लेख करतो.

बखरीच्या पहिल्या पॅऱ्यांत फिरंग्यांनीं धर्मच्छल केला त्याची हकिकत आहे, ती संकलित असली तरी सर्वस्वीं बरोबर आहे.

दुसऱ्या व तिसऱ्या पॅऱ्यांत अणजूरकरांच्या घराण्याची हकिकत असून त्यांनीं संभाजीमहाराज, बाळाजी विश्वनाथ, श्रीपतराव प्रतिनिधि, खंडेराव

दाभाडे, कान्होजी आंग्रे वगैरे लोकांकडून फिरंगाण सोडविण्याची काय काय खटपट केली ती संक्षेपतः दिली आहे. त्याला अजून प्रत्यंतरपुरावा उपलब्ध नाहीं. पण ती बहुधा सर्व खरी असावी.

४, ५, व ६ पॅन्यांमध्यें रामचंद्र महादेव चासकरानें कल्याणप्रांत जिंकल्यापासून तो मरेपर्यंत झालेल्या फिरंगाण सोडविण्याच्या कारस्थानासंबंधीं व लढायांसंबंधीं हकिकत आहे. ती सर्व हकिकत बहुधा बरोबर असावी. प्रत्यंतर पहाण्याइतके कागदपत्र मात्र उपलब्ध नाहींत.

७ व्या व ८ व्या पॅन्यांत कृष्णराव महादेव चासकराची कारकीर्द आहे. त्यांत कृष्णरावाची रामनगरावर स्वारी, फिरंग्यांचा कल्याणवर हल्ला, पिलाजी जाधवाची फिरंग्यावर स्वारी व कांब्याचा वेढा, मराठ्यांचा साष्टींत प्रवेश, मांडवी, जीवधन, टकमक, तांदूळवाडी व कामणदुर्ग इत्यादि ठाण्यांची काबिजाद व कृष्णरावांचा फिरंग्यांबरोबर तह इत्यादि विषय आले आहेत. त्यांपैकीं कल्याणवरच्या स्वारीसंबंधानें प्रत्यंतर पुरावा मिळत नाहीं. बाकी सामान्यतः हकिकत बरोबर आहे.

९ व्या पॅन्यांत जोशाच्या कारकीर्दीस सुरुवात होते व तेथूनच एकतऱ्हेनें वसई मोहिमेस प्रारंभ होतो. तेथपासून मोहिमेसंबंधीं आलेली सर्व हकिकत बहुतेक शुद्ध, सुसंगत आहे. नांवांच्या बाबतींत आणि स्थानिक उल्लेखांच्या बाबतींत तर ही बखर सर्व साधनांत सरस आहे.

कांहीं चुका

पान १० ओळ ३. तिसऱ्या पॅन्यांत होनाजी बलकवडयाचें नांव आलें आहे; हें 'होनाजी बाळ कवडा' म्हणजे होनाजीचा बाप बाळ व कवडा किंवा कवडे हें आडनांव अशा तऱ्हेनें दिलें आहे. मोडी वाचनांत व बद्दल बा किंवा बाबद्दल ब वाचणें शक्य आहे. त्या तशा वाचनाच्या चुकीमुळेंच बलकवडा या आडनांवाबद्दल बाळ आणि कवडा असें लिहिलें गेलें असावें.

पान १४. तिसऱ्या पॅन्याच्या सुरवातीस '१७३७ च्या पावसाळ्यांतच जागोजाग इमारतीस काम लावलें' असें म्हटलें आहे; तें थोडेंसें खरें आहे. कारण ठाण्याच्या कोटाची दुरुस्ती किंवा इतर कांहीं किरकोळ कामें ते वेळीं झालीं. परंतु निरनिराळ्या ठाण्यांचें बांधकाम, उदाहरणार्थ—मालाड, बहादूरपुऱ्याचा मेढा, घोडबंदर, मनोर, ठाणें, संभुदेव, टकमक, तांदूळवाडी येथलीं कामें १७३८ च्या पावसाळ्यांत चालू झालीं, असें पेशवे दप्तर भाग ३४ मधील व पेशवे दप्तर भाग १६ मधील पत्रांच्या पुराव्यावरून दिसून येतें.

पान १५ वर अशुद्ध नकलेमुळें कसा घोटाळा होतो, त्याचें उदाहरण सांपडतें. तेथें एक वाक्य असें आहे. " बाजीराव आपली फौज घेऊन नर्मदा

उतरून माळव्यांत गेले व चिमणाजीअप्पानें लष्कर व राऊत व पाईचे लोक यांस व रामाजी महादेव यास घेऊन धारावीस वेढा घातला. तोफा जोडून दर्यात मारा रोखला. " आपासाहेब १७३७ च्या पावसाळ्यांत पुण्यास गेले व मग ते व बाजीरावसाहेब मिळून ३७ च्या डिसेंबरांत भोपाळाकडे चालले. अर्थात् आपासाहेब डिसेंबरांत धारावीस नव्हते, हें उघड आहे. खरी गोष्ट अशी आहे कीं, रामाजी महादेव वगैरे लोकांकडून आपासाहेबांनीं धारावीस मेढा घालविला व त्या ठाण्याची बळकटी करविली. तेव्हां अर्थात् वर उद्धृत केलेल्या वाक्यांत नकलकारानें मेढ्याबद्दल ' वेढा ' लिहिलें, ' देऊन ' याबद्दल ' घेऊन ' लिहिलें आणि घोटाळा केला. " चिमणाजीआपानें लष्कर व राऊत व पाईचे लोक रामाजी महादेव यास देऊन धारावीस मेढा घातला " असें असावयास पाहिजे.

तसेंच त्याच १५ पानावर बखरकार लिहितो कीं, महादाजी केशव वगैरेनीं माहिमास मोर्चे लाविले. " आपासाहेबांस पुण्याहून रामचंद्र हरी, जिवाजी ढमढेरे, आपाजी शितोळे, चिमणाजी बापूजी, यांनीं कुमक माहिमास पाठविली." वर दाखविल्याप्रमाणेंच नकलकाराची ही एक दुसरी घोडचूक. या वाक्यावरून वाटतें कीं, माहीमच्या वेढ्यांत महादाजी केशवाबरोबर आपासाहेबही होते. पण तशी वस्तुस्थिति नव्हती. ते खानदेशांत होते. शुद्ध वाक्य असें पाहिजे. " **आपासाहेबांनीं** पुण्याहून रामचंद्र हरी, जिवाजी ढमढेरे, आपाजी शितोळे वगैरे **यांची** कुमक माहिमास पाठविली. " अशी दुरुस्ती केली म्हणजे सर्व हकिकत यथास्थित जुळते.

पान १६. भोपाळचा तह देऊन लगेच बखरकार म्हणतो. " हिकडे गोव्याहून पेद्रे दमेल नांवाचा जराळ होऊन कुमक घेऊन आला." वास्तविक पेद्रू १७३७ च्या एप्रिल मेच्या सुमारासच गोंव्याहून वसईस आला. पेद्रू दमेल जराळ होऊन आला आणि त्यानें ठाण्याच्या कोटावर हल्ला करण्याची मसलत केली, असें सांगून मग बखरकार १७३७ डिसेंबरमध्यें चाललेल्या माहीमच्या वेढ्याची हकिकत देतो. म्हणून पेद्रू दमेल जराळ झाल्याचा काळ चुकीचा वाटतो. ३८ च्या एप्रिलच्या सुमारास कडदिनानें राजीनामा दिल्यावर पेद्रू दमेल मुख्य अधिकारी झाला. अशी खरी वस्तुस्थिति आहे. १७३७ च्या डिसेंबरच्या सुमारास खूप आरमारी मदत फिरंग्यांना आली, ही गोष्ट व पुढें पेद्रू दमेल जराळ होऊन आरमारांतून जाऊन त्यानें ठाण्याच्या कोटावर हल्ला केला ही गोष्ट, अशा दोन निरनिराळ्या काळांतील गोष्टी घेऊन त्या एकत्र जोडण्याची चूक येथें बखरकारानें केली आहे.

पान १८ ओळ ४. मुल्हारजी शिंदे असें नांव लिहिलें आहे, तेथें मोराजी शिंदे असावें असें वाटतें.

पान १९ ओळ ८.' डाकू' लिहिलें आहे तेथें डाणू किंवा डहाणू असें पाहिजे.

दुसऱ्या पॅन्यांत मडच्या कोटाच्या फत्तेनंतर धारावीच्या वेढ्याची हकिकत आहे त्यांत नारायण जोशाचें नांव दिलें आहे. पेशवे दप्तरानें उपलब्ध केलेल्या अनेक पत्रांत नारोजी कडूचें नांव सांपडतें. नारायण जोशाचें सांपडत नाहीं. नारायण जोशी हा बहुधा बेलापुरासच होता. म्हणून वाटतें कीं, नारोजी कडूबद्दल अर्धवट स्मरणानें बखरकारानें नारायण जोशाचें नांव लिहिलें.

या बखरींत पुढील नांवें आलीं आहेत.

(१) निंबाजी नाईक अणजूरकर (२) प्रल्हाद जोशी (३) गंगाजी नाईक अणजूरकर (४) बुबाजी नाईक अणजूरकर (५) नारोबा गोसावी देहूकर (६) हरजी नाईक गायकवाड (७) अंताजी महाजन (८) मायाजी राऊत कळवेकर (९) नारायणजी सुतार (१०) लाडकोजी हैबतराव (११) नामाजी देसाई (१२) बेंडजी देसाई (१३) शिवाजी नाईक अणजूरकर (१४) यादवजी प्रभु काल्हेरकर (१५) बाबाजी हिंदुराव (१६) जिवाजीराव भाले (१७) गणेशजी प्रभु (१८) गंगाजी प्रभु (१९) हरजी ठाकूर (२०) रूपाजी भालेराव (२१) नारोजी भालेराव (२२) तालकोजी भालेराव (२३) विठ्ठलपंत निसबत कृष्णराव महादेव (२४) चिमणाजीपंत निसबत कृष्णराव महादेव (२५) बाबाजी (२६) सुभानजी हरपाळ (२७) भिकाजी हरिभक्त ऊर्फ भिकाजी नाईक (२८) महादजी शिंदे (?) (२९) नारोपंत निसबत शंकराजीपंत फडके (३०) लक्ष्मण राऊत कळवेकर (३१) कुकूर चौधरी उनोळकर (३२) गुजाबाई सुतारीण (३३) गणेशजी (३४) कृष्णाजी नाईक अणजूरकर (३५) फकीर महमद जमातदार (३६) धाकनाक परवारी (३७) काशिवा हिंदुराव (३८) महादजी आंबेमोडा (३९) हंसा कोळी (४०) साह्या कोळी (५०) जावादेनुजार (५१) गुणाजी शिंदे (५२) राणोजी कडपे किंवा कवडे (५३) गोविंदजी कासार (५४) खंडोजी बागराव (५५) दादाजी नाईक (५६) खंडोबा प्रभु (५७) बैजनाथ परवारी (५८) रायाबा (५९) गणपतराव ब्राह्मण (गणपतराव मेहेंदळे ?)

हीं नांवें आतांपर्यंत अप्रसिद्ध परंतु फार महत्त्वाचीं आहेत. राजवाडे खंड ६ पेशवे रोजकीर्द वगैरेंच्या प्रत्यंतर पुराव्यानें यांतील पुष्कळ नांवें बरोबर ठरतात. या मोहिमेसंबंधीं बखरकाराला अणजूरकरांच्या अंतःस्थ कारस्थानांची विशेष माहिती असल्यामुळें त्यानें दिलेलीं हीं नांवें महत्त्वाचीं आहेत. इतक्या लोकांनीं वसईच्या राजकारणांत भाग घेतला. पुढें मागें आणखी कागदपत्र या

मोहिमेसंबंधीं उपलब्ध होतील तेव्हां या नांवाना प्रत्यंतर पुरावा सांपडूं शकेल अशी खात्री वाटते.

चुका

पान १२ ओळ ८. ' कालाड डोहाचें पाणी चालतां चालतां घेऊन ' या ऐवजीं ' कराड ' डोहाचें असें पाहिजे, असें स्थानिक लोक सांगतात.

बखरींत सर्वत्र ' लाडदिन ' म्हटलें आहे तेथें ' कडदिन ' असें वाचलें पाहिजे. ' कार्डिम् ' चा तो अपभ्रंश होय.

पान १७ ओळ ९. " विठ्ठलपंत मनोहर ' पाहून ' निघाले " या ऐवजीं ' पाडून ' असें पाहिजे.

पान १९ ओळ १२. ' तुकाजीपंत ' लिहिलें आहे तेथें ' तुबाजीपंत असें पाहिजे.

पान २० ओळ १४. मग ' शृंगन्होळ दुसरे दिवशीं पश्चिमेचा (बुरुज) उडविला. ' वास्तविक ' मग शृंग (सुरुंग) नेहोन दुसरे दिवशीं पश्चिमेचा बुरुज उडविला ' असें पाहिजे.

(५) ब्रह्मेंद्र-चरित्र (पारसनीसकृत)

विश्वसनीय साधनांच्या दृष्टीनें पाहिलें तर या चरित्रांतील अस्सल पत्र-व्यवहार फार महत्त्वाचा आहे. महत्त्वाचीं पत्रें ३८ आहेत. ले० २७, ३३, ३४, ३५, ३६, ३७, ३८, ३९, ४०, ४१, ४२, ४७, ४८, ४९, ५०, ५१, ५२, ५३, ५४, ५८, ६८, ११५, ११६, ११९, १२०, १२३, १३०, १३४, १३५, ११९, १४९, २२७, २६८, २८५, ३१४, ३४१, ३४३, ३६५; खेरीज पारसनिसांनीं लिहिलेल्या ब्रह्मेंद्रचरित्रांतील वसई मोहिमेच्या भागांत पान ६६ वर ३ अस्सल पत्रांतील अवतरणें आहेत. शिवाय पान ६९ व ७० वर २ पत्रें आहेत. पान ७५ वरील टीपेंत १ पत्र आहे. ७६ पानावर १ उत्कृष्ट पत्र आहे. तसेंच ७८ पानावरही आहे. म्हणजे पत्रव्यवहारापैकीं ३८ व चरित्रांतील ८ एकूण ४६ महत्त्वाचीं पत्रें या पुस्तकांत आलीं आहेत.

स्वामीचें चरित्र लिहितांना पारसनिसांनीं वसई मोहिमेचा वृत्तांत देणारें एक छोटें प्रकरण लिहिलें आहे. तें डॅनव्हर्स् व डफ् यांचे इतिहास, साष्टीची बखर व त्यांना उपलब्ध झालेलीं समकालीन पत्रें यावरून त्यांनीं लिहिलें आहे. पारसनिसांच्या वेळच्या साधन–सामुग्रीचा विचार करतां तें प्रकरण संक्षिप्त व त्रोटक असलें तरी पुष्कळच विश्वसनीय होतें. विशेषतः समकालीन पत्रव्यवहाराचा आधार घेतल्यामुळें त्याची किंमत यथार्थ वाढली. आज उपलब्ध झालेल्या शेकडों नवीन साधनांमुळें त्यांतले कांहीं तपशील बदलले किंवा वाढले तरी

साधनग्रंथ या दृष्टीनें त्या प्रकरणाचें महत्त्व आजही कमी होऊं शकत नाहीं. मात्र चिकित्सेसच बसल्यामुळें त्यांतील चुकांची दुरुस्ती करणें जरूर आहे.

(१) ब्रह्मेंद्रस्वामीला पारसनीस अवास्तव महत्त्व देतात. ते म्हणतात, स्वामीचें अंग वसई मोहिमेंत विशेष असून ती त्याच्या सूत्रचालनानें व प्रोत्साहनानें यशस्वी झाली. पण ही सर्वथा गैर समजूत होय. पत्रव्यवहारावरून तरी आशीर्वाद देण्यापलिकडे या मोहिमेंत स्वामीचा कांहींहि कार्यभाग नाहीं. शाहू महाराजांकडे या मोहिमेबावत जितकें कर्तृत्व जातें तितकेंच स्वामीकडे जातें; म्हणजे मुळींच जात नाहीं. पण महाराज छत्रपति म्हणजे मराठी राज्याचे नामधारी कां होईना पण मुख्य असल्यामुळें त्यांच्याशीं बादरायण संबंध तरी जोडतां येईल. स्वामीच्या बाबतींत मात्र तशीही सोय नाहीं. वसईवर निशाण चढल्यावर आपासाहेबांनीं फार गौरवपूर्वक शाहूमहाराजांस लिहिलें कीं, ‘ वसई घेतल्यामुळें महाराजांची कीर्ति समुद्रवलयांकित पृथ्वींत प्रफुल्लित झाली आहे. ’ हे शब्द जसे नुसते आदरार्थी आहेत, तसेच आपासाहेबांचे स्वामीविषयींचे होत! ‘ तुम्ही गोमूत्र घेण्याचेंही सोडून दिलेंत. अनुष्ठान केलेंत व वसई दिली दिली दिली म्हणून त्रिवार सांगितलेंत. त्यामुळें वसई हातीं आली. ’ हे शब्द केवळ गौरवपरच आहेत. अनुष्ठानानें वसई हातीं आली असेल तर स्वामीसारखाच पेशव्यांचा दुसरा गुरु नारायण दीक्षित पाटणकर तोही ब्राह्मण लावून वसईकरतां अनुष्ठान करीत होता व आपासाहेबांस उत्साह व आशीर्वाद देत होता. तोही गुरु आणि हाही गुरुच. फार काय, खुद्द आपासाहेबांचा वज्रेश्वरीचें देऊळ बांधण्याचा नवस किंवा शंकराजीपंत व नारायण जोशी यांचें वसई व बेलापूरचे नवस यांमुळेंही वसई काबिज झाली, असें म्हणावें लागेल.

सारांश; स्वामी मोठा असेल आणि पेशव्यांची त्यावर कदाचित् अनन्यभक्तिही असेल. पण मोहिमेच्या बाबतींत, पत्रव्यवहारावरून पाहिले तर स्वामीकडे कांहींएक कर्तृत्व जात नाहीं. तसें म्हणणें पारसनिसांच्या साधुभक्तीला शोभेल; त्यांच्या इतिहासभक्तीला शोभणार नाहीं.

(२) पान ६३ वर म्हटलें आहे कीं, “ पुढें गंगाजी नाईक यांनीं कुलाब्यास सेखोजी आंग्रे यांकडे जाऊन पोर्तुगीज लोकांचा मुलूख सर करावा म्हणून गुप्त रीतीनें प्रयत्न चालविला. ” पण ही हकिकत कान्होजी आंग्र्यासंबंधींची आहे. सेखोजीसंबंधीं नाहीं. साष्टीच्या बखरींतून हकिकत देतांना श्रीयुत पारसनीस यांनीं कान्होजीबद्दल सेखोजी अशी सुधारणा केली. पण ती बरोबर आहे असें वाटत नाहीं. तसा कागदपत्रांचाहि पुरावा पुढें आलेला नाहीं. शिवाय तर्कानें पाहिलें तरीही सेखोजीचें नांव घालणें युक्त वाटत नाहीं.

(३) पान ७२. " १७३७ मध्यें संभाजी आंग्र्यानें पोर्तुगीजांस अनुकूल करून कुलाब्यावर पुनः स्वारी केली. व पुनः पेशव्यांनीं मानाजीची कुमक करून पोर्तुगीजांचा पराभव केला. " पण ही हकिकत बरोबर दिसत नाहीं. ३७ सालांत असा हल्ला कुलाब्यावर झाल्याचें नवीन साधनांतही नमूद नाहीं. वास्तविक १७३७ सालच्या मार्चमध्यें २७ तारखेस खुद्द ठाणेंच सर झालें. त्या आधीं एक महिना मसलतीच्या वाटाघाटी चाललेल्या नमूद आहेत. शिवाय पे. द. भाग २२ मधील शकावलीवरून किंवा पेशवे रोजकीर्दीतील आपासाहेबांच्या व बाजीरावसाहेबांच्या मुक्कामांच्या याद्यांवरून १७३७ सांत वरील प्रसंग घडल्याचें दिसत नाहीं.

(४) पान ७४. " १७३७ मार्चपासून जुलईपर्यंत मराठ्यांनीं ठाणें, बेलापूर, वेसावें, वानरें आणि साष्टी इ० बळकट जागा सर केल्या. " वेसावें वांद्र्यावर मराठ्यांनीं मार्चपासून जुलईपर्यंत दोनदां हल्ले केले. पण तें स्थळ खरोखर साध्य झालें नाहीं. ३९ सालीं वेसावें जिंकण्यांत आलें; व वांद्र्याचा कोट जमीनदोस्त करण्यांत आला. अशी खरी वस्तुस्थिति आहे. श्री. पारसनीस साष्टी आणि ठाणें अशा दोन निरनिराळ्या जागा समजतात तें चूक होय. साष्टीचा किल्ला म्हणजेच ठाण्याचा किल्ला होय.

(५) पान ७४ शेवटचा पॅरा येथें म्हटलें आहे कीं, ' १७३७ सालींच कार्डिमनें हताश होऊन राजीनामा दिला. व त्याचे जागीं पेद्रो द मेलोची नेमणूक झाली. व ती गोष्ट १७३७ च्या जुलईच्या आधीं झाली ' पण ही देखील चूक होय. साष्टी सर झाल्यावर कारंजास पळून गेलेल्या लुई बतेलोला कमी करण्यांत आलें. व वसईस पेद्रो दमेल व त्याच्या पाठोपाठ कडदिन किंवा कार्डीम यांस अधिकारी करून पाठविण्यांत आलें. कडदिनानें राजीनामा दिला तो ३७ सालीं नसून पुढील वर्षीं ३८ च्या मार्चाच्या सुमारास, अशी वस्तुस्थिति आहे.

(६) पान ७८. माहीमच्या वेढ्याची हकिकत देतांना श्रीयुत पारसनीस यांनीं वासुदेव जोशाचें एक पत्र उद्धृत केलें आहे. पण नजरचुकीनें २४-१२-१७३७ या ऐवजीं तेथें २४-११-३७ असें छापलें आहे.

(७) वरील आंकड्यांत दाखविलेल्या कालदर्शक घोंटाळ्यामुळेंच दुसरीही एक ढोबळ चूक घडून आली. ठाण्यावर पेद्रू दमेलचा हल्ला १७३८ डिसेंबर ४ थ्या तारखेस झाला. पण वर दर्शविल्याप्रमाणें वासुदेव जोशाच्या पत्राला २४-११-३७ अशी तारीख दिल्यामुळें पारसनिसांनीं लिहिलें कीं, नोव्हेंबरांत माहीमच्या फिरंग्यांचा हल्ला झाला. व त्याच्यापुढें डिसेंबरांत पेद्रू दमेलचा ठाण्यावर हल्ला झाला. सारांश, एक वर्षाची चूक कालनिर्देशाबाबत येथें घडली आहे.

(८) १७३७ च्या माहीमच्या वेढ्यानंतर आपासाहेबांनीं फिरंगाणांत मदतीकरतां मल्हारराव होळकर व राणोजी शिंदे यांना पाठविलें असें म्हटलें आहे. पत्रांच्या आधारानें पहातां फक्त ३९ सालींच कायते ते दोघे वसई मोहिमेंत दिसतात. मल्हाररावाच्या बाबतींत बेभरंवसेलायक कां होईना पण एकदोन बखरींचा आधार मिळतो. राणोजी शिंद्यासंबंधीं तोही नाहीं.

(९) History of the Marattha People
by Kincaid & Parasnis, Vol. II.

या पुस्तकांत वसईसंबंधीं एक स्वतंत्र छोटेंसें प्रकरण आलें आहे. किंकेड साहेबांनीं मुख्यतः तें सरदेसायांच्या रियासतीवरूनच लिहिलेलें असल्यामुळें सरदेसायांच्या सगळ्या चुका त्यांचे हातून साहजिकच घडल्या आहत. परंतु किंकेडसाहेबांचा एक विशेष मात्र म्हणजे असा कीं, ते पोर्तुगीज इतिहासकारांनींही दिलेली माहिती देतात. पारसनीस, राजवाडे, सरदेसाई किंवा इतर मराठी इतिहासकार फक्त मराठी व इंग्रजी कागदपत्रांवरून निघेल तेवढी माहिती देतात. पोर्तुगीज येत नसल्यामुळें किंवा पोर्तुगीज साधनें मिळविणें अशक्य असल्यामुळें त्यांची हकीकत एकतऱ्हेनें अपूर्ण असते. वास्तविक पोर्तुगीजांकडील हकीगत समजल्याखेरीज वसईमोहिमेचा इतिहास निःपक्षपाती किंवा संपूर्ण होणें शक्य नाहीं. अलीकडे दोनचार वर्षांत प्रोफेसर पिसुर्लेकर या गोव्याच्या संशोधकांनीं मराठे व पोर्तुगीज यांच्या हर्षामर्षासंबंधीं पोर्तुगीज साधनांवरून पुष्कळ लेख लिहिले आहेत; पण ते देखील पोर्तुगीज भाषेंतच आहेत. यामुळें मोठी अडचण आहे. किंकेडसाहेबांचा विशेष हाच कीं, त्यावेळीं त्यांनीं पोर्तुगीज साधनें मिळवून वसई मोहिमेंतील फिरंग्यांची बाजू समजावून घेण्याचा प्रयत्न केला. आपल्या प्रस्तावनेंत ते म्हणतात.— " For my account of the Marattha wars against the Portuguese, my warmest thanks are due to the Goa Government who with admirable generosity and kindness sent me a quantity of specially chosen books and papers on the subject."

या पोर्तुगीज साधनांचा उपयोग करतां आल्यामुळें पुष्कळ अपरिचित व महत्त्वाची हकीगत किंकेडसाहेबांना नव्यानेंच देतां आली. उदाहरणार्थ, गोव्यावर झालेल्या व्यंकटरावाच्या स्वारीचा तपशील किंवा १७३५ सालीं लुई बतेलोनें बाजीरावाचा केलेला अधिक्षेप. या हकीकती तेव्हां त्यांनीं अगदीं नवीनच उजेडांत आणल्या व आज पिसुर्लेकरांच्या इतिहासावरून त्या सत्य आहेत असें सिद्ध होत आहे. किंकेडसाहेबांच्या लिहिण्यांत विवेचकपणा किंवा बिनचूकपणा

फार कमी. तथापि नवीन माहिती प्रथम उजेडांत आणण्याचे दृष्टीनें त्यांचा गौरव करणें उचित आहे. आतां चुका पाहूं.

(१) अर्नाळ्याचा किल्ला ते जमीनीवर समुद्राचें काठीं होता असे समजतात.

(२) सरदेसायांप्रमाणेंच ते रामचंद्र हरी ऐवजीं रामचंद्र जोशी याचें नांव ठाण्याच्या पहिल्या हल्ल्यांत देतात.

(३) सरदेसायांच्या प्रमाणेंच १७३७ डिसेंबरांत व १७३९ जानेवारीत झालेल्या माहिमच्या दोन निरनिराळ्या लढायामध्यें त्यांनीं घोटाळा केला आहे.

(४) कडदिन यानें १७३८ च्या मार्च–एप्रिलांत राजीनामा दिला अशी खरी गोष्ट असतां ते १७३९ मध्यें ती हकीगत घडली असे सांगतात.

(५) १७३७ त कडदिनाची वसईकडे रवानगी झाली त्याचे थोडे दिवस आधीं पेद्रू दमेलचीही रवानगी झाली होती ही वार्ता त्याना नाही.

(७) खरे–ऐतिहासिक लेखसंग्रह आद्यपत्रः—

चिमाजीआपानें ब्रह्मेंद्रस्वामीस लिहिलेलें वसईच्या शेवटच्या हल्ल्याचें आहे. पण तें ब्रह्मेंद्रचरित्र, राजवाडे खं. ३ वगैरेंत आलेल्या पत्रा बरहुकूमच आहे. नामांकित किंवा महत्त्वाचें पत्र असल्यास पूर्वी लोक तें मुद्दाम मिळवून त्याची नक्कल करून ठेवीत. तशीच नक्कल झालेलें तें पत्र खऱ्यांना पटवर्धनी दफ्तरांत सांपडलें असावें.

(८) सोहोनीकृत पेशव्यांची बखरः—

सदरहू बखरींत वसईच्या मोहिमेची हकिकत थोडी दिली आहे. पण ती इतर बखरीप्रमाणेंच गोळाबेरीज आहे. आख्यायिका, दंतकथा व ढोबळ प्रसिद्ध गोष्टींची कशी तरी एकत्र गुंफण असेंच तिचें स्वरूप आहे. वसईच्या किल्लेदाराची बायको सन्मानानें सोडून दिल्याची आख्यायिका या बखरींतलीच. प्रभाकर शाहिराच्या एका पोवाड्यांत "छत्तिस महिने लढुनि पुढें अप्पानिं वसई वसविली।" असा एक चरण प्रसिद्ध आहे. त्याप्रमाणें त्याच्या दुसऱ्या एका पोवाड्यांत "नवलाख बांगडी फुटली वसइमुक्कामीं।" असा एक चरण आहे. प्रस्तुत बखरींतही '३ वर्षे वसई भांडली. मनुष्य फार कामास आलें. ९ लाख बांगडी फुटली.' असें म्हटलें आहे. वास्तविक १७३७ च्या मार्चपासून १७३९ च्या मेपर्यंत सव्वीस महिने होतात. ठोकळ मानानें ३७,३८, ३९ अशीं तीन सालें आपण मोजतों. सरदेसायांनीही तशीच कालगणना केली आहे. वास्तविक ही कांहीं मोठीशी चूक नव्हे. परंतु स्थूलपणें पहात गेल्यास कशी फसगंमत होते हें दाखविण्याकरितांच तिचा उल्लेख केला.

या बखरकाराला अणजूरकर नांवाच्या पांचकळशा सुतारांनीं वसईस भेद केला, येवढेंच ऐकून ठाऊक. म्हणून कल्पना लढवून त्यानें 'अणजूरकर पांचकळशे सुतार सरदार होते त्यांनीं सुतारकाम करावयास किल्ल्यांत जाण्याचें पत्करून रोज किल्ल्यांत जावें आणि लोकांचे घरीं सुतारकाम करावें आणि भेद आणावा.' असल्या आचरट हकिकती दिल्या आहेत. त्याहीपेक्षां हास्यास्पद हकिकत म्हणजे दुलबाजी मोऱ्याची. त्यानें म्हणे कासारपणा पत्करून रोज किल्ल्यांतलि बायकांस बांगड्या भरून येण्याचा परिपाठ धरून किल्ल्यांत फितूर केला! वास्तविक या दंतकथेचें मूळ साष्टीच्या बखरींत आलेल्या गोविंदजी कासाराच्या हकिकतींत असावें. गंगाजी नाईक अणजूरकरानें गोविंदजी कासारावरोबर आर्नाळ्यास कौल पाठवून तेथें फोडाफोड केली, अशी हकिकत दिली आहे. कासार आणि सुतार हीं दोन नांवें सांपडतांच बखरकारानें मन मानेल तसा कल्पनाविलास करून दाखविला!

(९) पुरंदरे दफ्तर भाग १:—

या पुस्तकांत लेखांक १३१, १३३, १३४, १३५, १३७, हे उपयुक्त आहेत. १३७ सांत २२ एप्रिल १७३९ रोजीं व्यंकटरावाशीं झालेला फिरंग्यांचा तह दिलेला आहे. १३५ सांत व्यंकटराव घोरपडे 'इंग्रज वगैरेसंबंधीं माहिती; १३३ सांत वसईमोहिमेनंतर नानासाहेबाची इंग्रजांशीं झालेली बोलाचाली. लेखांक १३१ ला संपादकांनीं एप्रिल–मे १७३९ अशी तारीख दिली आहे. ती बरोबर नसावीशी वाटते. कारण, ३९ च्या एप्रिल–मे मध्यें राधाबाई आपासाहेबांबरोबर वसईस होती.

(१०) ऐतिहासिक पत्रव्यवहार:—

काव्येतिहास–संग्रह, भारतवर्ष यांतील ऐतिहासिक पत्रांच्या या पुनरावृत्तींत ले० ३२ उपयुक्त आहे.

(११) पेशवे दफ्तर भाग २२:—

वसई मोहिमेसंबंधीं हा भाग फार उपयुक्त आहे. खुद्द पेशव्यांच्या रोजकीर्दीतल्या नोंदी यांत घेतलेल्या असल्यामुळें त्यांच्या तपशिलाच्या खरेपणाबद्दल आणि काळाच्या निःसंदिग्धतेबद्दल निराळें सांगावयास नको. मात्र वसई मोहिमेसंबंधीं नोंदी फारच थोड्या म्हणजे सात आठ आहेत. त्या लेखांक ११९, १२०, १२१, १२२, १२५, १३३, १३४, १३९ व १४०.

या खेरीज सदरहू भागांत शेवटीं ३३ पानें पुरंदरे स्मरणवहींतील समकालीन टिपणें दिलीं आहेत. तीं मात्र अत्यंत उपयुक्त आहेत. हीं टिपणें आणि राजवाड्यांच्या ६ व्या खंडांत छापलेली शकावली हीं एकच

आहेत. मात्र ६ व्या खंडांत वसई मोहिमेसंबंधींच्या नोंदी जेवढ्या गळल्या होत्या त्या नेमक्या सगळयाच्या सगळ्या यांत आलेल्या दिसतात. साधनांच्या दृष्टीनें या शकावलीचें महत्त्व अव्वल दर्जाचें आहे.

(१२) पेशवे दफ्तर भाग १७:—

लें० ७५, ७६, ७७, १४४ हे उपयुक्त आहेत.

(१३) पेशवे दफ्तर भाग १०:—

लें० ८९, ९०, व १०१ हे उपयुक्त आहेत.

(१४) पेशवे दफ्तर भाग १२:—

लें० ८३, १०१, व ९६ हे उपयुक्त आहेत.

(१५) काव्येतिहास–संग्रह (द्वितीयावृत्ति १९३०)

वसई मोहिमेसंबंधीं साष्टीच्या बखरीच्या रूपानें जसें एक उत्कृष्ट साधन काव्येतिहास–संग्रहानें उपलब्ध करून दिलें, त्याचप्रमाणें कांहीं उत्तम पत्रेंहि उपलब्ध करून दिलीं. तीं सात आहेत. लें० २७, २८, २९, ३०, ३१, ३२ व ३३. खेरीज लेखांक ४९६ मध्यें एक बखरवजा छोटें टांचण आहे, त्यांत या मोहिमेसंबंधीं २५।३० ओळी हकिकत आहे. तोफेनें डोकें उडवावयाची आख्यायिका यांतलीच. विश्वसनीयतेच्या दृष्टीनें अगदीं सामान्य. मात्र या बखरींत गणपतराव मेहेंदळे या मोहिमेंत होता, असें म्हटलें आहे. साष्टीच्या बखरींतही गणपतराव ब्राह्मण म्हणून एक उल्लेख आला आहे. पण या दोन्ही व्यक्ति एकच असल्या तरी अस्सल पत्रांचा प्रत्यंतरपुरावा मात्र अजून मिळाला नाहीं. एके ठिकाणीं दवण या ऐवजीं ' दिवाण ' असें छापलें आहे. तें वाक्य असें; " वसईच्या फिरंग्यानें जरब खाऊन दाणा आंतील सरला असें पाहून संधान लाविलें. तेव्हां किल्ला दिवाण राहावयासि द्यावा आणि तीन दिवसांत चीजवस्त जाईल ते नेऊं असें संधान आले. त्याप्रमाणें कबूल करून फिरंगी बाहेर काढून, वसई सर करून ......वगैरे "

दुसरी अशीच वाचनाची चूक मजेदार आहे. " कोळवणचे रानची लावणी होणार " असें वाक्य पाहिजे असतां ' मालवणचे रानची लावणी होणार ' असें छापलें आहे. कोणीकडे जव्हाराकडील कोळवण आणि कोणीकडे मालवण

या आवृत्तींत मोडी वाचनाच्या अतिशय चुका आढळून येतात. सुधारलेली व शुद्ध केलेली आवृत्ति असतां तींत जुन्या चुका कायम राहाव्या, हें बरें नाहीं.

मोहिमेसंबंधींची म्हणून वर जीं पत्रें दिलीं, त्यांपैकीं कांहीं पूर्वी ब्रह्मेंद्र-चरित्रांत छापलेलींच आहेत. उदा० ब्रह्मेंद्र लेखांक ५४ व काव्येतिहाससंग्रह लें० ३३ आणि ब्रह्मेंद्र लेखांक ५८ व काव्येतिहाससंग्रह लें० ३० पहा.

(१६) खरेकृत इचलकरंजी संस्थानचा इतिहास

व्यंकटरावाच्या गोंव्यावरील स्वारीसंबंधानें यांत अगदींच जुजबी हकिकत आली आहे. मात्र व्यंकटरावांचा मुत्सद्दी सरदार गोविंदराम ठाकूर याच्या-संबंधीं कांहीं माहिती त्यांत मिळते. ले. १६ उपयुक्त आहे. व्यंकटरावाच्या गोव्यावरील स्वारीसंबंधानें झालेली खऱ्यांची नजरचूक या पुस्तकांत अन्यत्र निदर्शनास आणली आहे.

(१७) मल्हार रामराव चिटणीसकृत थोरले शाहूमहाराज यांचें चरित्रः दुसरी आवृत्ति शके १८१५

सदर बखरींत वसई मोहिमेसंबंधीं थोडी हकिकत आलेली आहे. मात्र ती तांत्रिक, विसंगत व ठोकळमानानें बरोबर असली तरी अविश्वसनीय आहे. ६७ पानावर एका पॅऱ्यांत मानाजी व संभाजी आंग्रे यांचा कलह, फिरंग्यांची मदत, मशिदीचा वेढा, बाजिरावानें मानाजीची केलेली कुमक वगैरे हकिकतींची गोधडी आहे. पॅऱ्याच्या सुरवातीसच, बखरकार, सेखोजी आंग्रे शके १६५१ त म्हणजे सन १७२९-३० त वारला असें लिहितो, तें चूक आहे. सेखोजी १७३३ च्या ऑगस्टांत वारला. कान्होजी १७२९ त (शक १६५१) वारला. मशिदीच्या वेढ्याची कांहींच विश्वसनीय हकिकत बखरकार देत नाहीं. पुढें बखरकार म्हणतो, " संभाजी आंग्रे शके १६५५ त म्हणजे सन १७३३-३४ त वारला. " पण बहुधा सेखोजीचा व संभाजीचा त्यानें घोटाळा केला. आणि एक चूक केल्यानंतर दुसरीही चूक करणें त्याला भाग होतें. अर्थात् शके १६५५ त सेखोजी आंग्रे वारल्यावर संभाजी आंग्रे याला सरखेल पद दिलें असें म्हणावयाच्या ऐवजीं शके १६५५ त संभाजी आंग्रे वारल्यावर तुळाजीला सरखेली दिली, असें त्यानें म्हटलें आहे! तीच चूक पुढें ७१ पानावरही त्यानें केली आहे. याच पानावर वसईच्या मोहिमेची हकिकत सांगितली आहे. ती किती गोळाबेरीज व अविश्वसनीय आहे, तें वर सांगितलेंच. शंकराजी केशव फडक्याला बखरकार शंकराजी नारायण संबोधितो. या बखरींतही पेड्रू दमेलच्या हल्ल्यांत साथीस मल्हारराव होळकर होता, असें म्हटलें आहे. बखरकार बाजी भिवराव वसईच्या हल्ल्यांत पडला असें समजतो! फिरून एकदां पान ७५ वर नादिरशहाच्या स्वारीच्या अनुरोधानें वसईच्या वेढ्याची हकिकत आली आहे. एकंदरींत साधन अगदींच सामान्य.

(१८) इतिहाससंग्रह—पारसनीसकृत

यांतील ऐतिहासिक चरित्रें या विभागांत पिलाजी जाधवाचें चरित्र दिलें आहे. त्यांत वसई मोहिमेसंबंधीं एक चांगलें पत्र व मोहिमेबाबत पिलाजी

जाधवास मिळलेल्या बक्षिसाच्या सनदेंतील उतारा असे दोन आधार महत्त्वाचे आहेत.

(१९) वाडकृत पेशवा डायरीज् भाग १:

'राजकीय (ब) इतर माहिती-पोर्तुगीज' या सदरांतील नोंदी महत्त्वाच्या आहेत. नोंद नं. १९० व १९१. त्या रामचंद्र महादेव चासकराचे कारकीर्दीत फिरंग्यांशीं झालेल्या तहासंबंधीं आहेत. नोंद नं. १९३ फिरंग्यांचें व शामलाचें सख्य. त्याबाबत सावंतकराकडे शाहूनें कुमक मागविल्यासंबंधीं आहे. नोंद नं. १९४ वसईचा वेढा सुरू असतां शाहूनें परस्पर फिरंग्यांशीं तहाचें बोलणें चालू केलें त्यासंबंधीं.

(२०) राजवाडे खंड ६

हा खंड १९०५ सालीं प्रसिद्ध झाला. वसई मोहिमेसंबंधीं लागू किंवा उपयुक्त पत्रें यांत २० आहेत. लेखांक ८२, १०१, १०२, १०३, ११४, ११५, ११६, ११७, ११८, १२०, १२७, १३०, १३१, १०७, ११०, १३३, १३४, १३६, १३९, १४०. खेरीज खंडाचे सुरुवातीस १२८ पृष्ठें पुरंधऱ्यांची स्मरणवही दिलेली आहे, ती शकावलीसारखी अव्वलदर्जाची आहे. तथापि ती महिनेवार सगळीच्या सगळीं न मिळाल्यामुळें खुद्द या मोहिमेसंबंधीच्या उपयुक्त नोंदी त्यांत नाहींतच म्हटल्या तरी चालतील. आवांतर धागेदोरे समजण्यास त्यांतल्या इतर नोंदीचा उपयोग आहे. कालदर्शक फक्त ५ च नोंदी या मोहीमेसंबंधीं त्यांत सांपडतात.

(२१) पेशवे दप्तर भाग ३०--

लेखांक २५, ५७, ६३, ६७, ७६, ८०, ८३, १०६, ११३, ११७, १३७, १५४, १५८, १६५, २१०, २१३, २१५, २१६, २१९, २२०, २२८, २२९, २३२, २३३, २३४, २४६, २५३, २६१, २६४, २६५, २६७, २६९, २७० हे उपयुक्त आहेत. खेरीज या भागाचे अखेरीस दिलेल्या रोजकीर्दीच्या उताऱ्यांत पुष्कळ उपयुक्त व महत्त्वाच्या नोंदी सांपडतात.

(२२) वाडकृत पेशवे डायरीज भाग ३ व्हाल्यूम १.

या साधनांतील लेखांक १, २, ३, ४, ५, ९, ५३, ५०८ उपयुक्त आहेत.

(२३) ठाणा गॅझेटियरचे २ भाग—

भौगोलिक माहिती देणारें अत्यंत विश्वसनीय साधन.

(२४) शांतादुर्गा संस्थानचा संक्षिप्त इतिहास—

१९१२. लेखक विष्णु रंगाजी शेळडेकर. उपयुक्त

(२५) गोमांतक वर्णन १९३०––व्यं. वि. वैद्य.

(२६) डॅनव्हर्स पोर्च्युगीज इन इंडिया २ भाग—

पोर्तुगीजांच्या हिंदुस्थानांतील वसाहतींचा विस्तृत इतिहास. पण वसई मोहिमेचा वृत्तांत मात्र अवघ्या दोन चार पानांत खलास झाला आहे. तथापि एकंदर माहितीच्या दृष्टीनें पुस्तक बहुमोल.

(२७) महाराष्ट्र सांवत्सरिक १९३३—

या पुस्तकांत श्री. पै यांनीं गोमांतक या शीर्षकाखालीं प्रो. श्री. सावर्डेकरांचे प्रमाणेंच पण थोडक्यांत गोमंतकाचा इतिहास-भूगोल दिला आहे.

(२८) गोमंतक परिचय

प्रो. वा. वा. सावर्डेकर. गोव्याचें उत्तम मराठी गॅझेटियर असें या पुस्तकाचें वर्णन करतां येईल. मराठी भाषेंत गोव्यांकासंबंधीं इतकी सुव्यवस्थित माहिती देणारें दुसरें पुस्तक आढळत नाहीं. प्रादेशिक व भौगोलिक माहिती बरोबरच ऐतिहासिक माहिती परिश्रमपूर्वक दिली आहे. वसई मोहिमेतील गोव्यावरील व्यंकटरावाच्या स्वारीसंबंधीं मात्र त्यांत कांहीं माहिती नाहीं. पण हिंदुधर्मीयांचा फिरंग्यांनीं जो सतत छळ केला त्याची तपशीलवार जंत्री सदरहू पुस्तकांत आली आहे, ती फार उपयुक्त व महत्त्वाची वाटते. अन्यत्र माहितीचें कांहींएक साधन नसल्यामुळें या पुस्तकाच्या तिसऱ्या भागांतील पुष्कळच मजकूर आमच्या एका प्रकरणांत घेतला आहे.

(२९) नेनर्स् कोंकण

फार उपयुक्त पुस्तक. इंग्रज लोक किती साक्षेपी, व्यासंगी, असतात याचा सुंदर नमुना पुस्तकांत फक्त कोकणचा निरनिराळ्या राजवटींतला इतिहास थोडक्यांत पण सुसंगत सांगितला आहे.

(३०) डकुन्हा

चौल आणि वसई व ऑरिजिन ऑफ बॉंबे–लेखक जबरा व्यासंगी आहे. नानाप्रकारच्या माहितीमुळें पुस्तक अवश्य वाचनीय.

राजवाडे खंड ३—

या खंडांत वसई मोहिमेस उपयुक्त अशीं पत्रें खालीलप्रमाणें

१२ (ब्रह्मेंद्रांत छापलें आहेच) २६, २७, (ब्रह्मेंदचरित्रांत छापलें आहे) १६७, १६८, १६९, २८४, ५५४, आणि ५६८.

ह्यांपैकीं १६७, १६८ व १६९ हीं पत्रें फार महत्त्वाचीं बाजी भिवराव रेटरेकरासंबंधीचीं आहेत.

५५४ हें शंकराजी केशवांसंबंधींचें असून तेंही फार महत्वाचें आहे. तसेंच ५६८ व्या लेखांकांत आसा मशिदीवर फिरंग्यांची व मराठ्यांची जी लढाई झाली त्यासंबंधीं उल्लेख असल्यामुळें तोही लेखांक उपयुक्त आहे.

या खंडांत आंग्र्यांचा पुष्कळसा पत्रव्यवहार छापलेला आहे. पण वसई-पुरती हीं पांच सातच पत्रें सांपडतात. खंडाच्या विस्तृत प्रस्तावनेंत राजवाड्यांनीं एके ठिकाणीं वसईच्या मोहिमेची त्यांच्या दृष्टीनें शुद्ध केलेली हकिकत दिली आहे. ती हकिकत साष्टीचा बखर, ब्रह्मेंद्रचरित्रांतील पत्रें यावरून मुख्यतः जुळविली आहे. ती अर्थातच फारच ठोकळ दोन पानांत दिली आहे. त्यांत चुका आढळतात त्या अशा.

(१) प्रस्तावना पान ३८ वर ते लिहितात, " फिरंग्यांनीं संभाजीकडून मानाजीवर स्वारी करविण्याचा घाट घातला व तो घाट १७३७ च्या एप्रिलांत अमलांत आणला. साष्टीस आपासाहेब गुंतल्यामुळें त्यांना कुलाब्यास मानाजीच्या मदतीस जातां येणार नाहीं, आणि साष्टींवरील मराठ्यांची मिठीहि सैल पडेल असा फिरंग्यांचा अंदाज होता. पण ते दोन्ही खोटे ठरले. बोडशाच्या स्वारीहून १७३७ च्या एप्रिलांत परत येत असतां मानाजीवरील संकटाची बातमी बाजीरावास कळली. त्याबरोबर तो कोकणांत उतरला आणि संभाजीला व फिरंग्यांना त्यानें केवळ बाजारबुणग याप्रमाणें हांकून लाविलें. " हें चूक आहे. ३७ च्या एप्रिलांत बाजीराव कोकणांत कधींच आला नाहीं. पेशवे दप्तर भाग २२ मधील विश्वसनीय शकावलीवरून बाजीराव आषाढ व॥ ६ बुधवारीं, हस्तनापूर पावेतों गेला होता तो पुण्यास आला. म्हणजे ७ जुलई ३७ रोजीं तो उत्तरेंतून पुण्यास आला. मग तो एप्रिलांत कोंकणांत कसा जाणार ?

प्रस्तावनेंत पान ४० वर १७३८ च्या फेब्रुवारींत आपासाहेब ठाण्यास आले असतां धारावीजवळ मुर्ध्यास मराठ्यांची व फिरंग्यांची लढाई झाली, ही हकिकत बिनचूक दिली आहे; परंतु त्या लढाईंत फिरंग्यांचा पूर्ण पराभव झाला असें ते म्हणतात, तें मात्र सर्वस्वीं चूक होय. कारण त्या लढाईंत मराठ्यांचा अतिशय नाश होऊन पांच-सातशें माणसें मेलीं व खुद्द दोनदां चिमाजी-आपानीं प्रयत्न करूनही कांहीं उपयोग झाला नाहीं. राजवाड्यांची अशी चूक होण्याचें कारण साष्टीच्या बखरकाराची चूक होय. १७३७ च्या मेंत मुर्ध्यास एक मोठी लढाई होऊन त्यांत फिरंग्यांचा पूर्ण पराजय झाला. ही एक हकिकत व नंतर १७३८ चे फेब्रुवारींत लढाई होऊन त्यांत मराठ्यांचा मोड झाला ही दुसरी हकिकत. कालाचें महत्त्व विशेष लक्षांत न घेतां साष्टीच्या बखरकारानें या दोनही लढायांची हकिकत एकत्र करून दिली व त्यांतही पुन्हां जी लढाई आधीं झाली ती अखेरीस दिली. यामुळें ही राजवाड्यांची चूक झाली आहे.

प्रस्तावना पान ४० वर ते लिहितात, " मल्हारजी होळकर व राणोजी शिंदे वगैरे मंडळीस १७३८ च्या ऑक्टोबरांत पेशव्यांनीं पुढें पाठवून दिलें." पण याला अजून पत्रांचा प्रत्यंतरपुरावा सांपडलेला नाहीं.

पान ४० वर राजवाडे लिहितात, " साष्टींतील हालचालींसंबंधीं स्वतंत्र पत्रव्यवहार दुसऱ्या एका खंडात निराळाच छापावयाचा असल्यामुळें या वेढ्याची (वसईच्या वेढ्याची) सविस्तर हकिकत येथें देत नाहीं. " पण आजवर तो खंड प्रसिद्ध झाला नाहीं ! राजवाड्यांचा महत्त्वाचा संग्रह श्री. औंधकरांकडे गेला असें कळल्यावरून आम्ही त्यांस पत्र पाठवून चौकशी केली. पण तेथल्या त्या संग्रहांत या मोहिमेसंबंधीं एकहि चिटोरें नाहीं, असें त्यांनीं कळविलें. राजवाड्यांचा दुसरा संग्रह धुळ्यास; म्हणून तेथेंही चौकशी केली पण पत्ता लागला नाहीं. वास्तविक वसई मोहिमेसंबंधीं पत्रव्यवहार एका खंडात छापण्याइतका विपुल राजवाड्यांच्या जवळ असता तर तो त्यांनीं केव्हांच प्रसिद्ध केला असता. तिसऱ्या खंडानंतर त्यांचे १०।२० खंड निघाले. यावरून काय तर्क करावा, हेंच कळेनासें होतें.

(३२) वेहेरेकृत बाजीराव पेशव्यांचें चरित्र—

सदरहू पुस्तकांत ' फिरंग्यांची दाणादाण ' या नांवाचा एक भाग आहे. त्यांत वसई मोहिमेचा वृत्तांत दिला आहे. चिकित्सक दृष्टीनें पाहिलें असतां त्यांत अनेक प्रमाद घडलेले दिसतात. पुस्तकाच्या प्रस्तावनेंत १८७९ सालीं प्रसिद्ध झालेल्या बापटांच्या बाजीरावांच्या चरित्रासंबंधानें लेखक म्हणतात, " त्याला ऐतिहासिक किंमत आज नाहीं. तें दंतकथात्मक व कादंबरीवजा आहे. त्याबद्दल बापटांना नांवें ठेवण्यांत मात्र अर्थ नाहीं. कारण त्यावेळीं राजवाडे, खरे, पारसनीस, सरदेसाई हे उदयास यावयाचे होते. " बापटांच्या पुस्तकासंबंधीं ' दंतकथात्मक व कादंबरीवजा ' या शब्दांनीं जो अभिप्राय बेहेऱ्यांनीं प्रकट केला, तोच या वसई मोहिमेच्या त्यांच्या प्रकरणासंबंधींही सांगतां येईल. हा भाग १९२९ सालांत अभ्यास न करतां लिहिला जावा, हें ग्रंथकर्त्याच्या कीर्तीला शोभण्यासारखें नाहीं. फक्त वसई मोहिमेपुरतेंच येथें पहावयाचें असल्यामुळें त्यांच्या त्यासंबंधीं झालेल्या कांहीं चुका दाखवितों.

(१) पान २४६. ते म्हणतात, " वसईच्या उत्तरेस आगाशी गांवाशेजारीं आरनाळा किल्ला आहे. " वास्तविक आरनाळा हा भुईकोट किल्ला नसून समुद्रांतील एक जंजिरा आहे; व तो किनाऱ्यावर असलेल्या अरनाळा गांवासमोर खाडींत अर्धा मैल आंत आहे.

(२) पान २४८. १७३७ सालच्या ठाण्याच्या मोहिमेंत रामचंद्र

जोशाचें नांव दिले आहें. पण त्या नांवाचा कोणीही मनुष्य वेढ्यांत नव्हता.

(३) त्याच पानावर ते लिहितात “ ठाण्याचा किल्ला सर झाल्यावर मग शंकराजी केशव, चिमणाजी भिवराव वगैरे सरदार आपासाहेबांना येऊन मिळाले व त्यांच्यासह आपासाहेबांनीं साष्टी बेटांत प्रवेश केला. ” ही हकिकत चूक आहे. शंकराजी केशव वगैरे लोक साष्टी काबीज झाली तेव्हां किंबहुना त्याच्या आधीं एक दिवस वसईस जाऊन बसले होते; व ते पुढेंही चिमाजी-आपांकडे आलेले नाहींत.

(४) पान २४९. बेहेरे म्हणतात, “ १७३७ च्या शेवटीं शेवटीं माहीम येथील अधिकारी फडके हा फिरंग्यांच्या केवळ धाकानें कच खाऊन लढाई-पूर्वीच पळाला व त्यानें ठाणें मोकळें केलें. म्हणून बाजीरावानें रामचंद्र हरीस पाठविलें. ” वास्तविक शंकराजी केशव पळाला नाहीं. तो माहिमास कधींच नव्हता. तो वसईस होता. वसईहून त्यानें एक टोळी माहिमास वेढा देण्या-करतां पाठविली होती, ती पळाली. बेहेरे समजतात कीं, माहीम हें मराठ्यांच्या ताब्यांत असून तेथील ठाणेदार शंकराजी केशव होता. पण खरोखर तसें नसून माहीमचा किल्ला पोर्तुगीजांच्या ताब्यांत होता, व त्याला शंकराजी केशवानें वेढा देवविला होता. अर्थात् फडक्यानें ठाणें मोकळें करून दिलें, असें बेहेरे म्हणतात तें चूक होय.

(५) २५० पानावर तर बेहेऱ्यांनीं फार मोठी चूक केली आहे. ती चूक डोळे मिटून अंधपरंपरान्यायानें सरदेसायांचा मजकूर घेण्यामुळेंच झाली आहे. तेथें ते म्हणतात, “ १७३८ सालीं फिरंग्यांची सरशी होऊन मराठ्यांना ठिकठिकाणीं माघार घ्यावी लागली. याचें कारण दिल्लीच्या स्वारींत व पुढें भोपाळ-च्या लढाईंत पेशव्यांचें बहुतेक सैन्य गुंतलें होतें. स्वतः बाजीराव व चिमाजी दोघेही उत्तरेंतील महत्त्वाच्या संग्रामामुळें कोंकणांत उतरूं शकले नाहींत. ” वास्तविक फिरंग्यांची खरी सरशी १७३७ डिसेंबरच्या २४ तारखेपासून सुरू झाली व त्यांनीं माहीम, अशेरी, शिरगांव, मनोर वगैरे ठिकाणचे वेढे उठवले. चिमाजीआपा फेब्रुवारींत स्वतः कोंकणांत आला. त्यानें धारावी घेण्याचा प्रयत्न केला पण तो साधला नाहीं. पुढें तो मे अखेर खुद्द ठाण्यास होता. त्या काळांत अनेक ठिकाणीं किल्ले कोटांचें काम त्यानें करविलें. सारांश, सरदेसायांच्या रियासतीखेरीज साष्टीची बखर, शकावल्या, राजवाडे खंड ६ वगैरे कांहींच न पाहतां ही हकिकत बेहेऱ्यांनीं दिली आहे.

(६) २५८ पान. सरदेसायांनीं जी चूक केली तीच बेहेऱ्यांनीं माहीमच्या वेढ्याच्या कालाबाबत केली. बेहेरे म्हणतात, “ १७३८ च्या डिसेंबरांत मराठ्यांनीं माहिम काबीज केलें. ” व याच्या पुराव्यास म्हणून ब्रह्मेंद्रचरित्रांतील

वासुदेव जोशाचें सुप्रसिद्ध पत्र ते उद्धृत करतात. पण खरोखर ही माहीमची लढाई १७३८ डिसेंबरमधील नसून १७३७ डिसेंबरची होय. बेहेरे सांगतात कीं, मराठ्यांनीं माहीम काबीजही केलें. वास्तविक मराठ्यांना तेथून पळून जावें लागलें होतें.

(७) पान २५३ वर बेहेरे लिहितात, " वांद्र्याचा कोट मराठ्यांनीं काबीज करून तो जमीनदोस्त केला " कारण काय तर वांद्र्याच्या कोटाचा आधार वसईस सांपडे म्हणून !! वसई व वांद्रा या दोन ठिकाणांमधील अंतर बेहेऱ्यांनीं नकाशावर पाहिलें असतें तर बरें झालें असतें. वसई वसई बेटांत आणि वांद्रा साष्टीच्या बेटांत होतें.

(८) पान २५३. बेहेरे लिहितात, " चिमाजीनें किल्ला सर करून वसईच्या किल्ल्यांतलि तुंगार टेंकडीवरील महादेवाचें दर्शन घेतल्याशिवाय तेथून हलावयाचें नाहीं, असा निश्चय केला होता. " वसईच्या कोटांत एकही टेंकडी नव्हती व नाहीं. तुंगारचा डोंगर वसईच्या कोटापासून सहा-सात मैल दूर आहे. शिवाय तुंगारेश्वराची स्थापना त्या टेंकडीवर वसईची मोहीम झाल्यावर पुढें शंकराजी केशव फडक्यानें केली. तेव्हां जो देव वसईच्या वेळीं अस्तित्वांतच नव्हता, त्याचें दर्शन चिमाजीआपा घेणार कोठून ? तेव्हां सगळाच कल्पनेचा पसारा ! शिवाय ही आख्यायिकाही कोठें प्रसिद्ध नाहीं.

(९) पान २६६. बेहेरे म्हणतात कीं, " वसईचें फिरंगी युद्ध इतकें लांबण्याचें मुख्य कारण म्हटलें म्हणजे नादिरशहाच्या स्वारीची बातमी हें होय. " खरोखर पाहिलें तर वसईचें फिरंगी युद्ध इतकें लौकर संपण्याचें कारण म्हणजे नादिरशहाची स्वारी होय ! त्या अरिष्टामुळेंच आपले हजारों लोक गमावून मराठ्यांना वसईचा सोक्षमोक्ष लौकर करून घ्यावा लागला. कारण, तिकडे फौजा पाठविण्याची जरूर उत्पन्न झाली.

एकंदरींत इतिहासदृष्ट्या बेहेऱ्यांचें हें प्रकरण मुळींच उपयुक्त नाहीं. किंबहुना, तें अनैतिहासिक सैल व भोंगळ हकिकतींनीं भरलेलें आहे. बेहेऱ्यांनीं प्रस्तावनेंत म्हटलें आहे कीं, " राजवाडे, पारसनीस, खरे व सरदेसाई या भक्कम चौखांबी मंडपावर मी उभा आहें. " खऱ्यांची एक ओळही बाजीराव पेशव्यासंबंधीं नाहीं. त्यांचें सर्व लिखाण नानासाहेब पेशव्याच्या अखेरीपासून सुरू होतें. अर्थात् एक खांब गळून पडला. राजवाडे व पारसनीस यांचा उपयोग खरोखर बेहेऱ्यांनीं फारच थोडा केला आहे. किंबहुना जो केला आहे तो सरदेसायांच्या मजकुरामार्फतच केला आहे. तेव्हां ते दोनही खांब गळून पडतात. राहतां राहिले सरदेसाई. तो खांब ऐ. सत्याच्या दृष्टीनें किती किडका आहे तें पहा.

(३३) मराठी रियासत—सरदेसाई-मध्यविभाग:—

' वसईचा अपूर्व रणसंग्राम ' या नांवाच्या भागांत रा. सरदेसायांनी वसईच्या मोहिमेची हकिकत दिली आहे. ते लिहितात, " वसईच्या लढाईचीं वर्णनें पुष्कळांस अवगत असल्यामुळें येथें सर्व वृत्तांत सांगत देण्याचें योजिलें नाहीं. सारांशरूपानें तो भाग सांगितला म्हणजे पुरे आहे. " पुढें एके ठिकाणीं ते लिहितात, " वास्तविक या युद्धाची निराळी हकिकत लिहिण्यापेक्षां त्या वेळचीं पत्रेंच तेवढीं वाचलीं म्हणजे पुरे आहे. " तिसऱ्या एका ठिकाणीं ते लिहितात, " ब्रह्मेंद्रस्वामींचें चरित्रांत या युद्धाचें वर्णन विस्तारानें दिलेलें आहे; म्हणून मी सारांशरूपानें सांगेन " पण ब्रह्मेंद्रचरित्रापेक्षां दुप्पट तिप्पट मोठी सरदेसायांची हकिकत आहे. तींत मोठमोठ्या ढोबळ चुका राहिल्या आहेत. तपशिलांची मांडणी तर अगदींच, अव्यवस्थित, कशीतरी आहे.

(१) पान ३२३. सरदेसाई लिहितात, " वसईच्या उत्तरेस किनाऱ्यावर आगाशी हें गांव असून त्याच्या शेजारीं आरनाळा किल्ला आहे. " पण समुद्रांत आरनाळ्याचा जंजिरा. त्याच्यासमोर किनाऱ्यावर आरनाळा हें गांव व आरनाळ्याच्या आग्नेयीस आगाशी आहे.

(२) पान ३२३. ' तीन वर्षांच्या या युद्धांत अनेक लढाया होऊन सगळाच प्रांत मराठ्यांनीं जिंकला. ' तीन वर्षांची फोड आम्हीं इतरत्र केली आहे.

(३) पान ३२४. " आपलें डोकें तरी तोफेनें किल्ल्यांत उडवा " हे चिमाजीआपाचे शब्द आख्यायिकेंत सांगतात तें सर्वथैव खरे आहेत, असें सरदेसाई म्हणतात. ते खरें मानावें अशाच योग्यतेचें आहेत, यांत शंका नाहीं. परंतु बखरीखेरीज त्याला दुसरा प्रत्यंतरपुरावा नाहीं.

(४) पान ३२४. सरदेसाई लिहितात ' फिरंग्यांनीं हुकूम काढला होता कीं, हिंदूंनीं आपलीं धर्मकृत्यें प्रसिद्धपणें करूं नयेत. तो हुकूम आपल्या प्रांतांत अमलांत न आणतां अंताजी रघुनाथानें तो तोडण्यास इतरांसही उत्तेजन दिलें. ' याला कांहींएक आधार नाहीं.

(५) पान ३२६. सरदेसाई लिहितात, 'अंताजी मोठा दूरदर्शी पुरुष होता. आरनाळ्याचा मजबूत किल्ला वैतरणेच्या कांठीं (!) होता, तो पहिल्यानें हातीं आल्यास गोंव्याहून येणाऱ्या फिरंग्यांच्या सैन्यास प्रतिबंध करतां येईल. अशी सूचना अंताजीनें केली. ' वास्तविक आरनाळा वैतरणा नदीच्या कांठीं नाहीं. तो एक जंजिरा आहे. शिवाय त्यावेळीं तो मजबूत किल्लाही नव्हता. तेथें पेशव्यांनींच १७३७ नंतर नवीन किल्ला बांधला. सरदेसायांच्या लिहिण्याच्या रोखावरून वसईस येणारी गोंव्याची कुमक हा किल्ला घेतल्यास थांबवितां येईल, असें म्हणावयाचा दिसतो. पण आरनाळा हा वसईच्या उत्तरेस

नऊ मैलांवर आहे. गोव्याहून मदत आली तर ती आधी वसईस जाऊन मग पुढें आरनाळ्याकडे जाणार.

(६) पान ३२७. 'वसईच्या स्वारीची तयारी करून पुण्यास भवानीचा गोंधळ घातला.' असें सरदेसाई लिहितात. पण ज्या साष्टीच्या बखरीवरून ही हकिकत घेतली तेथें अशीं वाक्यें आहेत. 'गंगाजी नाइकास कल्याणास पाठविलें; तेथें भवानीचा गोंधळ घातला. पुष्कळ लोक पाचारले होते. ज्यास त्यास निरनिराळें काम सांगितलें.'

(७) पान ३२७. वर कल्याणास जमलेल्या लोकांत रामचंद्र महादेव जोशी असें एक नांव सरदेसाई देतात. साष्टीच्या बखरींत रामचंद्र जोशी आहे. पण रामचंद्र महादेव जोशी कोणी नाहीं. तेव्हां महादेव हें नांव त्यांना कोठें मिळालें तें समजत नाहीं. साष्टीच्या बखरींत 'रामचंद्र हरी, रामाजी महादेव, खंडोजी माणकर एकंदर ९०० मनुष्यें आलीं.' असें वाक्य आहे त्यावरूनच उतरून घेतांना रामाजी महादेवाबद्दल रामचंद्र महादेव जोशी असें सरदेसायांनीं उतरून घेतलें! रामचंद्र महादेव म्हणजे रामचंद्र महादेव जोशी चासकर असे ते समजत असतील तर तो १७२८ सालींच वारला होता.

(८) पान ३२८. सरदेसाई लिहितात, 'साष्टीजवळचा पहिला बुरूज काबीज होतांच शंकराजी केशव, मोरोजी शिंदे, चिमणाजी भिवराव वगैरे सरदार चिमाजीआपास येऊन मिळाले आणि चिमाजीनें साष्टींत प्रवेश केला.' सर्वस्वीं चूक. साष्टींत ज्यावेळीं आपासाहेबांनीं प्रवेश केला त्यावेळीं वरील तीन सरदार वसईस मोर्चे लावून बसले होते. ते त्यावेळीं साष्टीकडे कधींच आले नाहींत. त्याच्याचपुढें लगेच सरदेसाई लिहितात कीं, 'धारावीचें ठिकाण हस्तगत केल्यानंतर वसईला मोर्चे लावून तो किल्ला हस्तगत करण्याचा मराठ्यांनीं विचार केला.' पेशवे दप्तर भाग १६ मधील पत्रावरून ही हकिकत चुकीची ठरवितां येते. वसईस वेढा बसल्यानंतर धारावकिडून शत्रूस कुमक होई, म्हणून वेढा देणाऱ्यांनीं धारावीस फौजा पाठवून तें ठाणें ताब्यांत घ्या अशी आपासाहेबांस निकड लावली व मग धारावीचें ठाणें बसलें. अशी खरी हकिकत आहे. पुढें त्याच पानावर सरदेसाई लिहितात, "वसईला मोर्चे लावून तो किल्ला हस्तगत करावा असा विचार चालला. परंतु तो बेत सोडून उत्तरेस असलेला अरनाळा त्यांनीं आधीं काबीज केला." पण हेंही चूक आहे. वसईस वेढा असतांच अरनाळ्याकडे मराठ्यांची एक तुकडी जाऊन तिनें अरनाळा घेतला.

(९) पान ३२८. १७३७ च्या पावसाळ्यांत मनोर येथें विठ्ठल शिवदेव विंचुरकरास बंदोबस्तास ठेवलें, असें दर्शविलें आहे. पण विठ्ठल शिवदेव नसून विठ्ठल विश्वनाथ असें पाहिजे.

(१०) पान ३३०. **बलखुद** असा शब्द नसून **हालखुद** असा पाहिजे.

(११) १७३७ डिसेंबर मधील माहीमचा वेढा याचा काल सरदेसाई १७३८ डिसेंबर असा देतात, तें अर्थातच चूक आहे. १७३८ च्या डिसेंबरच्या ६ व्या तारखेस पेद्रो दमेलचा ठाण्यावर हल्ला; त्याच वेळीं १३ तारखेस माहीमचा हल्ला व नंतर पुढें जानेवारींत माहीम काबिज, अशी संगति लावून सरदेसाई हकिकतींची मांडणी करतात. पण ३७ सालचा माहीमचा वेढा निराळा व ३९ सालचा माहीमचा वेढा निराळा ! सरदेसायांनीं एक वर्षाचा घोंटाळा केला आहे.

(१२) पान ३३२. दत्ताजी मोरेश्वर असें लिहिलें आहे तेथें पंताजी मोरेश्वर असें पाहिजे.

(१३) तारापूरच्या वेढयाबाबत सरदेसायांनीं काय चुका केल्या आहेत त्याचें विवेचन पुढें या पुस्तकांत त्या वेढयाच्या हकिकतींत केलेलें आहे.

(१४) पान ३३५. वसईच्या शेवटच्या हल्ल्याविषयीं काव्येतिहास-संग्रहांत लेखांक ४३९ ला जें पत्र छापलें आहे, तें कोणीतरी ब्रह्मेंद्रस्वामीस लिहिलें आहे, असें सरदेसाई लिहितात. अलीकडे १९३० सालीं त्यांच्याच संपादकत्वाखालीं प्रसिद्ध झालेल्या त्या पुस्तकाच्या पुनर्मुद्रणांत सदरहू पत्र शाहूस कोणीं सरदारानें लिहिलें आहे, असें ते म्हणतात ! परंतु त्यांनीं जर तें पत्र बारकाईनें वाचून पाहिलें असतें तर तें पत्र कोणीतरी खुद्द चिमाजीआपास त्याचें अभिनंदन करण्याकरतां लिहिलें आहे, असें त्यांस स्वच्छ दिसून आलें असतें. त्या पत्रांत सुमारें २० ओळी मजकूर चिमाजींनें लिहिलेल्या वसईच्या हल्ल्याचा आहे. तो तपशीलवार कळला असे दर्शवून पुढें लेखकानें आपासाहेबांचें अभिनंदन केलें आहे.

(३४) उत्तर कोंकणचा प्राचीन इतिहास

सदरहू छोटेंसें पुस्तक रावबहादूर पुरुषोत्तम बाळकृष्ण जोशी यांनीं केलें आहे. त्याचें महत्त्व या वसईमोहिमेबाबत फार आहे. कारण त्यांत बाजीराव साहेब पेशवे व अंताजी रघुनाथ कावळे यांच्यामधील झालेला पत्रव्यवहार दिलेला आहे. पत्रें सुमारें दहा-पंधराच आहेत, पण तीं महत्त्वाचीं आहेत. मात्र तीं पत्रें अत्यंत अशुद्ध व अर्धवट छापलीं आहेत. शास्त्रीय पद्धतीप्रमाणें आद्यंतासहित तीं दिलेलीं नसून त्यांतील कांहीं मजकूर फक्त दिलेला आहे. शिवाय त्यामुळें मूळ पत्रांत असलेली मिति किंवा सालही समजण्याची सोय राहिलेली नाहीं. संपादकांनीं विवरण करतांना नुसता मोघम इंग्रजी सन दिलेला आहे.

मोडी वाचनाच्या ज्या चुका आढळल्या त्या.

(१) पान ११ ओळ ५.

अशुद्ध: तिकडील बेगमेची व **देहबुद्धीची** बंदोबस्ताची आज्ञा कर्तव्य ते त्यास केली आहे.

शुद्ध: तिकडील बेगमेची व **बेहबुदीची** (तरतुदीची) बंदोबस्ताची आज्ञा कर्तव्य ते त्यास केली आहे.

पान ११ ओळ ७.

अशुद्ध: तुम्हाजवळ हवे व **मगे** तिकडील जे असतील ते मशारनिल्हे-कडे घेऊन जाणें.

शुद्ध: तुम्हांजवळ हवे व **लागे** (लाग साधून देणारे, माहीतगार, भेदे) तिकडील जे असतील ते मशारनिल्हेकडे घेऊन जाणें.

(२) पान १२ ओळ ४.

' हवे लगे ' याबद्दल ' हेवा लगे ' असें लिहिलें आहे.

(३) पान २० ओळ १६.

अशुद्ध: कार्यभाग सिद्धीस पावेल म्हणोन कित्येक तपशील लिहिले. ते **लोक** आले.

शुद्ध: कार्यभाग ... ... लिहिले. ते **कळो** आले.

(४) पान १०१ ओळ ४.

अशुद्ध: रामचंद्र रघुनाथ व गणेश रघुनाथ सरदेसाई व सरदेशपांडे वसई वगैरे गांव **साबानला** वृत्तीबद्दल दहा.

शुद्ध: रामचंद्र ... ... वगैरे गांव **सहानक** वृत्तीबद्दल दहा.

(५) पान १० वर बाजीरावाचें पत्र उद्धृत करतांना ' पिलाजी जाधवराव यासी व रा० श्रीकृष्णराव यासी पाठवून देतों ' या मजकुरावर टीप लिहून लेखक म्हणतात ' हे श्रीकृष्णराव कोण असावे, याचा पत्ता लागत नाहीं. कोणी इतिहाससंशोधक यासंबंधीं कांहीं शोध लावतील, अशी आशा आहे.' पण स्वतःच थोडें बारकाईनें पाहिलें असतें तर त्यांचा त्यांनाच उलगडा झाला असता. वरील वाक्य अस्सल बरहुकूम छापावयाचें म्हणून संपा-दकांनीं असें छापलें आहे. ' राजश्री पिलाजी जाधवराव यांसी व रा श्रीकृष्ण-राव यासी पाठ-वून देतों. ' रा व श्री यांमध्यें जागा सोडली याचा अर्थ तें अक्षर कदाचित् कसरीनें खाल्लें असेल. पिलाजी जाधवरावाच्या मागची ' राजश्री ' हीं तीन अक्षरें पाहतां कृष्णरावाच्याही पाठीमागें राजश्री अशीं तीन अक्षरें असलीं पाहिजेत व तशीं तीं आहेतही. मधलें ' ज ' हें अक्षर कसरीनें खाल्लें अस-ल्यामुळेंच संपादकांनी हा घोटाळा केला असावा. हा राजश्री कृष्णराव म्हणजे प्रसिद्ध कृष्णराव महादेव चासकर होय.

प्रस्तुत पुस्तक मुख्यतः अंताजीपंत कावळ्याची माहिती देतें. व ती माहिती अस्सल पत्राच्या आधारानें दिलेली असल्यामुळें बहुमोल आहे. सध्या पेशवे दफ्तर भाग १६, ३४, २२, ३०, ३३ यांतून अंताजीपंतासंबंधीं पुष्कळ नवीन माहिती उपलब्ध झाली आहे. तरीही या पुस्तकांतील पत्रांचें महत्त्व कायमच राहातें.

(३५) राजवाडे खंड २ (सन १९००):—या खंडात एक महत्वाची शकावली छापली आहे. वसई मोहिमेसंबंधी उपयुक्त अशा सुमारें १५।२० नोंदी तीत आल्या आहेत. या नोंदींपैकीं बऱ्याच नोंदी कालदृष्ट्या बिनचूक आहेत तथापि कांहीं चुकीच्याहि असलेल्या आढळतात. शुद्धवाचनाबाबत तर शकावलीत फारच चुका राहिल्या आहेत.

पान ७६ वर २२ एप्रिल १७३७ रोजीं आप्पासाहेब साष्टी सर करण्याकरतां कोकणात गेले, त्यांच्या बरोबर राणोजी शिंदे, मल्हारराव होळकर, चिमणाजी माणकर होते व त्याच वेळीं व्यंकटराव घोरपड्यास गोव्याकडे पाठविण्यांत आले अशी माहिती आली आहे. ती सर्वस्वी चूक आहे. २७ मार्चलाच जर ठाण्याचा कोट सर झाला तर आप्पासाहेब २२ एप्रिलला कोकणात जाण्यास निघतात हें अगदींच विचित्र होय. वरील नोंदींत आलेले तीन्ही सरदार ३७ च्या मोहिमेत नव्हते. व्यंकटरावाच्या स्वारीचे ३७ साल अगदीं चूक. फक्त ३९ सालच एकदां व्यंकटराव गोव्यावर गेला. शकावलीकाराच्या आधारावर विसंबल्यामुळें खरे व त्यानंतर दुसरे इतिहासकार या सर्वांनीं व्यंकटरावास ३७ सालीं गोव्यावर पाठविलें आहे ! ‘ मरोळ’चे ठाणें याऐवजीं ‘ उरुळाचें ’ ठाणे असे लिहिले आहे. पंताजी मोरेश्वर या शुद्ध नावाऐवजी दत्ताजी मोरे असें अशुद्धीकरण करून ब्राह्मणास मराठा बनविलें आहे. तांदुळवाडीबद्दल तालीमवाडी असे लिहिले आहे. बाजी भिवराव रेटरेकराला शेलूकर बनविलें आहे ! धारावीबद्दल धाराशीव लिहिले आहे. धारावी साष्टीत आणि धाराशीव मोगलाईत ! शंकराजी केशवाबद्दल शंकराजी नारायण लिहिलें आहे. अणजूरकराबद्दल अंतूरकर आणि गंगाजी नाइकाबद्दल परशराम नाईक असें लिहिलें आहे. वसईचा भेद काढण्याचे कामीं अणजूरकर, माणकर वगैरेंनी सुतार कासारांची सोंगे घेतली वगैरे थापा या शकावलीतहि आढळतात. सारांश कांहीं प्रसंगांच्या मित्यापलीकडे या मोहिमेबाबत या शकावलीचा उपयोग नाहीं.

(३६) राजवाडे खंड ४ था—

सदरहू खंडात ‘ पेशव्यांची बखर ’ या नांवाची एक छोटी बखर छापली आहे. तिची सुरवात ‘ श्रीमंत महाराज राजश्री रावसाहेब पंतप्रधान स्वामीचे

सेवेसीं विनंती सेवक आज्ञांकित बाळाजी गणेश कारकून निसबत चिटणीस सरकार विज्ञापना ' अशी आहे. त्यावरून ही बखर विश्वसनीय म्हटली पाहिजे. बखर १७८३ पर्यंतच असून फार त्रोटक आहे. गोष्टीरूपानें, कालनिर्देशाची विशेष भानगड न आणतां लिहिलेली आहे. सवाई माधवरावाच्या लहानपणीं त्याला त्याच्या पूर्वजांची हकिकत सांगून करमणुकीबरोबर सहज माहिती करून द्यावी इतकाच हेतु दिसतो. वसई मोहिमेची हकिकत या बखरींत पान ४१ ते ४३ पर्यंत आलेली आहे. मात्र अगदीं ती गोळाबेरीज आहे. तिचा तपशीलवार व विश्वसनीय इतिहास लिहिण्यास कांहींएक उपयोग होण्यासारखा नाहीं. सरदेसाई, पारसनीस किंवा वेहेरे यांनीं ठाण्याच्या पेद्रू द मेलच्या हल्यांत मल्हारराव होळकर हजर होता, असें जें लिहिलें आहे, त्याचें मूळ मात्र या बखरींत सांपडतें. साष्टीच्या बखरींतही तसेंच म्हटलेलें आहे; तथापि ऐतिहासिक अस्सल कागदपत्रांचा प्रत्यंतर पुरावा त्याला अद्याप मिळालेला नाहीं.

(37) The decay of the Portuguese Power in India
By:—Rev. H. Heras S. J. M. A.
Read on March 27th 1927.

या विस्तृत निबंधांत डॅन्व्हर्स आदिकरून पुरोगामी इतिहासकारांनी पोर्तुगीज पाद्र्यांवर जे आरोप केले ते कागदपत्राधारें खोडण्याचा प्रयत्न केलेला आहे. पोर्तुगीज पाद्री किंवा धर्मोपदेशक यांनीं पोर्तुगिज राजसत्तेविरुद्धही उठून अतोनात स्वार्थ साधला व बाटवाबाटवीच्या आत्यंतिक जुलमामुळें पोर्तुगीज साम्राज्य रसातळास गेलें या दोन आरोपांना विस्तृत उत्तर देण्याचा प्रयत्न करण्यांत आला आहे.

(38) Some Documents On Bassein Mission In the Possession of Society of Jesus
By:--Rev. G. Schurahammer S. J.

या निबंधांत बरीच उपयुक्त माहिती आहे.

(39) 1 Portugueses E Maratas IV.
Como Seperdeu Bacaim. Por.

(40) 2 Maratas—Em Bacaim.
Separata d'o oriente Portugues.
By--Panduronga Pissurlencar

हीं दोन पुस्तकें पोर्तुगीज भाषेंत लिहिलेलीं आहेत. प्रोफेसरसाहेबानीं अस्सल समकालीन पोर्तुगिज पत्रव्यवहाराच्या व तत्कालीन सरकारी

रिपोर्टांच्या आधारें तीं लिहिलेली असल्यामुळें आजतारखेस त्याच्या इतका दुसरा विश्वसनीय ग्रंथ पोर्तुगीज भाषेंत दुसरा नाहीं. पेशवे दप्तराचे मराठ्यांच्या बाजूनें महत्त्व तेंच प्रस्तुत इतिहासाचें पोर्तुगीजांच्या बाजूनें. आमच्या पुस्तकांत गोव्याच्या स्वारीची हकीकत दिलेली आहे ती सर्वस्वीं त्यांच्याच पुस्तकावरून लिहिली आहे. मराठी साधनांत दोन चार त्रोटक पत्राखेरीज आजवर त्यासंबंधीं काहींही माहिती कोणास नव्हती.

(४१) ‘ भारतमित्र ’ मासिक रिवण (गोवा)

ह्या मासिकाच्या आठव्या वर्षाच्या कांहीं अंकातून गोव्यांतील पोर्तुगीज इतिहासावर प्रकाश पाडणारीं विश्वसनीय टिपणें प्रसिद्ध झाली आहेत. तीं उपयुक्त आहेत.

(४२) श्री वज्रेश्वरीचा इतिहास.

लेखकः–**रघुनाथ बाबाजी जोशी**

स्थळवर्णन म्हणून ठीक पण ऐतिहासिक विश्वसनीय माहितीच्या दृष्टीनें सुमार. सदरहू पुस्तकापेक्षां पुणें भा. इ. सं. मंडळातील कै० मेहेंदळे यांच्या संग्रहात वज्रेश्वरीसंबंधींचे अधिक विस्तृत व तपशिलवार माहितीचे एक पुस्तक वाचल्याचें स्मरते. तथापि त्यांतही चिमाजीअप्पा किंवा बाजीरावसाहेब किंवा नानासाहेब ह्यांच्या कारकीर्दींत वज्रेश्वरीसंबंधीं घडलेल्या गोष्टींची कांहीं माहिती नाहीं.

(४३) साष्टीची बखर ऊर्फ वसईचा दुर्धर धर्मसंग्राम

लेखक–**गजानन गोविंद नाईक**

सुमारें ५० वर्षांपूर्वी काव्येतिहाससंग्रहकर्त्यांनीं इतिहाससाधनांच्या दृष्टीनें ज्या उत्तमोत्तम बखरी छापून उजेडांत आणल्या त्यांत साष्टीच्या बखरीचें महत्त्व अनेक दृष्टींनीं अपूर्व होतें. किंबहुना चारपांच वर्षांखालीं पेशवे दप्तरांतील भाग प्रसिद्ध होईपर्यंतहि तें अपूर्वत्व कायमच टिकलें. आणि जरी आज पेशवे दप्तरांत व इतर ऐतिहासिक लेखसंग्रहांत सुमारे ३००–४०० समकालीन पत्रांचा संभार उपलब्ध झाला तरी प्रस्तुत बखरींत त्याहूनही कांहीं महत्त्वाची तपशीलवार बारकाव्याची माहिती मिळतेच. काव्येतिहाससंग्रहांत छापलेली प्रत संपादकांना कैलासवासी न्यायमूर्ति रानड्यांच्या मार्फत मिळाली होती. ती मूळ मोडी लिपींत लिहिलेली होती. तिची बाळबोधींत केलेली एक नकलच खरोखर संपादकास मिळाली. ही बखर सामान्यतः महत्त्वाची असूनहि माहितीच्या अपुरेपणामुळें पुष्कळच अशुद्ध छापली गेली. आतां त्या बखरीची एक जुनी प्रत मिळवून या पुस्तकरूपानें श्री. गजाननराव नाईक अणजुरकर यांनीं

छापली आहे. काव्येतिहाससंग्रहांतील बखर अशुद्ध व शिवाय मागाहून अधिक मजकूर जोडलेली होती. तींत १७८२ सालापर्यंतची हकीगत आहे. प्रस्तुत बखरींत १७४२ सालापर्यंतच हकीकत आहे. अर्थात् हीच प्रत जुनी म्हणून अधिक विश्वसनीय होय.

या बखरीचा दुसरा विशेष म्हणजे हिचें संशोधन, संपादन खुद्द अणजुरकर घराण्यांतील एका अभिमानी व साक्षेपी गृहस्थानें केलें आहे हा होय. वसई मोहिमेंत अणजुरकर घराण्याची पेशव्यांना अतोनात मदत झाली. इतकी कीं, अणजुरकरांच्या भेदाच्या मदतीवाचून पेशव्यांना फिरंगाणास भोक पाडणें बहुधा फार अवघड गेलें असतें. फिरंगाण विधर्मी लोकांच्या हातून सोडवून स्वधर्मीयांच्या अमलाखाली आणावें व तेथें महाराष्ट्र राज्य व्हावें ही आकांक्षा अणजुरकर मंडळींनीं मोहिमेच्या आधी २५–३० वर्षें सतत उराशी दृढ बाळगली होती. या घराण्यांतलाच अभिमानी वंशज या बखरीच्या संपादनास व संशोधनास लाभल्यामुळें बखरींतील कित्येक कूटस्थलें स्पष्ट झाली, कित्येक नावागांवांचा निखालस निकाल झाला व टीपांच्या रूपानें बखरींत आलेल्या पांचपन्नास व्यक्तींची खुलासेवार माहिती उपलब्ध झाली. श्री. गजाननराव नाईक यांनीं या रूपानें आपल्या पूर्वजांचें ऋण फेडलें असून उलट एकंदर मराठी इतिहासाभ्यासकांना मात्र ऋणांत टाकलें आहे.

निव्वळ बखरींतील मजकुराच्या दृष्टीनें पाहिलें तर प्रस्तुतच्या या प्रतींत बरीच नवी माहिती आहे. गंगाजी नाईकानें व त्याच्या बंधूंनीं व मदतनिसांनीं केलेल्या कित्येक कामगिऱ्या जुन्या प्रतींत नमूद नाहींत. गंगाजीच्या मोरेश्वराच्या प्रयाणाची व सिद्धिविनायकाच्या प्राप्तीची हकिकत, त्याच्या मदतनीस मंडळाच्या बैठकींत त्यानें केलेले निर्धार, त्यांनीं भेद करून लागमाग तयार केले त्यांची तपशीलवार हकीकतहि यांत नवीन आहे. सुरवातीस बखर छापून तिला मुबलक टीपा देऊन बखरींतील स्थळांची, व्यक्तींची व कालाची खुलासेवार फोड केली आहे. बखरीनंतरच्या जोडलेल्या अनेक परिशिष्टांत बखरींतील मजकुराला उपोद्बलक होणारी पेशवेदप्तरांतील पत्रें जोडलीं आहेत. तसेंच स्वतःच्या दप्तरांतील कांहीं नवीन अस्सल पत्रेंहि प्रथमच पुढें आणलीं आहेत.

श्री. गजाननराव अणजूरकर यांनीं संपादनाचें काम फारच काळजीपूर्वक कष्ट घेऊन केलें आहे. अशा संपादनांतहि कांहीं थोड्या किरकोळ चुका सांपडल्या तर त्या क्षम्यच मानल्या पाहिजेत. उदाहरणार्थ, टीपा देतांना त्यांनीं गणेश हरी व वासुदेव हरी व रघुनाथ हरी हे रामचंद्र हरी पटवर्धनाचे भाऊ अशी माहिती दिली आहे, ती बरोबर नाहीं. वासुदेव हरी हा बापुदेव हरी जोशी मुरुडकर, पटवर्धन नव्हे. तसेंच रघुनाथ हरी हा ब्राह्मण सरदार नसून

कायस्थ आहे. तो आंग्र्यांचा दिवाण. अशी वस्तुस्थिति आहे. दुसरे एके ठिकाणीं सटवाजी जाधवास पिलाजी जाधवाचा भाऊबंद म्हटलें आहे. पण खरोखर तो लांबचा कोणी भाऊबंद नसून प्रत्यक्ष पुत्रच होता. आरनाळ्याचें नांव सिंधुदुर्ग असें दिलें आहे. त्याला आधार नाहीं. वेसावें १७३७ सालीं खंडोजी माणकरानें जिंकलें असें म्हटलें आहे; पण ती गोष्ट खरी नाहीं. त्या सालीं वेसाव्यावर हल्ला झाला, पण तें जिंकता आलें नाहीं. खंडोजी माणकर मराठा नव्हे असें म्हटलें आहे; पण तेंहि बरोबर नाहीं; तो मराठाच होता. प्रभु किंवा दुसरा कोणी नव्हता.

(44) The Bessein campaign (selections from the Peshawa Daftar vols. 16 and 34.)

वसई मोहिमेसंबंधीं प्रसिद्ध झालेले समकालीन पत्रांचे हे दोन साधनग्रंथ फार महत्त्वाचे आहेत. १६ व्या भागांत १७९ व ३४ व्या भागांत २२२ मिळून एकंदर ४०१ इतकीं पत्रें होतात. पेशवे दप्तराचे हे दोन भाग वसई-मोहिमेवर अपूर्व प्रकाश पाडतात. यांतील पत्रांचा बारकाईनें अभ्यास केल्या-नंतर पेशव्यांप्रमाणें हें पेशवे दप्तरहि फार पराक्रमी आहे, असें कोणीहि म्हटल्याशिवाय राहाणार नाहीं. ही ४०१ पत्रें खुद्द वसई-मोहीम चालू असतां ती लढविणाऱ्या निरनिराळ्या लोकांनींच लिहिलेलीं असल्यामुळें पुराव्याच्या दृष्टीनें तीं अव्वल दर्जाचीं आहेत, हें सांगणेंच नको.

भाग १६: (१) पत्र नं. ८ पत्रलेखनाची तारीख २७ सवाल असतां त्याची पै।। १ सवाल पडली आहे ! (२) पत्र नं. १६ सदरहू पत्र हरिये गावस नांवाच्या मणेरीच्या देसायानें रामचंद्रपंत बाबास लिहिलेले आहे. पत्राला ता. २१ फेब्रुवारी १७३५ अशी तारीख दिली आहे; परंतु बारकाईनें पत्र वाचतां ती तारीख २० वर्षांनीं चुकली आहे असें स्पष्ट दिसतें. पत्रांत कुडाळकर सर-देसायांनीं फिरंग्यांशीं तह करून त्यांना पंचमहाल वगैरे प्रांत दिला व रेडीचा किल्ला परत मिळविला अशी हकिकत आहे. सावंतवाडी संस्थानच्या इतिहासा-वरून ही गोष्ट १७५४ अखेर घडली. अर्थात् पत्राची तारीख २१ फेब्रुवारी १७५५ अशी पाहिजे. २१–२–१७३५ व २१–२–१७५५ या दोन तारखां-वरून कदाचित् तो मुद्रणदोष मानण्याकडे प्रवृत्ति होईल. पण वसई मोहिमेंत ज्या अर्थी पत्र छापलें आहे त्या अर्थी वसईच्या पूर्व कारस्थानासंबंधींच तें पत्र असावें, अशा समजुतीनें संपादकांनीं तें दिलें आहे हें उघड दिसतें. या पत्रांतील श्रीमंत बाबा म्हणजे बाजीराव बल्लाळ असावा असा संशय संपादक प्रदर्शित करतात. पण बाबा म्हणजे बाजीराव नसून रामचंद्रबाबा असावा. पत्रलेखकाचें नांव हरियेगांव सरदेसाई असें छापलें आहे; पण खरें नांव हरियेगवस देसाई असें पाहिजे.

(३) पत्र नं. २८. पत्राला १४ जानेवारी १७३७ अशी तारीख दिली आहे. पण पत्र ३७ डिसेंबरच्या माहीम-शिरगांवच्या वेढ्याबाबत असल्यामुळें त्याची तारीख १८-१२-१७३७ अशी पाहिजे. (४) पत्र नं. २९. पत्राला काळ न देतां नुसतेंच प्रश्नचिन्ह घातलें आहे. भाग ३४ मधील शिवाजी बाबाजीच्या पत्रावरून पाहतां हें पत्र २१ जानेवारी १७३९ चें ठरतें. ६ व्या ओळींतील ' सिवाजी दादजी ' हें वाचन चूक आहे. ' दादजीला ' ' बाबजी ' पर्याय सुचविला आहे. तथापि बाबजी ऐवजीं ' बाबाजी ' असें वाचन करावयास पाहिजे. (५) पत्र नं. ३३ तारीख चुकली आहे. ती एक वर्ष पुढें नेली पाहिजे. ठाणें जिंकल्यानंतर लगेच अरनाळा शंकराजीपंतानें जिंकला. अर्थात् तेव्हांच अरनाळ्याचा कोट बांधण्याचें काम सुरू होणें शक्य नाहीं. शिवाय अरनाळ्याच्या बांधकामासंबंधीं ३८ सालचीं अनेक पत्रें ३४ व्या भागांत छापलीं आहेत. म्हणून पत्राची तारीख १७-३-३८ अशी पाहिजे. (६) पत्र नं. ३५. पत्रावर काल घातला नाहीं. प्रश्नचिन्ह घातलें आहे. पण तो काल १८-३-३८ असा पाहिजे. (७) पत्र नं. ३६. प्रश्नचिन्ह घातलें आहे. पण याच भागांतील १३० नंबराला छापलेल्या पत्रावरून हें पत्र १७३९ जानेवारीच्या सुमाराचें असावें. (८) पत्र नं. ४३. तारीख १-४-३७ दिली आहे. ती २०-३-३८ अशी पाहिजे. (९) पत्र नं. ४४ व ११८. हीं दोन्ही पत्रें एकाच वेळचीं व एकाच दिवशीं लिहिलेलीं असतां पहिल्याला १-४-३७ व दुसऱ्याला २१-३-३८ असे काळ जोडले आहेत. वास्तविक अनुमानधपक्यानें पत्र नं. ४४ ला जोडलेली तारीखच बरोबर आहे. (८) पत्र नं. ४८. तारीख चुकली. २३-३-३८ पाहिजे. भाग ३४ मधील शंकराजीचीं पत्रें पहा. (९) पत्र नं. ६३. तारीख ४-५-१७३७ अशी अदमासानें दिली आहे. १६-५-३७ अशी पाहिजे. (१०) पत्र नं. ७२ काल आक्टोबर-नोव्हेंबर ३७ असा दिला आहे, तो चूक आहे. २ मे १७३८ पाहिजे. (११) पत्र नं. ८५, ८६, ८७, ८८ यांना काल दिलेले नाहींत. प्रश्नचिन्हें केलीं आहेत. पण तीं सर्व पत्रें १७३७ च्या डिसेंबरांतील माहिमाशिरगांवच्या वेढ्यासंबंधींचीं आहेत. (१२) पत्र नं. ९८. दिलेल्या १२ डिसेंबर या तारखेऐवजीं १३ डिसेंबर पाहिजे. (१३) पत्र नं. ९९. १३ डिसेंबर या तारखेऐवजीं २३ डिसेंबर पाहिजे. (१४) पत्र नं. १३२. ३-२-३९ याऐवजीं ३-३-३९ पाहिजे. (१५) पत्र नं. १३३, १३४, १३५ या पत्रांच्या तारखा चुकल्या आहेत. त्या अनुक्रमें १-३-३९, १-३-३९, व २७-२-३९ अशा पाहिजेत. (१६) पत्र नं. १५२ ता. २५-३-३९ दिली आहे. खरी तारीख ४-४-३८ अशी पाहिजे. कारण मर्तिन सिरवेलच्या हवेलीचा मेढा ३८ च्या एप्रिलांत

बांधावयास सुरुवात झाली. (१७) पत्र नं. १६२ या पत्रावरील टीपेंत संपादक म्हणतात कीं, " वसईच्या हल्ल्याचें वर्णन देणारें हें पत्र व काव्येतिहास-संग्रह, पत्रें-यादी-लेखांक ४३९ हे मूळचे एकच असावेत. " पण तसे ते खरोखर नाहींत. काव्येतिहास-संग्रहाची रा. सरदेसाई यांनीं नुकतीच एक पुनरावृत्ति प्रसिद्ध केली त्यांत या ४३९ व्या लेखांकावर टीप देऊन ते लिहितात. " मजकुरावरून हें पत्र कोण्या सरदारानें शाहूमहाराजांस लिहिलेलें असावें." पत्र बारकाईनें वाचून पाहिलें तर दोन्हीहि ठिकाणीं श्री. सरदेसाई चुकले आहेत असें दिसेल. काव्येतिहास-संग्रहांतलें पत्र सरदेसाई म्हणतात त्याप्रमाणें कोण्या सरदारानें शाहूस लिहिलेलें नसून खुद्द आपासच लिहिलेलें आहे; व प्रस्तुतचें हें पत्र आपासाहेबांनीं नानासाहेबांस लिहिलें आहे.

(१८) भाग ३४. पत्र नं १२. सदरहू पत्रांत २२ जानेवारी १७३८ अशी तारीख दिली आहे. त्याऐवजीं खरी तारीख १२-१-३९ अशी पाहिजे. कारण पत्र १७३९ मधील मढच्या वेढ्याचें आहे. त्याचप्रमाणें पत्र नं. १७ चीहि तारीख चुकली आहे. ती ११-२-१७३९ अशी पाहिजे. कारण, त्याला पेशवे रोजकीर्दीचाहि साक्षात् आधार मिळतो. पत्रांत मढच्या वेढ्यांत आनंदराव लांडगे यांचा मोर्चा किल्ल्यासन्निध गेला असतां तोफेच्या गोळ्यानें त्यांचें निशाण जळालें; सबब आपासाहेबांकडे निशाणाकरितां कापडाची मागणी केलेली आहे. आपासाहेबांच्या रोजकीर्दीत तिसा सलासेन १५ जिल्काद रोजीं म्हणजे १४-२-३९ रोजीं आनंदराव लांडग्याच्या निशाणाकरितां ८ रुपयांचें तापत्याचे कापड पाठविल्याची नोंद आहे. सबब आम्ही म्हणतों तीच तारीख पत्र नं. १७ ची असली पाहिजे. (१९) पत्र नं. १८, १४३, १७३ व १८० हीं पत्रें या वसई मोहिमेंत घेतल्याचें पाहून आश्चर्य वाटतें. सदरहू पत्रें बारकाईनें वाचून पाहिलीं असतीं तर तीं ३९ सालच्या वसई-मोहिमेंतील नाहींत, १७४६ सालचीं आहेत हें संपादकांच्या सहज लक्षांत आलें असतें ! विशेष आश्चर्याची गोष्ट म्हणजे याच संपादकांनीं प्रस्तुतचा ३४ वा भाग प्रसिद्ध व्हावयाच्या अगोदर कांहीं दिवस काव्येतिहास-संग्रह व भारतवर्ष यांची ' ऐतिहासिक पत्रव्यवहार ' या नांवाची एक पुनरावृत्ति काढली आहे, त्यांत त्यांनींच तारखा दिलेले लेखांक ४५, ५२, ५५, ५६, ५८ पहा. ते प्रस्तुतच्या चार पत्रांतील हकिकतीसंबंधींचेच आहेत. त्या पुनरावृत्तींत छापलेल्या पत्रांत मुसलमानी सालाचा व तारखेचा स्पष्ट उल्लेख असल्यामुळें कालनिश्चितींत कोणताहि गोंधळ नाहीं. तीं पत्रें १७४६ सालचीं आहेत. आणि म्हणून या भागांतील वरील चार पत्रांचा काळहि तोच धरला पाहिजे. सारांश, सातआठ वर्षांनीं तारखा चुकल्या !

१७४६ सालीं फिरंगी वसई साष्टीकडे मसलत करणार अशी बातमी पेश-

त्यांस कळली होती, म्हणून वसईसाष्टीकडे म्हालोजी मुठे, पिलाजी जाधव वगैरे लोकांस पाठवून तेथल्या बंदोबस्ताची तजवीज करण्यांत आली. ऐतिहासिक पत्रव्यवहार ले. ५५ मध्यें २७ नोव्हेंबर १७४६ रोजीं नानासाहेब पेशव्यानें रामचंद्रबाबास कळविलें आहे कीं, "कोंकणांत खबरदारीस राजश्री पिलाजी जाधवराव रवाना केले. आम्ही आपले स्थलांची खबरदारी करविली असे. यंदा फिरंगियांचे मनांत गरमी दिसते." [२०] पत्र नं. ६४ हें प्रथम या भागांत गैरसमजुतीनें गोविलें गेलें असावें. कारण, खरोखर तें पत्र व्यंकटराव घोरपड्याच्या ३९ च्या गोव्यावरील स्वारीचें नसून ४९-५० च्या स्वारीचें आहे. [सावंतवाडी संस्थानचा इतिहास पृष्ठ ७० पहा]. [२१] पत्र नं. ४८ व ४९ हीं दोन्ही पत्रें वासुदेव जोशानें १७३७ डिसेंबरमध्यें शिरगांवच्या वेढ्यांतून लिहिलेली आहेत. पण संपादकांनीं पहिल्याला १७३७ चा एप्रिल व दुसऱ्याला १७३८ चा एप्रिल असा काल दिला आहे. एकाच वेळची दोन पत्रें असतां दोन निरनिराळया तारखा देऊन प्रश्नचिन्हें करण्यांत संपादकांना पत्राचा काल निश्चित करतां येईना, हें उघड होते. [२२] पत्र. नं. ५२, पत्र नं. ५४; पत्र नं. ८८, पत्र नं. ९९, पत्र नं. १२०, पत्र नं. १४०-१४९, पत्र नं. १५७, पत्र नं. १६१-१६२-१६३, पत्र नं. १६६–१६७, पत्र नं. १७०, पत्र नं. १८४ इतक्या पत्राच्या तारखा एकजात चुकल्या आहेत ! !

या पत्रांतून आलेली हकीकत १७३८ जानेवारी पासून मेपर्यंतच्या काळांतलि असतां त्यांना भलभलत्या तारखा लाविल्या गेल्या आहेत. वास्तविक त्या तारखा अनुक्रमें (५२) २०-४-३८, (५४) २६-४-३८, (८८) एप्रिल १७३८, (९९) ९-४-३८, (१२०) १३-४-३८, (१४०) १८-१-३८, (१४९) २० ४-३८, (१५७) १४-३-३८, (१६१) २०-३-३८, (१६२) २०-३-३८, (१६३). २४-३-३८, (१६६) २५-३-३८, (१६७) २५-३-३८, (१७०) ३०-३-३८, (१८४) २३-४,३८, अशा पाहिजेत. (२३) पत्र नं. ५५. ७ मे १७३७ ही तारीख चूक असून १५–४–३९ अशी पाहिजे. नादिरशहाच्या मोहिमेकरिता बाजीरावाने तुबाजीपंतास साष्टीहून मागून घेतलें, त्यासबंधचें ते पत्र आहे. (२४) पत्र नं. ६६ हें पत्र बापूजी भीमसेन याने लिहिलें आहे आणि त्याला काळ मात्र २५-६-३७ असा दिला आहे ! ! वास्तविक या भागाच्या पूर्वी स्वतः प्रसिद्ध केलेल्या पेशवे दप्तराच्या बाविसाव्या भागांत याच संपादकांनीं बापूजी भीमसेनाच्या मृत्यूची तारीख दिली आहे त्यामुळें तरी हींच चूक व्हावयास नको होती. ती नोंद अशी–११-५-१७३६ "अधिक शुद्ध १२ मंगळवारी वर्तमान आले कीं, बापुजी भीमसेन पारसनीस राजश्री रावापाशी होते, त्यास लष्करात व्यथा झाली ऐसे वर्तमान आले असे."

(२५) पत्र नं. ७०. पत्रांत रामाजी महादेव म्हणतो, " मागे शिरगांव अशेरीचे मोर्चे उठलियावरी वासुदेव जोशी कुलगांवास येऊन कागद पाठविला कीं, गनीमानें सोखी फार केली आहे तरी तुम्ही मदतीस या " वगैरे ही शिरगांवच्या वेढ्यांची हकीकत शिरगांवचे वेढे उठल्यानंतर पुष्कळ दिवसांनी रामाजी महादेव लिहीत आहे शिरगांवचे वेढे २४ डिसेंबर १७३७ नंतर फिरंग्यांनी मारून काढले व ते बळावले. त्यानंतरची पत्र-लेखनाची तारीख २७ रबिलावल म्हणजे ४-७-३८ ही येते. अर्थात् सदरहू पत्र या तारखेस लिहिलें आहे हें निश्चित; असें असतां पत्रांतील मजकुराचा कांहीं एक विचार न करतां संपादकांनी त्याला तारीख १४-७-१७३७ अशी दिली आहे !! (२६) पत्र नं. १२५ व १२६ या पत्रांबाबतहि फार गंमत झाली आहे. तीं पत्रें प्रसिद्ध अशीरगडासंबंधींचीं आहेत. पण पत्रांत नुसते अशेर म्हटल्यामुळें फिरंगाणांतील अशेरी किल्ल्याविषयींच ती असावींत असा समज करून घेऊन संपादकानी १३-९-३८ असे तारखांचे मोर्तब करून ती या भागांत गोंविली आहेत ! त्या सुप्रसिद्ध अशीरगडाप्रमाणेंच फिरंगयांच्या एका किल्याचेंहि नांव अशेरी होतें. तसेंच त्याजवळ बऱ्हाणपूर नांवाचेंहि एक गांव होतें. या गोष्टी थोडासा भ्रम उत्पन्न करतील हें खरें; तथापि पत्रांतील मजकूर व त्यांत आलेलीं नांवें बारकाईने पाहिलीं म्हणजे हीं पत्रें पुष्कळ पुढच्या काळांतील आहेत, व फिरंगाणांतील अशेरीसंबंधीं नाहीत अशी खात्री पटल्याशिवाय राहाणार नाहीं. (२७) पत्र नं. १४१ चा काळ पत्रांतील मजकुरावरून व कलादर्शक मित्त्यांवरून निश्चित होण्यासारखा असतां पत्राला भलतीच तारीख लाविली आहे. ती २९ डिसेंबर १७३८ अशी पाहिजे. (२८) पत्र नं. १४२ त्याला काल १७३८ असा दिला आहे. वास्तविक तो १७३७ पाहिजे. लोकांचीं पांघरुणें तरवारी खाडींत बुडाल्या म्हणून तीं नवीन घेऊन येण्याविषयीं शंकराजी केशव, आपासाहेबास लिहितो. १७३७ च्या मार्चांत राजावळीचा तारा उतरून प्रथम वसईत शिरत असतांचा तो प्रसंग आहे. त्यासंबंधीं बुडालेल्या पांघरुणांचा व तरवारींचा स्पष्ट उल्लेख करणारें पत्र संपादकांनीं आपल्या पहिल्या म्हणजे १६ व्या भागांत छापलेलेंच आहे ! (भाग १६ पत्र नं. ४२ पाहा). (२९) पत्र नं. ७१ दिलेली २४-७-३७ ही तारीख चूक. कारण एक तर पत्रलेखक कर्णाजी शिंदे ३७ च्या जुलईत शंकराजी केशव फडक्याजवळ असून माहिमाकडे स्वाऱ्या घालीत होता. शिवाय तो हें पत्र माहीमचा हवालदार असतांना माहुलीहूनच लिहीत आहे. पेशवे दप्तर-भाग २२ पान १६७ वरील नोंदीवरील ६-९-१७३५ रोजीं पेशव्यांनी शंकराजी केशव व कर्णाजी शिंदे यांचेकडून माहुली भेदानें जिंकली व कर्णाजीस तेथील हवाला सांगितला. अशी वस्तुस्थिति

आहे. पत्र नं. ७२ साक्षात् माहुली जिंकण्यासंबंधींचें असल्यामुळें दिलेली ५-९-३७ ही तारीख चुकीची ठरते. ती २७-९-३५ अशी पाहिजे.

(३०) नं. २१७ पत्रांतील मजकुरावरून फिरंग्यांनी अशेरीचे मोर्चे मारले. तेव्हां त्यांच्या उपमर्दाची तयारी करण्यासंबंधीं हें पत्र आहे, हें स्पष्ट दिसतें. शिवाय पेशवे दप्तर भाग १६ पत्र नं. १०७ पाहिलें म्हणजे तर खात्रीच पटते. हीं दोनहि पत्रें वासुदेव जोशाने महादजी अंबाजी पुरंदऱ्यास ' अशेरीकडे फिरंग्यास शह द्यावयास जा. इकडे काम पडलें असतां तुम्हीं निघून जाणें योग्य नाहीं ' या आशयाचीं आहेत. अर्थात् पत्राला दिलेला १७३९ हा काल चुकला आहे. असो.

शेवटीं मोडी वाचनाच्या कांहीं चुका दर्शवूं.

(१) **भाग १६** पत्र नं. ३७ " पावसकाला...काम चालवूं " या शुद्ध वाचना ऐवजी " पावसकाम...काम चालवूं " असें वाचले आहे. (२) पत्र नं. ४२ दादरबद्दल बंदर वाचलें आहे. बेलोसे ह्या शुद्ध आडनांवाबद्दल बेकसें वाचलें आहे. (३) पत्र नं. ८० देहिरजेहून याबद्दल होबिरजेहून असें वाचलें आहे. देहिरजें हें अशेरी मनोरी प्रांतांतील एका गांवाचें नांव आहे. (४) पत्र नं. ९६ " त्यांमध्यें काली थोर तोफ लाविली व अनखी लहान तोफा दोन दाहा (दोनदा) मोर्चावर लाविल्या आहेत " या वाचनाऐवजीं ' त्यांमध्ये काली थोर तोफ लाविली व आणखी लहान तोफा दोन दोहो मोर्चावर लाविल्या आहेत ' असें वाचलें पाहिजे. (५) पत्र नं. ११९ " सर्वांच्या विचारास आलियावरी आरंभ केला त्वरा न करि म्हटलें तरी कामास महिना दीड महिना लागेल. " वास्तविक या वाक्यांत ' त्वरान ' म्हणजे ' त्वरेने ' असें वाचलें तरच अर्थ जुळतो. (६) पत्र नं. १४७ " लोलोंसी म्हणऊन नदीतीरीं आहे तेथ फिरंगी आले " ' लोलोसी ' ऐवजी ' केळोसी ' असें पाहिजे. या पत्रांत आलेल्या ' फोडती ' या शब्दाचा अर्थ बहुधा संपादकांना कळला नसल्यामुळेंच त्यांनी तो देण्याचें टाळलें असावें. फोडती म्हणजे ' फोर्ट्स् ' पिसुर्लेकरांच्या इतिहासांत वसईचा एक तह छापला आहे. त्यांत नॉर्थला (म्हणजे उत्तर फिरंगाणाला) नोडती म्हटलें आहे. नोडती म्हणजे नॉर्थ, तसें फोडती म्हणजे ' फोर्ट्. '

(45/46) Military system of the Marathas.
Studies in India History.

हीं दोन्हीं पुस्तकें प्रो. सुरेंद्रनाथ सेन ह्यांनीं लिहिली आहेत. त्यांत पोर्तुगीज व मराठे यांच्या आरमारी व इतर संबंधाविषयीं उपयुक्त माहिती सांपडते.

वसईची मोहीम.

भाग १ ला

पूर्वपीठिका

वसईचा किल्ला ज्या प्रांतांत वसला आहे तो प्रांत पेशवाईंत उत्तर फिरंगाण या नांवानें प्रसिद्ध होता. त्या प्रांताची पूर्व-पीठिका समजून घेणें अवश्यक आहे. या प्रांताचा जुना ढोबळ इतिहास अदमासे यादव कालापासून उपलब्ध आहे. सन ११३८ पासून सन १५३८ पर्यंतच्या इतिहासाची रूपरेषा माहिकावती बखरीच्या विस्तृत प्रस्तावनेंत राजवाड्यांनीं दिली आहे. ती सारांशरूपानें देऊन नंतर पोर्तुगीजांचा म्हणजे फिरंग्यांचा १७३७ अखेर त्रोटक वृत्तांत दिल्यानें वसई मोहीमेचें यथातथ्य ज्ञान होण्यास मदत होईल, अशा समजुतीनें पूर्वपीठिकेंच्या या प्रकरणांत तीहि माहिती अगदीं त्रोटक रीतीनें पुढें दिली आहे.

सन ११३८ या वर्षी चांपानेरचा राजा गोवर्धन बिंब याचा भाऊ प्रताप बिंब हा उत्तर कोकणावर स्वारीस निघाला; पण वाटेंत पैठणच्या विक्रमभौमाजवळ पाहुणचार खाऊन व पैक्याची जमवाजमव करून दोन वर्षांनीं म्हणजे सन ११४० मध्यें तो खरा मोहीमशीर झाला. पुढ नेवासे जुन्नर या रस्त्यानें तो दमण प्रांतांत उतरला. त्यावेळीं तेथें काळोजी सिरण्या नांवाचा एक पुंड नाईकवडा राज्य करीत होता. त्याचा पराभव करून दमणपासून चिखलीपर्यंतचा मुलूख प्रतापबिंबानें जिंकला. नंतर तो तारापुरावरून माहिमास गेला. तेथें विनाजी घोडेल नांवाचा शूद्र संस्थानिक राज्य करीत होता. त्याचाही पराभव करून त्यानें माहीम म्हणजे माहिकावति काबीज केली. तेथून त्यानें आपला प्रधान बाळकृष्णराव सोमवंशी याला फौज देऊन दक्षिणेकडे स्वारीस पाठविलें. तेथें त्यानें ठाण्याचा यशवंतराव शिलाहार

व कळव्याचा कोकाटे यांचा पराभव केला व पुढें तो मढ, वेसावे जुहु या ठिकाणांवरून वाळकेश्वरी गेला. सारांश प्रतापबिंबानें दवणापासून वाळकेश्वरापर्यंत ८४ मैलांचा मुलूख जिंकला. तो मुलूख गेल्या ५०।६० वर्षांत अनेक उलाढालींनीं केवळ वैराण होऊन गेला होता. प्रतापबिंबानें तेथें नवीन लागण व वसाहत करून माहिमास आपली राजधानी स्थापिली. प्रतापबिंबाचें हे नवीन राज्य सन ११४० पासून १२४१ पर्यंत म्हणजे शंभर वर्षें टिकलें.

प्रतापबिंब राज्य करावयास लागल्यानंतर थोड्याच दिवसांत, वसईच्या उत्तरेचा त्याचा सर्व मुलूख त्याच्या शत्रूंनी आक्रमण करून हिसकावून घेतला. यामुळें तो साष्टी प्रांताचाच बंदोबस्त करून राहिला व वांद्र्याजवळ दुसरें एक माहीम निर्माण करून तेथें त्याने आपली नवी राजधानी केली.

प्रतापबिंबानें ९ वर्षें राज्य केल्यावर तो मेला. त्याच्या मागून त्याचा मुलगा महीबिंब राजा झाला. व त्यानें ६५ वर्षें राज्य केलें. त्याच्या कारकीर्दीत चेऊलच्या भोजराजानें त्याचेवर स्वारी केली. पण कळवे येथें मोठें युद्ध होऊन भोजराजाचा समूळ पराभव झाला.

महीबिंबाच्या मृत्यूनंतर त्याचा पांच वर्षांचा अज्ञान मुलगा केशवदेव राजा झाला, त्याच्या अज्ञानदशेंत, आईनें राज्य संभाळिलें. सन १२२३ सालीं धारचंपावतीच्या भोजराजानें केशवदेवावर स्वारी केली. पण त्यांत त्याचाच पराभव झाला. या सुमारास बिंबघराण्याच्या साष्टीतील अमलास ८९ वर्षें लोटलीं असून देवगिरीच्या यादवांचें साम्राज्य सुरू होऊन अवघी ३०–३५ वर्षें झाली होतीं.

केशवदेव मोठा झाल्यावर त्यानें भैसेदुर्गाचा राजा जसवंतदेव उर्फ जसवद्या यावर चाल केली. १२ वर्षें किल्ल्यास वेढा बसविला व अखेर भेदानें तो जिंकला. तसेंच गोदराव म्हणून नवसरीचा कोणी पुंड राजा होता, त्यावर स्वारी करून त्यालाही त्यानें नरम केलें. पुढें पांच वर्षें राज्य करून, सन १२३७ मध्यें केशवदेव मेला. त्याला पुत्र नसल्यामुळें त्याच्या सरदारांनी व देसायांनीं मुख्य प्रधान जनार्दन यालाच गादीवर बसविलें.

यावर ४ वर्षांनीं घणदिवीचा वैश्य राजा नागरशा ठाणेकोकणांवर

स्वारी करून आला व त्यानें जनार्दनास जिंकलें. त्या लढाईत नागरशाचे कोणी तिघे मेहुणे होते, त्यांनी फार पराक्रम केला. नागरशानें जनार्दनांस जिंकलें तरी, त्यालाच आपल्या तर्फे प्रधानकीचें काम सांगितलें. नागरशाला पुत्र नव्हता तोंपर्यंत ते मेहुणे सरळ होते. पण पुढें नागरशाला त्रिपुरकुमर नांवाचा मुलगा झाला व तो पराक्रमी निघाला. तेव्हां त्या तीन मेहुण्यांचा बोज कमी पडत चालला. यामुळें ते मत्सरग्रस्त झाले. ते ठाणें, मालाड व मरोळ ही तीन गांवें नागरशाजवळ बक्षीस मागू लागलें. पण नागरशानें ती मागणी नाकारल्यानें ते रुसून देवगिरीकर रामदेवराव यादवाच्या पदरी पडले. व त्याचेकडून त्यांनीं ठाण्यावर स्वारी करविली. त्या स्वारींत कळवे व माहुली या दोन ठिकाणीं फार मोठ्या लढाया झाल्या. पण अखेर त्यांत यादवच हरले. हा प्रकार सन १२७१ नंतर लवकरच घडला.

पुढें सन १२८८ त अल्लाउद्दिनानें पैठणावर स्वारी केली. त्यांत रामदेवराव यादव व त्याचे पाताणे प्रभू सरदार यांचा पराभव झाला. नंतर अल्लाउद्दीन कन्हामाणिकपुरास गेला. देवगिरीस रामदेवाचा पुत्र केशवदेव बळकटी करून राहिला होता. तो वारल्यावर त्याचा पुत्र धाकटा रामदेव देवगिरीस अम्मल करूं लागला. सन १२९४ त फिरून अल्लाउद्दीनानें देवगिरीवर चाल केली. ते वेळीं आल्लाउद्दीनाला शह देण्याकरिता रामदेवाचा, उदगीर येथें राज्य करीत असलेला मुलगा बिंबदेव, गुजराथेवर स्वारी करून उत्तर कोंकणांत उतरला. त्यामुळें घाबरून अल्लाद्दिनानें रामदेवरावाशीं तह केला व तो निघून गेला. बिंबदेवानें गुजराथेकडून खाली दक्षिणेकडील सर्व राजकांना जिंकलें व तो ठाणेकोंकणांत कायमची वसाहत करून राहिला. त्यानें त्रिपुरकुमरनामक तेथील संस्थानिकास चेऊल प्रांताचे दक्षिणेस हांकलून दिलें. व मुंबई, माहीम, साष्टी, सोपारे इत्यादि प्रांत काबीज करून तथें आपले पाताणे प्रभू सरदार यांची स्थापना केली. बिंबदेव यादवानें माहिमास सन १२९५ त राजधानी केली. नंतर ८ वर्षांनी तो मेला.

त्यानंतर त्याचा थोरला मुलगा प्रतापशा गादीवर आला. त्याचे कारकीर्दींत चेऊलकर व माहिमकर यांच्यांत मोठा संग्राम होऊन प्रतापशा व त्याच्या मदतीस आलेले रामदेवराव व जयसिंग यांचा

पूर्ण पराभव झाला. व नागरशा त्रिपुरकुमर विजयी झाले. सन १३३२ मध्यें प्रतापशाचे राज्य कायमचे मोडले. सन १३१८ त देवगिरीचें राज्य मुबारक खिलजी यानें रसातळास पोंचविले. त्यानंतर १४ वर्षांनी नागरशानें हे प्रतापशाचें राज्य काबीज केलें.

" सन १३३२ मध्यें प्रतापशा जाधवाचा पेणपनवेलादि प्रांत नागरशानें आपल्या राज्यास जोडला, तेव्हां भोंवतालील परिस्थिति येणेंप्रमाणें होती. देवगिरीचें यादवांचें साम्राज्य सन १३१८त मुसलमानांच्या हातीं जाऊन १४ वर्षें लोटलीं होतीं. अनाहिलपाटणचें वाघेल्यांचें राज्य सन १२९८ त मुसलमानांच्या कबज्यांत जाऊन ३४ वर्षें झालीं होतीं. सोमेश्वर शिलाहाराचा वध महादेव यादवाच्या हस्ते होऊन व शिलाहार सत्ता सन १३६८च्या सुमारास कायमची नष्ट होऊन साठावर कांहीं वर्षें झालीं होतीं. गोव्याच्या कदंबांची रिसायत सन १३६८च्या सुमारासच नष्ट झाली. उत्तर कोंकणांतील माहिम, ठाणें व चेऊल येथें राज्य करणारा नागरशा तेवढा देशी संस्थानिकांपैकीं किंवा आतां स्वतंत्र राजांपैकीं शिल्लक राहिला. खालती दक्षिणेस तुंगभद्रेच्या तीरीं विजयनगरास संगम राज्य स्थापण्यास लागून दहा पांच वर्षें झाली असतील नसतील. असें सर्वत्र तुर्काण वर्तमान झालें असतां; सन १३३२त नागरशा ठाणें कोंकणांत राज्य करूं लागला. "

नागरशाचा जैतचुरी नामक एक पाळकपुत्र होता. तो फार शूर असून त्यानें नागरशाच्या बाजूने अनेक लढायात फार पराक्रम केला होता. म्हणून नागरशाने त्याला आपलें सेनापतिपद दिले व बेसावे बंदराच्या भोंवतालच्या मुलखाचा मामला त्याकडे सोपविला.

या जैतचुरीस भागडचुरी नावाचा एक मुलगा होता. तोहि बापासारखा मर्द व मनसुबेबाज असून त्यानेंहि फार विजय मिळविले म्हणून नागरशानें जैतचुरीनंतर भागडचुरीलाच सेनापति केलें; व त्यास साष्टीचा कारभार सांगितला. त्याच्या कारकीर्दींत त्यानें केलेलें एक मोठें काम म्हणजे जमिनीची मोजणी होय. जुनी तऱ्हा मोडून भागडचुरीनें सरकारी उत्पन्न वाढवून दाखविलें. पुष्कळ दिवस सत्ता, ऐश्वर्य व कीर्ति यांचा उपभोग घेणाऱ्या त्या भागडचुरीच्या मनांत अखेर स्त्रियांविषयीं पापवासना उत्पन्न झाली व

तो जबरदस्तीनें मोठमोठ्यांच्या स्त्रिया बाटवूं लागला; व अनीतीच्या मार्गानें दमदाटी करून लोकांकडून पैसे उकळूं लागला. खुद्द नागरशासहि आतां हें डोईजड प्रस्थ जमीनदोस्त करण्याची फार इच्छा झाली. पण भागडचुरी अतिशय प्रबळ असल्यामुळें व साहसी कामांत जीवित्वासहि पाणी घालण्यास मागें पुढें पाहणारा नसल्यामुळें, त्याला नाहींसा करणें नागरशालाहि फार कठीण वाटत होतें. पण अखेर परस्परच त्याचें काम होण्याचा प्रसंग आला. मालाडच्या कोणा लोकप्रिय सोमदेसल्याच्या भावाच्या स्त्रीवर भागडचुरीनें डोळा ठेवून त्याच्या घरांतील सर्वांना बंदिखाना दाखविला. पण मोठ्या शर्तीनें व युक्तीनें त्याच्या स्त्रीनें भिवंडीस पळून जाऊन आपलें पातिव्रत्य सांभाळिलें. पण तेवढ्यांत भागडचुरीनें तिच्या नवऱ्याचा खूनहि केला या प्रसंगाला सुमारे बारा वर्षे लोटलीं. भिवंडीस त्या सोमदेसल्याची भावजय प्रसूत होऊन तिला मुलगा झाला होता. तो फार मर्द निघाला त्यानें भागडचुरीस मारण्याचें ठरविलें. आपल्या भाऊबिरादरांचा गुप्तपणें जमाव करून व खुद्द नागरशाचीहि संमति घेऊन त्यानें एक दिवस मढच्या देवीच्या यात्रेच्या प्रसंगीं भागडचुरीजवळ फारच थोडा जमाव आहे असें पाहून हल्ला केला. पण भागडचुरीचें दैव म्हणून तो त्यांतूनहि बचावला. ही हकिकत सन १३४५ च्या सुमारास घडली.

पुढें भागडचुरी बरेच दिवस लपून छपूनच होता. तेथून त्यानें गुप्तपणें नागरशाविरुद्ध कारस्थान चालविलें. नागरशाचा कोणी नाथराव शिंदा म्हणून सरदार होता. त्याचा व ठाकूर नांवाच्या दुसऱ्या एका सरदाराचा मानपानासंबंधीं तंटा पडला होता. त्यांत नागरशानें नाथरावाविरुद्ध निकाल दिल्यामुळें नाथराव बिथरला होता. त्याचा फायदा घेऊन भागडचुरीनें दिल्लीचा बादशाह महंमद तघलख याचा सरदार कोणी मलिक नांवाचा वडनगरास राज्य करीत होता, त्याशीं सूत्र लाऊन त्याकडे नाथरावाला पाठवून दिलें. पुढें दिल्लीच्या बादशाहानेंहि संमति दिली व निका मलिकाबरोबर १२०० घोडेस्वार देऊन नागरशावर स्वारी करविली. पायगांवचे मोरियावरून नौकांनीं मलिक संभुजेवर उतरला. तेथून बारा खाड्या ओलांडून तो कान्हेरीस

येऊन पोचला. तेथें युद्ध होऊन नागरशाचा पराभव झाला. मग मलिकानें ठाणें घेतलें. शीव काबीज केलें; माहिमास नागरशाची राणी होती तिला युद्धांत मारलें. वालुकेश्वरीं खासा नागरशा होता तो भायखळ्यावर चालून आला, तेथें गांठ पडून घोर युद्ध झालें. मलिकानें नागरशास ठार मारलें; व ठाणें कोंकणचें सर्व राज्य काबीज केलें. अशा रीतीनें सन १३४८ त ठाणें कोंकणांत तुर्काण झालें.

नागरशाचें ठाणेंकोंकणचें राज्य मुसलमानांनीं काबीज केल्यावर गुजराथ व महाराष्ट्र या देशांत सन १३४८ नंतर नांव घेण्याजोगें स्वतंत्र हिंदु राज्य एकहि राहिलें नाहीं. मग मलिकाच्या दरबारांत भागडचुरीचा बडेजाव फारच झाला. सर्व कारभार त्याच्याच सल्ल्यानें चालू झाला. त्यानें पूर्वीची सर्व वैरें उकरून काढून सोमदेसला वगैरे लोकांचा कल्पनातीत छळ करून त्यांना नाहींसें करून टाकलें. पण पुढें त्याच्या जुलमास कंटाळून त्याच्या वैऱ्यांनीं हरबादेवीच्या यात्रेंत भागडचुरीस व त्याच्या भावास ठार मारून टाकलें! या कृत्यामुळें मलिकचे डोळे उघडून त्यानें लोकतंत्रानें वागण्याचें ठरविलें. वृत्त्या, मानपान वगैरे जे ज्यांचेकडे पूर्वापार होते ते तसेच फिरून चालू केले व लोकांचें समाधान करण्याकरितां खुद्द नागरशाचा मुलगा लाहूरशा याला माहिमाच्या राज्यावर बसविलें.

लाहूरशानें नऊ वर्षें राज्य केल्यावर मलिकानें तें राज्य मूळचे हिंदू पण पुढें बाटून मुसलमान झालेले नायते यांच्या स्वाधीन केलें. नायत्यांनीं वीस वर्षें राज्य केलें. नंतर पंधरा वर्षें भोंगळे नांवाच्या लोकांनीं पुंडावा करून माहिम प्रांत वहिवाटला. त्यानंतर अमदाबादचा सुलतान अहमदशाह याचा मुलगा जफरखां यानें तो प्रांत सन १४२९ त जिंकला. तेथें २५ वर्षें राज्य करून जफरखां सन १४५४ त वारला. नंतर स्वतःचे अंमलदार ठेवून अहमदाबादेचे सुलतान माहिमचें राज्य करूं लागले. याच अहमदाबादकर राजांपैकीं एका बाहादुरशाहानें वसईस बहादुरपुरा वसविला. मलिक अल्लाउद्दीन नांवाच्या सरदाराला बाहादूरशहानें विसामागड व तांदुळवाडीचा किल्लेदार केलें. त्यानें गडाखालीं बराणपूर नांवाचें नवें गांव स्थापिलें आणि गडाच्या दक्षिणेस अमदानगर किराडची वसाहत केली.

फिरंगी अमलास सुरुवात

अहमदाबादच्या सुलतानांपैकीं महमदशाहा बेगडा याच्या कारकीर्दींत सन १५०० त फिरंग्यांचीं दोन तारवें हिंदुस्थानास आलीं. त्यांनीं कोची बंदर काबीज केलें व गोवें जिंकलें. मग १२ वर्षांनीं म्हणजे सन १५१२ त फिरंगी दवणास आले व दळणवळण ठेवून नफ्याचें आमिष दाखवून त्यांनीं वसईस प्रथम आपली फेतोरी म्हणजे फॅक्टरी उघडली. त्यांच्या उदिमामुळें आपणांस पुष्कळ उत्पन्न होईल अशा समजुतीनें सुलतानानें त्यांना दांड्या तळ्याजवळ मांडवी म्हणजे बाजार उभारण्यास जागा दिली. तळ्यावर पूर्वापार नागेश तीर्थाचीं आयतींच भिंताडें तयार होतीं. त्यांची मजबुती करून फिरंग्यांनीं वस्ती केली. प्रथम तीन वर्षें प्रीतीचीं लक्षणें बहुत दाखवून लोकांत विश्वास उत्पन्न करून फॅक्टरीवर सोळा जंगी तोफा आणून ठेवल्या मग हळूच गोव्याहून आपलें आरमार आणलें. थापा मारून प्रांताच्या मुसलमान सुभेदारास आरमारावर नेलें व दग्यानें ठार मारलें व एकदम दवणावर चालून जाऊन दवण जिंकलें. नंतर लगोलग माहिमपासूनचा सर्व कोंकणकिनारा त्यांनीं काबीज केला. वसईस फॅक्टरीवरचा मुख्य अधिकारी आलमेद नांवाचा होता त्यानें हें सर्व कारस्थान केलें.

मग फिरंगाण सुरू झालें. प्रथम २५ वर्षेंपर्यंत धर्मांत ढवळाढवळ न करितां यथास्थित अम्मल करून सर्वत्र आबादांआबाद केलें व मग खरें स्वरूप दाखविण्यास प्रारंभ केला. दहशत घातली कीं, हिंदू किंवा मुसलमानी धर्मानें जो चालेल त्याला गिरफ्तार करून गोव्यास पाठवूं. त्या भयानें कित्येक परागंदा झाले. कित्येकास गोमांतकास धरून नेले. " तेव्हां सगळ्यांस फिरंगी ह्या शब्दाचा वाच्यार्थ कळला. "

पुढें फिरंग्यांनीं किनाऱ्यालगतचे दुसरे राजे होते त्यानाही जिंकलें. प्रतापशा जाधवाचा कोणी देवशा नांवाचा दासीपुत्र होता. त्याचा मुलगा रामशा यानें पुंडाई करून सह्याद्रीच्या डोंगरकठडींचे १५७ गांव काबीज करून त्या प्रांताचें नांव रामनगर ठेवलें होतें (सन १३७२). त्याच्या वंशजांशीं फिरंग्यांच्या लढाया झाल्या अखेर त्यांचा रामनगऱ्याशीं तह झाला. त्यांत फिरंग्यांनीं रामनगरकरांचे

जे गांव जिंकले ते फिरंग्याकडेच राहावे, परंतु त्यांच्या उत्पन्नाची चौथाई मात्र रामनगऱ्यांना मिळावी असा तह ठरला.

याच सुमारास रामनगरकराचा जव्हार येथील कोळी सरदार बळावून त्यानें जव्हारीस निराळें संस्थान स्थापलें. त्यालाही फिरंग्यानी नरम केले. तसेंच जव्हारकर व रामनगरकऱ्यांच्या लगत्यास पट्टेकर नांवाचा संस्थानिक होता त्याच्या १६० गांवांपैकीं १३८ गांव फिरंग्यांनीं जिंकून घेतले; व अखेर त्याला समूळच नाहींसा केला.

१५३० सालीं फिरंग्यांच्या ननो द कुन्हा या सरदारानें ४०० गलबतांचें आरमार नेऊन दमण लुटलें नंतर लगेच दीवच्या पूर्वेस असलेलें शियाल बेट जिंकलें. तेथें मुसलमान एका कोटाचें बांधकाम त्यावेळीं करीत होते. लढाई होऊन तींत ८०० मुसलमान ठार झाले. मग फिरंग्यांनीं दीवास जाऊन वेढा दिला. पण तेथें त्यांचा जोरा चालला नाहीं. १५३१ सालच्या फेब्रुवारीच्या १६ व्या तारखेस त्यांनीं दिवसभर सारखा तोफांचा भडिमार केला. तरी किल्ला ढांसळेना. उलट तापल्यामुळें तोफाच फुटूं लागल्या. म्हणून ते वेढा उठवून परत गेले. त्यावेळीं दिवाचा ठाणेदार मुस्ताफा नांवाचा कोणी सरदार होता. दीवाहून फिरल्यावर फिरंग्यांच्या आरमाराच्या एका टोळीनें खंबायतच्या आखातांत फिरत राहून महुवा, गोगो, बलसार, तारापूर, माहीम, केळवें, आगाशी व सुरत वगैरे ठाणीं उध्वस्त केलीं.

कांहीं काळानंतर चौलच्या सुभेदाराकडून परवानगी घेऊन त्यांनीं चौलास वखार घातली. एक इमारत बांधली, एक चर्च स्थापलें, सुमारें शेंसवाशें लोक रहाण्यासारख्या अलंगा घातल्या व तोफखाना ठेवून बंदोबस्त केला. ऑक्टोबर १५३१ मध्यें तेथें बळकट किल्ला बांधावयास काढला व तो सहा महिन्यांत पुरा केला. त्याचें नांव Santa Maria De Castello असें ठेविलें व रक्षणास २२ गलबतांचा काफला नेमला. पुढें त्याच सालीं १५० गलबतांतून ३००० पोर्तुगीज व २०० कानडी शिपाई आणून त्यांनीं वसईवर हल्ला केला व ती जिंकली. तेथल्या किल्ल्यांत त्यावेळीं १२ हजार लोक होते. पण त्यांचें कांहींच चाललें नाहीं. फिरंग्यांनीं किल्ला पाडून टाकला. तेथून ते दवणाच्या किल्ल्यावर स्वारी करून गेले. पण त्यांत त्यांचाच मोड झाला. त्याचा सूड त्यांनीं

वसईपासून तारापूरपर्यन्तचीं गांवें जाळून व ठाणें, माहीम, वांद्रें व मुंबई यावर खंडण्या बसवून काढला. मग ते चौलास परत गेले. १५३३ सालीं त्यांनीं दीवास किल्ला बांधूं देण्यासंबंधीं दीवचा मलीक तोकाम या बरोबर बोलीं लावली; पण बस बसला नाहीं. पुढील सालीं दमणावर चाल करून त्यांनीं तेथील किल्ला जमीनदोस्त केला. त्यामुळें घाबरून खंबायतच्या सुभेदारानें त्यांच्याशीं सल्लयाचें बोलणें लावलें. फिरंग्यांनीं अटी घातल्या त्या अशाः

(१) वसई व तिच्या भोंवतालचीं ठाणीं पूर्णपणें आमच्या ताब्यांत या.

(२) तांबड्या समुद्रांत जाणाऱ्या सगळ्या जहाजांनीं वसईच्या बंदरांतूनच निघालें पाहिजे व तेथें परत आलें पाहिजे.

(३) आमच्या दस्तकाखेरीज जहाज फिरतां कामा नये.

(४) तुमच्या ताब्यांतील कोणत्याही बंदरांत लढाऊ जहाज बांधतां कामा नये.

(५) मोंगलास तुम्ही कसलीही मदत करतां कामा नये.

पण या सगळ्या अटी पत्करून नबाबानें फिरंग्यांची दोस्ती संपादली ! १५३५ सालीं फिरंग्यांनीं दीवचें ठाणें बांधलें. व पुढील सालीं वसईचा किल्ला बांधला. गुजराथचा सुभा बहादुरखान याचें निकामलिकाशीं वांकडें होतें, म्हणनच फिरंग्यांच्या या गोष्टी साधल्या. पण पुढें बहादुराचें व फिरंग्यांचेंच वांकडें आलें व एके दिवशीं त्यांनीं बहादराला बंदरावर बोलावून नेऊन दग्यानें ठार मारलें. व दीवचा किल्ला ताब्यांत घेतला. किल्ल्यांत त्यांना पुष्कळ तोफा व दारूगोळा सांपडला. त्यांनीं रयतेस कौल दिला व जाहीर केलें कीं, मुसलमानाच्या धर्माचारास आडकाठी होणार नाहीं; पूर्वींप्रमाणेंच व्यवस्था चालेल. पूर्वींचीं इनाम वतनेंही ज्यांचीं त्यांचेकडे निर्वेध चालतील.

१५३७ सालीं मीर महमद जमान गुजराथेंत फौज घेऊन आला. व स्वतःस गुजराथचा सुभा म्हणवूं लागला. त्यानें फिरंग्यांशीं बोलणें घातलें कीं, माझी सुभेदारी मान्य कराल तर मंगलोरपासून शियालबेटपयन्तचा समुद्रकिनारा व वसईपासून दमणापर्यन्तचा मुलूख तुम्हांस बहाल करीन. फिरंग्यानीं त्याचें म्हणणें मान्य करून त्याची

कुमक केली. पण थोड्याच दिवसांत बहादराचा पुतण्या अह्मदच (Hahomat) त्यावर चालून आला. तेव्हां मीरमहंमदास गाशा गुंडाळून जावें लागलें.

१५३८ सालीं खंबायतच्या सुभेदारानें मोठें सैन्य घेऊन वसईवर हल्ला केला. स्थळ त्यांना साध्य झालें नाहीं; पण पुढें दीवास कांहीं तह ठरल्यामुळें मग ते वसईच्या वाटेस गेले नाहींत.

१५४० सालीं बडा मलकानें दमणाहून येऊन हल्ला केला. पण त्यांत त्याचाच पराभव झाला पुढें १५५३ सालीं फिरंग्यांनीं डॉम दिगो द नरोन्हा याची दीवास कप्तानाच्या जागेवर नेमणूक केली. त्या सालीं मुसलमानांनीं दीवास फिरून उठावणी केली. म्हणून त्यानें त्यांना मोडून चांगलें शुद्धीवर आणलें. सिद्दी हिलालानें (Cide Hilal) दीवचा किल्ला लढविण्याचा बेत केला. पण शिड्या लावून हल्ला करून फिरंगी तो बेजरब जिंकणार असें पाहून त्यानें कौल घेतला. फिरंग्यानी ठाणें मोडून धुळीस मिळाविलें. १५५६ सालीं खोजा अह्मद नांवाचा कोणी उमराव वसईस राहात असे. त्याला थोडा पैका देऊं करून अशेरीचें मातबर डोंगरी ठाणें फिरंग्यांनीं खरेदी केलें. व तेथें शिपाई घालून शेजारच्या मनोरीच्या ओसाड किल्ल्याचेंही ठाणें बसविलें.

१५५६ सालापासून पुढें पन्नास साठ वर्षें फिरग्यांच्या उत्तरेकडील मुलखासंबंधीं सांगण्यासारखी विशेष गोष्ट घडली नाहीं. त्यानंतर १६१२ सालीं कारंजास म्हणजे उरणास थोडी गडबड झाली. तेथील मुसलमानांनीं एक दिवस दंगा केला. किल्लेदारावर हल्ला करून त्याला कैद केलें, व किल्ल्याचा ताबा घेतला. पण फिरंग्यानींही फिरून किल्ल्यावर हल्ला करून व दरवाजे फोडून किल्ल्यांत प्रवेश केला. बंडखोरांची सरसहा कत्तल केली. त्याचा सूड घेण्याकरतां आबासखानानें कारंजावर फौज नेली. पण तेथेंही फिरंग्यांनीं त्याचा पराभव केला. मागाहून फिरंग्यांनीं मुसलमानी मुलखांत उत्पात करून ३००० लोक कैद केले. फिरंगी तिकडे उत्पात करीत असतां निकामलीकानें साष्टी आगाशीकडे स्वारी केली. त्यानें आगाशीस वेढा घातला. म्हणून फिरंगी सेंट् फ्रॅन्सिस्च्या मोनेस्टरींत म्हणजे मठांत आसऱ्यास गेले व त्यांनीं आपापलीं बायकामुलें जहाजांतून वसईस पावतीं केलीं. याच वेळीं मनोरासही

मुसलमानांचा वेढा पडला होता. तो जहाजांतून जाऊन फिरंग्यांनीं उठविला. नंतर ते ठाण्यास गेले. तेथून आगाशीस गेले. व तेथें उतरून त्यानी मुसलमानांस फेंटाळून लावलें.

१६०८ त इंग्रजाचें हेक्टर नांवाचें एक जहाज प्रथम सुरतेस आलें. दर्यावर त्यावेळीं पोर्तुगीजांचीच अप्रतिहत सत्ता असल्यामुळें त्यांनीं त्या जहाजांतील लोकांना किनाऱ्यावर उतरण्याची देखील मनाई केली व तो हुकूम मोडून जेव्हां ते उतरूं लागले तेव्हां फिरंगी जहाजांनीं त्यांच्यावर बेलाशक हल्ला चढविला त्यांना कैद केलें. मग इंग्रज जहाजावरचा अधिकारी हॉकिन्स यानें फिरंग्यांशीं बोलणें लावलें कीं, इंग्लंडचा आणि पोर्तुगीजांचा स्नेहाचा तह असल्यामुळें फिरंग्यांनीं असें वागणें बरें नव्हे. पण त्याचें तें म्हणणें फिरंगी अधिकाऱ्यानें धुडकावून लावलें व इंग्लंड देशाला, त्याच्या राजाला व एकंदर इंग्रजांना फार शिवीगाळ केली. ‘ तुमच्या त्या भिकारड्या बेटांतील भिकार राजाच्या पत्राला मी एका ओळीनेंही लेखी उत्तर देणार नाहीं. ’ असें म्हणून त्यानें ते पकडलेले कैदी गोव्यास पाठवून दिले.

१६१२ सालीं इंग्लिश कंपनीचीं दोन जहाजें सुरतेस आलीं. त्यांची व फिरंगी जहाजांची ३० नोव्हेंबर१६१२रोजीं लढाई झाली. त्यांत त्यांनीं फिरंग्यांचा पराभव केला. त्या बहादुरीचा परिणाम म्हणजेच दिल्लीच्या बादशहाकडून सुरतेस व्यापार करण्याविषयीं त्यांना मिळालेली परवानगी होय. इंग्रजांना बादशहानें परवानगी दिली, याचा फिरंग्यांना फार राग आला. व मोंगलानांच एकदां हात दाखवावा म्हणून गुजराथचें एक जहाज त्यांनीं तापी नदीच्या खाडींत पकडलें व गोव्यास पाठवून दिलें. आपल्या आरमारी सामर्थ्यापुढें मोंगल शुद्धीवर येतील असें त्यांना वाटलें होतें; पण त्याचा उलटाच परिणाम होऊन मोंगलांनींच त्यांविरुद्ध युद्ध पुकारलें. जेथें जेथें फिरंग्यांचे लोक कैद करतां आले तेथें तेथें त्यांनीं ते केले. व मकर्रबखानाला दवणास वेढा घालण्यास पाठविलें.

१६१३ च्या मेंत ननो द कुन्हा नांवाचा आरमाराचा नवीन सुभा उत्तर फिरंगाणांत आला. त्यानें कल्याणास लोक उतरवून मालिकाच्या लोकांवर हल्ला करून पुष्कळ लोक ठार मारले. यानंतर कांहीं

दिवसांनीं दीवच्या फिरंगी ठाणेदारानें 'पोर' या ठाण्यावर समुद्रांतून जाऊन हल्ला केला. पण त्याचाच मोड होऊन तो परत फिरला. परत येत असतां आगाशीच्या खाडींत मलबारी पडावांची गांठ पडून झुंज झालें. व ते सर्व पडाव फिरंग्यांनीं जिंकले. याच वेळीं वसईसही वेढा बसला होता. तिकडे फिरंगी १६ जहाजें घेऊन गेले व त्यांनीं वेढा उठविला. नंतर आगाशीच्या खाडीपासून बारा मैलांवर असलेल्या मनोराकडे ते गेले. तेथें वेढा बसला होता तो उठवून ते फिरून दवणाकडे जाऊन मग वसईस गेले व तेथून अशेरीचा वेढा उठविण्यास गेले.

१६१४ च्या आक्टोबरांत इंग्रजांचीं ४ गलबतें सुरतेस आलीं. त्या जहाजांची मदत मुकर्रबखान फिरंग्यांविरुद्ध मागूं लागला. कारण फिरंग्यांचीही तयारी चांगली होती. सहा मोठीं व दोन लहान गलबतें व ६० फरगाते असा त्यांचा सज होता. लढाई होऊन तीन-चारशें फिरंगी मेले व फिरंग्यांनाच तहाचें बोलणें करावें लागलें. या सालीं पोर्तुगीजांची अत्यंत हलाखीची स्थिति झालेली होती.

७ जून १६१५ सालीं फिरंग्यांचा मोगलांशी तह झाला. त्यांत बादशहानें इंग्रजांना व डचांना व्यापारासाठीं आसरा द्यावा व उलट मलबारी चाच्यांचा हरएक बंदरांत शोध करून फिरंग्यांनीं त्यांचा नाय-नाट करावा असें ठरलें.

१६२२ च्या सुमारास कॉन् द व्हिडिगुरा (Con De Vidigueira) यानें पोर्तुगालसरकारास हिंदुस्थानांतील वसाहतीसंबंधीं रिपोर्ट केला. त्यांत इकडे कमालीची हलाखी व बेकैदी झालेली आहे, किल्ले मोडकळीस आलेले आहेत, दारुगोळ्याचीं कोठारें मोकळीं पड-लेलीं आहेत, डचांनीं आपली पाठ पुरविली आहे, वगैरे म्हटलें होतें. १६२५-२६ सालांत फिरंग्यांचे पूर्वेकडील वसाहतीतील शत्रु बळावले. त्यांच्या बंदरांतून चोरीचा व्यापार वाढला आणि सर्व बंदरांचें उत्पन्न फार कमी झालें.

१६३३ सालीं शहाजहानानें गोलीन येथील पोर्तुगीज ठाण्यांतील फिरंग्यांना बंगाल्यांतून हांकून लावलें.

१६३६ सालीं पेद्रु द सिल्व्हा गोव्यास मुख्य व्हाइसराय होऊन

आला. त्या वेळची स्थिति शोचनीय होती. खजिना मोकळा झाला होता. व्यापार दुसऱ्यानी बळकावला होता. सरकारी अधिकारी लाचखाऊ, आळशी, अदक्ष व स्वार्थी बनले होते. सैन्य शेळपट बनलें होतें. पाद्री भटांचें कल्पनातीत प्रस्थ माजलें होतें. सरकारचें बहुतेक उत्पन्न जेसुइटांनीं खाऊन टाकलें होतें. पोर्तुगीजांचा दरारा सगळीकडेच कमी पडला होता.

शिवाजी आणि फिरंगी.

१७ व्या शतकाच्या मध्यास कोंकण प्रांतांत फिरंग्यांच्या वैभवाला उतरती कळा लागली. विजापूरकरांनीं अहमदनगरकरांचा पाडाव केला. पण नंतर त्यांना दिल्लीच्या मोगलांचें वर्चस्व जाणवूं लागलें होतें. उत्तर कोंकणांत जव्हारकर बळावले होते. आणि दक्षिण कोंकणांत सावंतवाडीकर पुंड झाले होते. अशा वेळीं शिवाजीनें कोंकणांतल्या राजकारणास सुरवात केली. खरोखर, या शिवाजीच्या घालमेलीमुळें त्याच्या कारकिर्दीच्या काळांतील, एकंदर राजकीय इतिहासांत कोंकणचा जितका उल्लेख होतो, तितका दुसऱ्या कारकिर्दींतून क्वचितच झालेला दिसतो. शिवाजीचा पुष्कळसा पराक्रम व मुलुखगिऱ्या ह्या कोंकणांतच झाल्या आहेत.

१६५७ सालीं कल्याणपासून खालीं दक्षिणेकडील कोंकण विजापूरकरांच्या ताब्यांत होतें. तेथें शिवाजीनें प्रथम हालचाल सुरू केली. या सालीं शिवाजीनें कल्याण-भिवंडी जिंकल्यामुळें ठाणा—वसईच्या फिरंग्यांशीं त्याचा शिवशेजार झाला. पुढें दोन वर्षांनीं कल्याण व भिवंडी येथें वीस गलबतें बांधण्याचें काम त्यानें सुरू केलें. त्यामुळें फिरंग्यांना भीति उत्पन्न होऊन आपल्या आरमारी सत्तेस प्रतिस्पर्धी उत्पन्न झाल्यासारखें वाटूं लागल. त्याच्या आधीं त्यानें रायरी जिंकून घेतली होती. व मग त्यानें कल्याण जिंकिलें. पुढें ४।५ वर्षें तो जाऊन येऊन महाडाकडे असे. त्या अवधींत शत्रूशीं त्याचा हर्षामर्ष फारसा झाला नाहीं.

१६५६ त त्यानें प्रतापगड बांधून, देशावरून कोंकणांत जाण्याची वाट निर्वेध करून घेतली. १६५८ त त्यानें औरंगजेब बादशहाकडून दाभोळ व त्याच्या जवळच्या भागाचा अखत्यार मिळविला. व लगेच

ओसाड पडलेले डोंगरी किल्ले व मोक्याच्या जागा ताब्यांत घेऊन, शिद्द्याच्या मुलुखास उपद्रव देण्यास सुरुवात केली. याच सुमारास विजापूरकरांचे सरदार वाडीकर सावंत, यांच्याशीं शिवाजीचा सख्याचा तह झाला असावा.

१६५९ सालीं अफजुलखानाच्या वधानंतर शिवाजीनें राजापूर आणि दाभोळ लुटलें. म्हणून विजापूरकर व शिद्दी हे शिवाजी विरुद्ध एक झाले. ह्यावेळीं सावंतहि त्यांस मिळाला होता. फिरून पुढील वर्षी शिवाजीनें राजापूर लुटले व जंजिऱ्यालगतची दंडा राजपुरी काबीज केली. याच सुमारास सावंत शिवाजीस शरण आले. म्हणून साळशी महालाच्या दक्षिणेकडील मुलुख त्यानें सावंताच्या हवालीं केला. त्याचवेळीं कोंकण किनाऱ्याची पहाणी करून अनेक किल्ले, कोट त्यानें बांधिले. सुवर्णदुर्ग, रत्नागिरी, जयगड, अंजनवेल, विजयदुर्ग आणि कुलाबा यांची दुरुस्ती करून त्या प्रत्येक स्थळीं आपलें आरमार ठेवून दिलें.

१६ ऑगस्ट १६५९ सालीं फ्रॅन्सिस्को-द मेलो,-ए कस्ट्रो आणि अँटोनियो डि-सोझा कुतिन्हो या ठाणें-वसईच्या गव्हर्नरांनीं आपल्या राजाला लिहिलेल्या पत्रांत पुढील मजकूर आहे—" आदिलशाही सरदार शहाजी याच्या मुलानें वसई-चौलजवळचा प्रदेश जिंकला असून कल्याण, भिवंडी, पनवेल येथें आरमार व सैन्य सजविलें आहे. म्हणून आम्ही आमच्या कप्तानांना हुकूम देऊन ठेवला आहे कीं, त्यांच्या गलबतांना दर्यांत अटकाव करा."

पण मध्यंतरींच्या काळांत मोगलानें कल्याण हिसकावून परत घेतलें होतें.

१६६३ अखेरसालाच्या सुमारास शिवाजीच्या दोन फौजा कल्याणच्या आसपास व दंडाराजपुरीस सिद्ध झाल्याचें नमूद आहे.

कल्याण जवळच्या चार हजार राउतांच्या फौजनें जाऊन सुरत लुटलें. १६६४ त शिवाजीनें वेंगुर्ला लुटलें व खासा आरमारांत बसून बारसिलोरपर्यंत जाऊन त्यानें लुटालूट केली; तो तेथून परत रायगडास येतो तों मोगलांनीं दक्षिणेंतील त्याच्या मुलुखांवर धाड घातली.

१६६५ सालीं झालेल्या या मोगलांच्या स्वारीवर मिरझा राजा जय-

सिंगाची नेमणूक झाली होती. त्यानें फ्रॅन्सिस्क द मेलो आणि दियोग द मेलो या दोघां फिरंग्यांमार्फत गोवेकराकडे मदती-बद्दल व सलोख्याबद्दल बोलणें लाविलें. फिरंग्यांना पाठविलेल्या पत्रांत, जयसिंगानें बरीच धमकावणी दिली होती. त्यांस पाठविलेल्या उत्तरांत फिरंग्यांच्या व्हॉइसरॉयानें असें लिहिलें कीं, “ आम्ही शिवाजीस मदत करीत नाहीं. यद्यपि त्याच्या सैन्यांत कांहीं फिरंगी लोक असले, तरी ते आमच्या संमतीनें गेलेले नाहींत. फार काय तुमच्या मोगली लष्करांतही जे कांहीं फिरंगी आहेत, ते तरी आमच्या संमतीनें कोठें गेले आहेत ? कांहीं लोक गुन्हेगार असतात. ते आपल्या शिक्षा चुकविण्याकरितां पळून गेलेले असतात. दुसऱ्याही कांहीं या ना त्या कारणामुळें जातात, पण ते आमच्या संमतीनें, असे मात्र नव्हे. ”

१८ एप्रिल १६६५ रोजीं व्हाइसरायानें उत्तर फिरंगाणाच्या अधि-काऱ्यांस असें पत्र लिहून कळविलें होतें कीं, गुप्तपणें किंमत घेऊन तुम्हांस शिवाजीला दारुगोळा पुरवितां आला तर पुरवा. शिवाजी जाऊन मोंगलाचा अंमल बसणें आपणांस अनिष्ट आहे. शिवाजीस आसऱ्यास पळून जाणें भाग पडलें तर त्याला चौलापेक्षां गोवा बरा आहे म्हणून सांगा.

जयसिंगाच्या या स्वारीचे वेळीं, शिवाजीनें मोगलाशीं तह केला, त्यांत त्याला आपला बहुतेक मुलूख मोगलास द्यावा लागला. पण. दक्षिण कोंकणांतील त्याचा मुलूख मात्र त्याजकडे निर्वेधच राहिला. तहाप्रमाणें शिवाजी दिल्लीस जाऊन १६६६ च्या डिसेंबरांत परत आला. त्या अवधींत कोंकणांतील त्याचा दाभोळ सुभा, आण्णाजी दत्तोनें, राजपुरी आणि रायगड सुभा मोरोपंतानें व कल्याण सुभा आबाजी सोनदेवानें, संभाळिल होते. नंतर कांहीं दिवसांनीं मोंगलाशीं युद्ध. सुरू करून शिवाजीनें त्यानां कल्याण प्रांतांतून हुसकावून दिलें. त्या वेळींही मोगल मुत्सद्द्यानीं फिरंग्याशीं सूत्र लाविलें होते. २९।४।१६६७ रोजीं फिरंग्यांनीं मिरझा राजाला पत्र लिहून कळविलें कीं, “ मोगल सरकार लढाईचा खर्च देण्यास तयार असेल तरच आम्ही त्यानां शिवाजीविरुद्ध आरमारी मदत देऊं. ” पण हें प्रकरण तितकेंच थांबलें. कारण पुढील महिन्यांत मिरझा राजाच्या जागीं शहाजादा

मोअज्जम, याची सेनापती म्हणून नेमणूक झाली. १६६७ अखेर शिवाजीनें गोवा प्रांतातील बारदेशावर स्वारी केली. पुढें ५।१२।१६६७ रोजीं शिवाजी व पोर्तुगीज यांचा तह झाला. या तहानें असें ठरलें कीं, ९।११।१६६७ रोजीं कैदी केलेले सर्व फिरंगी शिवाजीनें बिनशर्त सोडावे. उलट फिरंग्यांनीं लखम सावंत वगैरे गोव्याजवळचे देसाई गोवा बेटांत डांवून ठेवावे व त्यांचा उपद्रव शिवाजीच्या मुलुखांस लागू देऊ नये. पण तहाची कलमें फिरंग्यांनीं पाळिली नाहींत. कारण १८।५।१६६८ रोजी फिरंगी व्हाइसरॉयानें मोगलास शिवाजीविरुद्ध मदत देण्याचें कबूल केले. पुढ १०।२।१६७० रोजी मोंगल व पोर्तुगीज यांचा तहच झाला.

शिवाजीचे लोक व फिरंग्यांचे लोक एकमेकांच्या मुलुखांत लुटालूट करीत. परस्परांनीं आपापल्या बंदरांत दुसऱ्याची गलबतें आडकावून ठेवावी असे घडे. शिवाय फिरंगी म्हणत कीं, अरबी समुद्रांत जे जे जहाज चालेल त्यानें आमचे दस्तक घेतलेंच पाहिजे. ही शिरजोरी शिवाजी मानावयास तयार नव्हता. मस्कतचा इमाम हा फिरंग्यांचा हाडवैरी होता. त्याचेही मोठे थोरले आरमार असून, समुद्रांत फिरंग्यांशीं नेहमी त्याच्या कटकटी होत. शिवाजीनें त्या इमामाशींच सख्य करण्याचा आव घालून, फिरंग्यांना शह दिला. म्हणून फिरून एकवार शिवाजीशीं फिरंग्यांनीं सलुखाचा तह केला. त्या तहानें शिवाजीच्या जहाजानां मोफत फिरण्याचा हक्क मिळाला. उलट संकटकाळीं आपल्या बंदरांत फिरंगी जहाजांना आसरा देण्याचे शिवाजीनें कबूल केले. दुसरीही एक अट शिवाजीनें कबूल केली ती अशी कीं, फिरंग्यांच्या सरहद्दीवर मध्ये नदी नसेल तर एकही गढी किंवा कोट त्यानें बांधू नये.

१६७०त शिवाजीनें उत्तर कोकणांतील माहुली व कर्नाळा हे मोंगलाचे दोन बळकट किल्ले काबीज केले. व बहुतेक सर्व कल्याण प्रांत काबीज केला. त्या सालच्या मार्चांतच शिवाजीनें माहुलीवर हल्ला केला होता. परंतु त्यावेळीं तो साध्य झाला नाहीं. उलट त्या हल्ल्यांत त्याचे हजार लोक मात्र ठार पडले. माहुलीच्या या वेढ्याच्या सुमारास शिवाजीच्या फौजेच्या दुसऱ्या एका तुकडीनें कर्नाळ्याच्या

डोंगरी गडालाही मोर्चे दिले होते. त्या सालच्या मे महिन्यांत मोगल सरदार बहादूरखान पांच हजार फौज घेऊन सुरतेस आला. व तेथून त्यानें पुष्कळ फौज माहुलीच्या कुमकेस पाठविली. पण पुढें जून महिन्यांत मोगलांनीं आपल्या फौजा पावसाळ्याकरितां घाटावर छावणीस पाठविल्या. त्याचा फायदा घेऊन शिवाजीनें पावसाच्या भर धारेंत लोहगड व कोहज हे किल्ले परत हिसकावून घेतले. व लगेच माहुलीवर हल्ला केला. पण तेव्हांही किल्ल्यावरून लोटलेल्या दगडांमुळें त्याचे दोनशे माणूस दडपलें व मेले. पण यानेंही शिवाजी नामोहरम झाला नाहीं. फिरून एकवार आपल्या शिपायांचा दिलासा करून, माहुलीवर आणखी एक हल्ला करण्याचें त्यानें ठरविलें. त्याकरितां पांच हजार फौज भिवंडीस व माहुलीच्या पायथ्याशीं तयार करून, जून महिना सरतां त्यानें एलगार केला व अखेर तो किल्ला त्यानें जिंकिला. ते वेळ पर्यंत उत्तर कोंकणांतील एका कर्नाळ्याखेरीज सर्व डोंगरी ठाणीं शिवाजीनें परत घेतली होती.

वर सांगितलेला माहुलीचा हा वेढा चालू असतां, शिवाजीच्या दुसऱ्या एका सैन्यानें दंडाराजपुरीस वेढा दिला होता. या वेढ्यांत शिवाजी स्वतः हजर होता. दंडाराजपुरीची जखडबंदी झाल्यामुळें फत्तेखान शिद्दी जंजिऱ्यांत जाऊन राहिला होता. शिवाजीनें त्याला कौल घेण्यास सांगितले. व कळविलें कीं, “ माहुलीसारख्या कुब्बल जागाही मी हिसकावून घेतल्या त्या माझ्या पुढें आतां तुझा जंजिरा किती दिवस टिकाव धरील ? ” अशी जरब दाखवून शिवाजीनें वर एक आमिषही दाखविलें कीं, “ तूं ठाणे खाली करून दिलेंस तर माझ्या आरमाराचा मुख्य सेनापति तुला करीन. ” झालेल्या जखडबंदीमुळें व या आमिषामुळे, शिद्दी शिवाजीच्या म्हणण्याप्रमाणें करण्याच्या बेतांत होता. पण इतर शिद्द्यांनीं त्याला कैद करून मोंगलातर्फेच ठाणे लढविण्याचें ठरविलें. हा सर्व प्रकार ऑगस्ट महिन्यांत घडला.

१६७० च्या डिसेंबरांत शिवाजीच्या व फिरंग्यांच्या आरमाराची गांठ पडून एक लढाई झाली. त्यांत शिवाजीची बारा गलबतें पकडून फिरंग्यांनीं वसईस नेली. त्याचा बदला म्हणून शिवाजीच्या

आरमारानें, फिरंग्यांचें एक फार मोठें गलबत पकडून दाभोळास नेलें.

१६७२ च्या उन्हाळ्यांत होळी पौर्णिमेस शिवाजी आसपास नाहीं असे पाहून शिद्द्यानीं जंजिऱ्यांतून बाहेर पडून दंडाराजपुरीवर हल्ला केला. व भोंवतालचे कांहीं किल्ले हिसकावून घेतले. त्यापैकी एका किल्ल्यावरील सातशें लोक, कौल देऊन उतरविले असतांही त्यांनीं विश्वासघातानें मारिले. बायका बाटविल्या व मुलेबाळे गुलाम केली. शिद्द्याच्या उपमर्दाकरितां शिवाजीनें दोन वेळां रायगडाहून फौजा आणविल्या. व मोरोपंताबरोबर फौज देऊन, तिकडे सुरतेच्या बंदरांतील मोगलांची गलबते जाळण्याचा प्रयत्न केला, पण तो साधला नाहीं. तथापि मोरोपंताच्या फौजांनीं वसई डहाणू प्रांतालगतची जव्हार, रामनगर वगैरे कोळी राज्यें जिंकून टाकिली. व फिरंग्यांच्या घोडबंदरच्या किल्ल्यावरही हल्ला करून तो जिंकण्याचा प्रयत्न केला.

मोरोपंताची ही स्वारी विशेष महत्त्वाची आहे. कारण, या मुलुखगिरींतच शिवाजीनें फिरंग्याकडून चौथाई मागितली तिचे बीज होते. मोरोपंतानें जव्हार जिंकलें तेव्हां तेथील कोळी राजा विक्रमशहा मोगली मुलुखांत पळून गेला. तसेच रामनगर जिंकिले, तेव्हां तेथील राजा कुटुंब कबिले घेऊन घणादिवी म्हणजे गणदेवी समीप चिखलीस पळून गेला. एकट्या जव्हारांत मराठ्याना सतरा लक्षांची लूट मिळाली! मोरोपंताच्या या स्वारीचे वर्णन समकालीन फ्रेंच प्रवासी Barthelemy Carre यानें समक्ष पाहून मोठें सुरस दिलेलें आहे. त्याचाच उतारा मुद्दाम देतो.

कॅरे (Carre) यानें दिलेली हकिकत.

" शिवाजीनें आपली दुसरी एक फौज एका अनुभवी सेनापतीकडे दिली. आणि त्याला हुकूम दिला कीं, चौलपासून सुरतेपर्यंत जीं निरनिराळीं छोटीं छोटीं राज्यें आहेत आणि प्रांताच्या दुर्गमतेमुळें जीं कोणापुढें मान वाकवित नाहींत तीं काबीज करावीं. हा सर्व प्रांत अत्यंत दाट व दुर्गम अशा जंगलांनीं व्याप्त असल्यामुळें मोगल किंवा इतर कोणाहि सत्तेला त्या प्रांतांत शिरून तेथें अधिराज्य स्थापन करतां आलें नाहीं. मी या प्रांतांतून एक दोन वेळां स्वतः फिरलो आहे. या जंगली मुलुखांत उद्योग करणें किती अवघड झालें असेल तें कल्पनेनेंच जाणलें

पाहिजे. तथापि शिवाजीच्या या सेनापतीची बहादुरी अशी कीं, त्यानें थोड्याच वेळांत हा निसर्गामुळें केवळ अजिंक्य झालेला प्रांतहि आपल्या पूर्ण कबजांत आणला. या रानटी संस्थानिकांनीं त्याला पदोपदीं त्रास दिला, अडवणूक केली, छापे घातले. पुढें त्यांनीं आपला एक हात करून हजारों शिपाई आणून मराठ्यांना अवघड जागीं लढाईचा आव दाखवून ओढूनहि नेलें. एक दोन वेळां मोरोपंत फसलाहि. तथापि पुढें त्यानें आपल्या फौजेच्या लहान लहान अनेक तुकड्या करून मुलूखभर जंगलांतून पाठविल्या. त्यांनीं रानें तोडलीं, रस्ते केले, आणि आपल्या फौजेचा मार्ग अकुंठित केला. जिंकलेल्या ठाण्यांत या सेनापतीनें आपले विश्वासू लोक घालून त्याची पक्की बंदोबस्ती करून टाकली. हे कोळी राजे कापणीच्या व सुगीच्या वेळीं फिरंग्यांच्या प्रांतांवर धाडी घालून त्यांना अतिशय त्रास देत असत; व दुर्गम डोंगरी अरण्यांतून अचानक चालून येणाऱ्या या लोकांना नेस्तनाबूत करणें फिरंग्यांना कठिण जात असे. म्हणून त्यांनीं त्यांच्याशीं तह केला व ते आपण होऊनच कांहीं खंडणी त्यांना पोचवू लागले. कोळी राजांचा असा पराभव झाल्यामुळें व त्यांनाच आतां शिवाजीच्या स्वारीमुळें आपला आश्रय घ्यावा लागल्यामुळें पोर्तुगीजांना फार आनंद झाला. त्यांची खंडणी आयतीच वाचली. हे प्रकार चालू असतांच मी त्या प्रांतांतून गेलों यामुळें, मी लिहीत असलेली हकिकत खुद्द डोळ्यांनीं पाहिलेली, खरी आहे. मराठ्यांनीं विचार केला कीं, या कोळी संस्थानांची मोठी थोरली उत्पन्नाची बाब म्हणजे ही फिरंग्यांकडून मिळणारी खंडणी. अर्थात् त्यांनीं तावडतोब तिची मागणी फिरंग्याकडे केली व दमणास एक वकील पाठविला. शिवाजी येणार या समजुतीनें भीतीनें दमणांत जी त्रेधा तिरपीट उडाली तिला पार नव्हता. सगळे हवालदील होऊन गेले. अधिकाऱ्यांचें कौन्सिल भरलें. त्यांना वाटलें, आपण आसरा दिलेल्या रामनगऱ्याला सक्तीनें ताब्यांत घेण्याकरितांच तो आला आहे. तेव्हां कोणी म्हणाले आतां रामनगऱ्यांना दिलेलें वचन पाळणें हा न्यायान्याय विचार कशास पहावयाचा ? मुकाट्यानें त्याला शिवाजीच्या हवालीं करा व हें लिगाड वारा. दुसरे म्हणाले, त्याना आपण कोठें तरी पळवून लावून देऊं. एरवीं शिवाजी त्यांना ताब्यांत घेतल्या-

खेरीज राहात नाहीं. पण या कौन्सिलांत निष्कर्ष कांहींच झाला नाहीं. आणि जो तो आपापल्या विचारानें वागूं लागला. बंदर तर माणसांनीं फुलून गेलें; व लोक आपापला वित्तविषय घेऊन परागंदा होण्यास लागले.

वकील आपला सरंजाम घेऊन दमणाच्या एका उपनगराशीं आला व वेशी उघडून आंत येऊं देण्याविषयीं त्यानें सांगून पाठविलें. पण भीतीनें कोणी वेशी उघडीचना. त्यानें ओळखलें कीं, लुटीच्या कल्पनेनें हे भेदरले आहेत; म्हणून त्यानें एक शिंग्या पाठवून कळविलें कीं, मी लढण्यास आलों नाहीं; शिवाजीच्या हुकुमानें सामोपचार करण्यास आलों आहे. तेव्हां मग फिरंग्यांनीं त्याशीं बोलणें केलें व त्यास खंडणी देण्याचें मान्य केले.

दमणप्रमाणें सुरतकरांकडेही मोरोपंतानें चौथाईची मागणी केली. ती चार लक्षापर्यंत जात होती. सुरतकरांना पाठविलेल्या पत्रांत मोरोपंतानें जरबेनें कळविले होते कीं, आता हे माझे तिसरे व शेवटचेंच पत्र समजा. जर चौथाई दिली नाहीत, तर स्वतः सुरतेस येतो, सदरेस बसतो, आणि मग तमाशा पाहातो.

मोरोपंतानें खुद्द वसईकडेही चौथाईची मागणी केली. व ती न दिल्यास तुमचा मुलूख जाळून टाकू अशी धमकी दिली. याचा परिणाम असा झाला कीं, अंतो-न-द मेलो हा फिरंगी अधिकारी वसईस गेला व त्यानें तात्पुरता अरबांशीं सलूख करून घेतला.

फिरंग्याप्रमाणेंच इंग्रजही भेदरून गेले होते. घोडबंदरावरील मराठ्यांच्या हल्ल्यामुळें घाबरून जाऊन त्यानी शेजारच्या माहिम, शीव वगैरे ठाण्यांची बंदोबस्ती केली.

१६७३ सालीं शिद्द्यांनीं कारंजा नदी रोखून धरिली आणि तिच्या मुखापाशीं एक किल्ला बांधिला. पुढें ऑक्टोबर महिन्यांत शिद्यांच्या व मोंगलांच्या जहाजांनी नागोठणा नदीकाठी उतरून, भोंवतालचा मुलुख जाळून पोळून टाकिला. बंद धरून नेले. परंतु ते वेळीं अभावितपणें, रायगडाहून मराठी फौज येऊन तिनें शिद्द्यांचा पराभव केला.

याच आक्टोबर महिन्यांत फिरंग्यांनीं आपलीं पांच जहाजे व दहा परांग्या पार्शियन् गल्फ्मध्यें पाठवून, मस्कतच्या आरबांना त्रास दिला.

त्यांची जहाजे लुटली, जाळली पोळली व कांहीं बळवून नेली. कारण काय तर त्या आरबांनीं समुद्रांवर फिरण्यास फिरंग्यांचे दस्तक, म्हणजे कारटाझ घेतले नव्हते. तसेंच त्यांनीं आरबांच्या मुलुखांत उतरून उत्पात केला व जाळपोळ केली. व डिसेंबरांत ते परत गोव्यास गेले. पण त्याचा वचपा आरबांनीही पुढें फार भयंकर रीतीनें काढिला.

१६७४ सालीं मराठी मुलखांतील कांहीं मुसलमान मुलें फिरंग्यांनीं नेऊन बाटविलीं म्हणून शिवाजीच्या सुभेदारानें ठाण्याकडे स्वाऱ्या घातल्या. त्यावेळीं वसईच्या कप्तानानें ६ सप्टेंबर १६७४ रोजीं व्हाइसरॉयास पत्र लिहिलें कीं, भिवंडीचे कांहीं मुसलमान ठाण्यास येऊन राहिले होते, ते मेल्यावर त्यांच्या मुलांना आम्हीं बाटविलें; म्हणून शिवाजीच्या सुभेदारांनीं तक्रारी केल्या.

४।२।१६७४ रोजीं मस्कतच्या आरबांनीं येऊन खुद्द वसईवर हल्ला केला. ते दहा गलबतांत बसून आले. प्रथम तांदुळानें लादलेली फिरंग्यांची पंधरा जहाजे चालली होती. त्याबरोबर त्यांची पांच लढाऊ पहारेकरी गलबतेही होती. आरबांनीं ती पंधरा जहाजे काबीज केलीं व त्या पांचपैकीं एक धरून जाळिलें. नंतर ते अरब सहाशें जमावानिशीं वसई शहराजवळ उतरले. व तेथें त्यांनी अनेक चर्चें, गांवखेडी जाळिलीं, व खुद्द वसईच्या तटालाही आग लाविली. या वेळीं आरबांचा इंग्रजांशीं सलोखा असलयामुळें, ते मुंबईच्या वाटेस गेले नाहींत. वसईस अरबांनीं फार लूट केली व शेकडो कैदी पकडून नेले. त्यांच्या भीतीनें वसई प्रांतांतील शेकडो रयत मुंबईस आसऱ्यास पळून गेली. आरबांनीं खुद्द औरंगजेबास लिहून तुम्ही खुष्कीकडून फिरंग्यांवर स्वारी केल्यास, आम्ही दर्यांतून तुमची सर्व कुमक करूं, असे कळविल्याची वदंता होती. यामुळें, फिरंग्यांची पांचावर धारण बसली. त्यांतच शिवाजीही फिरंगाणावर चालून येणार हें दुसरेच एक मोठें संकट फिरंग्यांपुढें उभें होतें. कारण राज्याभिषेक झालयावर शिवाजीनें मोरोपंत पेशव्याबरोबर दहा हजार फौज देऊन, त्याला कल्याणास पाठविले. व वसईपासून चौथाईची मागणी केली. मोरोपंताच्या आवाईमुळें फिरंग्यांनीं वसईची बळकटी व खबरदारी केली. पण पुढें आगस्टच्या सुमारास शिवाजी स्वतः कल्याणच्या फौजेस

येऊन मिळाला. व त्यानें जुन्नराकडे स्वारी केली. त्यामुळें फिरंग्याचे भय तात्पुरते कमी झालें.

१६७५ साली शिवाजी व फिरंगी यांचे भांडण चालू झालें. त्यांचें मुख्य कारण फिरंग्यांनी चालविलेला धर्मच्छळ होय. ते बेलाशक पोरक्या झालेल्या हिंदू मुलांना जुलुमानें ख्रिस्ती करूं लागले होते.

१६७५ च्या हिवाळ्यांत मोगली फौजा कल्याणास येऊन त्यांनीं मुंबईच्या खाली दक्षिण कोंकणांत स्वारी करण्याचा आव घातला. परंतु त्यांना लवकरच परत जावे लागले. त्या फौजा परत जातांच शिवाजीनें आपल सैन्य कल्याणास नेले, व फिरंग्यांच्या हद्दींत त्यांच्या सायवान किल्ल्याच्या उरावर दोन गढ्या बांधावयास सुरुवात केली. फिरंग्यांनीं खूप हरकत केली पण शिवाजीनें ती जुमानिली नाहीं. त्यानें बेमुर्वत गढ्यांचें काम धडाक्यानें सुरू ठेविलें.

१६७७ त फिरंग्यांनी उत्तर कोंकणांत धार्मिक छळाचा कहर आरंभिला. तेथील शेंकडो ब्राह्मणांची कुटुंबें परागंदा होऊं लागली. कोणी मेला कीं, त्याच्या मुलाबाळांना सक्तीनें बाटविण्यांत येऊं लागले.

१६७७ च्या अखेरीस शिवाजीनें आपला वकील पितांबर शेणवी याला बोलणें करण्याकरितां फिरंग्याकडे पाठविले. पितांबर शेणव्याबरोबर दिलेल्या पत्रांत शिवाजीनें म्हटलें होतें कीं, व्हाइसरायानें दमणच्या कप्तानांना हुकूम द्यावा कीं तुम्ही रामनगरच्या राजाला ज्याप्रमाणें चौथाई देत होतां त्याप्रमाणें आतां मला दिली पाहिजे. कारण मी ते मुलुख जिंकून टाकले आहेत. त्यावर १०।१।१६७८ रोजीं व्हाइसरायानें नरमाईचें पत्र शिवाजीस पाठविलें कीं मी नवीन आलों आहे दफ्तरीं दाखला पाहातों. चौथाईवरील तुमचा हक्क शाबीत झाला तर तुमचा माणूस बोलावून घेऊ व प्रकरण संपवूं. काळजी करूं नका. मी तुमची कीर्ति पोर्तुगालापासून ऐकत आलों आहे. शिवाय आमच्या राजेसाहेबांनींहि तुमच्याशीं सलोखा ठेवण्याचाच मला हुकूम केला आहे. मी वसईच्या व दमणच्या कप्तानांना दाखले पाहून चौथाईसंबंधीं खरी वहिवाट काय असेल ती लिहून मागिवली आहे. त्यांना तुमच्या प्रांतांतील सुभेदारांशीं सलोखा ठेवण्यास आणि पुंड कोळ्यांना किंवा रामनगरकरांना आसरा न देण्याविषयीं बजावलें आहे. आपणहि तसेंच स्नेहभावाचें वर्तन आम्हांशीं ठेवावें.

त्या सालच्या जुलै महिन्यांत कौंट असुमार व्हाइसरॉय बदलून गेल्यामुळें त्याच्या गैरहजेरींत नेमलेल्या दोघां कमिशनरांपैकीं एकानें पितांबर शेणव्याला पत्र लिहिलें तें असें. "व्हाइसरॉय गेल्यामुळें उत्तर-फिरंगाणांतील आमच्या कप्तानानीं माहिती पाठवावयास दिरंगाई लावली. वास्तविक आम्ही कोणास खंडणी देत नाहीं. पण शिवाजीशीं सलोखा राखावयाचा असल्यामुळें याविषयीं मी मुग्धता स्वीकारतों. जी माहिती मिळाली आहे त्यावरून असें दिसतें कीं, रामनगरकर दमणाच्या मुलखांत चोरीनें छापे घालीत असत म्हणून तेथल्या पोर्तुगीज पाटलानें सरकारांत न विचारतां गप्प बसायला काय घेशील म्हणून रामनगरकरांशी तह करून खंडणी देण्याचें ठरविलें. त्याच-प्रमाणें खंडणी शिवाजीलाहि मिळू शकेल."

पुढील सालच्या मार्चमध्यें फिरून गोवेंकरांनीं शिवाजीस पत्र लिहिलें कीं, दमणांतलीं कांहीं खेडी आपखुशीनें रामनगराला चौथाई देत असत आम्ही त्याला फक्त संमति देत होतों. याचा अर्थ फिरंगी सरकार ती खंडणी देई असा नव्हे.

पुढील सालीं शिद्दयाच्या आरमारानें शिवाजीचा मुलुख पुन्हा जाळिला लुटला व नेहमीप्रमाणें अनेक लोक गुलाम करून नेले. त्याचा बदला घेणे शिवाजीस प्राप्तच होते. पावसाळ्यांत शिद्द्याचें आरमार मुंबईस माजगांव येथें ठेवण्याबद्दल इंग्रजांनी शिद्द्याला परवानगी दिली होती. ते सगळेच्या सगळे आरमार जाऊन जाळावें, असा शिवाजीनें बेत केला. तिकडे जंजिऱ्याचा वेढा चालू असल्यामुळें, शिद्द्याचें सगळे आरमार अचानक छापा घालून मुंबई बंदरांत नाहींसे करितां आले तर त्याचाही फार उपयोग होणार होता. या कामांवर दर्यासारंग व दौलतखान या दोघा आरमारी सेनापतींची नेमणूक शिवाजीनें केली. इंग्रजाना याची कुणकुण लागतांच त्यांनींही प्रतिकाराची तयारी केली. दौलतखानानें आपले चार हजार लोक प्रथम पनवेलीस नेले. तेथून मुंबईवर उतरण्याचा त्याचा बेत होता. पण वाटेंत फिरंग्यांच्या थोड्या तरी मुलुखांतून जावेंच लागते म्हणून, त्यानें कल्याण, भिवंडीहून डॉम मॅन्युएल लोबो कप्तान जराल, या वसईच्या अधिकाऱ्याला, तुमच्या मुलुखांतून वाट द्या म्हणून विचारिलें; परंतु त्यानें ती

मागणी नाकारिली; येवढेंच नव्हे तर, आपल्या अधिकाऱ्यांना नाक्याची एकूण एक जागा रोखून धरण्यांविषयीं बजाविलें. स्वतः तो जराल ुष्कळ शिपाई घेऊन ठाण्यास गेला. व त्यानें ठाण्याच्या खाडीत चाळीस लढाऊ मचवे सज्ज करून ठेविले. यामुळें शिद्दाचें आरमार जाळण्याचा शिवाजीचा हेतू तडीस गेला नाहीं.

फिरंग्यांवरील राग शिवाजीनें त्यांची पुष्कळ गांवखेडी जाळून काढिला, व इंग्रजांवरचा राग पनवेलच्या व नागोठण्याच्या खाडींत मुंबईकरांची कांहीं गलबते पकडून काढिला.

१६७९ साली शिवाजीनें सुरतेपर्यंतचा मुलुख लुटला व त्याच पावसाळ्यांत खांदेरी बेट अचानक काबीज करून त्याचा बंदोबस्त केला ते इंग्रजांना व फिरंग्यांना अर्थातच आवडले नाहीं. १५ ऑक्टोबर रोजीं इंग्रजी व मराठी आरमारांची खांदेरी जवळ मोठी लढाई होऊन त्यांत इंग्रजांचा जय झाला. इंग्रजांचा नक्षा उतरविण्याकरितां, कल्याण भिवंडी-जवळील शिवाजीच्या सेनापतीनें ठाण्याहून मुंबईस जाण्याचा विचार केला व त्याकरितां निकडीच्या चार जासूद जोड्या वसईस पाठविल्या. पण फिरंग्यांनी परवानगी दिली नाहीं. म्हणून बळजबरीनें शिरण्याचाही प्रयत्न त्यानी केला, पण तो साधला नाहीं. पुढें मराठ्यांनीं आपलें सैन्य तुर्भ्याच्या समोर पनवेलीस नेलें व तेथून सात गुराबांतून तें मुंबईस उतरविण्याचा विचार केला. पण तो बेतही साधला नाहीं.

तथापि इंग्रजांस मोठी भीती उत्पन्न झाली मुंबईकर इंग्रजांना सुरतकरांनी सल्ला दिला कीं, तुम्ही प्रथम शिवाजीशीं तहाचें बोलणे करा. तें न बनले तर वसईकर फिरंग्यांशी बोलणे करा. शिवाजीपुढें तुमची व आमची एकच अवस्था आहे हें त्यांस नीट पटवून देऊन, त्यांची मदत मिळवा. तेही न साधले तर मुंबईस शिद्द्याचें आरमार आहे त्याचीच उठावणी करून पाहा आणि भांडण सुरू करून देऊन आपले आंग काढून घ्या व मोकळे व्हा. मग शिवाजी जाणे आणि शिद्दी जाणे.

१६८० साली खांदेरी जवळील उंदेरीबेट शिद्द्यानें काबीज केलें. तेव्हां शिवाजीच्या व त्याच्या आरमारांची मोठी लढाई झाली, व त्यांत मराठ्यांचा पराभव झाला. पण याच सुमारास इंग्रजांनी शिवाजीशीं

सलुखाचा तह केला व शिद्दयाला मुंबईत आसरा न देण्याचे एकदाचे कबूल केले.

संभाजी आणि फिरंगी

१६८० सालीं राजारामास कैद करून संभाजी गादीवर बसला. पुढें दोन अडीच वर्षें राज्याचा मुख्य कारभार कलुषा कबजीवर सोंपावून तो स्वस्थ होता. स्वस्थ होता याचा अर्थ म्हणण्यासारख्या मोठ्या मोहिमा किंवा स्वाऱ्या त्या अवधींत झाल्या नाहींत. एरवीं नानाविध राजकारणें, शत्रुपक्षाशीं हर्षामर्ष हे नेहमीं चालूच होते. त्या काळांत घडलेली एक महत्त्वाची गोष्ट म्हणजे औरंगजेबाचा मुलगा अकबर याचा व संभाजीचा झालेला स्नेह होय. अकबर हा औरंगजेबाचा तिसरा मुलगा. १६८० च्या सुमारास रजपुतांचें मोठें बंड झालें. तें मोडण्यासाठीं औरंगजेबानें अकबराच्या हाताखालीं फौज देऊन त्याला तें बंड मोडण्यास पाठविलें. परंतु रजपुतांचा-मुख्य पुढारी सरदार दुर्गादास यानें अकबरासच फितवून टाकलें. व ते दोघे मिळून उलट बादशहाविरुद्धच बंड करूं लागले. यामुळें औरंगजेबानें मोठ्या रागानें त्या दुष्ट युतीचा नायनाट करण्याचा चंग बांधला; तेव्हां अनेक ठिकाणीं अकबर व दुर्गादास यांना 'दे माय धरणी ठाय' होऊन ते दोघे परागंदा झाले; व औरंगजेबाचा सर्वांत बलिष्ठ हाडवैरी जो संभाजी त्याच्या पदरीं पडले. अकबर प्रथम तेंबकास आला व तेथून त्यानें संभाजीशीं सूत्र लावलें. संभाजीनें बादशहाविरुद्ध चांगलेंच खूळ उभें करतां येईल असें पाहून त्याला कोंकणांत पालीस राहावयास जागा व दरमहा लाख रुपयाची नेमणूक करून दिली. पुढें रायगडाजवळ धोंडसे ऊर्फ पातशहापूर म्हणून गांव होता, तेथें त्याला राहवून जाहीररीतीनें सर्व सैन्यासह मोठ्या समारंभानें त्याची भेट घेतली. त्यासंबंधीं जेधे शकावलींत अशी नोंद आहे. "कार्तिक शु॥ १३ पातशहापुरीं संभाजी राजे यांची व अकबराची भेट झाली. अगदीं सेनासमुदाये लष्कर व हशमदेखील समागमें होते. अकबरासमागमें दुर्गादास होता. बहुत सन्मान केला."

१६८१-८२ सालीं सामान्यतः महत्त्वाच्या गोष्टी घडल्या त्या अशाः—

(१) शिवाजीच्या मृत्यूनंतर फोंड सावंतानें स्वारी करून कार्लई-नदीच्या दाक्षिणेकडील मुलूख मराठ्यांकडून परत हिसकवून घेतला.

(२) खांदेरी-उंदेरीबद्दल संभाजीचें व शिद्दयाचें भांडण सुरू झालें-८१ च्या जुलई महिन्यांत संभाजीच्या फौजेनें रायगडाहून नागोठ-ण्यास येऊन उंदेरीवर हल्ला केला तो फसला. उलट, त्याचा सूड घेण्याकरितां शिद्द्यानें विरुद्ध बाजूच्या किनाऱ्यावरील मुलखाची जाळ-पोळ केली. आपटे हें गांव तर बेचिराख करण्यांत आलें.

१६८२ च्या जानेवारींत संभाजीनें जंजिऱ्यास वेढा घातला. होता. वेढा फार निकरानें चालला. परंतु अखेर ऑगस्टांत मराठ्यांना उठावें लागलें. पुढें दोन महिन्यांनीं म्हणजे ऑक्टोबरांत शिद्द्यांच्या व संभाजीच्या आरमारांची लढाई मुंबईनजीक होऊन मराठ्यांचा मोड झाला. त्यानंतर संभाजीनें फिरंग्यांच्या मुलखांत शिरून पुष्कळ गांव-खेडीं जाळलीं व लुटलीं व तेव्हांच त्यानें एलिफन्टाचें ठाणें बांधावयास सुरवात केली.

१६८२ च्या जून जुलईच्या सुमारास संभाजीच्या आरमारी अधिकाऱ्यांनीं फिरंग्यांच्या रयतांची कांहीं सावकारी गलबतें पकडलीं. म्हणून त्यांनीं संभाजीकडे तक्रार केली. ह्या वेळपर्यंत फिरंग्यांचें व संभाजीचें सख्यच नसलें तरी वैरहि नव्हतें साधारणपणें सलूखच होता. याच सुमारास संभाजीनें कुडाळ व बिचोली प्रांतांत बारुतखाना घातला होता. व तसेंच कानडा आणि मलबार येथील बंदरांतून गंधक, सोरा वगैरे साहित्य तयार करवावयास लाविलें होतें. म्हणून तेथून तो माल नेण्याआणणाऱ्या जहाजांना हरकत न करण्याविषयीं संभाजीनें आपल्या वकिलाकरवीं फिरंग्यांस कळविलें. फिरंग्यांनीहि तें मान्य केलें; पण उलट कळविलें कीं, अशा सवलती देऊन तुमच्याशीं सलोखा राख-ण्याचा आम्ही प्रयत्न करतों. पण तुम्ही मात्र आमच्याशीं अगदींच उलटी वर्तणूक करतां हें काय ? उत्तर फिरंगाणाकडे आमच्या रयतांचीं तारवें फिरतात त्यांना तुमचे अधिकारी त्रास देतात. शिवाय आमचीं जीं जहाजें तुम्ही अटकावून ठेविलीं आहेत तींहि अजून सोडीत नाहीं.

असलें अपमान गिळूनहि मुत्सद्दीपणानें फिरंगी संभाजीशीं नरमाईचें बोलत होते याचें कारण म्हणजे फिरंग्यांचे हाडवैरी दर्यावर्दी शत्रु जे

अरब त्यांच्याशीं संभाजीनें केलेला तह हेंच असलें पाहिजे. हे अरब चांच्यांसारखेच असून त्यांचेहि मोठें आरमार असे. ते मोठे साहसी दर्यावर्दी असून आजवर अनेक वेळां त्यांनीं फिरंग्यांना तडाखे दिलेले होते. त्यांच्या स्वाऱ्याशिकाऱ्यांमुळें फिरंग्यांच्या दर्यावरील निरंकुश वर्चस्वाला धक्का पोंचेल म्हणून ते त्यांच्याविषयीं नेहमींच साशंक असत. त्याच लोकांशीं संभाजीनें संधान बांधून फिरंग्यांना भयप्रदर्शन केलें. त्यानें अरबांना आपल्या नोकरींत घेतलें. आपल्या प्रांतांत वखारी घालण्यास त्यांना सवलती देऊं केल्या, येवढेंच नव्हे तर फिरंग्यांचीं गलबतें लुटून ते दोघे ती लूट निम्मे वांटूनहि घेऊं लागले. फिरंग्यांनीं त्याबद्दल संभाजीकडे खूप गाऱ्हाणें केलें; पण त्याचा कांहीं एक उपयोग होत नाहींसा पाहून संभाजीसहि चुणूक दाखवावी म्हणून कानड्याकडून वेंगुर्ल्यास जाणारीं मराठ्यांचीं जहाजें त्यांनीं अटकावून ठेविलीं.

१६८२ अखेर रणमस्तखानानें वीस हजार स्वार व पंधरा हजार हशम अशा जमावानिशीं कल्याणावर स्वारी केली; म्हणून संभाजीस तिकडे जावें लागलें. मराठ्यांनीं रणमस्तखानास जेर करीत आणलें असतां जंजिऱ्याहून याकूतखानानें जाऊन व तिकडून घाटावरून रोहिलाखानानें येऊन त्याला कसें तरी निभावून नेलें.

१६८३ सालीं फिरंग्यांचा व संभाजीचा कलह लागला. १७ फेब्रुवारी १६८३ रोजीं पोर्तुगीजांनीं लिहिलेल्या एका पत्रांत म्हटलें आहे कीं, संभाजी वरून स्नेहवादाचें कितीहि अघळपघळ बोलत असला, तरी त्यांत अर्थ नाहीं. कारण उत्तरेस त्यानें आमचे जे मचवे आणि गलबतें पकडली आहेत, तीं त्यानें अद्याप आम्हांस परत केली नाहींत. आणि जीं खेडीं त्यानें लुटलीं त्याचीहि भरपाई त्यानें अद्यापि केलेली नाहीं.

जूनचे सुमारास संभाजीनें रेवदंडा-चौलास वेढा घातला; पण शत्रूनें तो मारून काढला. त्याचा वचपा संभाजीनें उरण म्हणजे कारंजाचें बेट जिंकून काढला. या ठिकाणींच फिरंग्यांचें आरमार होतें. त्यानंतर त्यानें वसईच्या उत्तरेकडील फिरंगाणाचा मुलूखहि कांहीं लुटला. तेव्हां त्याचा प्रतिकार करण्याकरितां ऑगस्टांत मोठी थोरली फौज

घेऊन खुद्द व्हॉइसरायानें मराठ्यांच्या मुलखांत उत्पात आरंभिला. त्यावेळीं रक्तपाताचा व जुलूम जबरदस्तीचा त्यांनीं कहर करून सोडला गावेच्या गांवें उध्वस्त केलीं, देवळें फोडलीं, लोक बाटविले व बंद धरून नेले. डॅन्व्हर्स् म्हणतो,—

" The Portuguese in their warfare exhibited greater barbarity than the Maratha free-booters. They not only carried fire and sword into the defenceless villages, but destroyed the temples and attempted to convert their prisoners by force."

१६८३ सालच्या सुरवातीस संभाजीचा व अकबराचा बेबनाव झाला. या सालच्या जानेवारींत अकबर बांद्याच्या बंदरांत होता. तेथून त्यानें आपला एक वकील गोव्याच्या व्हाइसरायाकडे पाठविला. व्हाइसरायानें त्याची भेट गोवा येथें १७ जानेवारीस घेतली. व शहाजाद्यास शक्य ती मदत करण्याचें आश्वासन दिलें. शहाजाद्याचा हेतु कानड्यास जावयाचें, असा होता. दैवयोग असा कीं, दुसरेच दिवशीं अवरंगजेबाचा वकील शेख महंमद गोव्यास येऊन बसला. त्यामुळें व्हाइसरायाला शहाजाद्याबाबत निराळाच मार्ग स्वीकारणें भाग पडलें. एप्रिलांत मोगल आरमाराचा मुख्य सरदार याकूतखान राजापुरास येऊन राहिला. त्याचा हेतु अकबरास पकडून कैद करण्याचा होता. सप्टेंबरांत शहाजादा अकबर बांद्याहून डिचोलीस गेला. तेथें त्यानें विचार केला कीं, जर आपण कानड्यास जाऊं तर कदाचित् मोगल आरमाराकडून वाटेंत पकडले जाऊं. म्हणून एखाद्या पोर्तुगीजांच्याच जहाजांत बसून मक्केस निघून जावें. त्याकरितां गोवेकराकडे त्यानें तशी मागणी केली. पण ती व्हाइसरायानें नाकारली. नोव्हेंबरांत कृतनिश्चय करून शहाजादा संभाजीपासून निघून जाऊं लागला असतां कलुषानें त्याची कशीतरी समजूत काढून त्याला तेथेंच राहविलें. या संभाजीच्या गोव्याकडील मोहिमेंत संभाजीनें अंजनदिवाचें बेट बांधून काढण्याचा उद्योग सुरू केला. म्हणून तिकडे फिरणाऱ्या संभाजीच्या आरमारावर आपलें आरमार पाठवून कारबारचें दळणवळण तोडून टाकावें असा हुकूम करून व्हाइसराय स्वतः फोंड्यास जाऊन त्या स्थळास त्यानें वेढा दिला. तो उठविण्याकरितां मोठ्या फौजेनिशी संभाजी तिकडे गेला.

किल्ला पडण्याच्या बेतांत होता; परंतु संभाजीचा जोर पाहून आपली पिछाडी मारली जाईल, गोव्यास परत जातां येणार नाहीं, असा विचार करून व्हाइसरायानें पळ काढला. पण त्यावेळीं त्याचा सगळा तळच्या तळ, डेरेदांडे, बाजारबुणगे, तोफाबंदुका झाडून सारा असबाब संभाजीनें लुटला. एकंदर शत्रूचे १२०० लोक कापून काढले. एवढेंच करून संभाजी थांबला नाहीं, तर पाठलाग करीत तो व्हाइसरायाच्या पाठीवर गोव्याच्या खाडीवर आला. व जातीनिशीं दर्यांत घोडींहि घालून पाहिलीं. पण खाड्यांची, उतारांची माहिती फिरंग्यांना साहजिकच चांगली असल्यामुळें परतीरावर गलबतांचे काफले व सैनिकांच्या तुकड्या उभ्या करून त्यांनीं मार केला. यासंबंधीचें सुरस वर्णन मल्हार रामराव चिटणीसानें आपल्या बखरींत केलें आहे, तें असें:

" राजापूर प्रांतीं गेल्यावर तेथेंच कांहीं दिवस राहिले. ते समयीं गोव्याचें राजकारण आलें. ते सिद्ध करून खासाच फौजबंदी पायलोक करून समुद्रास भरतें न आलें तो समय नेमला त्यावेळेस जाऊन पोहोचावें, डाक ठेवून जावेंसें सिद्धांत करून स्वारी गेली. गोव्यानजीक गेलियावरी पालखींतून उतरून घोडियावर स्वार झाले; आणि निकडीनें जाऊन आटोपावें म्हणून पोहोंचले. तों त्या अवसरीं भरतें प्राप्त झालें. फिरंगी सावध होऊन उभे राहिले. लढाई पडली. फिरंगी मोडला. लोक फार मारिले असतां पळून गोव्याचे किल्ल्यांत गेले. महाराजांनीं खासा घोडीं आवरून जिनास पाणी लागे तों घोडा घातला. घोडा पहुणीस लागला. खंडो बल्लाळ यांनीं उडी टाकून महाराजांचा घोडा धरून पोहून बाहेर निघालें."

२४ नोव्हेंबर १६८३ रोजीं संभाजीनें फिरंग्यांचें S. Estevas बेट जिंकलें. व दुसरे दिवशीं तेथें चालून गेलेल्या फिरंगी व्हाइसरायाचा त्यानें पराभव केला. त्यानंतर त्याचे दुसरे दिवशीं संभाजीनें तें बेट सोडलें. व २९ तारखेस अकबराच्या मध्यस्थीनें तहाची चालना होईलसें वाटून राय कीर्तिसिंग नांवाचा वकील गोव्यास पाठविला. परंतु त्याचेजवळ योग्य तीं अधिकारपत्रें नाहींत या सबबीवर फिरंग्यांनीं बोलणें करण्याचें नाकारलें. मग उभयपक्षीं फिरून फार जोरानें लढाई चालू झाली. इतकी कीं गोवें तरी राहातें कीं नाहीं अशी पोर्तु-

गीजांना भीति पडली. पण अखेर तह झाला व गोवें बचावलें. गोवें बचावलें ही कृपा सेंट झेविअरचीच होय असें लोक मानू लागले. लढाईत सर्व तऱ्हेनें निराशा झाल्यावर व्हाइसरायानें मोठ्या दुःखानें सेंट झेविअरच्या देवळांत जाऊन 'आतां तूंच रक्षण करशील तर कर' असें म्हणून आपल्या हातांतील राजदंड सेंट झेविअरच्या समाधीवर ठेवला; आणि कर्मधर्मसंयोगहि असा कीं, पुढें तावडतोब तह झाला. तेव्हांपासून गोव्यास नवीन व्हाइसराय आला म्हणजे त्यानें सेंट झेविअरच्या मूर्तीच्या हातांतील दंड प्रसाद म्हणून घ्यावा व दुसरा एक दंड त्याच्या हातांत द्यावा अशी चालच पडली! सारांश, सेंट झेविअरच्या कृपेनेंच केवळ गोव्याचा बचाव झाला. एरवीं मराठ्यांनीं कांहीं बाकी ठेवली नव्हती, असें या हकिकतीवरूनहि स्पष्टच होतें.

ही लढाई तह होऊन थांबली, त्या संबंधींची खरी नवीन विश्वसनीय माहिती अलीकडे पोर्तुगीज साधनांवरून प्रो. पिसुर्लेकरांनीं उजेडांत आणली. आपल्या निबंधांत ते म्हणतात.

"This war terminated with a treaty of peace. Neither manuchg nor Akabar nor Ormen or Duff nor Saradesai nor Parasnis refers to it. Duff says, "The viceroy made overtures for peace but as Sambhaji demanded 5 crores of pagodas as a priliminary, they were at once broken off."

पण ही हकिकत चूक आहे. जेधे शकावलींत व पोर्तुगीज कागदांत तहाचा स्पष्ट उल्लेख आहे. जेधे शकावलींतील नोंदींत ७ जानेवारी १६८४ रोजीं कलुषानें अकबरास बरोबर नेऊन भीमगडाच्या रानांत फिरंग्याशीं तह केला, असें म्हटलें आहे. पोर्तुगीज कागदांत फिरंग्यातर्फे या वेळीं म्युनुएल सॅराव्हिआ द अल्बुकर्क नांवाच्या वकिलानें शहाजादा अकबरासमक्ष तहावर सही केली, असें म्हटलें आहे. तहाचीं बोलणीं ७ जानेवारीस प्रथम भीमगडास झालीं व तीं कलमें पुढें २५ जानेवारी ते ४ फेब्रुवारी यांचे दरम्यान फोंडा येथें नक्की झालीं. भीमगडासच तहाचें काम पुढें न होण्याचें कारण मोगल सरदार शहाआलम मोठी फौज घेऊन १५ जानेवारीसच डिचोलीस येऊन बसला होता. उलट फोंड्यास त्या मानानें निर्भयता होती. पोर्तुगीज कागद-

पत्रांतहि अस्सल तह उपलब्ध नाहीं; परंतु गोव्याच्या व्हॉइसरायानें ४।२।१६८४ रोजीं उत्तर फिरंगाणाच्या गव्हर्नराला जें पत्र लिहिलें आहे, त्यांत काय काय कलमें तहांत ठरलीं त्यांचा उल्लेख आहे. तीं कलमें अशीं:—

(१) संभाजी राजे यांनीं पूर्वीं त्यांच्या सुभेदारांनीं व स्वतः त्यांनीं जिंकलेला सर्व मुलूख किल्लेकोटासुद्धां परत द्यावा. तसेंच तोफा, दारूगोळा व त्यावरील मालहि. उलट फिरंग्यांनीं तसेंच करावें.

(२) परस्परांनीं परस्परांचे कैदी सोडावे.

(३) वसई प्रांतांतून संभाजीला गांवखंडी मिळावी आणि दमण प्रांतांतून रामनगराप्रमाणें चौथाई देण्यांत यावी. मात्र रामनगरकरांप्रमाणेंच संभाजीनें पोर्तुगीज मुलखाचें संरक्षण करावें.

(४) जहाजांच्या अनिर्बंध वहातुकीस परस्परांस परवानगी असावी. मात्र ज्या फिरंगी किल्ल्यावर तोफा वगैरे असतील त्यांचे समोरून मोंगलांचीं गलबतें जाऊं लागलीं तर तीं फिरंग्यानें मना करावीं. पण जेथें तोफा वगैरे सरंजाम नसेल तेथून तीं गेलीं तर मात्र उपाय नाहीं.

(५) संभाजीच्या मुलखांतले देसाई फिरंग्यांच्या किंवा मोंगलांच्या मुलखांत आसऱ्यास पळून गेले असतील, त्यांना अभयाचा कौल द्यावा.

(६) संभाजीनें पोर्तुगीज मुलखाच्या सरहद्दीवर किल्लेकोट बांधूं नयेत.

वास्तविक फिरंग्यांचा पराभव होत आलेला असतां संभाजीलाच तहाचें बोलणें करावें लागलें याचें कारण त्याला बसलेला मोगली सैन्याचा शह होय.

जेधे शकावलींत या स्वारीसंबंधीं दोन नोंदी आहेत. (१) शके १६०५ (सन १६८३) कार्तिक व॥ ७ संभाजी बांदियास गेला. गोवेकर फिरंग्यांनीं कोटास वेढा घातला होता तो उठविला.

(२) मार्गशीर्ष फिरंग्यांचें कुंभारजुवें घेतलें व साष्टी बारदेस मारला.

राजाराम आणि फिरंगी.

राजारामाच्या कारकीर्दींत म्हणण्यासारखे मोठे कलह झाले नाहींत. तथापि किरकोळ कुरापती एकमेकांच्या चालू होत्याच. १६९० च्या

सुमारास काकाजी नामक कोणा पुंडानें बंड करून उत्तर फिरंगाणांत धामधूम केली. १६९२ सालीं शिद्यानें वसईवर हल्ला करून साष्टीला शह दिला. व पुढें एकदोन वर्षें तो प्रांत उध्वस्त केला. १६९३ सालीं डॉम पेड्रो ॲन्टोनिओ याची व्हाइसराय म्हणून नेमणूक झाली. व तेथून तो पुढें पांच वर्षें हिंदुस्थानांत राहिला. १६९४ त अवरंगजेबानेंच फिरंग्यांशीं युद्ध पुकारलें तेंवेळीं त्यानें फिरंग्यांस फार क्ररतेनें वागविलें पण पुढें मराठ्यांशीं लढण्याकरितां तोफा व दारूगोळा लागेल म्हणून त्यांच्याशीं त्यानें तह केला. याच सुमारास मस्कतच्या आरबांनीं साष्टीस उतरून हल्ला केला. गांव खेडीं जाळलीं. पाद्री ठार मारले व १४०० लोक गुलाम करून नेले. १५।६।१६९५ रोजीं कोंकणचा सुभा गणेश रघुनाथ याला या व्हाइसरायानें पत्र लिहून तक्रार केली कीं, रामचंद्रपंत अमात्य शब्दानें दोस्ती दाखवितात, पण कृतीनें आम्हाशीं कलहच करितात. आपल्या सुभेदाराकडून आमच्या जहाजांना हरकत करतात; व वेळीं तीं पकडूनहि नेतात. राजाराम छत्रपतीला जर आमची दोस्ती हवी असेल तर त्यानें आमच्या शत्रूंना आपल्या बंदरांत आसरा देतां कामा नये. अतःपर असा त्रास आम्हांस पोंचल्यास आम्हासहि पारिपत्य करणें भाग पडेल. " व त्याप्रमाणें त्यांनीं मराठ्यांची तीन गलबतें राजापुरास जाळलीं.

इंग्रज आणि आरब यांच्यांच्या प्रसारामुळें फिरंग्यांचें अलीकडे बरेंच नुकसान झालें होतें. त्यांतच मराठ्यांनीं आरबांशीं दोस्ती करावी याचें फिरंग्यांना मोठें वैषम्य व भीति वाटे. कारण त्यामुळें एकीकडून समुद्रांतून अरबांचा व खुष्कीकडून मराठ्यांचा असे दोन उपद्रव त्यांना होत. १६९४ नोव्हेंबर ते १६९५ नोव्हेंबर या दरम्यानच्या काळांत रामजी शामराज यानें फिरंग्यांच्या मुलखास उपद्रव दिला. गुरें वळवून नेलीं आणि माणशीं ३ रुपयांप्रमाणें सक्तीनें पट्टी वसूल केली. यामुळें व्हाइसराय अगदीं कावून गेला. आणि त्यानें चौलास लिहून उंदेरीवर हल्ला करण्यास आणि फिरंगी मुलखांत शिरलेल्या मराठ्यांना पकडून मराठ्यांच्याच बंदरांत नेऊन जिवंत जाळण्याचा हुकूम केला. पण पुढें लौकरच सामोपचाराचें बोलणें सुरू होऊन व्हाइसरायहि मऊ आला. त्यानें रामकृष्ण नायक आणि आप्पाजी

हिरो याला मध्यस्थीस घातलें. त्यांतून काय निष्पन्न झालें तें उपलब्ध नाहीं; पण पुढें १७०० च्या सुमारास कलागतच लागलेली दिसते. त्या सालच्या २३ मार्च रोजीं व्हाइसरायानें परशुरामपंत प्रतिनिधीला पत्र लिहिलें. त्यांत संगमेश्वरच्या खाडींत मराठी गलबतें शिरल्याबद्दल तक्रार केली होती. तसेंच त्याच्या आदल्या वर्षीं म्हणजे १६९९ सालीं उत्तर फिरंगाणांत मराठ्यांनीं शिरून तेथें लूटलुबाड केली व खेडीं झांबडलीं, अशीहि दुसरी एक तक्रार केली होती. अखेर १४ एप्रिल १७०० सालीं फिरंग्यांनीं मराठ्यांच्या मुलखांतील गांवावर चालून जाऊन बदला घेण्याची तयारीसुद्धां केली होती. त्याचें पर्यवसान पुढें काय झालें कोणास ठाऊक ! पण नंतर राजाराम वारला व पुढें एक दोन वर्षें तरी मराठ्यांनीं फिरंग्यांशीं सलूखाचें वर्तन ठेविलेलें दिसतें.

सन १७०० नंतर

१७०३ सालीं एका नवीन व्हाइसरायाची नेमणूक गोव्यास झाली. हा व्हाइसराय मोठा कर्तबगार होता. त्यानें आंग्रे, सांवतवाडीचे भोसले, वगैरेंशीं भांडून व युद्धें करून त्यांचे पुष्कळसे किल्ले व मुलूख काबीज केला.

१७१३ सालीं कान्होजी आंग्र्यानें चौलाजवळ एक बंदर काबीज केलें. त्याला तेथून हुसकून देण्याचा फिरंग्यांनीं आटोकाट प्रयत्न केला. पण तो साधला नाहीं.

या काळात आंग्रे हेच समुद्रावर स्वामित्व गाजवूं लागले होते. शाहूचें व कोल्हापूरकरांचें वांकडें म्हणून २३ मार्च १७१६ रोजीं फिरंग्यांनीं आंग्र्याविरुद्ध कोल्हापूरकराशीं तह केला. त्या तहानें असें ठरलें कीं उत्तर कोंकणांतील आंग्र्याचे सर्व किल्लेकोट आरमार व फौजा पाठवून घेण्यास कोल्हापूरकरानीं मदत करावी व फिरंग्यांनीं त्यांना दारूगोळा वगैरे सर्व साहित्य पुरवावें.

१७१७ सालीं मराठ्यांच्या ५०० घोडेस्वारांनीं गोव्यातील साष्टी प्रांतावर स्वारी केली. व बेधडक तो मुलूख मारून काढला. त्यांना प्रतिकार असा कोठें झालाच नाहीं. वास्तविक त्या प्रांतांत फिरंग्यांचें पुष्कळ सैन्य होतें. पण तरीही त्यांना मराठ्यांस आडविण्याची छाती होईना. मराठ्यांनीं

अनेक गांव खेडीं लुटलीं, खंडण्या बसविल्या व चार लाख झेरॅफिन्स् इतकी लूट नेली.

पुढील सालीं आंग्र्याची व फिरंग्यांची लढाई झाली. तींत आंग्र्याचा पराभव झाला. त्याच वर्षी उत्तर फिरंगाणांत रामनगरकरांनीं शिरून दमण प्रांत मारला व बंद धरून नेले. त्याचा सूड घेण्याकरितां फिरंग्यांनीं त्यांचा खूप पाठलाग केला व फत्तेपूरहि जाळून टाकलें. पण त्यांना आपले लोक सोडवून नेतां आले नाहींत. याच पळांत रामनगरकर राजा घोड्यावरून पडून मेला.

रामचंद्र महादेव चासकराची कारकीर्द*

बाळाजी विश्वनाथ पेशवा असतां त्यानें कान्होजी आंग्र्यास शाहूच्या पक्षांत आणलें होतें. कान्होजी आंग्र्याची आरमारी सद्दी

---

*भारत इतिहास संशोधक मंडळाच्या पंचम संमेलनवृत्तांत के. सदाशिवराव दिवेकर यांनीं चासकरांसंबंधीचा एक अत्यंत विश्वसनीय वाका छापला आहे. त्यांतील माहिती चासकर व भट पेशवे यांच्या घराण्यांच्या इतिहासावर अपूर्व प्रकाश पाडणारी आहे. त्यांतील कारणापुरता उतारा येथें घेतला आहे. त्यावरून रामचंद्र महादेव चासकराच्या चरित्राची व कर्तबगारीची यथार्थ कल्पना येईल. उपर्युक्त वाका रामचंद्र महादेव चासकराचा सख्खा पुतण्या मोरो बल्लाळ यानें लिहिला आहे. वाका १९ वर्षांपूर्वीच इतिहास मंडळानें प्रसिद्ध केला असता व त्यानंतर रियासतीच्या आवृत्ती निघाल्या असतांहि रियासतकारांकडून त्याचें सकलन होऊं नये ह्याचें आश्चर्य वाटतें.

'आमचे सख्खे चुलते रामचंद्र महादेव यांनीं मतबरखानाशीं जुन्झोन कल्याण सोडविलें. बाळाजी विश्वनाथ यांची स्थापना रांगणेयाचे मुा ताराबाईचे कारकीर्दीत आमचे तीर्थरूपांनीं केली. नावेवर गाडा व गाडेवर नाव, उन्हाळा-पावसाळा चालूच आहे. ताराबाईचे चित्तांत माहादाजीपंताजवळ द्रव्य फार जालें. तेव्हां आमचे तीर्थरूपावर अत्यंत कृपा दाखवून पितेपुत्रांत कलह वाढविला. हेहि पितापुत्र ताराबाईची चित्तवृत्ति जाणोन यात्रेचे उदेश्यें आमचे तीर्थरूपांस दरबारीं ठेऊन माहादाजीपंत कल्याण प्रांतीं कुडकलीस येऊन राहिले. तारवाचा उदीम वसई मुंबईकरांसी करूं लागले. पाठीमागें बाळाजी विश्वनाथाची स्थापना ताराबाईचे हातें तीर्थरूपानीं केली. त्यासंबंधे कांहीं कर्जहि बाळाजी विश्वनाथ यांस दर शेंकडा पंचोत्र्या व्याजें दिल्हें होतें. त्यावर बाळाजी विश्वनाथानीं माहादाजीपंतांस म्हटले जे तुमची कन्या बाजी-

जबरदस्त होती. त्यानें पोर्तुगीज व इंग्रज लोकांच्या जहाजांना सतत सारखा चोप देण्याचें धोरण ठेविलें होतें. यामुळें पोर्तुगीज व इंग्रज लोकांत परस्पर वैमनस्य होतें तरीहि त्यांना आंग्र्यांविरुद्ध एक व्हावें लागलें. १७२१ च्या मार्चांत इंग्रजांनीं रॉबर्ट कोवन ह्याला गोव्यास पाठविलें. तेथें त्यानें २० ऑगष्टला गोवेंकरांशी तह केला.

[मागील पानावरून पुढें चालू]

रावपुल्लास करीन. बहुत बजीद जाले तेव्हां कन्या दिली. माहादाजीपंतीं पंचवीस हजार रुपये लग्नास खर्चले. बाळाजीपंतास त्या काळांत पांच हजारहि रुा खर्च न जाला ! त्यावर कित्येका दिवसीं पेशवाई बाळाजी विश्वनाथास जाली. परंतु कान्होजी आंगरे प्रबळ. लोहोगड विसापूर सर्व कल्याण प्रांत आंगरे याकडे. बहिरोपंत पिंगळे पेशवे लोहोगडावर आंगरे यांचे बंदी. आंगरे यांचा व माहादाजीपंताचा अत्यंत स्नेह त्यामुळें माहादाजीपंतीं आंगरे यांचा व बाळाजी विश्वनाथाचा भाऊपणा करून दिल्हा व लोहोगड विसापूर व पिंगळे पेशवे बाळाजी विश्वनाथास दिल्हे. त्यावर चित्पावनज्ञातीमध्यें श्रीवर्धनकर देशमुख अवतंस जाले ! ये रीतीचे वर्तमान. माहादाजीपंत व रामचंद्रपंत पितेपुत्र पेशवाईचा कारभार दिवाणगिरीचा करीत होते. खानदेश, बागलाण, जुन्नर, कल्याण सर्व आम्हाकडेच होते. श्रीरंगपट्टणची स्वारी बाजीरायाची बुडविली. तेव्हां प्रथम लाख दोन लाख रुा रामचंद्रपंतीं दिल्हे. मग सर्व मल्हार दादाजी व बापूजी श्रीपत, विसाजी कृष्ण पेठे यांनीं रुा दिल्हे. केवळ कन्या देऊन दवलत मेळविली नाहीं हे समजावे ! माहादाजीपंत बाजीराव यांचा सर्व कारभार करीत असतां व रामचंद्र महादेव कल्याणी असतां सातारियांत कांहीं दृष्टांत माहादाजीपंतास जाला. पुढें बाजीरायांस बरोबर घेऊन स्वारीस जाणार इतकियांत स्वप्न जाले म्हणून राजे शाहू यांजवळी निरोप कासीयात्रेचा मागितला. त्यावर बाजीराव लेंकरूं. भार सर्व तुम्हावर. तुम्हांस जाणे उचित नाहीं यैसे राजे बोलिले. त्यावर माहादाजीपंतीं उत्तर केलें जे माझा पुत्र रामचंद्रपंत अति धीर गंभीर तुम्हींहि जाणता चिंता नाहीं. सर्व बोझे चालविल. तुमचा वरदहस्त बाजीरायाचे मस्तकीं आहे ते पक्षी सर्व गोष्टी उत्तमच होतील. त्यावर निरोप घेऊन लोहोगडास आले. सर्व विल्हेवाट लाऊन जलदीनें निघोन कडेमाणिकपुरास आले. मागून शिऊबाई (रामचंद्र महादेवाची सावत्र आई) कृष्णराव चवदा वर्षांचे घेऊन आली. मोंगलानें आटकावले तेथें कांहीं खंड देऊन काशीस आले. तीस रोज होते. गयेस जाणें जाले नाहीं. मरतेसमयीं उपाध्ये रामभट वझे याजवळी पैका घरांबद्दल देऊन

तहाचीं कलमें एकंदर चौदा होतीं. त्यांत इत्यर्थ एवढाच कीं, इंग्रजपोर्तुगीजांनीं मिळून आंग्रा समूळ बुडवावा. व कुलाबा पोर्तुगीजांना आणि विजयदुर्ग इंग्रजांना मिळावा. युद्ध चालू असतां इंग्रज किंवा पोर्तुगीज यांनीं तहाचे बोलणें एकव्यानें मराठयांशी न करतां दोघांनीं मिळूनच करावें.

[मागील पानावरून समाप्त.]

ठेविले. नंतर सिऊबाई कृष्णराव, गुंडेलुंडे काशीकर बरोबर घेऊन कल्याणास आले. आमचे तीर्थरूपास पनाळियाचे मुक्कामी रामचंद्रपंती कल्याणाहून पत्र पाठविले माहादाजीपंत वारले. तेव्हां दादा निघोन त्र्यस्थळीस आले. जातेसमयीं कल्याणास गेले. रामचंद्रपंतांची भेट जाली. त्याणी सांगितले जे माझे शरीर अशक्त भरवसा घडीचा नाहीं येक पुत्र परशराम अथवा मोरया मजपाशी ठेवणे त्यावर दादा बोलि (ले) मोरया निपट लहान आणि संभाजी राजे परशराम वडील यास निरोप देत नाहीं व बायको थोरलीहि ठेवावी लागली. अन्यथा कासीयात्रेस निरोप होय चिंता नाहीं त्र्यस्थली उरकोन मी लवकर येतो ते समयी रामचंद्रपंतीं हिसेब सर्व दादांस सांगितला. पांच लाख रु॥ लोहोगडीं शिऊबाई जवळी व × × × वीस लाख रु॥ कल्याण प्रान्ती शिवाय पंचरस दौलत घोडे वगैरे इतकी समजाविली. त्यावर दादा त्र्यस्थळी याला करून आले. दरम्यान कासीप्रान्ती चार जासूद जोडया रामचंद्रपंताच्या दादास आल्या जे सत्वर येणे वेथा शरीरी विशेष आहे त्यावर दादा औरंगाबादेस आले. तेंथे निजामाजवळि संभाजी राजे भेटले तेथून तावडतोब कल्याणास गेले. तंव रामचंद्रपंतांस मरोन पंधरा दिवस जाले होते. संनिध कृष्णराव सिऊबाई व त्यांचे कुटुंब होतीं. वीस लक्ष रु॥ कृष्णरायानी घेतले. सिऊबाईचे कांहीं चाललें नाहीं. तेव्हां पांच लक्षाचें वित्त सिऊबाई जवळी लोहगडीं होते तेवढें माल सिऊबाईनीं आटोपून राहिली. नंतर कृष्णरायानी आदार (?) भुई कोकण प्रांती किला बांधोन × × × करावे हा उद्योग आरंभ केला तेव्हां चिमाजी आपानी अवकृपा करून सुभा कल्याणचा दूर करून वासुदेव जोशाचे भावास सांगितला. आदार भुई किला खणून टाकिनला. त्यावर कृष्णराव सातारेयास शाहू राजे याकडे येऊन आबाजीपंत व जिवबा चिटणीस यास पन्नास हजार देऊन राज्यास नजर देऊन कल्याण सुभा मागो लागले. शाहू राज्यानी चिमाजी आपाचे हवाली कृष्णरायास केले व नंतर तीर्थरूपानी वाटेयाकरितां झगडा आरंभिला.'

इंग्रज फिरंग्यांच्या या गुप्त तहाची बातमी बाजारांत येण्यास उशीर लागला नाहीं. शिवाय पोर्तुगीजांनीं आपल्या सैन्यांत वसईस पठाणांची जादा भरती सुरू केल्यामुळें तर कान्होजीस संशयास जागाच राहिलें नाहीं. त्यानें तावडतोब वरकरणी फिरंग्यांशीं तहाचें बोलणें लावून आंतून कडेकोट बंदोबस्ती केली. युद्ध सुरू होऊन २२ नोव्हेंबर १७२१ रोजीं फिरंगी व्हाइसराय १० गलबतें घेऊन निघाला व १ डिसेंबर रोजीं चौलास पोचला. तेथें संकेताप्रमाणें इंग्रजांचीं ९ गलबतें येऊन त्याला सामील झाली. फिरंगी इंग्रजांच्या जहाजांनीं कुलाब्यास वेढा दिला, पण आंग्र्यानें पंचवीस हजार मराठी फौज पिलाजी जाधवाच्या सरदारीखालीं मदतीस आणली. व खुद्द बाजीरावसाहेबहि कुलाब्यानजीक उपराळ्यास आले. सुरवातीस फिरंग्यांनीं थोडासा जोर दाखविला, पण पुढें इंग्रज फिरंग्यांत भांडाभांडी लागली. फिरंगी म्हणत होते तह करावा. इंग्रज विरुद्ध होते. त्यामुळें फिरंग्यांना मनांत असूनहि तहाचे बोलणें करतां येईना. अखेर अशी तोड निघाली कीं, फिरंग्यांनीं कान्होजीशी तह न करतां शाहूशी केला म्हणजे झाले. त्यानें इंग्रज पोर्तुगीजांचा गोव्यास जो तह झाला त्याला बाध येत नाहीं. याप्रमाणें ठरून फिरंग्यांनीं मराठ्यांशीं एकदाचा तह उरकून घेतला. हा तह आलिबाग येथें शाहूतर्फे बाजीरावसाहेब पेशवे व व्हाइसराय यांच्यांत ९।१।१७२२ रोजीं झाला. * पोर्तुगीजांनीं मराठ्यांच्या शत्रूंच्या गलबतांना आश्रय देऊं नये; परस्परांनीं परस्परांच्या गलबतांना आपल्या बंदरांत मोकळीक द्यावी; पोर्तुगीजांनीं पेशव्यांस दारूगोळा योग्य किंमतीस विकत द्यावा; उलट मराठ्यांनीं आंग्र्याच्या

---

* **टीपः**—गोव्याच्या व्हाइसरॉयानें लढाईनंतर पुढें कांहीं दिवसांनीं विस्तृत रिपोर्ट आपल्या बादशहाला पोर्तुगालास लिहून पाठविला. त्यांत त्यानें पुढीलप्रमाणें हकिकत कळविलीं होती. " आंग्र्यावर हल्ला होणार, पण त्याची बातमी त्यानें फार आधींपासून राखून पोक्त तरतूद करून ठेविली होती. त्यानें शाहूराजाकडूनहि मदत मिळविली. मी चौलाला जाऊन पोंचण्याच्या अगोदरच पिलाजी जाधव २००० फौज व हशमांचा मोठा जमाव घेऊन त्याचे मदतीस आला. आमच्या थोड्या चकमकीहि झाल्या; पण मग खुद्द बाजीरावच ७००० फौजेनिशीं कुमकेस आला व त्याच्या पाठोपाठ आणखीहि पुष्कळ फौज आली.

आरमारानें काबीज केलेलीं फिरंगी गलबतें त्यांची त्यांना परत द्यावी; आणि मराठ्यांनी किंवा आंग्र्यांनी फिरंग्यापासून खंडणी घेऊं नये असें ठरलें. अशा रीतीनें इंग्रजांना ओरडत बसवून फिरंगी तह करून निघून गेले.

१७२० सालीं बाजीरावसाहेब पेशवे गादीवर आले. आणि तेव्हांपासून साष्टी वसईचें कारस्थान खरेखुरे शिजूं लागलें. त्या सालीं जून महिन्यांत बाजीराव साहेबांचा मेव्हणा रामचंद्र महादेव जोशी यानें कल्याण भिवंडी प्रांत जिंकून तेथें छत्रपतीचा अंमल बसविला व कल्याणचा सुभा स्थापला.× मराठ्यांचा प्रत्यक्ष अंमल बसल्यामुळें पोर्तुगीज जुलमाला त्रासून गेलेले जे हिंदु होते त्यांना मोठी आशा उत्पन्न झाली. अशा हिंदूंपैकीं अणजूरकरांचें घराणें विशेष प्रख्यात असून ह्या वसईच्या कारस्थानांत त्यांचा संभाजीच्या कारकीर्दीपासून हात होता. अणजूरकर हे पाठारे क्षत्रिय. यांना राणे हा बहुमानवाचक किताब पूर्वीं होता. अणजूरकर मंडळी प्रथम वांद्यास रहात असत. १५८० नंतर फिरंग्यांनीं वांद्यास बाटवाबाटवी व धर्मच्छळ सुरू केल्यामुळें बाळ नाईक व त्याचे दोघे भाऊ कळव्यास गेले व तेथून अणजूरास गेले. बाळ नाईकाचा पणतु निंब नाईक म्हणून होता. या निंबनाईकानें संभाजी महाराजांच्या कारकिर्दीत त्यांच्याकडे

(मागील पृष्ठावरून समाप्त.)

असा त्यांचा जमाव एकंदर पंचवीस हजारांच्यावर जथला. त्याच वेळीं दुर्दैवानें आमच्या लष्करांत तापसराई सुरू होऊन खुद्द मीच आजारी पडलों. त्यामुळें शत्रूशीं चांगली लढाई झाली नाहीं. शिवाय बाजीरावानेंच मध्यस्थी पतकरून तहास या म्हणून सांगून पाठविलें. आमची ही अवस्था. आणि उलट शत्रूचा येवढा मातबर सरंजाम. म्हणून तहास तयार होण्याखेरीज मला गत्यंतर नव्हतें. मात्र तह झाला, तो आम्हीं शाहूशीं केला. उलट बाजीरावानें इंग्रजांशीं तह करण्याविषयीं नाखुषी दर्शविली. ”

× **टीपः**—पेशव्यांची शकावली राजवाडे खंड २ ह्यामध्यें अशी नोंद आहे—

“ छ १९ जिलकाद (२२ सप्टेंबर १७१९) रामचंद्र महादेव चासकर थाणी प्रांत कल्याणचा मुलुख हस्तगत केल्याचे पत्र आले. अशरीन मया व अलफ ”

फिरंगाण सोडवून हिंदवी राज्याखाली आणण्याविषयीं प्रार्थना केली होती. त्याकरितां प्रल्हाद जोशी नांवाचा माणूसहि त्यानें संभाजीकडे पाठविला होता.

निंबाजी नाईकास ६ जण पुत्र होते त्यापैकीं ५ जण विशेष कर्तबगार निघाले. त्यांची नांवें अनुक्रम, गंगाजी, बुबाजी, मुन्हारजी, शिवाजी व नारायणजी अशी होती. यापैकीं सर्वात वडील भाऊ गंगाजी हा फार कर्तृत्ववान व मनसुबेबाज होता. त्यानें फिरंगाण सोडविण्याचा फारा दिवसापासून ध्यास घेतला होता. कान्होजी आंग्रे व खंडेराव दाभाडे यांच्याशीं सूत्र खेळवून त्याकरवीं फिरंगाण हिंदू राज्यात आणण्याची खटपट त्यानें करून पाहिली होती. पण ती यां ना त्या कारणामुळें सफळ होण्याचा योग आला नाहीं.

कल्याणास पेशव्यांचा अंमल बसल्यामुळें अणजूरकर मंडळीना एक तऱ्हेनें फायद्याचे झाले. पण दुसऱ्या तऱ्हेनें त्यांना थोडी अडचणहि उत्पन्न झाली. कारण खंडेराव दाभाडे सेनापती याची मदत घेऊन फिरंगाणाचे कार्य करावे असें त्यांनीं त्याच्याशी केलेल्या करारांत जवळ जवळ मुक्रर केलें होतें; पण आतां सेनापतीची फौज या पेशव्याच्या मुलखांतून शिरून फिरंगाणाचे कार्य करूं म्हणेल तर पेशवे तें कसें काय करूं देतील? कारण पेशवा आपणच ते काम करू असें साहाजिकच म्हणणार. यामुळें कदाचित् फिरंगाण सोडविण्याचे दूरच राहून आधीं कल्याण प्रांतांत सेनापती पेशव्यांचेच आपसांत युद्ध जुंपावयाचे. आणि त्यामुळें अखेर पेशव्याची आपणावर नाराजी व्हावयाची; हें संकट पाहून गंगाजी नाईक प्रभृति अणजूरकर बंधूंनी दूरवर विचार केला व पेशव्यांच्याच पदरी पडण्याचें ठरविलें. मग गंगाजी नाईक आपला गुरू चिंचवडच्या मोऱ्या गोसाव्याचा वंशज सत्पुरुष होता त्याकडे गेला व त्याच्याकडून कागद घेऊन कल्याणास रामचंद्र महादेवास एकांती जाऊन भेटला व त्यानें तेथें कांहीं दिवस राहून फिरंगाण सोडविण्याविषयीं रामचंद्रपंताला गळ घातली. एकंदर हकीकत व गंगाजी प्रभृति त्या प्रांतीच्या माहितगार लोकांचे साहाय्य मिळण्याचा संभव पाहून, रामचंद्रपंताच्या मनांत तो मनसबा भरला. व त्यानें पेशव्यांकडून नक्की काम करवून देण्याचे

आश्वासन दिलें व लगेच गंगाजी नाईक म्हणतो त्याप्रमाणें हवेलाग्यांची खरोखरीच तरतुद आहे कीं काय तें तपासण्याच्या उद्योगास तो लागला. त्यानें हरजी नाईक गायकवाड व अंतोजी महाजन हीं आपली दोन विश्वासू माणसें गंगाजीबरोबर दिली व सांगितलें कीं, या माझ्या लोकांना तुझ्या साष्टी वसईतील भेदलेल्या लोकांकडे घेऊन जा. हे गुप्तपणें चौकशी करून मनसबा जुळण्यासारखा आहे कीं नाहीं याची समक्ष खात्री करून घेताल.

वरीलप्रमाणें रामचंद्र महादेवाची खात्री पटल्यावर त्यानें अणजूरकर मंडळींना आपल्या पदरींच ठेवून घेतलें. परस्परांच्या आणाभाका झाल्या. रामचंद्रपंतानें गंगाजीस आश्वासन दिलें कीं, कार्यभाग संपताच तुमची पूर्वापार वतनें आहेत तीं तुम्हाकडे चालवूं. तसेंच तुमचे जे जे सहाय्य-कारी किंवा कार्यसंबंधी लोक असतील त्यांचींही वतनें, शिलोते, वाड्या, फर्जिनें, पुरातन असेल तसें चालवूं किंवा तुम्ही ज्याची शिफारस कराल त्यांस नवीन करून देऊं.

इतकें ठरल्यावर गंगाजी नाईक परत अणजुरास गेला व मालाड, कळवें, वसई, भाईन्दर येथील आपल्या सहाय्यकर्त्यांकडून पुन्हा एकदां मदतीचे आश्वासन पक्कें करून घेऊन कुटुंब कबिल्या सुद्धां तो अणजूर सोडून कल्याणासच रहावयास गेला. वास्तविक शांततेच्या काळांत गंगाजी नाईकासारख्याच्या नामांकित व मोठ्या कुटुंबानें स्थानान्तर करणें ह्या गोष्टीची परिस्फुटता तेव्हांच झाल्याखेरीज राहिली नसती. पण सुमारें १७२२–२३ सालीं पेशव्यांचा सरदार पिलाजी जाधव ह्यानें फिरंग्यांच्या सायवान, मनोर, तारापूर, द[illegible]ण ह्या प्रांतांत स्वारी केली तेव्हां त्या लढाईच्या दंग्याच्या संधीत अणजूरकर मंडळी तीन तारवें भरून चोरीनें कल्याणास पळून गेली.

अणजूरकर मंडळी कल्याणास आल्यावर रामचंद्रपंतानें त्यांचा बहु-मान केला. त्यांना घर घरवंद शेतेभातें दिलीं. लोनाड गांवची खोती दिली व कुटुंबाची संस्था करून दिली.

मग कांहीं दिवसानंतर रामचंद्रपंतानें अणजूरकरांच्या साहाय्यानें फिरंग्यांच्या मुलखांत छापे घालण्याचे उद्योग सुरू केले. साष्टी बेटांत मरोळ येथें फिरंग्यांचे एक ठाणें होतें. तें काबीज करण्याकरितां राम-

चंद्रपंतानें गुप्तपणें गंगाजी नाईकाबरोबर लोक पाठविले. पण ही मसलत रामचंद्रपंताच्या पदरचाच यादवजी प्रभू कोल्हेरकर नांवाचा एक नोकर होता त्यानें फितुरी करून फिरंग्यास कळविली. अर्थात् ते सावध झाले व त्यांनीं साष्टींत शिरलेल्या मराठ्यांस कोंडून टाकण्याचें ठरविलं. त्यांनीं पन्नास गोरे फिरंगी मरोळच्या भरतीस पाठविले व घोडबंदरापासून ठाण्यापर्यंत खाडींत तारवांचा वेढा बसविला. पांच दिवसपर्यंत मराठ्यांचे लोक कोंडले गेले. अखेर अणजूरकरांचे साहाय्यकारी नामाजी देसाई, बेंडजी देसाई, बापूजी ठाकूर, हरबाजी हिंदुराव व जिवाजी भालेराव इत्यादि लोकांनीं अनेक हिकमती करून मोठ्या शर्थीनें रात्रीं चोरीनें तारवें नेली व अणजूरकर मंडळींना कसें तरी बाहेर घेतले.

या प्रकरणानंतर पोर्तुगीजांनीं फितुरीच्या आरोपावरून साष्टींतले व अणजुरांतले शेंकडो लोक व गंगाजीचे सर्व सोयरेधायरे टिपून काढून बंदात घातले. पुढें त्यांपैकीं कांहींनीं लाच देऊन तर कांहींनीं खंड भरून आपली सुटका करून घेतली. गणेशजी प्रभू, गंगाजी प्रभू, हरजी ठाकूर, जिवाजी भालेराव, हरबाजी हिंदुराव हे कांहीं युक्ति योजून तुरुंगांतून पळून गेले. त्यामुळें फिरंग्याचा राग अनावर झाला. व त्यांनीं रूपाजी भालेराव, त्याचे दोन भाऊ नारोजी व तानकोजी यांना गोव्यास पाठवून दिले. तेथें " आंगीं तेलाची डगलीं घालून " त्यांना जिवंत जाळण्यांत आलें !

या प्रसंगानंतर लवकरच गंगाजी प्रभृति मंडळींना रामचंद्रपंतानें कल्याणाहून पुण्यास बाजीरावसाहेबांच्या भेटीस पाठवून दिलें. तेथें बाजीरावसाहेबानी फिरंगाणाच्या मनसुब्याची लक्षपूर्वक चाळणा केली व मनसुबा साध्य आहे अशी खात्री करून घेऊन अणजूरकरांना मोहीम करण्याचें आश्वासन दिले व त्यांना कौलपत्रेंहि करून दिलीं. त्याच सालच्या म्हणजे १७२२ च्या पावसाळ्यानंतर स्वारी करण्याचें मुक्ररहि झाले होतें. पण ठरल्याप्रमाणें ती गोष्ट घडून आली नाहीं. कारण बाजीरावसाहेबांना दुसऱ्या एका मोठ्या मनसब्यानें व्यग्र केलें. त्याची थोडक्यांत हकीकत अशीः—इ. सन १७२२ च्या जानेवारींत निजाममुल्क आपल्या जहागिरीचा बंदोबस्त करून दिल्लीस वजिरीच्या

अधिकारावर गेला, पण त्याचें व बादशहाचें जमलें नाहीं म्हणून तो दाक्षिणत आला व त्यानें माळवा आपल्या हाताखालीं घेतला. बादशहाशीं लढण्यास आपले हात बळकट असावे म्हणून बाजीरावसाहेबाशीं त्यानें संगनमत केल. त्यांची भेट ता. १३।२।१७२३ रोजीं बदकशा येथें बाजीरावसाहेब उत्तरेंतून परत येत असतां झाली. पुढें नोवेंबरांत बाजीरावसाहेब पुण्यास येऊन पोचले. त्यानंतर फिरून डिसेंबर सरता ते माळव्यात स्वारीस गेले. नंतर १७२४ च्या मे अखेरीस निजाम व कमरजखान ह्यांचें द्वैत पडलें. त्यावेळीं निजामानें बाजीरावसाहेबांस सामील करून घेऊन आक्टोबरच्या १ ल्या तारखेस कमरजखानाचा पूर्ण पराभव केला. ह्या कारणामुळें बाजीरावसाहेबांस स्वतः वसई प्रकरणीं लक्ष घालतां आलें नाहीं. तरी त्यांनीं रामचंद्र महादेव, पिलाजी जाधव अशा आपल्या सरदारांकरवीं फिरंगाणांत लहानसहान स्वाऱ्या चालू ठेवल्याच होत्या.

१७२३ सालीं पिलाजी जाधवानें फिरंग्यांच्या सायवान परगण्यात स्वारी घातली. नांव्हेंबर १५ तारखेस तो अचानक चार हजार स्वार घेऊन फिरंगाणांत शिरला. त्याच्या धाकामुळें सायवानचे फिरंगी ते ठाणें सोडून दोन तीन कोस मागें गोखरव्यापर्यंत हटले. पण तेंही ठाणें मराठ्यांनीं जिंकलें व गांवांत शिरून जाळपोळ आणि लुटालूट केली. पुढें डिसेंबर महिन्यांत फिरंग्यांनींच मराठ्यांशीं तहाचें बोलणें सुरू केलें. ता. १६।१२ रोजीं फिरंगी अधिकाऱ्यांनीं कल्याणचा सुभा रामचंद्रपंत चासकर यास लिहीलें कीं, "नुकताच कांहीं दिवसापूर्वीं तुमच्या आमच्या सरकारांत जो तह ठरला त्याप्रमाणें अतःपर उभयतां वागूं."

ता. १० जानेवारी १७२४ रोजीं तहाची कलमें पक्की झाली; त्या कलमांचा सारांश असा. (१) पोर्तुगीज लोक व बाजीराव प्रधान ह्यांचा कुलाबा येथें पूर्वीं तह ठरला, तो उत्तर फिरंगाणाच्या जनरलानें मान्य करावा. (२) मराठ्यांची मालमत्ता कल्याण भिवंडीकडून पोर्तुगीज मुलखात जाईल किंवा पोर्तुगीजांची तिकडून मराठी मुलखात जाईल त्यास परस्परांनीं अटकाव करूं नये. (३) मराठे, पोर्तुगीज मुलखांतून दारुगोळा व तोफा विकत घेतील त्यांवर फिरंग्यांनीं जकात घेऊं नये. (४) मराठ्यांचे लोक, गुरे व तोफा फिरंग्याकडे पाडाव झाल्या असतील.

त्या त्यांनीं परत द्याव्या. (५) कल्याण भिवंडी येथून मराठयांची जहाजें वसई मुंबईकडे जातील त्यांवर जादा जकात फिरंग्यांनीं आकारू नये. वरील तह बेलापूरच्या फिरंगी कप्तानामार्फत ठरला.

पण तह झाला तरी मराठयांनीं पोर्तुगीज मुलखात तोंड टाकण्यास कमी केले नाहीं. १३ सप्टेंबर १७२४ रोजीं उत्तर फिरंगाणाच्या ॲक्टिंग गव्हर्नरानें आपल्या बादशहास जें पत्र लिहिले आहे त्यांत तो लिहितो " गेल्या जानेवारीस मराठ्यांनीं तह केला तरी फिरून पावसाळ्यांत ते फिरंगाणावर येणार अशा आवाया झाल्या. त्या इतक्या दाट होत्या कीं, वसईच्या जनरलानें आम्हाकडे मदतही मागितली. आवाया खोट्या नव्हत्या. कारण सायवानच्या किल्ल्याजवळ रामचंद्रपंत येऊन गेला होता. "

१७२६ सालीं फिरून एकदां साष्टीवसईच्या प्रकरणाची उठावणी होण्याचा योग आला. त्यासालीं बाजीरावसाहेबांची स्वारी जुन्नराकडे असतां रामचंद्रपंत, गंगाजी नाईक वगैरे लोक त्यांना भेटले. त्यावेळींहि मोहीम करण्याचें मुक्रर झालें. संताजी धायभोर, रामचंद्रपंत चासकर शंकराजी केशव फडके व महादाजी कृष्ण प्रभू हे सरदार पेशव्यांनीं नेमले. त्यांनीं गंगाजी प्रभृति हवेलाग्यांच्या साहाय्यानें मोहिमेचा नकाशा पक्का करावा येथपर्यंत ठरलें. पण यंदाहि पुन्हां विक्षेप पडला. पिलाजी जाधवरावांनीं साष्टीवसईचा मनसुबा इतक्यांतच हातीं घेऊं नये अशी सल्ला पेशव्यांना दिली कारण दुसरे मनसबे उभे राहिले!

दसऱ्यास बाजीरावसाहेब कर्नाटकच्या स्वारीस निघून गेले. ते पुढील सालच्या मेपर्यंत तिकडेच होते. पावसाळा त्यांनीं देशीं येऊन काढला. तो संपतो तो निजामाचें प्रकरण पुन्हां उद्‌भवले. त्यांचा व त्याचा बिघाड होऊन पेशव्यांना पालखेडची मोहीम करावी लागली. शेवटीं निजामाचा पराभव होऊन मुंगी शेवगांवास तह झाला. नंतर बाजीराव साहेब वऱ्हाड, माळवा, बुंदेलखंड इकडे फिरत राहिले. आप्पासाहेबहि माळव्याकडेच होते. इत्यर्थ हा कीं, त्याहि सालीं फिरंगाणाचें कार्य भिजतच पडले.

१७२७ सालीं वसईचा ॲडमिनिस्ट्रेटर अंद्रे रिबेरो कुतिन्हो यानें गोव्याच्या व्हाइसरॉयाला उत्तर फिरंगाणातील किल्ल्यांची पाहणी

करून एक पत्र लिहिले. त्यांत त्याने पुढीलप्रमाणें मजकूर लिहिला होता. “ आजकाल आपले सर्वांत मोठे दुष्मन असतील तर ते मराठेच होत. सबंध आशियाखंडांत त्यांच्याइतके प्रबळ व महत्त्वाकांक्षी राष्ट्र दुसरें नाहीं. उत्तर फिरंगाणातील आपल्या अधिकाऱ्यांनीं वार्षिक खंडणी मराठ्यांना यापूर्वीच देऊन टाकली असती तर बरें झालें असते. कारण गेली तेरा वर्षे दमणाच्या बाजूस त्यांच्या त्या करतां सतत स्वाऱ्या होत आहेत. त्यांच्या स्वाऱ्यामुळें आपणांस निष्कारण खर्च पडतो व नुकसानी येते. आपण मराठ्यांचा एक वकीलच वसईस ठेऊन घ्यावा आणि दरसाल त्याच्याच हवाली खंडणी करीत जावी. वकीलच समक्ष असला म्हणजे मराठ्यांचे सरदार बिगरहुकूम आपल्या मुलखांत कशी आवाडाव करतात ते त्याला दाखवितां येईल. ”

१७२८ सालीं रामचंद्र महादेव चासकर मृत्यु पावला, म्हणून कल्याणच्या सुभ्यावर त्याचा धाकटा भाऊ कृष्णराव महादेव याची नेमणूक करण्यांत आली. त्याने रामचंद्रपंताचे दोन विश्वासू कारकून विठ्ठलपंत व चिमणाजीपंत यांच्या साहाय्यानें कारभार हाकण्यास सुरुवात केली. लवकरच त्यानें रामनगरावर स्वारी नेली. ती आटोपून येत असतां त्यानें फिरंग्यांच्या दवण प्रांतांतली नारगोळ वगैरे एक दोन गांवें लुटली. नंतर पाऊसकाळास तो घाटावर गेला. कृष्णरावानें आगळीक केल्यामुळें त्याचा बदला घेण्यास फिरंगी टपलेच होते. त्यांनीं पाऊसकाळाची संधि साधून आषाढ महिन्यांत गलबतांतून येऊन कल्याणावर अचानक हल्ला केला. कल्याणचा दुर्गाडी नांवाचा कोट एका डोंगरीवर होता. तेथें शंकराजी केशव फडके, गंगाजी, शिवाजी व नारायणजी अणजूरकर, दादाजी व महादाजी कृष्णप्रभू इत्यादि लोक बंदोबस्तास होते. त्यांनी मोठ्या शर्थीनें फिरंग्यांचा हल्ला मोडून काढला. बखरकार म्हणतो, “ फिरंग्यानें चार हिरेऱ्या केल्या; पण शंकराजीपंतानें बरीच शर्थत केली. आपले कानच्या कुडक्या शिपायांस दिल्या. तसेच रामचंद्रपंतांची स्त्री जानकीबाई होती तिनेहि आपल्या वेळा व गोट तोडून तुकडे करून शिपाई बरकंदाजांस वाटले. शत्रु मोडून माघारा घातला. ”

या प्रकरणानंतर कृष्णरावानें फिरंग्याशीं तात्पुरता तह केला. तथापि

तह असतांच पिलाजी जाधवानें दमणाकडे स्वाऱ्या घातल्या असाव्या असे दिसते. कारण २७-४-२९ रोजीं कृष्णरावानें पेशव्यांकडे तक्रार करून कळविलें कीं, 'दमणाच्या भागांत पिलाजी जाधव व खंडोजी माणकर यांनीं स्वाऱ्या घालूं नयेत अशी त्यांना ताकीद द्या. वसईचे जे मोठें कारस्थान शिजविण्याचा तुमचा हळूं हळूं उद्योग सुरू आहे त्याला यामुळें धक्का बसेल.' १४ जुलै १७२९ रोजीं गोव्याहून व्हाइसरॉयानें उत्तर फिरंगाणाच्या गव्हर्नराला जें पत्र लिहिलेले उपलब्ध झाले आहे त्यांतहि मराठ्यांनीं दमण प्रांतांत शिरून दोन खेडी मारली व कांहीं लोक कैद करून नेले अशी हकीकत दिली आहे.

याच सालीं अणजूरकरांप्रमाणें दुसरा एक मातबर भेद्या पेशव्यांना मिळाला. त्याचें नांव अंताजी रघुनाथ कावळे. हा यजुर्वेदी ब्राह्मण. फिरंगाणातील चौऱ्यांशीं देशपांड्यांपैकीं एक. मालाडचा राहणारा. त्याचें घराणें तेथील पुरातन सरदेसाई व सरदेशपांडेगिरीचे वतन खाणारे होते. यासाठीं अंताजीपंतानें रामचंद्रपंत व गणेशपंत या आपल्या भावांना सामील करून घेऊन पेशव्यांशीं सूत्र लाविलें. पेशव्यांनींहि त्यांना पुढीलप्रमाणें लेखी आश्वासन दिलें.

(१) रामचंद्र रघुनाथ व गणेश रघुनाथ यांना त्यांच्या सरदेसाई व सरदेशमुखीच्या वृत्तीबद्दल दहा गांव देऊं.

(२) त्यांचा माणूस अर्जोजी यशवंतराव जमावानिशीं येऊन पेशव्यांकडे पडेल ती मसलतीतील चाकरी करील. त्याबद्दल त्याला २०० माणसांची सरदारी देऊं.

(३) त्यांचे जे कोणी कार्यकर्ते लोक असतील किंवा जे जे माहीतगार साहाय्यकर्ते होतील, त्या २० जणांना कौलपत्रें देऊं. त्यांच्या तैनाता चालवूं आणि कामावर मेले तर बाळपर्वेशा चालवूं.

(४) फिरंगाण प्रांतांतील रयती व वतनदार लोक असतील त्यांची वतनें पूर्वापार सुलतान बहाद्दराच्या कारकीर्दीत होती त्याप्रमाणें चालवूं.

(५) पांचकळशांची इनामे चालवूं त्यांचा गौर करूं.

(६) आणि जे जे लोक या कामीं मन लाऊन, पुढें जाऊन, एकनिष्ठ स्वामिसेवा करतील, त्यांपैकीं कावळे सांगतील त्या सात जणास पालख्या देऊं.

१७-९-१७२९ रोजीं पेशव्यांनीं पंचनद, वसई व बहादूरपूरच्या प्रांतातील मुकादमाना अंताजी रघुनाथाचे पूर्वापार सर्व हक्क सुरळीत चालविण्याबद्दल आज्ञापत्र दिलें.

१७३० सालीं फिरंग्यांवर स्वारी करण्याचा बेत नक्की झाला होता. याला प्रमाण म्हणजे पेशव्यांनीं अंताजीपंत कावळ्यास लिहिलेलीं पत्रें होत. अंताजी रघुनाथाचा भाऊ रामचंद्र रघुनाथ याला बाजिराव साहेबानीं २८।१।३० रोजीं पत्र पाठविले कीं, " अंताजीला सर्व सांगणे ते सांगितले आहे. मनसबा आम्हास पसंत आहे. तुमचे उर्जित करूं. आता आम्ही इकडून बापूजी मेघश्याम व दत्ताजी तुके पाठविले आहेत. त्यांना मनसबा समजावून देऊन, हवे लागे दाखवून तुम्ही त्यांची खात्री करून द्यावी." त्यानंतर चिमाजी आप्पासाहेबानीं १-३-१७३० रोजीं अंताजी पंतास पुन्हां कळविलें कीं, वसईचा मनसबा आम्हास नक्की करणें आहे. निशा असू द्यावी. ठरावाप्रमाणें कर्णाजी शिंद्यानें तुम्हाकडे माणसें पाठविली नाहीत तरी आता त्याला पुन्हां लिहिले आहे. पाठवील.

तिसऱ्या एका पत्रात साताऱ्याहून पेशवे लिहितात ' ऐशियास श्रावण पौर्णिमेची तीथ (१८।७।३०) निघून गेली. या उपरी अधिकामध्यें (अधिक भाद्रपदांत) तीथ ठीक करणें. आम्ही राजश्री स्वामीची (शाहूची) आज्ञा घेतली आहे. स्वार होऊन पुण्यास येतो. राजश्री पिलाजी जाधवराव यासी व राजश्री कृष्णराव यासी पाठवून देतो. ' ह्या तिसऱ्या पत्रांतील मजकूर वसईच्या किल्ल्यास अनुलक्षून आहे. एऱ्हवीं ह्या पत्रांत दर्शविलेल्या मुदतीच्या आधीं पेशवेसरदारांच्या कांबे वगैरेकडे स्वाऱ्या झाल्याच. ती हकीकत अशी.

या साली (१७३०) मे महिन्यांत मराठे वसईच्या प्रांतांत शिरले. मुख्य सेनापति पिलाजी जाधव असून अणजूरकर व कावळे साहाय्यास होते. भिवंडीजवळ कांबे येथें फिरंग्यांचा कोट होता त्याला वेढा घालण्याचे मराठ्यांनीं ठरविलें. पिलाजी जाधव, विठ्ठलपंत, चिमणाजीपंत कल्याणाहून आले व त्यांनीं कोटास मोर्चे दिले. एक दिवस कोटातील लोकांना कुमक करण्याकरितां फिरंग्यांची दोन गलबतें कांबे खाडीत आली. तीं जाधवराव व गंगाजी नाईक यांनीं खाडीत उड्या घालून

पकडली. त्यावर पुष्कळ सामान, दारूगोळा व बारा तोफा सांपडल्या. मग त्याच तोफा लागू करून मराठ्यांनीं कोट फोडला. तेव्हां शत्रु शरण आला. मराठ्यांनीं आठ फिरंगी अधिकारी, सोळाशें शिपाई व एक हजार रयत कैद केली. ही लढाई १७३० च्या जून महिन्यांत झाली.

डॅनव्हर्सच्या इतिहासात या कांब्याच्या लढाईसंबंधी थोडी निराळी व तपशिलवार हकीकत आहे. ती अशी " मराठ्यांनीं मचवे खाडीत काबीज केले व त्यावरील तोफा लाऊन कोट फोडण्याचा उद्योग सुरू केला तेव्हा किल्ला बोलूं लागला. व किल्लेकऱ्यांनीं तहाचें निशाण पालवले. सल्ल्याचें बोलणें करण्याकरतां कांहीं राऊत बरोबर घेऊन किल्लेदार मराठ्यांच्या तळांत आला. पण त्यांनीं त्यास तसाच गिरफदार करून कोटाखालीं नेऊन उभा केला व कोट तावडतोब खालीं करून द्या म्हणून सांगितलें. नाइलाज होऊन किल्लेकरी कबूल झाले पण त्यांनीं एकच अट घातली. ती अशी कीं, आम्हास हत्यारसुद्धां पार करून द्यावें. पण त्याप्रमाणें ते बाहेर पडत असतां मराठ्यांनीं त्या सगळ्यास कैद करून कल्याणास पाठवून दिले. अशा रीतीनें त्यांनीं कोटही घेतला व त्यांतील शिपायांच्या ८ कंपन्याही कैद केल्या. कांब्याच्या कोटाशेजारी एक चौकी किंवा बुरुज होता. त्यावरील शत्रूनें मात्र मराठ्यांना दाद दिली नाहीं. कांबे पडल्यानंतरही फिरंग्यांनीं तो बुरुज लढविला. पण पुढें तेथल्या दारूच्या कोठारांत ठिणगी पडून तोही बुरूज कोसळला. त्यावर मराठ्यांना दहा तोफा सांपडल्या. त्या घेऊन त्यांनीं डोंगरातलें मार्ग रोखून धरले. कांब्याची वार्ता कळल्यानंतर वसईहून मदतीकरतां ३०० लोकांची एक टोळी मदतीस पाठविण्यांत आली होती. परंतु तिचा कांहींच लाग साधला नाहीं. उलट एक दिवस ते लोक एका अवघड ठिकाणीं जंगलात पडदळें व हत्यारें उतरून झाडाझटका करून निर्धास्तपणें न्याहारीच्या तजविजीस लागले असतां मराठ्यांच्या एका टोळीनें अचानक येऊन सपाटा मारला आणि बहुतेकांना तेथेंच कंठस्नान घातलें.

ह्या स्वारींत मराठ्यांनीं कांबे जिंकले. साष्टीवर दोनदां हल्ले केले. सायवानला वेढा दिला व मनोरीवर चढाई केली. मराठ्यांनीं उपद्रव

मांडलेला पहातांच फिरंग्यांनींहि त्यांची खोड काढण्याचा उद्योग चालविला. व्हाइसरायानें उत्तर फिरंगाणाच्या जनरलला हुकूम लिहून पाठविला कीं, तुम्हीहि मराठ्यांच्या मुलुखांत शिरून धुमाकूळ घाला. मराठे बऱ्या बोलानें आपल्या मुलुखांतून निघून जाणारे लोक नाहींत. तुम्ही त्यांचा मुलूख जाळून पोळून बैराण करून टाका. त्यांच्या गांवखेड्यांना आगी द्या, लोक पकडा, गुरें वळा. त्यांना मनोरच्या खाडीपलीकडे हुसकाटून द्या. त्यांचे डोंगरी किल्लेहि जिंका. शिवाय ह्याचवेळीं आपण तिकडे कल्याणावर हल्ला चढविल्यास फायद्याचे होईल. दोहीकडून लढाई पडली म्हणजे मराठ्यांना जड जाईल.

कांबे जिंकल्यानंतर मराठ्यांनीं साष्टीच्या बेटांत उतरण्याची व ते काबीज करण्याची मसलत केली. कांब्याहून, साष्टीतील तयार करून ठेवलेल्या उताराच्या कोळ्यांना गुप्तपणें प्रेश पाठवून तयारी करविण्यांत आली. हें काम मायाजी राऊत व नामाजी देशमुख ह्यांनीं चांगले बजावले. प्रथम मराठी फौजा बावा मलंगाच्या डोंगराजवळ भाल म्हणून एक गांव आहे तेथें जमल्या. त्याच मुक्कामीं कृष्णराव महादेवहि येऊन सामील झाला. तेथून एक टोळी खिडकाळेवर पाठविली. पण पुढें कृष्णराव महादेव व अणजूरकर मंडळी ह्यांच्यात कांहीं भांडण निघाले. अणजूरकर मंडळी पिलाजी जाधवरावाच्या आज्ञेनुसार विनीस निशाण घेऊन चालली होती. कृष्णरावानें तें जबरदस्तीनें माघारे आणून आपल्याजवळ ठेविले. त्यामुळें गोंधळ होऊन संकेताप्रमाणें सैन्याच्या हालचाली झाल्या नाहींत. अणजूरकरांचे लोक व अंताजी रघुनाथाचे लोक कळव्याच्या खडकावर जाऊन ठाण्यासमीप पोंचले होते. पण पाठपुराव्यास फौज यावयाची ती येत नाहींसे पाहून मग ते सारे लोक कळव्याच्या दक्षिणेस दोनतीन मैलांवर दिवे म्हणून गांव आहे तेथें गेले. कारण पिलाजी जाधव व कृष्णराव तेथेंच मुक्कामास गेले होते. अखेर ठाण्याची मसलत जमत नाहीं तर निदान आल्यासारखें कळव्याची माडी तरी जिंकावी असें जाधवराव म्हणाला. ही माडी व तिच्या नजीकचा बुरूज ह्रीं दोन्ही एका झांपेंत जिंकण्यासारखी होती. मग तसेंच ठरून गंगाजी नाईक कळव्याच्या दक्षिणेस इटावे गांव आहे तिकडून कळव्यांत शिरला. पाठोपाठ सुभानजी हरपाळहि गेला. इतके होईतों उजाडले.

मग मराठ्यांनीं सारे कळवे लुटून फस्त करून टाकले. पण ह्याच वेळीं साष्टीचा गव्हर्नर फ्रॉन्सिस्क द-गोवरा-द मिस्कीता ह्यानें मुंबईकरांकडे मदत मागितली होती ती येऊन पोहोंचली. मुंबईकर इंग्रजांनीं ६०० शिपाई पाठविले होते. ह्यासंबंधीं पुढें ३० मार्च १७३१ रोजीं पोर्तुगीज व्हाइसरायानें आपल्या बादशहास पत्र लिहून लढाईची हकीकत कळविली. त्यांतहि असें म्हटलें होतें कीं, 'इंग्रजांनीं आम्हांस तात्काळ मदत केली. त्यांची मदत वेळेवर येऊन पोचली त्यामुळें मराठे साष्टी सोडून गेले. कळव्याची अशी अवस्था केल्यावर मराठे खिडकाळ्यावर चार दिवस तळ देऊन राहिले. तेथून भिवडोंगरी किंवा भुईडोंगरी म्हणून एक ठिकाण आहे तेथें मुक्कामास गेले व त्या ठिकाणाहून स्वाऱ्या पाठवून त्यांनीं शत्रूचीं मांडवी, जिवधन, टकमक, तांदूळवाडी, कामणदुर्ग इत्यादि ठिकाणें जिंकलीं. व नंतर कांहीं दिवसांनीं २७ फेब्रुवारी १७३१ रोजीं त्यांनीं मनोरहि जिंकले. ह्यानंतर मराठ्यांनीं फिरूनहि एकवेळ साष्टीवर हल्ला नेला होता, पण त्यांत त्यांना यश आलें नाहीं. त्यांचे १०० लोक ठार पडले व अनेक जखमी झाले.

ता. २७।२।१७३१ रोजीं मराठे २००० हशम व ५०० राऊत घेऊन मनोरावर चालून गेले. १ मार्चपर्यंत त्यांनीं किल्ल्याभोंवतालचा सर्व मुलूख काबीज केला व कोटाचे पाणीहि बंद केलें. मनोरचा कप्तान जवामर्दीनें ठाणें झुंजवीत होता. त्यानें मराठ्यांवर आगीचा मार धरला. मराठ्यांनींहि मग मोर्चेबंदी करून ते कुसापासून गोळीच्या टप्प्यावर नेले. मराठ्यांच्या जखडबंदीनें बाहेरून कुमक बंद झाली. आतां काय करावें अशा विवंचनेंत किल्लेकरी असतां ५ मार्च रोजीं वसईहून अकस्मात् २०० शिपायांची मदत आली. हे लोक मरातिन-सिल्वेरानें अँतोनियो नामक सरदाराच्या बरोबर पाठविले होते. ही कुमक किल्ल्यांत जाऊन पोंचू नये म्हणून मराठ्यांनीं फार परिश्रम केले. पण शेवटीं अँटोनियोनें मारामार करीत लोक किल्ल्यांत नेलेच. अँटोनियोनें आपल्या दारूगोळीच्या बळावर मराठ्यांस चांगलेच भाजून काढले. त्या झटापटींत मराठ्यांचे ६० घोडेस्वार व १५० शिपाई ठार पडले. शेवटीं मराठ्यांना वेढा उठवावा लागला. ते आपला तळ सोडून तोफा काढून एका बाजूनें दाट जंगल लागलेले आहे अशा आमणे नामक

एका अवघड जागीं जाऊन राहिले. पण दुसऱ्या दिवशीं शत्रूनें तेथेंहि छापा नेला व त्यांना तेथून हुसकावून दिले.

मराठ्यांच्या उत्पातामुळें फिरंगी काऊन गेले होते. २२ फेब्रुवारी १७३१ च्या पत्रांत व्हाइसराय उत्तर फिरंगाणांतील मुख्य अधिकाऱ्याला सल्ला देतांना म्हणतो, " आज मराठ्यांकडून कल्याण हिसकून घेतां येणें शक्य वाटत नाहीं. एकच उपाय. तो म्हणजे त्यांचीं गांवें जाळणें, पोरेंबाळें पकडून धरून बाटविणें. असें केलें तरच त्यांना दहशत प्राप्त होऊन ते तहास येतील. "

९ मार्च रोजीं वसईचा मुख्य अधिकारी मर्तिन-सिरवेल ह्याला व्हाइसरायनें पुढीलप्रमाणें पत्र लिहिलें आहे. " मराठे उत्पात थांबवीत नाहींत व तहासहि येत नाहींत. ही गोष्ट आपणाला मोठ्या शरमेची आहे. तर आतां तुम्ही मराठ्यांशीं तहाचें बोलणें बोलूच नका. ते वरकरणी तहाच्या वाटाघाटी करतात. पण मनांतून तह करण्याची त्यांची इच्छा नाहीं. करितां आतां त्यांच्याकडून तुम्हांकडे कोणी वकील तहाकरितां आल्यास तुम्ही माझ्याकडे बोट दाखवा. ह्यापुढें आपल्या मुलुखांत मराठ्यांचें कुत्रेंसुद्धां राहूं द्यावयाचें नाहीं. तुम्ही लिहिलेंत कीं, मराठ्यांना आपणावर खंडणी बसवावयाची आहे. देव करो आणि तसा प्रसंग कधींहि न येवो. तुम्ही लिहितां कीं; पावसाळ्यांत बहुधा बाजीराव फिरंगाणाकडे फिरकणार नाहीं ते बरोबर आहे. पण तो आलाच तरी हरकत नाहीं. दारुगोळा वगैरे साहित्य मी तुम्हांकडे पाठविण्याची तजवीज करीत आहे. "

मार्च महिन्यांत फिरंग्यांच्या बाजूनें मराठ्यांचा प्रतिकार करण्याकरितां काय काय योजना झाल्या तें उत्तर फिरंगाणच्या अधिकाऱ्यानें गोव्यास लिहिलेल्या एका पत्रावरून कळून येते. पत्र ९ मार्चचें आहे. तो लिहितो, " मराठ्यांनीं आपल्या मुलुखांतून पुरता पाय काढलेला नसला तरी त्यांची चढाई थांबली आहे. उलटपक्षीं आम्ही मात्र त्यांच्या मुलुखांत जाळपोळ करण्याचा क्रम चालूं ठेवला आहे. लढाईच्या दंग्यामुळें मराठ्यांच्या व्यापारउदीमाला मोठाच धक्का बसून त्यांची नुकसानी झाली आहे. बहुधा ते आतां तहास यावेत. आम्ही त्यांचीं शेकडों बायकापोरें पकडलीं आहेत. त्यांना आम्ही लवकरच बाटविणार आहोत.

तेंहि त्यांना मोठेंच भय आहे. इंग्रज आपल्याशी मिळून आहेत. साष्टीच्या वेळीं त्यांच्याच मदतीमुळें निभाव लागला. पुढेंहि ते मदत खचित करतील. पेशव्यांचें मोंगलांशीं वैमनस्य आहे. पण मोंगल मराठ्यांसारखाच विश्वासघातकी आहे. कदाचित् तो पेशव्यासहि सामील व्हावयाचा. आंग्र्याशीं आपला बिघाड आहे. शिद्दीहि बिघडला आहे. बाजीराव पेशवा म्हणजे शिवाजीचाच वंशज प्रतिशिवाजी आहे. ”

२७ मार्च (१७३१) रोजीं फिरंग्याच्या एका सरदारानें मराठ्यांच्या जिवधनगडास वेढा देऊन तो जिंकून घेतला. दोन तोफा, दोनशें-वीस गोरे, तीनशे शिपाई व अठरा घोडेस्वार घेऊन त्यानें डोंगर वेढला. त्यानें तोफांचा मार धरून शिवाय सर्व डोंगर पेटवून दिला. किल्ल्यावर शंभरएक मराठे होते. ते नाइलाज होऊन २७ तारखेच्या रात्रीं एका बिकट वाटेनें उतरून निघून गेले.

एप्रिल महिन्यांत फिरंग्यांनीं वरळी (?) गांवच्या जत्रेच्या वेळीं हल्ला केला. तसेच भिवंडीवरहि अचानक हल्ला नेला. २६ एप्रिल रोजीं वसईचा फिरंग्याचा कपितमोर अँटोनिओ सेंटोक्स पांचशें लोक घेऊन सोपाऱ्याहून निघाला. त्यानंतर त्यानें आपल्या सैन्याच्या दोन टोळ्या केल्या. एक लढणारी व एक जाळपोळ करणारी. २६ तारखेस वरळीच्या जत्रेच्या वेळीं हल्ला करून त्यानें फार नाश केला. नंतर दुसरे दिवशीं तो ३८ मचव्यांत लोक भरून भिवंडीस गेला व तें ठाणें त्यानें मारलें.

मे महिन्यांत कावळ्याचा बाजीरावसाहेबांशी पत्र व्यवहार चालूच होता. ३०।५ रोजीं बाजीरावांनीं कावळ्यास पुढील पत्र लिहिलें आहे. “ यंदा स्वारीतून आल्यावर तमाम लोक घरोघर निघून गेले. शिवाय कारभारकामासंबंधीं साताऱ्यास स्वामीस भेटण्यास जावे लागले. साताऱ्याहून पुण्यास आल्यावर तुम्हास भेटीस बोलाऊ व कार्यभाग करू. तूर्त आहात तसे तयार राहा. ”

पुढें लवकरच पेशव्यांचा निजामाशी बिघाड झाला. यामुळें त्यांना फिरंग्याशी तात्पुरता तह करावा असें वाटूं लागलें. फिरंग्यांनीं निजामास भर देऊन कल्याण प्रांतावर चढाई करण्याची सल्ला दिली. तेव्हां जलदी करून पेशव्यांनीं आप्पाजीपंतामार्फत फिरंग्याशी तहाचे बोलणें सुरू केले. पण वसईकरांना व्हाइसरायाचा कानमंत्र मिळाला होता. ते

म्हणाले, तुम्ही आधीं बिनशर्त आमच्या मुलखांतून बाहेर चला व खंडणीचा हेका सोडा मग पुढें पाहूं. पण पेशव्यांच्या मनांत खरा तह करावयाचा नसला तरी तूर्त सवड पाहिजे होती म्हणून त्यानीं पड घेऊन तहाचें बोलणें नेटानें सुरू केले. १८ आगष्टच्या पत्रांत व्हाइस-रायानें वसईकरास लिहिलें, "मोगल प्रत्यक्ष कल्याणावर येऊन पड-ण्याच्या अगोदर मराठ्याशी तह उरकून घ्या. तुम्ही पैशाखेरीज वाटेल ती मदत मोगलास द्या." मराठ्यांचा वकील आप्पाजीपंत तहाचे काहीबाहीच बोलून उगाच कालहरण करतो म्हणून आगस्टात फिरं-ग्यांनीं त्यास कैद केले.

नंतर आक्टोबरांत साष्टीचा अधिकारी फ्रॅंसिस्क द मेल यानें पनवेल जाळून बेचिराख केलें. २ तारखेस २०८ फिरंगी व ५६२ शिपाई घेऊन तो पनवेलीस गेला. फिरंग्यांच्या हल्ल्याची बातमी अगोदर फुटली असल्यामुळें लोक भीतीनें गुळेकरी बनून पळून गेले होते. मग फिरं-ग्यांनीं गांवांतील घरेदारे टिपून जाळून टाकलीं व ७९ गुरे वळून नेली. पनवेलीशेजारचा जमकामतें हा गांवही त्यांनीं याच वेळीं जाळला.

नोव्हेंबरांत बाजीरावसाहेबांनीं स्वत: गोवेकर व्हाइरायास पत्र लिहून तह घडवून आणण्याविषयीं लिहिलें.

३० डिसेंबर १७३१ रोजीं फिरंगी व्हाइसरायानें आपल्या बाद-शहास उत्तर फिरंगाणांतली हालहवाल लिहून कळविली ती अशी— "अलीकडे मराठ्यांची वळवळ थांबली आहे. आम्ही सैन्यांत ५०० पठाण व ३०० शिपाई अशी नवी भरती केली आहे. मराठे तह करा म्हणून म्हणत आहेत हे खरे, पण ते आम्हांपुढें खरोखर हरले म्हणून नाहीं तर दुसऱ्या कांहीं भानगडी निघाल्यामुळें त्यांना फिरंगाणांत फौजा पाठवितां येत नाहींत म्हणून. पेशवे फार प्रबळ आहेत. त्यांनीं एकदां मोगलांचा कांटा काढला म्हणजे ते आपल्याच राशीस बसणार. मग मात्र फिरंगाण वाचतां दिसत नाहीं. मराठ्यांनीं आपल्या तहाच्या अटी कळविल्या आहेत त्यांत देवळें परत मागितलीं आहेत व रामनगर-कराप्रमाणें चौथाईची मागणी केली आहे."

अखेर ३० जानेवारी १७३२ रोजीं (१९ जानेवारी मराठी तारीख) मुंबईकर इंग्रज गव्हर्नर रॉबर्ट कोवन याच्या मार्फत मराठे व फिरंगी यांचा तह झाला. फ्रँसिस द मेल कास्ट्रो हा वसईकर मर्तिन सिरवेलातर्फे व शिवराम पंडित व रायाजी रामजी हे कृष्णरावातर्फे मुंबईस हजर झाले. तहाची वाटाघाट होत होती; तेव्हां स्वतः बाजीरावसाहेबहि कल्याणास येऊन राहिले होते. कलमांची चर्चा व वाटाघाट होऊन १० फेब्रुवारी रोजीं तह पक्का झाला व परस्परांच्या त्यांवर सह्या व शिक्का-मोर्तबे झाली. तहाचीं एकंदर कलमें १५ होती. त्यांपैकीं महत्त्वाची पुढीलप्रमाणें (१) पूर्वीचे हेवेदावे व झाली असेल ती नफा-नुकसानी परस्परांनीं मनांत आणूं नये. (२) टकमक, कामणदुर्ग, कालदुर्ग, चांदरे किंवा चाविदरे इ. डोंगरी ठाणीं मराठ्यांनीं गेल्या युद्धांत फिरंग्यापासून जिंकलीं ती व इतर जिंकलेला मुलूख त्यांनीं फिरंग्यांस परत द्यावा. (३) कांबे, फिरंगीपाडा व सायवान् या ठाण्यांतून मराठ्यांनीं जिंकून नेलेल्या १४ तोफा ताबडतोब फिरंग्यांना परत द्याव्यात. (४) परस्परांनीं दुसऱ्याचे कैदी परत करावे; तसेंच पळून गेलेले लोक व परस्परांची जहाजे परत द्यावीत. (५) फिरंग्यांनीं पाडून नेलेली कृष्णराव चासकराची दोन घोडी परत द्यावीत. (६) Count of tiller (?) ला जाण्याची वाट मराठ्यांना मोकळी असावी. तसेच नांदरकी व इतर खाड्यांतून योग्य ती जकात देऊन जाण्यास त्यांना परवानगी असावी. (७) पोर्तुगीजांनाहि कल्याण प्रांतांत वरील प्रमाणें सवलत मिळावी. (८) कल्याणास लागणारा दारुगोळा वगैरे माल व तोफा पोर्तुगीज मुलुखांतून खरेदी केल्यास मराठ्यांनीं रीतसर जकात द्यावी. (९) कल्याण भिवंडीची गलबतें पोर्तुगीज खाड्यांतून जात असतां त्यांना प्रत्येकी पांच शेर तंबाखू फुकट नेण्याचा (जकात न देतां) अधिकार असावा. (१०) कल्याण भिवंडीचीं गलबतें तपासून पाहण्याचा फिरंग्यांना अधिकार असावा.

तह पेशव्यांनाहि मनांतून मान्य नव्हता हें बाजीरावसाहेबांच्या १७।२।३२ च्या पुढील पत्रावरून दिसतें. त्यांत ते म्हणतात—

" तुम्ही मकारग्रामाची (मुंबईची) चिठी आली तीच बाजिन्नस पाठविलीत त्यावरून वर्तमान कळले. फिरंग्याशी सल्ल्याचे नक्की झाले नाही

व होईलसारखा भरंवसाही नाही ! म्हणून हवेलागे राखूनच ठेवले पाहिजेत. कारण मोहिमा कराव्या लागणारच. तरी त्यांना ग्राम धाम ठाण सर्व द्यावें म्हणून कृष्णरावास लिहिलें होते. आतां त्याना फिरून भेटीस बोलाविले आहे. ते भेटल्यावर गांवहि करून देऊं. ”

तहानंतर थोड्याच दिवसांत बाजीराव साहेबांनीं कल्याण सुभा कृष्णराव महादेवाकडून काढला व तो वासुदेव जोशी मुरुडकर या पोक्त व धोरणी मुत्सद्द्याच्या हवाली केला. यापुढें सुमारें वर्षभर मराठे फिरंग्यांत तात्पुरता सलोखा राहिला.

१७३३ च्या जानेवारींत अंताजी रघुनाथानें साष्टीची मोहीम हातीं घेण्याविषयीं पेशव्यांच्या मागें लकडा लाविला व केशव लिंगोजी नांवाच्या गृहस्थास बाजीराव साहेबाकडे पाठवून दिले. तो आपल्या पत्रांत लिहितो, “ हाली फिरंग्यांची सेना कुल गड कोट, किले, घोळीत यावत चेऊल तावत दवणपावेतो बारासे आशरा मायेतो माणसें सिबंदीस आहे. या वेगले गाव कुठार. ठाण्यामध्यें मनुष्यें पंचबीस सिबंदीची हमजात त्याची आहेत. या वेगळे भंडारी कासार पांचकलसे लोक साष्टीस मधी आहेत. तितकेही स्वामिपादांबुजे इच्छित आहे. यैसीयासी हवेलागे सर्व म्हणतात जर वैशाख वद्य येकादशीचे दिवशीं दोन हजार हशम पनासेक जेजाला आम्हास खरचेचे रानी येतात तरी आम्ही खायनखाये साष्टी घेऊन देतो आणि चार कोट साष्टीमध्यें आहेत. वेसावे, वानदरे, महाले व तुरभे. या चहुं कोटाचे दोरे आणून हातीं ठेविले आहेत. जे घटिकेस ठाणें घेतो ते घटिकेस चार कोट फत्ते करून देतात. ह्यास काडीयेक अन्येथा होणार नाहीं. अन्येथा जाली तरी सिरच्छेद करावा हा दंड. हली साष्टीमध्यें द्रव्यें म्हणाल तरी पंचवीस लक्ष रुपये न्यूनपदार्थें स्वामीचे पदरीं पडतील. येकसे सत्तावन गांव त्याचे वगत जात आहेत तीं पहाणें. बंदर आठ हातास येतात. अखिलपद प्राप्त होते. ऐसे असतां कोणी हितशत्रु स्वामीस कित्येक प्रकारें झुटा म्हणोन संबोधन करितील त्यास स्वामींही आपली मनुषे पाठवून हव, लाग, वाट व सधनता पाहिलीच आहे. यैसे असतां संपूर्ण निशा नसली जाली तरी पुनः आपली विश्वासू सभे माणसें पाठवून हवा लाग वाट खाडीचा उतार व भेदल्या लोकांची बोलीचाली व

कोटाचे भट मनास आणून सत्ये असेल तरी व द्रव्याची प्राप्ति आम्ही लिहिल्याप्रमाणें सत्ये असेल तरी कार्यभागी चित्त ठेवून करा. आणि नसले किंवा कांहींयेक लटके असले तरी रंकास दंड जो चित्तास येईल तो करा आणि उगाच झुटादोरा ठेऊन आम्हांस श्रमी करितां आणि विनोदवाद लटके म्हणोन तुमचे सर्व कर्ते पुरुष म्हणतात आणि सर्वे प्रकारे आमचा नाश होतो व कांहीं देतां उपहाशामध्यें घालून आमचे अदृष्टे ठेवले असे. याउपरी मनुसुवा द्रव्यावेगळा होत नाहीं, म्हणून कोन्ही विचार करिती. त्यास रंकाची विज्ञापना येसीजे येक आपले दाहा हुजरे आम्हाकडे पाठवून द्यावे त्यास आमचे हवे लागे म्हणतात कीं, च्यार कुले आम्ही लक्ष रुपयांची धरून रात्र समयीं सिद्धगडास (मुरबाडच्या अग्नेयेस दहा मैलावर) आणून देऊन त्याजकडून लक्ष रुपया विनाश्रमी निघे तो विचार साध्य करून देऊन. हेच सतेमिथ्ये पाहाणे असले तरी कोन्हास न कळतां दाहा हुजरे (पाठवून दिलियानें) येका महिन्यामधें लक्ष रुपय चोरीने पदरी पाडोन देऊन. हे करणें जाले तरी कल्याणच्या सुभ्यासही कलून देऊं नये. हेही गोष्ट चितास नये तरी याच पत्राच्या प्रति उत्तरी निरोप जाल्यानी हेच उर्जित महद्भाग्ये म्हणोन, कोठेंही जाऊन कालक्षय करोन. आमच्याने उपाषणें व कितीक अपमान सोसवत नाहीं. ''

१३।२।१७३३ रोजीं पेशव्यांनीं अंताजी पंतास पुढील पत्र लिहिलें.

" तुम्ही पत्र पाठविलें ते पावले. कार्याचा मजकूर व सेनासमुदाय पाहिजे त्याचा अर्थ विस्तारें लिहिला तो कळला व कित्येक अर्थ रा. केशव लिंगोजी यांनीं विदित केला. ऐशियास कार्य करावे हे अत्यावश्यकच आहे. जागाजागा जमाव गुंतला आहे. तो मोकळा करून आणावयास (फाल्गुनी) पौर्णिमेची संधि अनकूळ पडत नाहीं. याकरितां जमाव करून अमावास्येस (४।३।३३) कार्यभाग निश्चयरूप करावा! जमाव फौज करीत असो. तुम्ही लागभाग, वाटातिटा, हवेलागे, दोरे सारे रा. वासुदेव जोशी याचे निदर्शनास आणून देणें. अतःपर कार्य कर्तव्यच. दुसरा विचार नाहीं. "

पण पुढ लवकरच शिद्दयावरील मोहीम उद्धवली व तिनें

पेशव्यांची संपूर्ण तीन वर्षें खाल्लीं. या शिद्दी मराठ्यांच्या झुंझात पोर्तुगीजांनीं मराठ्यांविरुद्ध शिद्द्याला बऱ्याच वेळां मदत करून त्यांना निःसत्व करण्याचा उद्योग चालविला. पेशव्यांचे याच वेळीं संभाजी आंग्र्याशीही वाकडे आले तेव्हां त्याही भांडणात गुप्तपणें मसलती करून फिरंग्यांनीं पेशव्यास स्वस्थता लाभूं दिली नाहीं. फिरंग्यांचा मुख्य हेतु पेशव्यास शिद्दी व आंग्रे ह्यांच्या लढायात गुंतवून ठेवावे व त्या संधीत किल्लेकोट बांधून आपल्या मुलखाचा पक्का बंदोबस्त करून टाकावा असा होता. १७३३ च्या मार्चांत गोवेकर व्हाइसरायानें लुई-बतेलो ह्याला उत्तर फिरंगाणाचा मुख्य अधिकार देऊन पाठविले व त्यास ठाण्यात एक भक्कम कोट बांधण्याचाही हुकूम दिला. कोटाचे काम १७३४ सालीं सुरूं झाले. मराठ्यांना अर्थात्च चिंता उत्पन्न झाली. पण त्यावेळी शिद्दी आंग्र्याशीं लढण्यांत ते व्यग्र असल्यामुळें त्यांना जागच्याजागीं चरफडण्याखेरीज प्रत्यक्ष कांहीं करतां येण्यासारखे नव्हतें.

ता. २२ । ११ । १७३३ रोजीं गोवेकर व्हाइसरायानें वसईस कडदिनास जे पत्र लिहिले आहे, त्यावरून गोवेकरांचें धोरण काय होते ते कळते. तो लिहितो, " तुमच्या पत्रावरून शिद्द्याचा दम अद्याप पुरा झालेला दिसत नाहीं व बाजीरावही त्याला ईर्षेनें समूळ उखडीलसे वाटत नाहीं. तथापि ते दोघेहि तह करण्यास आतुर आहेत. पण त्यांचा तह न होण्यांतच आपला फायदा आहे. करितां तुम्हाला माझा सल्ला असा कीं, शिद्दी मराठ्यांनीं तुम्हांस मध्यस्थ केले असले तरी तुम्ही समक्ष गांठीभेटी किंवा मुलाखती रुजवाती न करतां पत्रोंपत्रीं काम चालवा म्हणजे निकाल लौकर लागणार नाहीं. "

ता. १९ जानेवारी १७३४ रोजीं व्हाइसरायानें कडदिनास पुनः दुसरें एक पत्र लिहिले. त्यांत त्याला तो असा सल्ला देतो, " वरकरणी मराठे शिद्द्यांत सलोखा घडवून आणण्याची मध्यस्थी तुम्ही करा. पण ते करीत असतां त्यांचे युद्ध शक्य तितके लांबेल असेच करा. मराठे युद्धांत गुंतले रहातील तरच त्यांना सध्यां आमची कुरापत काढतां येणार नाहीं. आणि आपले किल्ले कोट बांधून काढण्यास आपणास अवसर मिळेल. "

मे–जून महिन्यांत अंताजीपंतानें फिरून वसईप्रकरणीं चढाई करण्याविषयीं लिहिलें. त्यास बाजीराव साहेबांनीं पुढील उत्तरें पाठविलीं.

२७-५-१७३४–बाजीरावाचे अंताजीस:–आमचे हवे लागे आपल्याच जोरावर ठिकाण जिंकावयास तयार आहेत; पण दुसऱ्या दिवशीं हशमांचे सैन्य हजर झाले तर बरें म्हणजे आपले निशाण तेथे लावतां येईल म्हणून तुम्ही लिहिलें ते कळलें पण मनसवा उत्तम असला तरी चवकशी केली पाहिजे. करतां पत्र पाहातांच पळाचाही विलंब न लावतां भेटीस या. विचार करून टाकोटाक तुमची रवानगी करूं.

२८–६–१७३४—बाजीरावाचे अंताजीपंतास—आताच मसलत केलीत तर साधेल. तीन ठिकाणें एकाच एलगारानें हस्तगत होतील म्हणून लिहिले. द्रव्य अमित मिळेल, शत्रूचे आरमार येऊन बंदोवस्ती होईल. मग काम होणार नाहीं म्हणून लिहिलें तें कळले. तुम्ही साहस करितां कमी न केली. लाग सिद्ध करणे ते केलेत. परंतु चारी गोष्टी एकासमयावच्छेदें करीन म्हटल्या परिणाम कैसा लागेल ? तुम्ही भेटीस या. तुमच्या लिहिल्याप्रमाणें फकरुद्दिन पाटील व सैयद् अल्ली शाबासकर यांस कौल पाठविले आहेत.

ता. ५ । ११ । १७३४ रोजीं व्हाइसरायानें चेऊलच्या गव्हर्नराला पुढीलप्रमाणें पत्र लिहिलें आहे.

" सध्यां मराठ्यांचें सैन्य शिद्द्यावर आलें आहे. शिद्द्यांनीं मला आंग्र्यांशीं लढावयास मदत केली तर मी शिद्द्याशी तह करीन असें बाजीरावानें लिहिलें आहे. त्यावरून अदमास असा दिसतो कीं, शिद्द्यापुढें हार खावी लागल्यामुळें आतां तो आंग्र्याशीं कुरापत काढून भांडण सुरू करण्याची इच्छा करतो. त्याचें म्हणणें इंग्रज, शिद्दी, पोर्तुगीज वगैरे सर्वांनीं मदत केली तर चाचा आंग्रा उपटून काढतां येईल. तथापि आपण केली तर थोडीशीच नांवाला मदत करूं. पण बहुधा बाजीराव आपणाला फसवूं पहात असावा. आंग्र्याला बुडाविण्याच्या मुद्द्यावर इंग्रज, पोर्तुगीज व शिद्दी एक झाले म्हणजे साहाजिकच आपणास शिद्द्यास मदत करण्याचें कारण उरणार नाहीं. आणि तसे झालें म्हणजे अचानक बाजीराव शिद्द्यावर पडून त्याचा फन्ना पाडावयाचा.

तरी तूं यावेळीं सावधगिरीनें वाग. बाजीरावाला न कळूं देता त्याच्या पत्रांतील आंग्र्याविषयींचा मजकूर आंग्र्याच्या कानावर जाईल अशी कांहीं तरी युक्ति कर म्हणजे ठीक पडेल. उत्तर कोकणांतील अधिकाऱ्यालाही या वेळीं दक्षतेने रहाण्याबद्दल मीं लिहिलें आहे. ''

१७३४ त गोवेकरांनीं साष्टीतील सर्व लोक एकदम बाटवावे असा जाहीरनामा काढला त्यासंबंधीं बखरकार लिहितो, '' ते वर्षीं मनसुबा राहिला तेच वर्षीं फिरंगी याणे विचार केला कीं आपले मुलुखांत साष्टीत व आगरांत मराठे लोक आहेत ते यकदाच धरून बाटवावे ऐसि बरदी दो लुइस बुतेल जरालनें विजुरेची आणून तमाम मुलखांतील रयतेची घरें माणसें कागदीं लिहिली. देवळी जमा होणे म्हणून हुकूम केला. त्याजवर मुलकात खळाळा पडला. कित्येक गंगाजी नाईकास सांगावयास कल्याणास गेले मग गंगाजी नाईक नारायण जोशी याजवळ जाऊन बाजीरायाचे नांवें दटाऊन कागद लिहिला. फिरंगियास पाठविला. त्याजवर गंगाजी नाईकानें बाजीरायास फिरंगियाचि हकि(क)त लिहिली. त्याजवरून रायाचें पत्र फिरंगीयास दुसरे मागाहून आले मग फिरंगी व पाद्री जमा होऊन विचार केला कीं ठाण्याचा कोट पुरा होईल मग हा प्रयोग करून. आधीं कोटावर लगट करून कोटास काम चालू कल. जराल येऊन ठाण्यास बैसला. काम लावले.''

१७३५ सालांत जानेवारीच्या २ तारखेस मशिदीवर मोठें झुंज झाले. मानाजी व संभाजी आंग्र्यांत कलह पेटून संभाजी मानाजीवर चालून गेला होता. त्याला पोर्तुगीजांनीं लोक पाठवून मदत दिली होती. वरील २ तारखेस फिरंग्याचे लोक मानाजीच्या मोर्चावर चालून गेले तेव्हां मानाजीनें व पेशव्यांच्या बाजूनें खंडोजी माणकर, शंकराजी केशव वगैरे लोकांनीं आडवे होऊन प्रतिरोध केला. मोठी लढाई झाली. पण फिरंग्यांच्या आगीच्या माराखाली मराठ्यांचे पुष्कळ माणूस ठार व जायाजखमी झाले. ही बातमी बाजीराव साहेबांस कळतांच त्यांनीं ७ जानेवारीस शंकराजी पंतास मोठें हुरूप आणणारे पत्र लिहिले व धीर न सोडण्याविषयीं बजावले. ते लिहितात, '' लोकांनीं कष्ट मेहनत फार केली. शाबास! तुम्ही सर्वांची समाधानें करणें. दारू व गोळा कल्याणाहून पाठवावयाविषयीं रा. वासुदेव जोशी यास लिहिले

आहे. व आम्ही दारूगोळा तुबाजीपंत याजबरोबर रवाना केलाच आहे. आणखी पाठवून देतो " याखेरीज त्यांनीं कामकाज करणाऱ्या सरदारांनींही निराळे पत्र लिहिले कीं, " शाबास तुमची! साहेब कामास तुम्ही न चुका. फिरंगी आहे तो काय? मारून ताराज करणें. तुमचे सर्व प्रकारे उर्जित केले जाईल."

" पुढें लवकरच तहाची बोलीचाली सुरू झाली. बाजीरावसाहेबांनीं फिरंग्यांना पत्र पाठविले. परंतु त्यांनीं गुरमी धरली. फिरंगी यांनीं लबाडी केली. पत्र पाठविले त्याचे उत्तर मगरूरपणें लिहिलें. याक- रितां त्याला ठेंचगा द्यावा." तो प्रकार म्हणजे चेऊल मशिदीकडे तहाची घासाघीस करतां करतां तिकडे साष्टी उडवावी. पेशव्यांचे साष्टीतील हवेलागे, वाटाटिटा, धागेदोरे सर्व जुळविलेले होते. म्हणून वासुदेव जोशी यानें पेशव्यास असा सल्ला दिला कीं, मशिदी- बद्दल फिरंग्याशी बोली सुरू असतांच तिकडे साष्टी जिंकावी ' फिरंगी याची बोलीचाली होत आहे. परंतु मशीद सोडावी ऐसे त्याचे मानस दिसत नाहीं. त्यास आमचे विचारें प्रस्तुत (साष्टीचे) कार्य करणें. तेव्हां सल्ला करूं नये. बोलीचालीवर घालावे आणि साष्टी- कडे भोंक पाडावे." त्याच पत्रांत त्यानें असेही लिहिले कीं, अंताजी रघुनाथाचे व अणजूरकरांचे लोक उमेदवार राखलेच आहेत. दोन अडीच हजार हशम व दीड दोन हजार स्वार तयार करा म्हणजे इकडचे काम सिद्धीस जाईल. फौजेची व्यवस्था कशी करावी हेंहि त्यानें तपशिलवार कळविले. तो लिहितो, " पुरंदर किल्ल्यावरील सातशें लोकांपैकीं चारशें, लोहगडच्या अडीचशांपैकीं दीडशे, कोरीगडच्या २०० पैकीं १००; घनगड व नारायणगड यांपैकीं अनुक्रमें २५ व ३५; लक्ष्मणराव पासलकरांचे ५०; राजपुरीकराकडील ७००; मोराजी शिंद्याचे २००; खुद्द पेशव्यांचे कर्नाटकी प्यादे व शंकराजी पंताचे लोक मिळन हजार; बाणकोटच्या ८०० पैकीं ३००; होनाजी बलकवडे व खंडोजी माणकर यांचे प्रत्येकीं तीनतीनशें; एकूण ३५५० हशमांची सिद्धता करावी. यांपैकीं कांहीं लोक राजकोट चेऊलास गुंतलेले असतील. करितां मनसब्याच्या दिवसाच्या अगोदर ४ दिवस येथें गुप्तपणें निरोप पाठ- वावा. ५०० माणूस व ३०० स्वार तेथें ठेवून बाकीची फौज रात्रीची

काढावी व उंबरखिंडीचे रोखे इकडे आणावेत. बोभाट न होय ते करावे. ठाण्याच्या राजकारणास दोन हजार माणूस चोरीनें आले पाहिजे. राऊतांचा जमाव दुसरे दिवशीं पाठीवर आल्यास कामास येईल. मी कारकून पाठवीन तो त्यांना युक्तीनें घेऊन येईल. मग आम्ही सर्वजण मलंगगडचे रानांत साठ म्हणजे दबा घेऊ व तेथून कार्यसिद्धी करूं."

अशा रीतीनें त्या वेळीं साष्टीची शंभर वर्षें भरली होती. तथापि काळ आला होता पण वेळ आली नव्हती असेच म्हणावें लागते. कारण बाजीरावसाहेब स्वतःच कोंकणात उतरले. त्यांनीं कुलाबा, राजमाची, खांदेरी फत्ते केली. संभाजीचा पराभव केला व त्याला मानाजीशीं तात्पुरते सौरस्य करावयास भाग पाडले. अर्थात फिरंग्यांची लुडबुड तूर्त साहजिकच बंद झाली व त्याचमुळें कदाचित् फिरून साष्टी उडविण्याचा मनसबा रहित झाला असावा.

साष्टी वसईच्या कारस्थानाला असे दरवेळीं हिसके बसत गेल्यामुळें अणजूरकर व अंताजी रघुनाथ हे मनांतून कष्टी झाले. विशेषतः अंताजी रघुनाथ फारच अधीर झाला. शिवाय तो थोडा फाजील शहाणा असल्यामुळें त्यानें एक वेळ असाही विचार केला कीं, पेशव्याचा नाद सोडून दुसऱ्या एखाद्या सरदाराकडून कार्य करावे. पण ते त्याच्या अंगलट आले. तो तापट व तोंडाचा बेफाट असल्यामुळें वासुदेव जोशी, शंकराजीपंत फडके वगैरे लोकांचे त्याच्याशी मुळींच जमत नव्हते.

आपण इतक्या खटपटी केल्या तरी पेशवे मनसबा मनावर घेत नाहींत याचा अंताजीपंतास मोठा वैताग उत्पन्न झाला. बरें ! आतां पेशव्यांचा नाद सोडून दुसऱ्या एखाद्या मातबर फौजबंद सरदाराकडे राजकारण करावे तर तेहि शक्य नाहीं. वस्तुतः फिरंगाण काबीज करण्याचा पेशव्यांचा दृढनिश्चय असला तरी तेवढें एकच काम त्यांना नव्हते. त्यासारखींच इतर शेकडों कामें त्यांना उरकावयाची होती. पेशवे हेंहि पहात होते कीं, फिरंग्यांची मसलत म्हणजे बलिष्ठाची कुरापत होय. शिद्दी, इंग्रज व फिरंगी तिन्ही एक हात करतील आणि जड जाईल. शिद्द्याशी त्यांचे अलीकडे तीन वर्षें युद्ध सतत सुरूच होते.

त्याचा अजून निकाल लागला नव्हता. तव्हां अशा स्थितींत फिरंग्यांची कुरापत काढून काम साधले तर ठीक, नाहींतर भारी पडावयाचे. या दृष्टीनें इतर गोष्टी ठिकाणीं लावून मग या कामावर बसण्याची संधी ते पहात होते. अंताजीपंतास मात्र वाटे कीं, पेशवे मनांतून अनुकूल नसावेत. कारण वासुदेव जोशासारखे त्यांचे विश्वासु लोक आपली थट्टा व उपहास करतात. शेवटीं अंताजीपंतानें निराशेच्या त्वेषांत एक भलतेंच राजकारण केलें. तो प्रकार असा—

१७३५ त आप्पासाहेबांनीं अंताजीपंतास कल्याणास वासुदेव जोशाजवळ राहाण्यास पाठविलें. पण तिकडे जातांना तो वाटेंत तळेगांवास उमाबाई दाभाडीकडे गेला व फिरंगाणाचा मनसबा तिच्या हातून उरकावा अशी कारस्थानी त्यानें केली. तिनेंहि मसलत कबूल करून कापड, मोत्याचा तुरा, पदक देऊन त्याचा बहुमान केला. पण ह्याची कुणकुण वासुदेव जोशास कळली ! पण मुद्द्याशिवाय तो काय करणार ? पुढें असें झालें कीं, दाभाड्यानें दिलेल्या वस्ता गहाण ठेऊन अंताजी पैका करूं लागला. सांगतांना मात्र सांगे कीं तें पदक बाजीराव साहेबानीच आपणांस दिलें आहे. मग वासुदेव जोशानेंहि आपल्यातर्फे एक सावकार उभा करून त्या वस्ता गहाण ठेवून घेतल्या व मुद्दा हाताखालीं घातला. पुढें आप्पासाहेबांसहि हें वर्तमान कळलें व त्यांना राग आला. अंताजीपंतांस याउप्पर पुण्यास स्वतःजवळच ठेवावें नाहींतर आकारास आलेली मसलत नासेल असे ठरवून त्यांनीं त्याला पुण्यास पाठवून देण्याविषयीं लिहिलें. वासुदेव जोशानें त्याला बंदोबस्तानें पाठविलें. ते कसें ते पुढील गुप्त पत्रांत कळेल. “ रुजू मोझ्या पाहतां याणी तथ्य दाभाड्याकडे राजकारण लाविलें यैसे आहे. आपण दाभाडियाकडे राजकारण केलें हें स्वामीस व आम्हांस दखल जालें यैसे त्यांचे ध्यानाला आले आहे. हे परम चालक आहे ! कदाचित् तळेगांवास माणूस पाठऊन दाहावीस श्वार आणून मार्गातून परस्परें तळेगांवास जाईल. म्हणून दहा श्वार देऊन बोरघाटे लोहगड डावा घालून पाठवितो. आपण दहावीस श्वार खंडाळिया पावेतो पाठऊन घेऊन गेले पाहिजे. आपण सर्वश्वे चालवीत असतां बेमानी करून तिकडे अनुसंधान लावले अशा मनुष्यास कैद करून ठेवावें यैसे ध्यानास आले.

होते. यास निर्बंध ठेविलियानें पुण्यामध्येंसुद्धां राहावयाचा नाहीं. येकादे स्थलीं ठेवावा. नाहींतर कार्याचा नाश करील. "

सदरहू पत्र ज्येष्ठ शुा १४ शुक्रवारचे आहे व त्याची पैवस्ती १३ मोहरम अशी आहे. मोडक जंत्रीवरून ११-६-१७३६ रोजीं वरील तीथ व वार जुळतो. परंतु पैवस्ती म्हणजे पत्र पोहचल्याची तारीख पुढची हवी ती येत नाहीं. कारण जंत्रीवरून जेष्ठाच्या कोष्टकांत मोहरम महिनाच येत नाहीं. फक्त त्याची २९ येवढी एकच तारीख येते. म्हणन ही पत्राची रवाना तारीख बरोबर नाहीं. १७३५ च्या जेष्ठांत शुा १४ शनिवार पडतो. आणि मोहरमहि येतो. व त्या तिथीप्रमाणें म्हणजे २४।५।३५ ला पाठविलेले (कल्याणाहून) पत्र पुण्यास बाजीरावांस २५। ५।३५ ला तातडीनें पोचावें हेंच बरोबर दिसते. म्हणून त्या पत्राची तारीख २४।५।३५ अशी आम्ही निश्चित केली आहे.

या सालच्या म्हणजे १७३५ च्या सप्टेंबरात पेशव्यांनीं शंकराजीपंत वगैरे लोकांकडून कोळवणातला माहुलीचा बिकट किल्ला जिंकला. किल्ला देश व फिरंगाण यांच्या मध्यावर नाक्याच्या जागीं होता. व तो वसई मोहिमेच्या पुढील धोरणाकरितांच पेशव्यांनीं जिंकून हातीं घेऊन ठेवला.

टीप **राजमंडळ रोजकीर्दी.**

स्वारी पंतप्रधान सीत सलासिन.

रवासुदगी छ ४ रजबु ता. ९।११।१७३५

किले माहुली हे स्थल या गृहस्थानी हस्तगत करून दिले म्हणोन यासी येणे प्रो। दिले.

बालाजी गोविंद यांस हे राज्यातील पुरातन सेवक कष्ट मेहनत करून केली, याकरितां कृपाळु होऊन येणें प्रो। (पुढें तपसील)

१ मौजे खातिवली ता। राहुरी प्रो। भिवंडी हा गांव निमे इनाम दिला.

२ किले मजकुरची सबनिशी वतनी सांगितली आहे. वंशपरंपरेनें वेतन सालीना रु॥ ३००

३ याखेरीज तैनात अफ्तागीर १ व पोरगा १

[याच प्रो। खंड पाटील विन कृष्णाजी पाटील झुंजारराव, जानजी बिन जोगाजी कराला वगैरे लोकांनाहि इनामे बक्षिसे नमूद आहेत.]

डिसेंबर महिन्यांत शिद्दयानें बाणकोट घेतला. म्हणून शाहूमहाराजांनीं पिलाजी जाधवास कोंकणांत पाठविलें. पिलाजीनें बाणकोट परत जिंकला. त्यानंतर १७३६ सालच्या सुरवातीस पिलाजी जाधव वगैरे लोकांना पाठवून साष्टी काबीज करावी असा आप्पासाहेबांचा बेत होता. व वैशाखाच्या अमावास्येचा मुहूर्तहि त्यांनीं ठरवून ठेविला. परंतु तो फुकट गेला. शाहूमहाराजांना शिद्द्याकडून गोवळकोट परत घेण्याचा ध्यास लागला होता. ते कार्य इतर सरदारांच्या हातून पार पडत नाहीं असे पाहून चिमाजी आप्पा किंवा पिलाजी जाधवराव यांपैकीं कोणाला तरी तिकडे पाठविण्याचा त्यांचा निश्चय झाला व त्याप्रमाणें आज्ञापत्रावर आज्ञापत्रें पाठवून त्यांनीं आप्पासाहेबांस व जाधवरावांस सातार्‍यास बोलावून घेतलें. व जाधवरावाच्या इच्छेविरुद्ध त्याला गोवळकोटाच्या वेढ्यास बळेंच पाठवून दिलें व आप्पासाहेबांस सातार्‍यास सल्ला-मसलतीकरितां व मोहिमेच्या तरतुदीकरितां डांबून धरलें. यामुळें फिरंगाणच्या मसलतीचें घोंगडें फिरून भिजत पडलें. यावेळीं बाजीराव साहेब उत्तर हिंदुस्थानांत मोहिमेवर होते. व तेथून ते ठरल्याप्रमाणें आतां फिरंगाणाची मोहिम हातीं घ्या म्हणून पत्रें पाठवित होते. म्हणून आप्पासाहेबांनीं सविस्तर खुलाशाचें पत्र लिहून त्यांस कळविलें कीं, वैशाख वद्य ३० स साष्टीची मसलत मुक्रर केली होती. परंतु येथें सातार्‍यास गुंतून पडलों. पुढें पौर्णिमेपर्यंत शाहूमहाराजांनीं निरोप दिला तरीहि तिकडे जाऊं पण तसे न घडले तर यंदा तो मनसुबा राहित झाला, असे समजावें!" नंतर ते लिहितात, "त्या कार्यास आधीं तो आम्हींच जावें हे उत्तम. कदाचित आमचे जाणें न होये तेव्हां रा. पिलाजी जाधवराऊ यांसी तरी पाठवावें आणि कार्य करावें तर आम्ही रा। स्वामीपासी गुंतलों व रा। पिलाजी जाधवराऊ यांसी राजश्रीनी गोवळकोटास पाठवावयाचा मनसबा केला. यामुळें मशारनिलेस तिकडे जाणें प्राप्त झाले. जातील. आम्ही उभयतांहि लोकांत नसता लोक पाठवून कार्य करवावें; तर कार्य होईल न व्हे हाहि भरंवसा नाहीं. व लोक, सरदार मातबर नसतां मन घालून कार्य करतील ऐसे नाहीं आणि उगेच डवचावें ऐसे होईल. यास्तव लोक पाठवितां न येत."

असो. याप्रमाणें आप्पासाहेबांस सातार्‍यासच डांबून रहाणें भाग

पडले व फिरंगाणाआधीं त्यांच्या नशिबात दैवानें दुसरा एक मोठा विजय लिहून ठेविला होता त्याची त्याना मार्गप्रतीक्षा करीत बसावें लागले. हा विजय म्हणजे रेवस येथें त्यांनीं केलेला शिद्द्यांचा समूळ पराजय होय. एप्रिल महिन्यांत खासा शिद्दीसात मानाजी आंग्र्यावर चालून गेला. तेव्हां सातान्याहून दरमजल धाऊन जाऊन चरई येथें त्यांनीं शिद्दीसाताचा निःपात करून पेशव्यांच्या मागें लागलेल्या एका साडे-सातीला कायमची गती दिली.

अखेर हो ना करतां पुढील सालीं मोहिमेस मुहूर्त मिळण्याची वेळ आली. बाजीरावसाहेब व आप्पासाहेब यांनीं मोहिम ११३७ चैत्रांत करावयाचीच असें ठरविलें. मग आप्पासाहेबांनीं बापूजी श्रीपत, वासुदेव जोशी मुरुडकर, मोरशेट करंजे, शंकराजीपंत फडके, रामचंद्र हरि पटवर्धन, चिमणाजी भिवराव, मोराजी बनकर, कर्णाजी शिंदे, खंडोजी माणकर, उमाजी बलकवडे व राजपूरीकर मोकाशे ह्यांना जमवून मोहिमेचा नकाशा नक्की करावा असें सांगून शंकराजी केशवास साहित्य करावयास सांगितलें. मग गंगाजी नाईकानें कल्याणास येऊन भवानीचा गोंधळ घालण्याच्या मिषानें नामाजी देशमुख, भिकाजी हैबतराव, मालजी जीत, हिराजी ठाकूर, मुन्हारजी ठाकूर, बापूजी गोरेगांवकर, जसवंतजी दहिसकर, लक्ष्मणजी राऊत कळवेकर, येसा कोळी, गणेशजी व रघुजी वसईकर, लखम चौधरी व खंडोजी लोंढे वगैरे झाडून सारे कार्यसंबंधी भेदाचे लोक बोलावून त्यांना कामें नेमून दिलीं.

फिरंगी राजवटींतील धर्मच्छल.

आतांपर्यंत फिरंगी मराठ्यांचे राजकीय संबंध मुख्यतः त्रोटक रीतीनें पूर्वानुसंधानाकरितां वर्णन केले. आतां धर्मप्रकरणांत परस्परांचा जो संबंध आला त्याचे संकलित रीतीनें दिग्दर्शन करणें अवश्यक आहे. फिरंग्याविषयीं तीव्र द्वेष भावना मराठ्यांच्या मनांत जळत राहिली व त्यांनीं संधी सांपडली तेव्हां फिरंग्यांना समूळ उखडून काढले याचें एक प्रबळ कारण म्हणजे फिरंग्यांनीं मुसलमानांच्या सवाईनें हिंदूंचा धर्मच्छळ केला हें होय. वसईच्या विजयानंतर तत्कालिन लेखकांनी पेशव्याचे अभिनंदन करतांना ' महाराष्ट्र धर्माची पुनः स्थापना केलीत ' असे उद्गार काढलेले नमूद आहेत. वसई मोहिमेला धर्मयुद्ध म्हणतात तेंही एक तऱ्हेनें यथार्थच आहे. पुढें दिलेली माहिती मुख्यतः नेर्न, श्री. पै, श्री. सावर्डेकर, पिसुर्लेकर व रे. फादर हेरास यांच्या लिखाणांतून संकलित केली असून तिला मराठी ऐतिहासिक साधनांतील माहितीचीही पुष्टी दिली आहे.

गोवा प्रांत फिरंग्यांच्या ताब्यांत आल्यानंतर १५२४ सालीं गोव्यांत प्रथम एका धर्माधिकाऱ्याची म्हणजे बिशपची नेमणूक झाली. आणि तेथपासून पाद्र्यांची शिरजोरी सुरू झाली. मूळ ही धर्माधिकाऱ्याची स्थापना झाली तिचा हेतु विलायतेंतून आलेल्या किंवा येणाऱ्या पोर्तुगीजांची धर्मकृत्यें अडूं नयेत, यथासांग चालावीत इतकाच होता. पण कालांतरानें हे पुरोहित किंवा भट इतके जबरदस्त झाले कीं खुद्द सरकारी अधिकाऱ्यापेक्षांही त्यांचा बडेजाव वाढला. याचें मुख्य कारण पोर्तुगीज लोकांचें धर्मवेड होय. वास्को डि गामाच्या तोंडचें एक वाक्य सुप्रसिद्ध आहे. तें असें. We come to seek Christians and spices म्हणजे आम्हीं हिंदुस्थानांत येतो ते धर्मप्रसाराकरितां व व्यापाराकरितां. या दोन गोष्टींपैकीं व्यापार मागें पडला व धर्म वेड मात्र बळावलें व अखेर त्या वेडाच्या भरीं पडल्यामुळेंच पोर्तुगीजांचें साम्राज्यहि नष्ट झालें. वसई मोहिमेची राजकीय कारणें अनेक होतीं. तथापि आवांतर कारणांपैकीं एक प्रमुख कारण फिरंग्यांनी केलेला धर्मच्छलच. असे त्या धर्मच्छलाचा संपूर्ण इतिहास पाहिला असतां कळून येतें.

१५२४ सालीं बिशपची नेमणूक गोव्यांत झाल्याचें सांगितलेंच

त्या वेळीं पोर्तुगालांत राज्य करणारा राजा अत्यंत कर्मठ व धर्मवेडा असल्यामुळें त्यानें हिंदुस्थानांत अधिकारी पाठविले तेही तसेच होते. राजसत्तेच्या विशेष प्रेरणेनें कोठलेही काम सुरू झालें म्हणजे तें जसें फैलावतें तसें हें फिरंगी धर्माचें म्हणजे बाटवाबाटवीचें कामहि इकडे फार जोरानें सुरूं झालें. १५४१ सालीं फिरंग्यांनीं तिसवाडींतील सर्व देवळें व मशिदी पाडून टाकून तेथें आपलीं चर्चें बांधलीं. पुढच्या सालीं सुप्रसिद्ध सेंट झेविअर हा गोव्यास आला आणि त्यानें बाटवाबाटवीस सर्रास सुरुवात केली. हिंदु लोक शेजारच्या साष्टी बारदेशच्या मुलुखांत घरदार सोडून आश्रयार्थ पळून जाऊं लागले. पण पुढें तेही प्रांत फिरंग्यांनीं जिंकले. १५४३ सालीं सबंध साष्टी प्रांत जेसुइट पाद्र्यांनीं आणि सगळा बारदेश प्रांत सेंट झेविअरच्या फॅन्सिसकन्सांनीं ग्रासून टाकला. व फिरंगी सरकारने तो त्यांच्याच हवाली केला.१५४५ सालीं जेसुइटांनीं एक धर्मशिक्षणमंदिर स्थापिलें व त्याकरितां हिंदु देवळांस लावून दिलेल्या जमिनी होत्या त्यांचें उत्पन्न त्यास त्यांस देऊं केलें. पुढील सालीं तर पोर्तुगालच्या राजाचें सक्त फर्मानच निघालें कीं, "गोव्यांतील पाखंड मत नष्ट करा. सारी देवळें व मशिदी पाडून टाका. ब्राह्मणादि हिंदूंच्या उत्सवास मनाई करा व हुकूम मोडणारारस कडक शासन करा." १५४८ सालीं फिरंगी पाद्र्यांनीं गोव्यांतील हिंदूंचे सारे धर्मग्रंथ जप्ती पाठवून गोळा केले व ते जाहीर रीतीनें जाळून टाकले. १५५७ सालीं हिंदूंना सरकारी नोकऱ्यांतून हाकून देण्यांत आलें. १५५९ सालीं असा एक कायदा झाला कीं, मृत हिंदू गृहस्थाच्या मागें त्याची विधवा किंवा त्याचीं मुलें ही ख्रिस्तीधर्म स्वीकारण्यास नाखूष झाली तर त्यांची सर्व मालमत्ता जप्त करावी. व त्यांच्या नातलगांपैकीं कोणी ख्रिस्ती धर्म स्वीकारण्यास तयार असेल तर त्याला ती द्यावी. बेवारस मृत हिंदूंची सर्व संपत्ति सरकारजमा करावी.

१५६० सालीं ब्राम्हणांना व सोनारांना गोव्यांतून हद्दपार करण्यांत आलें. आपली मालमिळकत विकून टाकून त्यांनीं चालतें व्हावें असा हुकूम काढण्यांत आला. ज्यांनीं हुकूम पाळण्यास कांकूं केली त्या शेंकडों लोकांना आजन्म बंदिवासांत टाकण्यांत आलें.

याच सालीं साष्टी प्रांतांतील चारशें लोकांची दावण धरून गोव्यांतील

देवळांत त्यांना सरकारी रीतीनें बाटविण्यांत आलें आणि साष्टींतील मंगेशाचे देवालय पाडून त्या जागीं जेसुइट पाद्र्यांनी आपलें कॅथॉलिक चर्च बांधिले. इनाक्विझिशन सभेची म्हणजे धर्मसमीक्षण सभेची स्थापना गोव्यास याच सुमारास झाली. ही सभा सर्वधर्मकचेऱ्यांत प्रमुख असें ठरविण्यांत आलें. केप ऑफ गुड होपच्या पूर्वेस असलेल्या सर्व देशांत अंमल चालविण्याचा अधिकार तिला मिळाला. त्या सभेच्या मुख्य अधिकाऱ्याला ग्रँड इन्क्विझिटर म्हणत. त्याची नेमणूक खुद्द पोर्तुगालच्या राजानें करावी आणि पोपनें त्याला अनुज्ञा द्यावी असें ठरलें. या अधिकाऱ्याचा अंमल अनियंत्रित होता. फक्त गोव्याचा व्हॉइसराय व तेथला आर्चबिशप या दोघांवरच तेवढा त्याचा अधिकार चालत नसे. पण खुद्द लिसबनाहून मंजुरी आणून वेळीं त्या दोघांनाही कैद करविण्याचा रावणी अधिकार त्याला बहाल करण्यांत आलेला होता. यामुळें खरोखर व्हाइसरायापेक्षांही या धर्माधिकाऱ्यालाच लोक अधिक मानीत आणि भीत. आणि लोकांनीं चळचळा कापावे असाच जुलूम या इनाक्विझिशननें अखेरपर्यंत केला. व्हडलेघर म्हणजे मोठें घर म्हणजे यमाचें घर अशी संज्ञा हिंदु लोक तिला देत.

पुढें लवकरच साष्टीप्रमाणें दिवाडी बेटांतील दीड हजार लोकांना पकडून सक्तीनें ख्रिस्ती करण्यांत आलें.

गोव्याप्रमाणें उत्तर फिरंगाणातही धर्मच्छल कसा चालू होता हे पुढील तत्कालीन दोन पत्रावरून कळेल. पहिले पत्र. १ गॉनसाल रॉडरिगो ह्याचे ठाण्याहून लिहिलेले पत्र ता. १।१२।१५६० चें. त्यांत तो म्हणतो, येथें येऊन मला दोन वर्षे झाली. तेवढ्यांत मी ४०० लोक बाटविले आहेत. मॅन्युएल नेक्सेरिआ ह्याचें १।१२।१५६१ रोजीं लिहिलेले पत्र. त्यात तो लिहितो "येथून जवळच हिंदु लोकांचे एक तीर्थ आहे तेथें ते लोक जाऊन आंघोळी करीत. त्या गोष्टीस आम्ही आतां बंदी केली असून तीर्थावर माऊंट कालव्हरी नांवाचे चर्चही आम्ही बांधून टाकले आहे. तीर्थ मोडून टाकल्यामुळें हिंदु लोक येथून दोन तासाचे रस्त्यावर डोंगरांत दुसरें एक टाकें आहे. तिकडे जाऊन तीर्थविधी करूं लागले म्हणून आम्ही तेंहि टाकें भ्रष्ट केलें. तसेंच देऊळ पाडून टाकले व तेथल्या जोग्याला पकडून कैद केलें."

ह्याच सुमारास फिरंग्यांनी त्रिनीदादच्या रस्त्यावर एक पुरातन मुसलमानी पिराची कबर होती. ती उध्वस्त करून खणून काढली व त्या जागी आपला क्रूस उभा केला.

१५६१ सालीं ठाण्यांत पन्नास साठ पोर्तुगीज कुटुंबे; ३००० हिंदी किरिस्ताव बाटे होते अशी नोंद मिळते.

५ डिसेंबर १५६२ ह्या तारखेचे एक पोर्तुगीज पत्र उपलब्ध आहे. त्यात असें म्हटले आहे कीं, ह्या सालीं वसईतील पोर्तुगीज जमीनदारांनीं आपापल्या इनामी खेड्यांतून सक्तीनें बाटवाबाटवी सुरू केली. फेब्रुवारी महिन्यापासून डिसेंबरपर्यंत ३०० लोक बाटवून झाले. जेसुइट कॉलेजचाहि पाया घालण्यांत आला. १५६३ सालीं सार्‍याच हिंदूंना हद्दपार करण्याचा कायदा करण्यांत आला.

उत्तर फिरंगाणात पुरुषोत्तम जोशी (Purcum Joci) नांवाचा एक फार विद्वान ब्राह्मण ज्योतिषी होता. त्याला १५६५ साली फिरंग्यांनीं सक्तीनें बाटविला व त्याचे नांव आंद्रिक-ड-कुन्हा असें ठेविले व त्यानंतर दुसऱ्याही पन्नास ब्राह्मणांना ख्रिस्ती केले.

१५६६ सालीं हिंदु कुलकर्ण्यांचीं वतनें ख्रिस्ती कुलकर्ण्यांकडे देण्यांत आलीं. वतन हें हिंदु लोकांना प्राणापेक्षांहि प्रिय असल्यामुळें त्या आशेनें तरी ते ख्रिस्ती होतील अशी फिरंगी सरकारची कल्पना होती.

१५६७ सालीं साष्टी प्रांतांतील रायतूरच्या किल्लेदारानें लोटलीतील रामनाथाच्या प्रसिद्ध देवळास आग लावून तें जाळून टाकले. तेथील महाजनांनीं फिरंगी न्यायाधिकाऱ्यांकडे तक्रार केली. त्या बिचाऱ्यांनींहि न्यायास जागून निकाल दिला कीं, किल्लेदारानें स्वतःच्या खर्चानें देऊळ बांधून द्यावें. पण किल्लेदारानें कारवाई केली व वर तक्रार करून न्यायाधिशाचा तो हुकूम रद्द करविला. शिवाय वरती साष्टीत सांपडेल ते देऊळ पाडून टाकण्याचीही परवानगी मिळविली. आणि त्या आसुरी उत्साहात किल्लेदारानें पाद्र्यांचे भले मोठे पेंढार गोळा करून एका दिवसांत हिंदूंची २८० देवळें जमीनदोस्त केली ! हिंदूंची देवळें पाडणें हें मोठे धर्मकृत्य होय असें मुसलमानाप्रमाणेंच फिरंगीहि समजत असत. 'अमुक इतकी हिंदूंची देवळें पाडणारा पुण्यात्मा' म्हणून जुन्या कागदपत्रांतून किंवा फर्मानांतून मुसलमानांचा जसा गौरव केलेला दिसतो

तसाच प्रकार फिरंग्याचाहि आढळतो. ज्या किल्लेदारानें हीं देवळें पाडिली त्याच्या थडग्यावरील शिलालेखांत पुढील मजकूर आहे, " रायतूरचा किल्लेदार दि योग रुद्रीगीश ज्यानें या प्रांतातील हिंदूंची सारीं देवळें पाडून टाकली त्याचें हें कबरस्थान आहे. "

गोवें दप्तरामध्यें सन १५६७।६८मध्यें लिहिण्यांत आलेला फोराल-द-सालसेती नांवाचा एक हस्तलिखित पोर्तुगीज ग्रंथ आहे. त्यात वरील सर्व गांवाची व देवळांची तपशीलवार नांवे आहेत, तीं अलिकडे प्रो. पिसुर्लेकर यांनीं भारतमित्र मासिकांत प्रसिद्ध केली आहेत.

६८ सालीं गोव्यांत पहिली ख्रिस्ती कौन्सिल भरली. तींत असा ठराव पास झाला कीं, कोमूनदादीच्या लिलावांत ख्रिस्त्याचा सवाल हिंदुच्या सवालाइतकाच असल्यास तो मक्ता ख्रिस्त्यालाच द्यावा. कोमूनदादींचे कुलकर्णी मुखत्यार वसुलदार इत्यादि अधिकारी ख्रिस्तचि असावेत. ख्रिस्त्यांनीं ख्रिस्तेतरांशी संभाषण देखील वर्ज करावें. सैतानाच्या संतानाची म्हणजे हिंदूंची पूज्यस्थानें फोडून टाकावी. विवाह, अंत्येष्टि, व्रतबंध, होमहवन इत्यादि धर्मसंस्कारांना बंदी करावी. हिंदूंना कोणताही सरकारी हुद्दा देऊं नये. १५६९ सालीं बारदेशांतील देवळें उध्वस्त करण्यांत आलीं. १५७४ सालीं ब्राह्मणांना घोड्यावरून, डोलीतून किंवा पालखीतून जाण्यास बंदी करणारा हुकूम सुटला आणि लगेच पुढील सालीं ब्राह्मणाप्रमाणेंच एकूणएक हिंदूंनाही तो लागू करण्यांत आला.

१५७५ सालीं एक धर्मपरिषद भरली. तिनें साष्टीतील अति प्राचीन शांतादुर्गेच्या उत्सवास बंदी केली. तेव्हां हिंदु खवळून गेले. व तो बंदीचा हुकूम घेऊन जाणाऱ्या अधिकाऱ्याचा त्यांनी खून पाडला. त्याचा सूड घेण्याकरितां ख्रिस्त्यांनीं असोळणें येथील देवळें, घरेंदारें, समूळ उध्वस्त करून टाकली व देवळाच्या गाभाऱ्यांत गाई नेऊन कापल्या.

१५७९ सालीं उत्तर फिरंगाणांत वसईजवळच्या एस्-थोमच्या जेसुईट मिशननें १५०० हिंदु बाटविले. १५८३ सालीं वांद्यास पोर्तुगीजांनीं समुद्राजवळ किल्ला बांधून मजबुती केली व त्या गांवांतील मुसलमानाखेरीज एकुणएक हिंदू बाटवून टाकला.

१५८७ सालीं हिंदूंना जानवें वापरण्यास व घरांतही लग्नसमारंभ

करण्यास बंदी झाली. अर्थात् ते परमुलुखांत जाऊन लग्नें उरकून घेऊं लागले. म्हणून बाहेर जाणाऱ्यावर डोईपट्टीचा कर बसविण्यांत आला.

१५९२ सालीं धर्मपरिषदेच्या शिफारशीवरून नवीन बाव्यांना हिंदु न्हाव्याकडून श्मश्रू करवून घेण्याची व हिंदु इसम नोकरीस ठेवण्याची बंदी करण्यांत आली.

१५९८ सालीं हिंदु कारागिरानें ख्रिस्ती शिष्यांना शिकविणें हा गुन्हा ठरविण्यांत आला.

१६१३ सालीं हुकूम निघाला कीं चर्चनें जे दिवस लग्नास निषिद्ध ठरविले असतील त्या दिवसांत हिंदूनीं लग्नें करूं नयेत. केल्यास एक असर्फी दंड व्हावा व त्यापैकीं एक तृतीयांश चहाडी करणारांस देऊन बाकीचा सरकार जमा करावा. ज्यांना दंड देण्याची ऐपत नसेल त्यांना तीन वर्षें सक्तमजुरीची शिक्षा मिळावी. घरांतून लग्नें करूं नयेत असा पूर्वीचा हुकूम असल्यामुळें हिंदु आपले संस्कार बाहेर मंडप घालून करूं लागले होते. तेव्हां हे मंडप किंवा मांडव ज्या बागातून असतील त्यांचेही पारिपत्य व्हावें म्हणून वरील हुकमाच्या एक कलमांत ज्या नारळीच्या भाटांतून अशी लग्नें होतील त्यांच्या मालकानाही सदरहू प्रमाणेंच शिक्षा होईल असे शब्द घालण्यांत आले.

१६२० सालीं ख्रिस्त्येतरांनीं आपले विवाह फिरंगी सरकारचे हद्दींत केल्यास त्यांना हजार असर्फ्या दंड होईल असा कायदा झाला. पण त्या योगानें फिरंग्यांचे कांहीं साधले नाहीं. उलट तोटाच होऊं लागला. तो असा कीं हिंदु लोक परमुलुखांत जाऊन तेथें लग्नविधि उरकून घेऊन मगच परत येऊं लागले आणि लग्नाबाबत जी विशेष खरेदी होई त्याचा व्यापारी फायदा साहजिक परमुलुखातील व्यापाऱ्यांना मिळूं लागला. म्हणून कांहीं दिवसांनीं पहिला १६१३ सालचा कायदा जारी करण्यांत आला. १६२१ पासून १६७८ पर्यंत कांहीं नवीन कायद्यांचा उल्लेख सांपडत नाहीं.

१६७८ सालीं मात्र फिरून गोव्यांतील हिंदूंच्या लग्नसंस्काराबाबत एक नवीन फर्मान निघालें. त्यानें हिंदुना गोव्यांत लग्नें करण्याची परवानगी देण्यांत आली पण ती खालील अटी पाळल्या तर. एक अशी कीं लग्नाचे वेळीं घरेदारे बंद करावीं

व दुसरी अशी कीं, पुजारी, भटजी, वैदिक याला लग्न लावण्यास बोलावता कामा नये किंवा होमहवनादि विधि करतां कामा नये. असला आचरट हुकूम काढून त्याची अंमलबजावणी नीट होतें कीं नाहीं हें पहाण्याकरितां इन्क्विझिशननें हत्यारबंद पोलिसांचे पहारेही लग्नघरीं बसविण्यास सुरवात केली. हिंदूंनीं खूप तक्रार केली. तेव्हां फिरून एकदां दुरुस्ती करून असा कायदा करण्यांत आला कीं हिंदूंनीं आपले विवाहसंस्कार जमीनीवर न करतां नद्यांतून किंवा खाड्यांतून, होड्यांत किंवा नावांत बसून उरकावेत म्हणजे ख्रिस्ती इसमादेखत तरी तो अपवित्र विधि होणार नाहीं!

१६८४ सालीं पोर्तुगीज मुलखांत वास्तव्य करण्याऱ्या यच्चयावत् प्रजाजनांनीं तीन वर्षांच्या आंत पोर्तुगीज भाषा शिकून टाकली पाहिजे आणि सर्व दस्तऐवज किंवा करारमदार पोर्तुगीज भाषेतूनच केले पाहिजेत अशी सक्ती करण्यांत आली. हा कायदा मोडणारास मनास येईल ती शिक्षा फरमाविण्याचा आधिकार न्यायाधिशांना बहाल करण्यांत आला.

१७०५ सालीं हिंदूंच्या शेंडीवर आठ रुपयापर्यंत कर बसविण्यांत आला. नंतर १७१५ सालीं हिंदूंनीं ख्रिस्ती पाद्र्यांच्या प्रवचनास हजर राहिले पाहिजे अशी सक्ती करण्यांत आली. त्या प्रवचनाकरितां बळजबरीनें लोक ओढून आणण्याची मुभा पाद्र्यांना कायद्याने दिली असल्यामुळें त्यांनीं या सर्व कायद्यांचा अमानुषपणे फायदा घेतला. शेंकडों बायका बाटविल्या. शेंकडों लोक जिवंत जाळून टाकले. याच सालीं ख्रिस्ती भोयांनीं हिंदूंचीं वहाने उचलूं नयेत व हिंदूंना कोणचाही सरकारी मक्ता मिळूं नये असे दोन कायदे पास झाले.

असो. येथवर मुख्यतः फिरंग्यांचे आदिपीठ जो गोवा प्रांत तेथल्या जुलमाची कहाणी सांगितली. आतां प्रस्तुत पुस्तकाला लागूं असलेल्या वसई आदिकरून फिरंग्याच्या उत्तरप्रांतांतील वसाहतींत झालेल्या धार्मिक जुलमाचे थोडे नमुने सांगूं. मुख्य झाडाच्या खोडांत जी कीड किंवा रोगबीजे असतात ती सर्व त्या झाडाच्या शाखोपशाखांत साहजिकच पसरतात. अर्थात् गोव्याखेरीज हिंदुस्थानांत फिरंग्यांच्या ज्या वसाहती किंवा मुलुख होते तेथेंही गोव्याप्रमाणेंच धार्मिक जुलमाचे सर्व प्रकार

घडून आले. १५३० च्या सुमारास वसई प्रांत फिरंग्यांनीं जिंकला आणि अवघीं २५ वर्षे लोटतात न लोटतात तोंच त्यांनीं आपलें खरें स्वरूप प्रकट केलें. माहीमचा बखरकार म्हणतो "त्या दिवसापासोन फिरंगी लोकांची काबिजाद जाली. तुर्क पातशा पराजय पावला. त्याउपर कित्येक लोकांसवे समाधानें दाखवोन ज्यास जे वस्तु पाहिजे त्यास ते वस्तु दिधली. येणें-प्रकारें सर्व लोकांसवे समाधान रक्षून प्रीतीची लक्षणें दाखविली ज्याची वतनें त्यांस दिधली. यैसे चालविले २५ वर्षे. मग भय निर्माण केले कीं जो धर्म आपला करील त्यास राजआज्ञा कीं, गोमताचळीं बंद पाठवूं. त्या भयास्तव कित्येक दूर वोसरले. कित्येक धरोन गोमांतकीं पाठविले व आपला स्वधर्म स्थापिला. ते समयीं अवघ्यास अर्थ कळला कीं हे फिरंगी ! हा शब्दार्थ अर्थीं निवाडा ज्ञानी पहावा."

१५३४ च्या सुमारास अनेक पाद्री पोर्तुगालांतून येऊन निरनिराळ्या ठिकाणीं राहिले. प्रथम फ्रॅन्सिस्कन्स आले. नंतर डोमिनिकन्स आले. नंतर जेसुइट्स् आले. फ्रॅन्सीस अँटोनियो द पोर्तो यानें उत्तर फिरंगाणांत बाटवाबाटीचा पहिला उपक्रम केला. विहिरींतून निषिद्ध पदार्थ टाकून किंवा गोमांस फेकून त्यानें बाटवाबाटवी केली. शिवाय हिंदूंचीं अनेक देवळें पाडलीं आणि चर्चे बांधली. मठ स्थापले. पोरक्या पोरांच्या शाळा काढल्या. धर्मप्रचार करण्याऱ्या वाव्यांचे एक गावठी पेंढारही तयार केले. १५४२ किंवा ४४ चे सुमारांस गोव्याचा सुप्रसिद्ध सेंट झेविअर हा पाद्री तेथें आला. व त्यानें आपला जेसुईट पंथ वसई व वांद्रा मुलखांत फैलावून शेंकडो हिंदु बाटविले.

१५७८ सालापर्यंत खुद्द एकट्या वसईच्या चर्चांत ९४०० शें हिंदूंना सक्तीनें बाप्तीस्मा देण्यांत आला होता म्हणतात. १५५२ सालीं वसई, चौल, व ठाणें यांतून धर्मोपदेशक पाठविण्यांत आले. १५७० पर्यंत सर्व पोर्तुगीज शहरांतून ते पसरले. वांद्रयाचें सेंट अँड्रूजचें चर्च बांधण्यास सुरवात झाली. फ्रॅन्सीसकन्स व जेसुइट्स असे त्या ख्रिस्त्यांत जरी दोन पक्ष होते तरी त्यांचा हेतु एकच होता. आणि लोक बाट-विण्यांत व चर्चें उभारण्यांत ते अहमहमिकेनें प्रयत्न करीत. १५८५ सालीं मंडपेश्वर, माहीम, मुंबई, कारंजा, मौंट कलव्हरी आणि आगाशी हीं ठाणीं फ्रॅन्सीसकन्स पाद्र्यांनीं पूर्णपणें ग्रासून टाकली होती. त्यांनीं

कान्हेरीची लेणी व मंडपेश्वर ही उध्वस्त करून टाकली. तेथील जोग्यांना हाकून लावले व लेण्यांवरच एक चर्च बांधून ख्रिस्ती धर्माची पाठशाळा स्थापन केली. कालांतरानें हा पाद्रयांचा वर्ग इतका बळवान आणि संपन्न झाला कीं, प्रत्यक्ष राजकीय अधिकाऱ्यांचेंहि त्यांच्यापुढें कांहीं चालेना. " They lived sumptuously and were in general so influential that even the General of the North at Bassin felt his position to be precarious. "

१६२९ सालीं पोर्तुगालच्या राजाला खुद्द गोव्यांतूनच लिहून गेलें कीं, या जेसुइट लोकांनीं आपल्या हिंदुस्थानांतील वसाहतीचा जितका नाश केला आहे तितका दुसरा कोणीहि केला नसेल. तेच आपले खरे खरे हितशत्रु म्हटले पाहिजेत.

१६३१ सालीं गोव्याच्या व्हाइसरॉयानें पोर्तुगालच्या राजाकडे तक्रार केली कीं, येथल्या पाद्री भटाभिक्षुकांवरचा आमचा ताबा संपला आहे. ते सरकारी हुकूम पाळीत नाहींत. त्रावणकोर व कोचीन येथला मोत्यांचा व्यापार त्यांनींच ग्रासला आहे. ते पदरीं फौजा बाळगतात. त्यांचा खर्च चालवितात आणि आपल्याच सरकारच्या जहाजांशीं कलागति करतात. आपले शत्रु जे डच किंवा मुसलमान त्यांच्याशीं परस्पर खलबतें करतात. राजाचा हुकूम बेधडक जाहीर रीतीनें धाब्यावर बसवितात आणि हिंदुस्थानांतील वसाहतींचा ताबा आमचा आहे, राजा कोण ? म्हणून विचारतात.

१६७७ सालीं फिरंग्यांच्या जुलमामुळें वांद्रा गांवचे सर्व ब्राह्मण परागंदा झाल्याचा दाखला सांपडतो. शिवाजीनें वसई प्रांतांतून चौथ मागितली व वसईला शह दिला याचेंहि कारण फिरंग्यांनीं हिंदूंचा चालविलेला छळ असें ऑर्म म्हणतो.

शिवाजी महाराजांनंतर संभाजी महाराजांच्या कारकीर्दीपासून तों थेट १७३७ सालीं वसई मोहीम सुरू होईपर्यंत उत्तर फिरंगाणांत धार्मिक जुलूम जोरांत चालू होता. त्यासंबंधीं पोर्तुगीज किंवा इंग्रजी साधनांत आपणांस आज पुरावा उपलब्ध नाहीं. पण मराठी साधनांवरून मिळूं शकतो. साष्टीच्या बखरींत संभाजीमहाराजांच्या कारकीर्दीपासून कसा जुलूम चालू होता याचें वर्णन आलें

आहे; तें आतांपर्यंत दिलेल्या हकीगतीवरून पूर्णपणें खरें मानावें लागतें. बखरींत म्हटलें आहे कीं, " ठाणें म्हणजे बिंबस्थान. फिरंगी यानें घेऊन कुबुद्ध धरिली. जमीनदारांची वतनें बुडविलीं. गांवचें गांव बाटविलें. किरिस्तान केलें. सासष्ट गांवचे व आगर वसईचे बहुतेक लोक धरून बाटविले. घरांत कोणी नसले तर पोरे नेऊन बाटवावीं असा उपद्रव महाराष्ट्रांत मांडिला. कोणी दक्षिणेंत पळून गेलें. क्रियाकर्मांतराचा लोप झाला. देवधर्म बुडाला. प्रांतांतील तीर्थे, क्षेत्रें सर्व लोपलीं. देवालयें फोडून साफ केलीं. फिरंगियानें आपलीं देऊळें बांधलीं. फिरंगी धर्म चालवावयास लागले. ब्राह्मणांस मुलुखांत फिरण्याची बंदी झाली. कोणी कांहीं व्रतें, उद्यापनें, होम वगैरे आरंभिली म्हणजे त्यांचें घर वेढलें! शेजारीपाजारी त्या घरांत सांपडले म्हणजे त्यासही धरून न्यावें. उत्साव वगैरे चोरून जीव वाचवून लोक करूं लागले. मुलखांत एकादे वेळीं शेंदरासा, सुपारी एवढा धोंडा सांपडला म्हणजे तो गांव नेऊन धरून बाटवावा. कोणी दुसमानगिरी करून कांहीं साक्षी उभे करावे व पाद्रीजवळ जाऊन एकाद्यानें बालंट घ्यावें म्हणजे त्या गृहस्थाचें सर्व घर नेऊन बाटवावें. न्याय अन्याय पाहाण्याची रीत नाहीं असा अनर्थ मांडिला ! ! "

१७२१-२२ सालीं अणजूरकर मंडळी प्रथम बाजीरावांकडे आली. तेव्हां त्यांनीं हीच तक्रार केली कीं, " वसईप्रांत फिरंगीयाकडे आहे. त्याणें देवस्थानें व तीर्थें यांचा व महाराष्ट्र धर्म यांचा लोप केला हिंदु लोक भ्रष्टऊन क्षार केले. म्हणून साहेबी मसलत करून प्रांत मजकूर सर करून देवस्थापना करावी व स्वधर्मस्थापना होय ते गोष्टी करावी." १७३० सालानंतर कांहीं दिवस कृष्णराव महादेवाकडे कल्याणचा सुभा आला. त्यावेळच्या एका पत्रांत हिंदु लोकांबद्दल फिरंग्यांना किती द्वेष वाटत असे व किती जुलूम होत असे व म्हणूनच गुप्तपणें छापा घालून एकदम फिरंगाण काबीज करण्याची कारस्थानें कशी चालत होती तें दिसते. तें पत्र असें. " आम्ही आजी गुरुवारी कल्याणास आलों. इकडील वर्तमान पाश्चिमेकडील पाहतां सर्व ठीक आहे.....अधिकारियांचे नांवें सर्व रुदंती करितात. कबिलासुद्धां मातबर माणूस गोमांतकास गेलें ....हिंदूचें दर्शन कार्यास नये. दिवसांस अंधकार आहे........आजीचा प्रसंगहि उत्तम

आहे. लागभाग ठीक आहे. आपणहि दुसरे ते प्रांतीचे कितीक मातबर माणूस व भंडारी आम्ही ठीक करून आपले करून ठेविले आहेत. आज्ञा होईल तर मुख्य स्थलाचा कारभार आम्ही आमरावतीहून उरकून. येविसि अर्थ सांगोन आपणांकडे बुबाजीना रवाना केले आहेत. काय करावे ते कळवावें. सध्यां आमचे जवळ ६०० जमाव आहे. उत्तर येईपर्यंत साष्टीकडील कारभार चाळून पाहतो. पत्र वाचून फाडून टाकणें. कोणास दाखवाल तर माझी आण असे. "

१७३४ सालीं ठाण्याचा कोट फिरंगी बांधू लागले. त्याच्या थोड्या आधीं तर फिरंग्यांनीं सबंध साष्टी बेटांतील एकूण एक हिंदु माणूस बाटवून टाकण्याची मोठी थोरली योजना केली होती. त्यासंबंधीं खुद्द वासुदेव जोशाचेंच पत्रें उपलब्ध आहे. तो पेशव्यांस लिहितो, " आजी कल्याणाहून पत्रें आली. फिरंगाण प्रांतांत साष्टींत जितकें हिंदु माणूस आहे तितकियाची टीप, देखील पाचा वर्षांचे मुलांपासून वृद्ध माणूस कुली टीप लेहून घेतली. येक माणूस कोठें फरको देत नाहीं. जागा जागा चौक्या ठेविल्या आहेत. गलबतें लहान थोर शें दीडशें जमा करून जागा जागा ठेविली आहेत. हिंदु माणूस तेथून (झाडून सारे) बाटवणार म्हणून लौकिक आहे. याकारितां त्या प्रांतीं थोर आकांत जाहला आहे. वर्तमान आपणांस कळावें याकारितां लिहिले असें " दुसरें एक पत्र उपलब्ध आहे त्यावरून वसईतील रयत पेशव्यांकडे येऊन तो प्रांत सोडविण्याविषयीं गुप्तपणें कशी मसलत करी ते चांगले दिसते. पत्र असेः—

" सेवेसीं विज्ञापना ऐसीजे. वसई प्रांतांहून आम्ही आसामी दाहा आलों. चितात आहे कीं, सरकार किफायेतीचा सर्व वर्तमान विदित करावा; परंतु येकांत दर्शन होत नाहीं. त्यास देखील खिजमतगार दूर करून आज्ञा होईल तर विदित करूं. येक मास आम्हांला जाला. सेवेसी श्रुत होय हे विज्ञप्ति. येक महिना झाला. परंतु लिहिल्याप्रमाणें भेटी होत नाहीं. स्वामी काये करितील ? त्या प्रांते अमलदार आहेत त्याची रती समर्थ. तेथें उपाय काये ? प्रातःकाळीं माघारे जाणार. कांहीं अपेक्षा नाहीं. धन्याचे आम्ही हित काये करणें ? परंतु सुचले ते सांगावें तेथें दोष नाहीं म्हणौन श्रम करीत होतो. श्रुत होय हेविज्ञाप्ति."

पिसुर्लेकरांच्या इतिहासांत उत्तर फिरंगाणासंबंधीं जी दोन तीन पत्रें प्रसंगोपात्त आली आहेत त्यावरून त्या सुमारासहि फिरंगी बाटवाबाटवी करीत होते असें स्पष्टच होतें. त्यांनीं २० मार्च १७३१ चे (९-३ १७३१) पोर्तुगीज व्हाइसरॉयचें पत्रच दिलें आहे. त्यांत तो व्हाइसरॉय म्हणतो, " आम्ही पुष्कळ मराठे कैद करून ठेविले आहेत त्यांना बाटविण्याची धमकी देतो. त्यामुळें ते फार घाबरतात." ४ एप्रिल १७३१ (२४-३-१७३१) रोजीं त्यानें लिहिलेल्या दुसऱ्या पत्रांत तो म्हणतो, " आम्ही पुष्कळशा बायका पकडल्या आहेत त्यांना ख्रिस्ती करणार आहोत. पाद्र्यांना मीं तूर्त कळविलें आहे कीं, माझा नवीन हुकूम बाहेर पडल्याशिवाय मात्र त्यांना बाटवूं नका." पुढें १६ नोव्हेंबर १७३१ (५-११-१७३१) रोजीं त्यानें तसा हुकूम काढला व कळविलें कीं, " त्या सगळ्या कैद्यांना बाटवा. माझी त्याला संमति आहे."

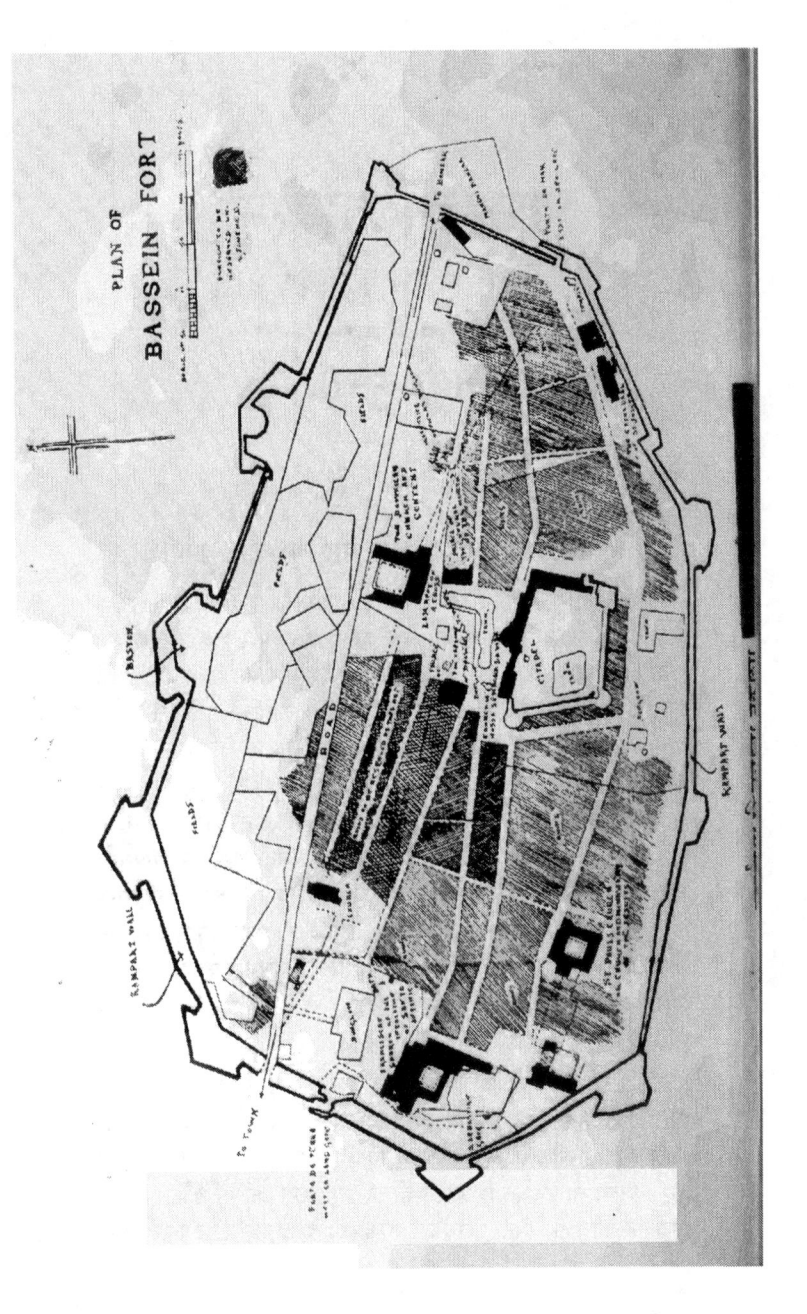

PLAN OF
BASSEIN FORT
RAMPART WALL
BASTION
FIELDS
FIELDS
FIELDS
TO TOWN
ROAD
CHURCH
THE DOMINICAN CHURCH AND CONVENT
CITADEL
ST PAULS CHURCH
RAMPART WALL

वसईची मोहीम.

(सन १७३७ ते १७३९)

भाग दुसरा.

प्रकरण १ लें.

मोहिमेचा श्रीमन्महा—ठाणे साष्टीचा कोट काबीज.

कार्तिक वा। ११ गुरुवारीं म्हणजे १७ नोव्हेंबर १७३६ या तारखेस आप्पासाहेब आळंदीच्या यात्रेस गेले होते. नंतर पौष शु० १४ म्हणजे ४ जानेवारी १७३७ रोजीं ते जेजुरीवर दर्शनास गेले. त्यावेळीं तेथें जेजुरीचें सुप्रसिद्ध तळें बांधण्याचें काम त्यांनीं चालविलेलें होतें तें पाहून तेथून कुरकुंबाच्या देवीच्या दर्शनास गेले. तेथून आळेगांवास जाऊन न्हावीस आले; व कांहीं दिवस मुक्काम करून राहिले. पुढें फाल्गुनाच्या वद्य पक्षांत म्हणजे मार्चच्या सुरवातीस फिरंगाणावरची मसलत मुक्रर झाली. तिकडील 'हवे' आले म्हणून ताबडतोब पूर्वी ठरल्याप्रमाणें चिमणाजी भिवराव, रामचंद्र हरि, कृष्णाजी केशव वगैरे सरदारांना त्यांनीं साष्टी-वसईकडे अगोदर रवाना केलें. ते स्वतः मागाहून निघणार होते. त्याप्रमाणें ते १६ दिवसांनंतर गुढीचा पाडवा करून दुसऱ्या दिवशीं प्रस्थानास गेले व तेथून गुरुवारीं रात्रीं त्यांनीं फिरंगाणाकडे कूच केलें.

मराठ्यांनीं आपल्या फौजेच्या मुख्य दोन टोळ्या केल्या होत्या. एक शंकराजी केशव फडक्याच्या हाताखालची व दुसरी खंडोजी माणकराच्या हाताखालची. एकाच वेळीं साष्टी व वसई या दोन्ही ठाण्यांवर हल्ला करण्याचा नकाशा ठरला होता. या दोन फौजांपैकीं ठाण्यास जाणाऱ्या फौजेची बिनी खंडोजी माणकर व होनाजी बलकवडे यांना

दिली होती; व वसईस जाणाऱ्या फौजेची बिनी गंगाजी नाईक अणजूर-कर, शंकराजी केशव वगैरे लोकांवर सोपविली होती. साष्टीवर जाणाऱ्या फौजेनें राजमाचीखालीं दब्यास बसावें व वसईस जाणाऱ्या फौजेनें माहुली किल्ल्याच्या रानांत दब्यास बसावें असें ठरलें. ठरल्या दिवशीं गंगाजी नाईकानें आपले दोघे भाऊ व त्याबरोबर फकीर महंमद जमातदार, धाकनाक परवारी व शिवाय १५० लोक आणि कोळी देऊन त्यास राजमाचीहून बावामलंगाचे वाडीस रवाना केलें व स्वतः आपली टोळी घेऊन तो घोटवड्याखालीं कोशिंबड्यावर गेला. बावामलंगाचे वाडीवर जी आघाडीची टोळी गेली तींत रामचंद्र हरि पटवर्धन, रामाजी महादेव, खंडोजी माणकर वगैरे लोक होते. त्यांच्याच पाठीवर थोड्या मजलीवर होनाजी बलकवडे कांहीं फौज घेऊन प्रबळ येथें बसला. आघाडीची रामचंद्र हरीची टोळी बावामलंगाहून साष्टीच्या पल्ल्याजवळ २६ मार्च रोजीं मुक्कामास गेली.

पेशव्यांचा व फिरंग्याचा शीवशेजार झाल्या दिवसापासून कलागती सारख्या सुरूच होत्या. शिवाय इ. १७२३ व १७३० मध्यें दोघांचीं चांगलींच युद्धें झालीं होतीं. यामुळें फिरंग्यांनीं मराठ्यांची कायमची दहशत घेतली होती. आज ना उद्यां केव्हां तरी मराठ्यांशीं सक्त भांडण करण्याचा प्रसंग आल्याशिवाय राहात नाहीं हें त्यांना कळून चुकलें होतें. त्यांच्या दृष्टीनें मराठे अत्यंत विश्वासघातकी व कधींहि मनांतला आकस न सोडणारे असे असल्यामुळें व अलीकडे तर ते फारच प्रबळ झाले असल्यामुळें आपल्या प्रांताची दूरदर्शीपणानें कायमची बळकटी करण्याचा विचार त्यांच्या मनांत सारखा घोळत होता.

याच दृष्टीनें ठाण्याचा किल्ला बांधण्याचा त्यांनीं बेत केला. आजपर्यंत मोगली राजवटींत आपलीं ठाणीं आहेत तशीं मोडकीं तोडकीं धकलीं परंतु या हटवादी मराठ्यांशीं तशा ठाण्यांनीं निभाव लागणार नाहीं; करतां चांगलीच तरतूद करावयास हवी. म्हणून त्यांनीं साष्टींत एक फार मोठा किल्ला बांधावयाचें ठरविलें. तो इतका मोठा बांधावयाचा होता कीं, वेळप्रसंगीं साष्टी बेटांतल्या एकूण एक फिरंगी मनुष्याला त्यांत आसरा घेतां यावा. तसेंच साष्टींत शिरण्याच्या वाटाहि रोखून धरतां याव्यात.

ठाण्यास लुइ बतेलोची गव्हर्नर म्हणून नेमणूक झाली त्याचवेळीं त्याचे-बरोबर एक नामांकित इंजिनियर ठाण्याच्या किल्ल्याचा नकाशा तयार करण्यासाठीं पाठविण्यांत आला होता. त्या इंजिनियरानें प्रथम सर्व पाहणी करून तीन प्रकारचे तीन नकाशे तयार केले व ते गोव्यास व्हाइसरायाकडे पसंतीकरितां पाठवून दिले. त्यांपैकीं एक नकाशा पसंत करून व्हाइसरायानें त्यांत आणखीहि कांहीं दुरुस्त्या सुचविल्या व त्याप्रमाणें कामाला मंजुरी देऊन ठाण्याचा कोट बांधण्यास सुरवात करावयास सांगितलें.

हा ठाण्याचा किल्ला बांधीत असतां साष्टींतील रयतेवर अत्यंत जुलूम झाला व त्या पायीं हिंदु रयत फिरंग्यांशीं अगदीं बिघडून गेली. ही गोष्ट मराठी कागदाप्रमाणें खुद्द पोर्तुगीज बखरकारांनींहि मान्य केली आहे. किल्ला बांधीत असतां सरसकट लोक वेठीस धरण्यांत आले व कोणास वेठीची माफी हवी असल्यास त्याचेकडून जबर दंड उकळण्यांत आले. बतेलो येवढेंच करून थांबला नाहीं. त्यानें किनाऱ्यावरील कोळ्यांनाहि नाखूप केलें. त्याच्या मनांत साष्टी बेटाच्या संरक्षणाकरितां एक स्वतंत्र आरमार तयार करावयाचें होतें. त्याला तर खूप पैका लागणार; तेव्हां त्यांपैकीं कांहीं भाग म्हणून त्यानें सगळ्या कोळ्यांवर जबर कर बसविले. आणि यामुळें ते अगदीं बेदिल होऊन गेले. पोर्तुगीज बखरकारांनीं असें म्हटलें आहे कीं, हा जुलूम म्हणजे ठाण्याच्या विनाशाचें पूर्वचिन्हच होतें.

किल्ल्याचें बांधकाम सुरू झाल्यानंतर इंजिनियर अंद्रे रिबेरो कुतिन्हु हा १७३४ च्या डिसेंबर अखेर परत गेला. नंतर दुसऱ्या इंजिनियराची नेमणूक झाली. त्यानें अंद्रे रिबेरोच्या नकाशांत फिरून पुष्कळ दुरुस्त्या करून किल्ल्याचा आकार कमी केला. कारण एक तर पहिल्या नकाशाप्रमाणें किल्ला बांधावयास फारच दिवसगत लागली असती आणि तदनुषंगिक जुलूम व असंतोषहि वाढत गेला असता; म्हणून पोर्तुगीज सरकारच्या हुकुमावरून खाडीवरील पाणबुरुजांचा आकार कमी करून किल्ला लौकर पुरा करण्याची खटपट त्यानें केली. व त्याप्रमाणें या सालीं किल्ला एकदांचा बांधून पुरा झाला. या नव्या किल्ल्यास पांच बुरूज असून त्यांपैकीं 'जोसे' 'ज्योआओ' आणि 'मार्सल' हे फार मोठे व

बळकट होते. खाडीवरील पाणबुरूज मात्र आकारानें लहानसर होते. असो.

पूर्वी सांगितल्याप्रमाणें २६ मार्च रोजीं ठाण्याजवळ मराठ्यांची फौज येऊन पोंचली. येतांच त्यांनीं हल्ला कसा करावा याची बाटाघाट केली. अंताजी रघुनाथ कावळे याच्या मतें तो दिवस तेथेंच मुक्काम करून दुसरे दिवशीं ठाण्यावर जावें असें होतें. बहुतेकांचें म्हणणें तसेंच पडलें. परंतु बुबाजी नाईक म्हणाला कीं शत्रूस आपली बातमी फुटली आहे. करतां त्याला किंचित्हि हालचाल करण्याइतका वेळ देतां कामा नये. ताबडतोबच जाऊन कार्य करावें. शिवाय तोच दिवस मसलतीचा म्हणून नक्की ठरवून त्यानें साष्टींतले आपले भेदलेले लोकहि तयार ठेविले होते. आतां हल्ला न करावा तर त्यांची सर्व तयारी फुकट जावयाची. ठाण्याच्या पाणबुरुजांवरील शिपायांना फुलसरा पाजून गाफील करून टाकण्याचीहि व्यवस्था झालेली असल्यामुळें त्याच दिवशीं जाऊन हल्ला करावा असें बुबाजीचें म्हणणें होतें. बाटाघाट होतां शेवटीं तसेंच करावयाचें ठरलें. मग लोक बाळखिंडींत गेले. तेथें संकेताप्रमाणें लक्ष्मण राऊत, हंसा कोळी, साह्या कोळी वगैरे भेदलेले लोक येऊन सामील झाले. नंतर सर्व जमाव तेथून निघून ठाण्यासमीप कळव्यास येऊन अर्धा घटका थांबला. कळव्याजवळ जेरोनिमो नांवाचा पाणबुरुज होता तो प्रथम जिंकून घेणें आवश्यक होतें. कारण, तेथून साष्टींत शिरावयाची बाट होती. त्यावरचे बुरुजकरी गाफील झालेलेच होते. मराठे जवळ आले व त्याला शिड्या लावून १०० लोक पाणबुरुजावर चढले व त्यांनीं थोडी मारामार करून बुरुज सर केला. त्या गोंधळांत बुरुजावरचा एक कप्तान व सहा शिपाई मराठ्यांकडून मारले गेले. नंतर दोन तोफा डागून आवाज केले व बाहेर दब्यास आलेल्या मराठी फौजेस त्यांनीं इशारा केला. त्याबरोबर ४०० मराठ्यांची एक तुकडी जलदीनें त्यांना येऊन मिळाली. मग पाणबुरुजाचा बंदोबस्त करून मुरारजी नाईक फौज घेऊन मांजिवड्यावर गेला, व रामचंद्र हरि, खंडोजी माणकर व रामाजी महादेव वगैरे सरदार दुसरी फौज घेऊन घोणसाळियावर गेले.

मराठ्यांनीं कितीहि गुप्तपणें ही मसलत केली असली तरी त्यांची

बातमी फुटली होती. परंतु बतेलोनें त्यांचा प्रतिकार करण्याची कांहीं विशेष खबरदारी घेतली नाहीं. साष्टीचा बखरकार म्हणतो कीं, मराठी " फौज ठाण्याजवळ यावयास निघाली तेच दिवशीं कर्नाळकर किल्लेदार पीर जादे यांनीं फिरंग्यास पत्र लिहून पाठविलें कीं, आज गनीम तुम्हांवर आला. पुढें ईश्वरास करणें तें करो. परंतु फिरंग्यास भूल पडली. बातमी अमान्य केली. " पिसुर्लेकरहि म्हणतात कीं बतेलोला अनेक ठिकाणांहून मराठ्यांच्या फौजेच्या नक्की बातम्या पोंचल्या होत्या. फार काय कळव्याच्या पाटलानेंहि दीड कोसावर मराठी फौज येऊन पोंचली म्हणून टाकोटाक तातडीनें निरोप पाठविला. तरीहि त्यानें विशेष सावधगिरी बाळगली नाहीं. फक्त खाडीवरच्या पाणबुरुजकऱ्यांना नुसता सावध राहण्याविषयीं मामुली हुकूम देऊन तो स्वस्थ राहिला. खरोखरच बतेलोच्या या वर्तनाचा समाधानकारक खुलासा होत नाहीं. तो मराठ्यांस फितला होता ही गोष्ट अगदींच खोटी. कारण तो खुद्द व्हाइसरायाचा जवळचा नातलग व विश्वासू माणूस आणि पूर्वीं पोर्तुगालांत निरनिराळ्या लढायांत नांव मिळविलेला सेनापति, म्हणूनच त्याची सध्यांच्या अधिकारावर मुद्दाम नेमणूक झाली होती. पिसुर्लेकर एका पोर्तुगीज बखरीचा आधार देऊन म्हणतात कीं, हा सगळा मराठ्यांच्या थापेबाजीचा परिणाम! ठाण्याजवळ मराठ्यांनीं फौजा जमविल्या तेव्हांच बतेलोनें चौकशी केली होती; परंतु त्यांनीं त्यास वारंवार बेमालुम थापा देऊन भासविलें कीं, आमचा तुमचा तह आहे. आम्ही तो मोडणार नाहीं. आम्ही सैन्य जमविलें असलें तरी तें तुमच्यावर आणण्याकरितां नव्हे. तुम्ही निर्धास्त रहा. यामुळेंच बतेलो निर्धास्त राहिला असावा.

असो. पाणबुरुज काबीज केल्यावर मराठ्यांनीं तेथल्या दोन तोफा डागून आवाज केले. त्यायोगें एकाच वेळीं दोन ठिकाणीं दोन प्रकार घडून आले. ठाण्यांत लुइ बतेलोला त्या तोफांच्या धडाक्यानें आतां खरोखरीच कांहीं भानगड उत्पन्न झाली आहे असें खास वाटलें व तो हादरून गेला. उलट बदलापुरास फौजेनिशीं येऊन बसलेल्या आप्पासाहेबांना ते आवाज म्हणजे संकेताच्या जयदुंदुभि होत असें वाटून ते हारखून गेले.

लुइ बतेलोनें मग ताबडतोब कोटांतून एका सार्जंट मेजरच्या हाता-

खालीं शिपायांची एक तुकडी पाणबुरुजाकडे तलाव्यास पाठविली. परंतु मराठ्यांनीं ती सर्वच्या सर्व पकडून कैद केली. त्यांतील एकहि माणूस परत जाऊं दिलें नाहीं. नंतर ते शहाजणें वाजवीत त्या घोर रात्रीं ठाण्याच्या कोटाभोंवतीं भुतासारखे उत्पात करीत फिरूं लागले. त्या वेळीं त्यांनीं किल्ल्या शेजारचा फिरंग्यांचा एक मठहि पेटवून दिला ! हा सर्व प्रकार २६ तारखेच्या रात्रीं घडला.

आतां आप्पासाहेबांनीं काय केलें तें पाहूं. बदलापुरास तोफांचा धडाका ऐकूं येतांच त्यांनीं तावडतोब जीनबंदी करविली व आगाऊच गणनाक परवारी नांवाचा एक माहितगार मनुष्य ठाण्यास फौज नेण्याकरितां ठेवला होता त्यास पुढें घालून रातोरात्र दिवट्या लावून ते निघाले. दिवस उगवतां उगवतां ते कळव्यासन्मुख आले. तोंच लक्ष्मण राऊत सामोरा येऊन त्यानें बुरुज फत्ते झाला आपले लोक सार्ष्टीत शिरले अशी आनंदाची वार्ता सांगितली. मग आप्पासाहेब जातीनें पायउतारा झाले व स्वतःच्या हातानें चिखलावर पेंढा घालावयास लागून लोकांना हुरूप आणून सारी फौज लगट करून त्यांनीं खाडीपलीकडे उतरविली व ते सार्ष्टींत शिरले.

दुसरा दिवस उजाडल्यावर शत्रूनें पहावयास सुरवात केली तों सार्ष्टींत जिकडे तिकडे मराठे शिरलेले आहेत व त्यांनीं कोटासहि दाट वेढा दिला आहे, माऱ्याच्या सगळ्या जागा रोखून धरल्या आहेत व सार्ष्टींत शिरण्याचे मार्ग बंद केले आहेत, असें त्यास दिसलें. ह्या वेळपर्यंत ठाण्याची रयतहि फुटून हाःहाःकार झाला होता. मग वतेलेनें आपलें कौन्सिल भरवून विचार केला कीं, आपणांजवळ पुरेशी फौज नाहीं व दारुगोळ्याची भरती नाहीं. फक्त फिरंगी शिपायांच्या सहा कंपन्या व कांहीं एतद्देशीय लोक इतकेच आहेत. तथापि तेवढ्यानिशींहि आपण कोट लढवूं व शत्रूवर हल्ला करूं. पण या त्याच्या विचाराला इतर अधिकाऱ्यांनीं संमत दिलें नाहीं. ते म्हणाले, ठाण्यांत खुष्कीकडून येण्याची मुख्य वाट मराठ्यांनीं काबीज करून त्याची बळकटी केली आहे ते आतां त्या बाजूनें वाटेल तेवढी मोठी फौज मदतीस आणूं शकतील. त्यांना कोण पुरें पडेल ? अशा स्थितींतहि आपण किल्ला लढविला असता; परंतु तो अजून पुष्कळ ठिकाणीं अपुराच राहिलेला आहे.

म्हणून तो लढवूनहि लभ्यांश नाहीं. याप्रमाणें बाटाघाटी होऊन अखेर आपला पुरता कोंडमारा होण्याच्या आधींच दुसरीकडे म्हणजे वसईस तूर्त आसऱ्यास जावें असें त्यांनीं ठरविलें.

त्याप्रमाणें २७ मार्च रोजीं दुपारीं दोन वाजतां बतेलोनें आपल्या शिपायांच्या सहा कंपन्या व ठाण्यांतले पुष्कळ कुटुंबकबिले गलबतांत घातले व तो उरणाकडे ठाणें सोडून निघून गेला. मात्र जाण्यापूर्वी त्यानें रेईस नांवाच्या बुरुजावरील बुरुजकऱ्यांना हुकूम देऊन ठेविला कीं काय वाटेल तें झालें तरी तेवढा बुरुज तुम्ही लढवा म्हणजे ठाण्याचें बंदर तरी आपल्या हातीं राहील व शत्रूनें ठाणें जिंकलें तरी त्याची खरी मजबुती त्याला करतां यावयाची नाहीं. पण कसचें काय ? या हुकुमाचा कांहींच उपयोग न होतां हुकुमबिकुम गुंडाळून ठेवून मराठ्यांच्या धाकाखालीं ते बुरुजकरी त्याच रात्रीं चोरीनें गलबतांत बसून मुंबईस पळून गेले. त्यांच्या तोफा वगैरे सामान तेथें राहिलें हें सांगणें नकोच. पण आपलीं निशाणेंहि संभाळून नेण्याइतका दम त्यांस उरला नव्हता !

२७ व २८ मार्च हे दोन दिवस आण्यासाहेबांनीं सर्व लागभागांची व चौक्या पहाऱ्यांची बंदोबस्ती करण्यांत घालविले. आतां त्यांची सारीच फौज साष्टींत आलेली होती. तिच्या दोन टोळ्या करून एकीनें साष्टींत येणाऱ्या सर्व मार्गांचें संरक्षण करावयाचें व दुसरीनें उलट बाजूस म्हणजे साष्टी बेटाच्या पश्चिम किनाऱ्यावर असलेलीं शत्रूचीं नाक्याचीं ठाणीं काबीज करावयाचीं असें ठरलें. दुसरे दिवशीं २९ मार्च रोजीं मराठे ठाण्याच्या कोटांत शिरले. व त्यांनीं लुटालूट करण्यास प्रारंभ केला. तेथें त्यांना दोन बुरुजांवर ठेवलेल्या दहा तोफा व अलीकडे नुकत्याच पोर्तुगीजांच्या मदतीस येऊन पोंचलेल्या दुसऱ्या पंचवीस तोफा मिळाल्या. खाडीच्या बाजूनें नाक्यानाक्यावर जे सहा पाणबुरुज बांधले होते त्या सर्वांमधून त्यांना एकंदर चांगल्या २८ भारी तोफा मिळाल्या. याहि खेरीज आणखी दोन गलबतांवर चढविलेल्या सोळा तोफा त्यांच्या हातीं पडल्या.

कोटाची ही अवस्था झाल्यावर दुसऱ्या दिवशीं मराठी फौजांनी सबंध साष्टी बेटाची लूट सुरू केली. या लुटींत त्यांना काय मिळालें

हें नक्की कळत नाहीं. अपेक्षा अशी होती कीं, साष्टींत अतोनात ऐवज सांपडावा. कारण वेळोवेळीं अंताजीपंत कावळ्यासारख्या माहीतगार लोकांनीं तसें आप्पासाहेबांस समजाविलें होतें. उदाहरणार्थ पेशव्यास लिहिलेल्या एका पत्रांत त्यानें कळविलें होतें कीं, "वेसावें व वानदरें व माहाले व तुरभे या चहूं कोटांचे दोरे आणून हातीं ठेविले आहेत. जे घटकेस ठाणें घेतो ते घटकेस चार कोट फत्ते करून देतात. यास काडीयेक अन्येथा होणार नाहीं. अन्येथा जाली तरी शिरच्छेद करावा हा दंड! हल्लीं द्रव्यें साष्टीमध्यें म्हणाल तरी पंचवीस लक्ष रुपये हे न्यूनपदार्थे स्वामीसी पदरीं पडतील. येकसे सत्तावन गांव त्याचे (शत्रूचे) बगत जात आहे ती पहाणें. बंदरें चार हातास येतात. अखिल पद प्राप्त होतें." व यामुळें आप्पासाहेबांनीं लूट माफ केली नाहीं, सगळ्या फौजेचा झाडा घेऊन लुटीचा तोडान् तोडा जमा केला. पण लूट मात्र अपेक्षेप्रमाणें मिळाली नसावी असें खास वाटतें. कारण चिंचवडकर देवांनीं साष्टी जिंकल्यानंतर एक समाधानाचें पत्र आप्पासाहेबांस लिहिलें आहे त्यांत ते म्हणतात 'तुमचें पत्र बहुत चुकराईचें आले कीं ऐवज कांहीं सांपडला नाहीं. पण फत्ते झाली हेंच यश मोठें आहे यापेक्षां अधिक काय?'

अशा रीतीनें साष्टी काबीज झाल्यावर आप्पासाहेबांनीं ठिकठिकाणीं फौजा रवाना केल्या व ठाण्याच्या कोटाचें अपुरें राहिलेलें काम बांधून पुरें करावयास सुरवात केली. किल्ल्या शेजारींच फिरंग्यांच्या सेंट मेरीचें एक देऊळ व सेंट ऑगस्टिनचा एक मठ होता तोच उध्वस्त करून किल्ल्याच्या बांधकामाकडे लावला. व कोटाच्या आसपास असलेल्या इमारतीं, गढ्या, माड्या जमीनदोस्त करून चौफेर चांगलें लांबवर मैदान करून सोडलें व भोंवतालचा तमाम प्रदेश किल्ल्यावरील तोफांच्या माऱ्यांत आणून सोडला.

ठाण्याची मसलत चोरीनें पार पाडावयाची होती. ती सफळ झाली. फारसें माणूसहि दगावलें नाहीं. व फारा दिवसांचा हेतु सफल झाला म्हणून आप्पासाहेबांस आनंद होणें अगदीं साहाजिक होतें. जो पहिला पाणबुरुज जिंकून मराठे आंत घुसले त्या बुरुजाचें नांव त्यांनीं अभिमानानें 'फत्ते बुरुज' असें ठेविलें; व पुढें साष्टीच्या या हल्ल्यांत काम-

काज केलेल्या लोकांचा चांगला परामर्ष घेऊन बक्षिसें वगैरे देऊन त्यांचा त्यांनीं चांगला दिलासा केला. त्यासंबंधीं रोजकीर्दींत कांहीं तारखांस बक्षिसांच्या रकमा खर्ची पडलेल्या दिसतात. मेच्या ८ तारखेस त्यांनीं ८११ रु. सैनिकांत वांटले. तसेंच पुढें जूनच्या ४ व ५ तारखेसहि बक्षिसी म्हणून अनुक्रमें २२०४ व २०८३ रु. वांटले. तसेंच ८ मे रोजीं "ठाणें साष्टीस राखीं आले" म्हणून १२३३ रुपयांचीं कडीं कांहीं लोकांना देण्यांत आलीं. तुकनाक परवारी नांवाचा एक नामांकित शिपाई होता त्यानें "राखीं साष्टींत शिरण्याचे वेळीं खस्त केली म्हणून" त्याला १६२॥ रु. चें एक सोन्याचें कडें देण्यांत आलें.

साष्टीच्या या पहिल्या झुंजांत जखमी किंवा ठार झालेल्यांची कांहीं माहिती उपलब्ध नाहीं. फक्त ३० मार्चच्या रोजकीर्दींत महादु जेजाल बारदार मेल्याचा व नांवजी कळंबकर व धोंडनाक हे जखमी झाल्याचा उल्लेख सांपडतो.

वसईकडील हालहवाल—

आतां इकडे वसईस पाठविलेल्या फौजेनें आपलें काम कसें केलें तें पाहूं. पूर्वी सांगितल्याप्रमाणें ती फौज माहुली किल्ल्याखालीं रानांत दब्यास बसली होती. चोवीस मार्च रोजीं गुरुवारीं रात्रीं ती टोळी त्या रानांतून बाहेर निघाली व पहाटेस घोटवड्याच्या अरण्यांत आली. तो सबंध दिवस त्यांनीं तेथें रानांतच घालविला. दिवस उन्हाळ्याचे व प्रदेश अतिशय गर्मीचा. त्या रानांत पाण्याचें टिपूसही मिळण्याची मारा-मार; यामुळें केवळ पाण्यावांचूनच हैराण होऊन त्या टोळींतले दोनचार लोक मेलेहि. त्याच रात्रीं म्हणजे शुक्रवारीं लोक पुढच्या पल्ल्यास निघाले ते पहाटे तुंगार कामणाच्या रानांत येऊन राहिले. तो दिवस फिरून रानांतच घालवून संध्याकाळीं दोन टोळ्या करून ते पुढें निघाले. एका टोळींत शंकराजी केशव खुद्द व दुसऱ्या टोळींत बाळाजी केशव व खंडोबा वगैरे खासे होते. रात्रीं प्रहर दहा घटकांस ते राजावळीच्या ताऱ्याजवळ आले.

वसईचें आगर म्हणजे एक बेटच बनलें होतें. उत्तरेस वैतरणेची खाडी; पश्चिमेस अरबी समुद्र; दक्षिणेस वसईची खाडी याप्रमाणें तिन्ही बाजूंनीं पाण्याचा वेढा असून चौथ्या बाजूनें म्हणजे पूर्वेकडून

खाडीचा एक छोटा फाटा होता. खुष्कीचे बाजूनें वसईंत येणाऱ्या लोकांना फक्त ही खाडी उतरली म्हणजे भागे; आणि यामुळेंच फिरंग्यांनी नाक्यानाक्यावर या खाडीवर चौक्या ठेवल्या होत्या. राजावळीच्या ताऱ्याजवळच गोखरवें येथें एक दादर म्हणजे पूल तयार केलेला असून त्यावरून पाण्यास पाय न लावतां वसईंत प्रवेश करतां येत असे.

शंकराजीपंताचा विचार असा होता कीं, सध्यां शत्रूची विशेष खबरदारी नाहीं. येऊन जाऊन कदाचित् लहानशी चौकी असली तर ती गोखरवेयाच्या दादरावर असणार! तिची नजर चुकवून आपणास वसईंत शिरावयाचें, तेव्हां राजावळ्याच्या ताऱ्यावर येऊन खाडीस भरतीचें पाणी भरलें नाहीं तोंच तारा उतरून वसईच्या बेटांत शिरणें शक्य आहे.असा सगळा विचार करून ते राजावळीच्या ताऱ्यावर संकेताप्रमाणें आले. पण त्यांच्या अपेक्षेप्रमाणें ह्यांतलें कांहीं न घडतां त्यांना तेथें शत्रू बंदोबस्तानें व सावध असलेला दिसून आला! खुद्द शंकराजीपंताच्या पत्रावरून शत्रूस 'सुचें' झाल्यामुळें म्हणजे मराठ्यांच्या चढाईची बातमी कळल्यामुळेंच त्यानें चौक्या बसविल्या असाव्या असें दिसतें. साष्टीचा बखरकार मात्र दुसरें कारण देतो. तो म्हणतो कीं, मराठ्यांच्या या छाप्यापूर्वींच एक दोन दिवस राजावळी, गोखरवे, आचोळें, कोल्हें, व चिंचोटी हीं शेजारचीं गांवें एके रात्रींत कोणी येऊन मारलीं म्हणून फिरंग्यांनीं चौक्या ठेवून ही नाकेबंदी केली होती. कसेंहि असो, हे येऊन पाहातात तों नाकेबंदी झालेली. गोखरवेयाच्या दादरावर २०० माणसांची भक्कम चौकी बसली होती व राजावळीच्या ताऱ्यावर तीस माणूस होतें, व तिसऱ्या एका चौकीवर १५।२० माणूस होतें. या सर्व चौक्या जागृत असून परस्परें तमाम जाबसाल होतात असें स्पष्ट दिसलें. तेव्हां कसें करावें हा विचार पडला. मग शंकराजीपंत, गंगाजी नाईक व त्याचे माहितगार लोक यांनीं बसून विचार केला. गुप्तपणें आंत शिरणें तर आतां साधत नाहीं तेव्हां समोरच्या चौकीवरील माणसें मारूनच पुढें जावें लागेल, दुसरें गत्यंतर नाहीं; असें ठरून मग शंकराजीपंतानें गंगाजी अणजुरकराकडून एक गलबत आगाऊ तयार करून वेळप्रसंगीं उपयोगीं पडावें म्हणून तेथें तयार ठेवण्याची व्यवस्था केलेली

होती, त्यांत मोराजी शिंदे, बाजीराव बेलोसे असे खासे नांवाचे शें दीडशें मर्द माणूस घालून तें गलबत राजावळीच्या उताराचे डाव्या बाजूस कोसभर नेऊन पलीकडील किनाऱ्यावर त्यांतील लोक उतरविले. तेथें उतरून लपत छपत ते लोक राजावळीचे चौकीदार मारण्याकरितां येऊं लागले. पण ते येऊन चौकी मारीपर्यंत चंद्र मावळला. खाडीस पाणी येऊन तारा बुडाला !

गलबत होतें तें अगोदरच दूर लावून दिलेलें; शिवाय चौकीवर मारामार होतांच दंगल होऊन तेथील शिपायांच्या बंदुकांच्या आवाजानें गोखरवें व दुसऱ्या मेटावरील शत्रूचे लोक सावध झालेले. तेव्हां कसेंहि करून आतांच फौज खाडीपलीकडे नेली तर बरें, असा निश्चय करून बेलाशक खाडींतून पोहून पलीकडे जाण्याचा विचार ठरला. प्रसंग आणीबाणीचा असल्यामुळें शंकराजीपंतानें ते वेळीं दर असामीस शेर शेर वजनाचें सोन्याचें कडें बक्षीस देऊं करून प्रथम सुमारें १५० लोकांकडून खाडींत उड्या घालविल्या ! त्या धांदलींत कित्येकांच्या तरवारी बुडाल्या आणि पांघरुणें गेलीं. तरी एकंदर २५० माणूस पलीकडे पावतें केलें. तेवढ्यांतच सुदैवानें एक आगरुखाचें होडकें सांपडलें. मग सटवाजी साळुंके व रामजी तुंगकर या दोघांना फिरून दोन सोन्याचीं कडीं देऊं करून त्या होडक्यांत १०।१० माणसें बसवून पाळ्या लावून मोठ्या श्रमानें फिरून १५० माणूस पलीकडे घातलें. अशांतच कांहीं जणांनीं राजावळीचे गांवांतून गाताड्या म्हणजे लांकडें आणून त्यांचा ताफा कसाबसा बांधला व कष्टानें त्यावरून आणखी १००।२०० माणूस पलीकडे नेलें.

राजावळीचे उतारावर पलिकडून बाजीराव बेलोसे वगैरे लोक गेले तेव्हां चौकीवर शत्रूचें ३० माणूस उभे होतें. त्यांनीं पायदळ झाली तिची चाहूल घेतली व यांना हटकले तोंच हे येऊन भिडले व कापाकापीस सुरुवात केली. हा दंगा दोहों बाजूचे चौकीदारांनीं ऐकून धोक्याची सूचना देण्याकरितां दादरावर बंदुकाचे आवाज केले. चौकीदार मारामार करितां बोभाट झाला म्हणूनच शंकराजीपंतास वर सांगितलेला धाडसाचा इलाज करावा लागला. तो म्हणतो " खंडो चिमणाजी पोहूनच गेले. त्यांनीं श्रम बराच केला. बाळाजी

केशव, मोराजी शिंदे, बाजीराव बेलोसे, विचारे, रामजी सुर्वे, व समस्त लोक उतेकर मावळे व हटकर यांनीं सर्वांनीं. बहुत मेहनत पोहणारास झाली ते श्री जाणे ! " या एकंदर प्रकारामुळें चोरीनें वसईच्या आगरांत शिरून थेट किल्ल्यापाशीं जाऊन त्यास शिड्या लावण्याचा बेत फसला. शंकराजी केशव लिहितो, " इतकी मेहेनत व बुद्धि केली नसती तर स्वामींचे चरण पाहावे यैसें न घडतें. " " राजावळीचे उतारावरी ३० माणूस होतें तें मारलें.....थोरलें कार्य यामुळें न जालें. हेच गोष्टी श्रमेंकरून साध्य जाली. "

राजावळीचा तारा उतरून गेल्याबरोबर मग शंकराजीपंताच्या लोकांपैकीं कांहींनीं जाऊन गोखरव्याच्या दादरावर मारामार केली व तेथली चौकी उधळून लावून दादर मोकळा केला. इतकें होई तों उजाडलें आणि त्याच वेळीं आगाऊ संकेत ठरल्याप्रमाणें घोडेस्वारांची फौज घेऊन चिमणाजी भिवराव व बरवाजी ताकपीर गोखरव्यास येऊन पोचले. दादर मोकळा झाला असल्यामुळें ते कांहीं एक अडथळा न होतां दादरावरून वसईंत शिरले (ता. २७ रविवार मार्च) व त्यांनीं पापडी माणिकपूर, या गांवांत प्रवेश केला.

माणिकपुऱ्यास थोडा विसावा घेऊन झाडाझडका व न्याहाऱ्या उरकल्यावर शंकराजीपंतानें महादाजी केशव, खंडो चिमणाजी, मोराजी शिंदे, बाळाजीराव, राजबाराव बुरुडकर वगैरे लोकांना वसईकडे बहाद्दरपुऱ्यास रवाना केले. ते जात असता कर्मधर्मसंयोगानें याच वेळीं वसईचा कप्तान ग्रेनेडियरांची एक व एतद्देशीयांच्या चार कंपन्या घेऊन बाहेर तलाव्यास आला होता. मराठ्यांनीं विचार केला कीं, त्यांना आगरांतून बाहेर पडून मैदानांत येऊं द्यावें. तोंपर्यंत दबून बसावें. देखावा दाखवूं नये. ते बाहेर पडतांच एकदम हल्ला करावा. अपेक्षेप्रमाणें शत्रूचें तें पायदळ निःशंक आगराबाहेर येतांच मराठ्यांनीं त्यावर घोडदळ घालून त्याला तुडवावयास सुरवात केली. तेव्हां थोडी मारामार होऊन कप्तान व ते लोक किल्ल्यांत पळून गेले. त्याच हुरपेसरसे मराठ्यांनीं वाढून जाऊन बहाद्दरपुऱ्याचे नजीक पहिला मोर्चा घातला.

मराठे सोपारे जिंकतात—

इकडे त्याच दिवशीं सकाळीं शंकराजीपंतानें राहिलेल्या फौजेच्या दोन टोळ्या करून सोपाऱ्यावर चाल केली. एका टोळींत मोराजी शिंदे, चिमणाजी भिवराव व खुद्द शंकराजीपंत व दुसरींत बरवाजी ताकपीर अशी वाटणी केली होती.

सोपाऱ्यास तीन बुरुज होते. त्यांपैकीं एकास शंकराजीपंत लागला. तोंच फिरंगी बुरुज सोडून पळून गेले. बंदरावरच्या बुरुजास ताकपीर लागला. तोहि मराठ्यांनीं जिंकला. तसाच तिसराहि. त्या तीनही बुरुजांवर मिळून १३ तोफा मराठ्यांना मिळाल्या. मराठ्यांच्या आवाईने सोपारें तमाम ओस होऊन गेले.

आगाशी—

मग मराठी फौजा तेथून अर्नाळ्यास गेल्या. पण तें स्थळ सोपें नव्हतें. बरवाजी लिहितो "तेथें उपाय नाहीं. केवळ असल जंजिरियादाखल आहे. एक माडी आहे परंतु तारवांचे माचाखालीं आहे" तेथें शत्रूचीं पांच सात गलबतें तरांडीं होतीं. त्यांनीं मराठ्यांस पाहून त्यावर पांच सात गोळे मारले. मराठ्यांच्या सड्या स्वारींत तोफांची तरतूद अर्थातच नव्हती. शिवाय समुद्रांत जाऊन अर्नाळ्याच्या गळा पडावें तर गलबतांचा सरंजाम नाहीं. म्हणून लाग नाहींसा पाहून मराठे आगाशीस गेले. ह्यावेळीं हशमांना म्हणजे पायदळ लोकांना बारा कोसांची चाल पडली होती. म्हणून त्यांना विसावा देऊन फक्त बरवाजी आपले स्वार घेऊन आगाशीचे माडीवर चालून गेला. मराठे जातांच त्यावर शत्रूनें गोळे टाकले. पण लवकरच आवाई खाऊन आगाशींतले शत्रूचे लोक तारवांत जाऊन बसले. माडीनजीक दोन सावकारी तारवें होतीं तीं मराठ्यांनीं काबीज केलीं व तेथें चौकी बसवून मग बरवाजी सोपाऱ्यावरून परत बहाद्दरपुऱ्यास गेला. तेथें मराठ्यांचा पहिला मोर्चा बसला होता तो उठवून, पुढें जाऊन बहाद्दरपुरा पाठीशी घेऊन तेथें एक माडी होती तिच्या आसऱ्यानें मोर्चा घातला. मोर्चा बसवीत असतां शत्रूनें कोटा वरून तोफांचा सारखा मार धरला त्यांत मराठ्यांचे दोन ठार झाले. एकाचा हात उडाला व दुसरा अजीच उडून गेला. तरी तेथेंच मुंडी देऊन मराठे बसले. ही गोष्ट २८ मार्चला घडली.

" जे रीतीनें मोर्चा समीप द्यावयाचा ते रीतीनें दिला. मोर्चा द्यावयासी कोताई जाली नाहीं. बहाद्दरपुरा अगदींच पाठीसी घातला आहे. "

पुढील तीन दिवसांत म्हणजे ३१ तारखेपर्यंत मराठ्यांनीं एकंदर तीन मोर्चे " समान नाकें पाहून " घातले. मराठ्यांच्या तरतुदीप्रमाणें शत्रूहि किल्ल्यांत जागरुक राहून मोर्चावर सारखी आग ओतूं लागला. त्यामुळें नित्य मोर्चांत ५।७ माणूस जाया होऊं लागले. मोर्चापासून चर चालवून तटापर्यंत सुरुंग नेण्याचा प्रयत्न करावा असेंहि मोर्चेकऱ्यांच्या विचारास आलें होतें. परंतु ती गोष्ट अशक्य म्हणून त्यांना सोडून द्यावी लागली. कारण कोटासभोंवतें फार दूरवर मैदान राखलेलें असल्यामुळें चर खणून सुरुंग चालविण्याला आडोसा व आसरा मुळींच नव्हता. बरें मार खात सुरुंग चालवावयाचे म्हटलें तरीहि तें शक्य नव्हतें. कारण सगळीकडे " पुळणीची भुई " म्हणजे जिकडे तिकडे रेताड वाळूचें मैदान. खंदलें तरी धरच धरणें कठिण होतें.

या वेढा घालून बसलेल्या फौजेस दुसऱ्याहि अनेक अडचणी भासूं लागल्या. पहिली म्हणजे शंकराजीपंताजवळ माणसांचा जमाव सारा २२०० होता. येवढ्याशा जमावानें निर्वाह कसा होणार ? " वसई-पासून आरनालिया पावेतों दहा अकरा कोस जमीन लांब व रुंद तीन चार कोसपर्यंत. संपूर्ण आगर लागलेलें." एवढ्या प्रदेशाचा बंदोबस्त व शिवाय वेढ्याचें कामकाज कसें व्हावें ? शंकराजीपंताच्या मतें " आगर थोर. अरण्य आगराचें ! " तेव्हां वेढ्याकरितां व इतर बंदोबस्ताकरितां म्हणून एकंदर तेथें १०।१२ हजार तरी माणूस आवश्यक होतें. तो म्हणतो " शत्रूचें सर्वस्त्र गेलें तरी तो शरण येऊन तहावर येणार नाहीं. एकंदर १२ हजार माणूस पाहिजे. तेव्हां जसी होईल. " मोर्चेकऱ्यांची दुसरी अडचण म्हणजे त्यांचेजवळ सामानसरंजाम अगदीं थोडा होता. त्यांना निदान नवीन दोनशें बेलदार सामान-सरंजामासुद्धां लागत होते. त्यांवाचून मोर्चे चालणें कठिण आहे असें त्यांनीं आप्पासाहेबांस वारंवार कळविलें होतें. त्यांची तिसरी अडचण होती ती धारावी संबंधीं. खुष्कीच्या बाजूनें ते वेढा घालून बसले तरी वसईच्या किल्ल्यापलीकडे खाडीच्या पैलतीरावर साष्टींतील धारावीचें ठाणें होतें, व तेथून सर्व तऱ्हेचा पुरवठा शत्रूस

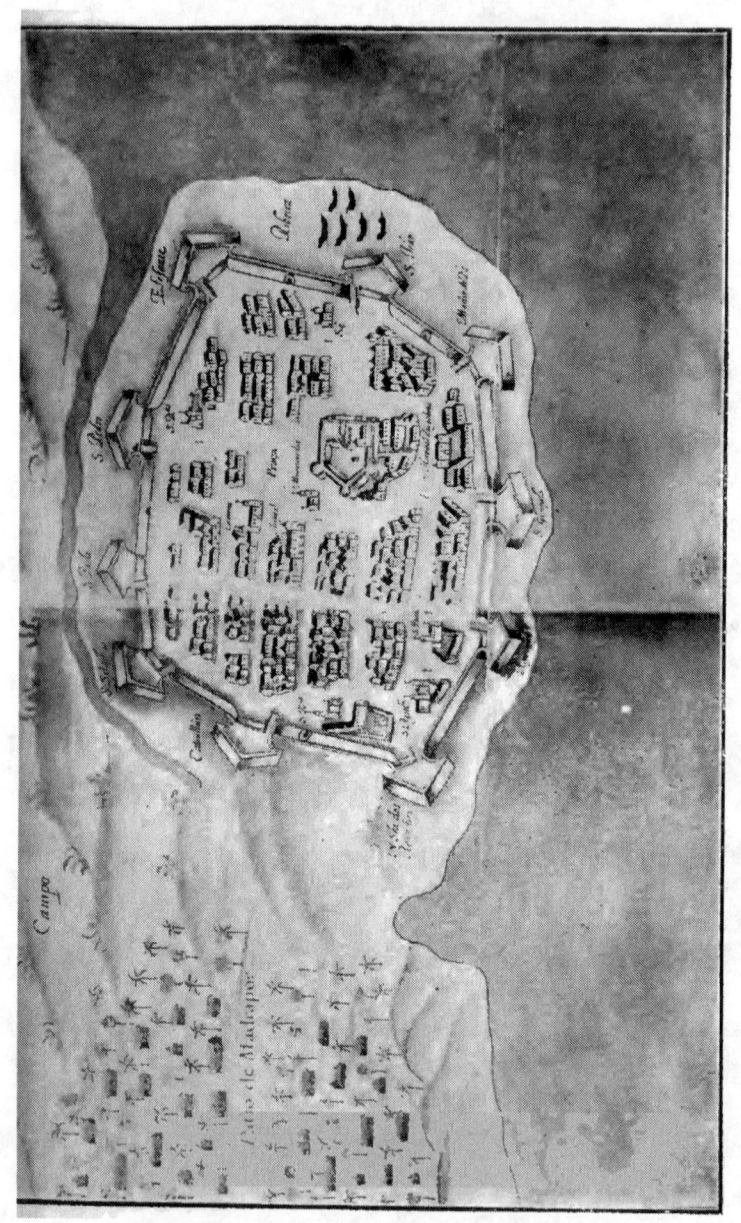

वसईचा किल्ला व बहादरपुरा ह्यांचें दृश्य. (जुन्या पोर्तुगीज चित्रावरून.)

सहज होई. सारांश माणसांची भरती पुरेशी नाहीं, मोर्चाचें सामान कार्यामाफक नाहीं व धारावीकडून जसी होऊन शत्रूची खरी जखडबंदीहि होत नाहीं अशी एकंदरींत अवघड स्थिति होती. एका सरदारानें तर आप्पासाहेबांस लिहून कळविलें कीं, " या सामानानें किल्याचे मोर्चे होत नाहींत ! आणि दिवसेंदिवस जातात. तिकडील (साष्टीकडील) बंदोबस्त झाला पाहिजे. यास्तव (असें असेल तर) रा. वासुदेव जोशी (तेथें ठेवावे). स्वामींनीं जमावसुद्धां अगत्य या स्थलास यावें. हें स्थल घ्यावें. जरी करितां स्वामी दिवसगतीवरी घालितील तरी गनिमाचें साहित्य होईल. आजी (शत्रूचे) लोक थोडके आहेत (तरी) आतांहि कठिणच आहे. पुढें यापेक्षां भारी होईल ! "

तथापि शंकराजीपंतहि हरहुन्नरी माणूस होता. त्यानें होत्या त्या साधनांतच भागवून घेऊन आगरांत बंदोबस्ताची जागा पाहून तेथें छावणीकरितां मेढा घालावा, त्यावर तोफा चढवून ठेवाव्या व असलेल्या भरतींतूनच लोक काढून स्वाऱ्या पाठवून शत्रूची आसपासचीं ठाणीं हातीं आलीं तर पहावीं असा बेत केला.

मराठ्यांच्या फौजा वसईंत शिरल्यावर आवाईमुळें रयत अगदीं घाबरून गेली व गुळेकरी बनून परागंदा होण्याच्या विचारास लागली. परंतु वसईत लुटालूट न करतां रयतेस कौल म्हणजे अभय देऊन तिला लगामी लावण्यांत फार फायदा आहे हें ओळखून शंकराजीपंतानें माणिकपुरांत शिरतेवेळींच " रयतीचे कार्डास एकंदर हात न लावणें " म्हणून सक्त ताकीद केली होती. त्यांतूनहि कांहीं लुच्च्यांनीं जी किरकोळ लूटलुबाड केली होती ती शंकराजीपंतानें पुढें ज्याची त्यास परत देवविली. शंकराजीपंतानें वसई आसपासच्या बहुतेक गांवांना गंगाजी अणजुरकरांमार्फत अभयाचें कौल पाठवून कळविलें कीं, तुम्ही घाबरूं नका. रयतेस आम्ही आजार देणार नाहीं. हिंदी रयतेला यामुळें आधार वाटला. कारण एका पत्रांत बरवाजी ताकपीर लिहितो कीं, " तमाम रयतेस कौल दिला त्यामुळें कांहीं येऊं लागली " परंतु फिरंगी रयतेला व विशेषतः बहादरपुरा, वसईचा कसबा व समीपचे आगर यांतील वस्ती मुख्यतः फिरंगी लोकांचीच असल्यामुळें त्यांना दम न पडून ते परागंदा होऊं लागले. " आवाईमुळें कुल वस्तभाव

कोटाखालीं नेली." साष्टीचा बखरकारहि म्हणतो कीं, "फिरंगी यांनीं धाडा दिला म्हणजे पळून गेले. नंतर रयत व मोठे लोक येऊं लागले." अनेक फिरंगी कुटुंबें या वेळीं तारवांत बसून उरण, आरनाळा मुंबई वगैरे ठिकाणीं पळून गेलीं. मात्र समुद्रावर त्यांची फार लुटालूट झाली. या गलबतांना समुद्रांत आंग्र्यानें लुबाडून घेतलें असें पिसुर्लेकर म्हणतात तें खरें दिसतें. कारण एप्रिलच्या ९ व्या तारखेस ठाणें पनवेल येथून नारो रघुनाथानें आप्पासाहेबांस पत्र लिहिलें त्यांतहि ती हकिकत आहे. तो लिहितो "फिरंगाणांतले कबिले पळोन वस्तभाव घेऊन जलमार्गें गोवियास जात होते ते मानाजी आंग्रे याहीं धरून नेले. गलबतें सुमार बारा. मोठीं पांच व लहान सात पाडाव नेलीं असें वर्तमान कुलाबियाहून शिपाई आला तो सांगत होता."

असो. पण बहाद्दरपुऱ्याची, कसबे वसईची किंवा आगरची रयत उठून गेली त्याचें शंकराजीपंतास फारसें वाईट वाटलें नाहीं. कारण ती सगळी फिरंग्यांची वस्ती होती. शिवाय भोवतालचे कांहीं गांव शत्रूस कोटांत बातमी व सामान चोरून पोचवीत असत. वसईच्या समीप उत्तरेस किनाऱ्यालगत भुयागांव नांवाचें एक गांव होतें. त्या गांवाला कौल दिला असतांहि त्यानें वरील मदत शत्रूस केली म्हणून शंकराजीपंतानें तो गांव लुटून उध्वस्त करून टाकला. तो लिहितो "वसईचे आगरची व बहाद्दरपुऱ्याची रयत लांबली. ते आपल्याहि कार्याची नाहीं! कोटास भोवते वोसच पाडिलें पाहिजे!!"

अर्नाळा काबीज—

अर्नाळ्याचा किल्ला हा एक जंजिरा आहे. वसईच्या उत्तरेस किनाऱ्यालगत ८।९ मैलांवर डाव्या हातास समुद्रांत सुमारें २।३ फर्लांगावर एक छोटें बेट आहे त्यावर तो बांधला आहे. पूर्वीं वसई प्रांत मुसलमानांच्या ताब्यांत होता त्या वेळीं त्यांनीं त्या बेटावर किल्ल्यासारखी एक गढी बांधून ठेविली होती. पुढें सुमारें १५३० सालीं फिरंग्यांनीं हल्ला करून तें ठाणें काबीज केलें व तेथल्या इमारती वगैरे पाडून उध्वस्त केल्या व तें बेट एका फिरंगी उमरावाला बहाल केलें. त्यानें फिरून तेथें एक गढीवजा इमारत बांधली; व कांहीं शिबंदीहि रक्षणाकरितां ठेवली. तेथपासून तें ठाणें पोर्तुगीजांच्याच ताब्यात होतें.

अर्नाळ्याचें ठाणें काबीज करणें मराठ्यांना आवश्यक होतें. कारण एक तर त्या बेटाशेजारींच वैतरणा नदी समुद्रास मिळाली आहे. त्यामुळें फार रुंद अशी खाडी झाली आहे. उत्तर कोकणांत या खाडी इतकी मोठी खाडी दुसरी नव्हती. अर्थात् खाडीच्या तोंडासमोरील अर्नाळा ताब्यांत आला तर ही सर्व खाडी मान्यांत राहण्यासारखी होती. दुसरें असें कीं, फिरंग्यांचा सर्व वापर दर्यातूनच मुख्यतः व्हावयाचा तेव्हां अर्नाळ्यास मुख्य आरमारी ठाणें करून शत्रूच्या हालचालींना चांगला पायबंद देतां येईल. तिसरें कारण असें कीं, ती जागा वसई-पासून अवघ्या ८।९ मैलावर असल्यामुळें वसईच्या उरावर एक भक्कम बातेरीच बांधल्यासारखें होणार. ह्या सगळा विचार करूनच मराठ्यांनीं अर्नाळा काबीज करण्याचा बेत केला.

पण तें काम चोरीनें करावयाचें होतें. अर्नाळ्याच्या रयतेंत आधीं गंगाजी नाईकानें सूत चालवून फोडाफोड केल्यानंतर मसलत मुक्रर झाली तेव्हां शंकराजीपंतानें गोविंदजी कासाराबरोबर अर्नाळ्च्या लोकांना कौल पाठविला. किल्ला घ्यावयाचा तर त्यास गलबताचा सरंजाम हवा; ते काम बोळिंज येथील गवराजी पाटील म्हणून होता त्यानें केलें. कांहीं एक बभ्रा न होतां दर्यावर्दी व गलबतें यांचा सरं-जाम करून देणें हें काम सोपें नव्हतें पण हरकसेंहि करून त्यानें तें कबूल केलें. मात्र त्यापायीं गवराजी पाटील म्हणेल त्या अटी शंकराजी-पंतास कबूल कराव्या लागल्या. ‘ तूं म्हणशील त्या अटी मान्य आहेत त्याबरहुकूम पेशव्यांची सनदापत्रें तुला करून देऊं ’ असें शंकराजी-पंतानें त्याला आश्वासन दिलें. तेव्हां पाटलानें अट घातली कीं, ‘ मी मनाजोगता गलबतांचा व दर्यावर्दी लोकांचा सरंजाम करून दिला आणि अर्नाळा तुमचे हातीं लागला तर पुढें आगाशी व बोळिंज या दोन बंदरांत जो जो हरजिन्नस जलमार्गानें येईल त्यावर दर खंडीस चवलप्रमाणें कर वसूल करण्याचा आपणांस अधिकार असावा. ’ शंकराजी-पंतानें तशा सनदा देवविण्याचें कबूल केलें.

नंतर संकेताप्रमाणें शंकराजीपंतानें गंगाजी नाईक अणजुरकर, बाजी-राव बेलोसे, रायाजीराव सुर्वे वगैरे ४०० लोकांची टोळी अर्नाळ्याच्या लागावर पाठविली. ते लोक आगाशीस जाऊन गलबतांची वाट पहात

बसले. परंतु त्या दिवशीं बोळिंजाहून वर आगाशीस गलबतें येऊं शकली नाहींत. कारण गलबतें बोळिंजास सुख्यावर लागली होती. म्हणून त्या लोकांना त्या दिवशीं आगाशीस हात हालवीत बसावें लागले. तथापि त्याच दिवशीं गंगाजी नाईक वगैरे लोक पापडीस पंताजवळ आले व त्याला घेऊन आगाशीस गेलें. शेवटीं त्याच रात्रीं बोळिंजाहून गलबतें वर आगाशीस आली. मग तांतड करून रात्रींसच त्यांत लोक भरून शंकराजीपंत खाडींतून अर्नाळ्याच्या बंदरास लागला. अर्नाळ्याचें बंदरापासून पूर्वेस सुमारें ३।४ मैलांवर बोळिंज आहे. तेथपर्यंत खाडीचा एक फाटा पोंचला आहे. तो उत्तरेस वैतर-

---

अर्नाळा कावीज पुरवणी टीप.

दादरचे डॉ. पुरंदरे यांच्या पूर्वजानें अर्नाळा किल्ला बांधण्याच्या सुरवातीस पेशवे सरकारास मुहूर्त काढून दिला त्याबाबत माहिती दिली व तत्संबंधीं त्यांच्या पूर्वजांना मिळालेलीं सनदापत्रें कृपाळूपणें प्रस्तुत लेखकाच्या हवालीं केलीं त्या कागदपत्रांपैकीं कांहींतून उपयुक्त माहिती तेवढी येथें उतरून घेतों.

(१) पांडुरंग हरजोशी यांनीं सन १८५७ सालीं इंग्रज सरकारास आपल्या वतनवृत्तीविषयीं माहिती दिली ती अशी " आमचे पणजे गिरधर जोसी वस्ती मजकूर (आगासी), हे ज्योतिषपणाचें काम करीत असत. श्रीमंत बाजीराव बल्लाळ यांचा विचार अर्नाळा येथील किल्ला बांधणेचा ठराव गिरधर जोसी याजला किल्ला बांधण्यास मुहूर्त विचारला. त्याही किल्याचें काम सुरू करण्यास चांगला दिवस पाहून मुहूर्तवेळा दिलीं. त्या वेळेवर काम सुरू करून किल्याचें काम पुरें झालें. व किल्यांत वसाहात व नांदणूक चांगली झाली; सबब सन १७३९ शके १६६० यांत रुपये पन्नास सिवाय बाबती मिलालें. ६४-१५-४ आमचे जिरायत वागाइत सुतीचे धान्यांत वजा करून बाकी ऐवज घेण्याचा ठराव करून त्याप्रमाणें माजी अमल अखेर-पर्यंत बिन नोकरी धर्मादाय नेमणूक आमचे सुतीचे धान्यांत ७९ वर्षे वजा होत आली. "

(२) ता. १ माहे सप्टेंबर सन १८५७ रोजीं सरकारनें लेखी सवाल विचारले त्याचीं उत्तरें या पुरंदरे घराण्यांतून लिहून गेलीं त्यावरून खालील माहिती कळते. " शके १६६० सालीं श्रीमंत पेशवे सरकारांनीं आरनाळचा किल्ला बांधण्याचें काम सुरु केलें त्या वेळेस गिरधर जोसी यांनीं मुहूर्त दिला. सबब त्यास सरकारधान्यांत रुपये ५० वजा करण्याविषयीं पेशवे सरकारचा हुकूम झाला.

णेच्या मोठ्या खाडीस गासकोपरीपाशीं मिळतो. बोळिंजास गलबतांत बसलें म्हणजे पिली, खराडी, अचलभाट, चिंचभाट, गाजभाट, आगाशी नारिंगीपर्यंत उत्तरेस जावयाचें व नंतर पाश्चिमेस वळून वसईबेटाच्या कोप-र्यास वेढा घालून फिरून दक्षिणेकडे वळून मुकाम, कालिआ हीं छोटीं बंदरें घेऊन अर्नाळा बंदरास यावयाचें. अर्नाळा बंदरास फौज

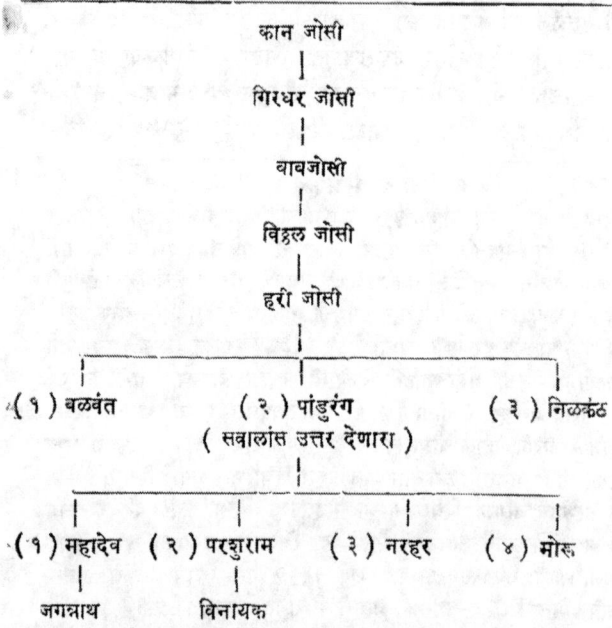

कान जोसी
|
गिरधर जोसी
|
बावजोसी
|
विठ्ठल जोसी
|
हरी जोसी
|
(१) बळवंत   (२) पांडुरंग   (३) निळकंठ
(सवालांस उत्तर देणारा)
|
(१) महादेव   (२) परशुराम   (३) नरहर   (४) मोरू
|
जगन्नाथ   विनायक

(३) हरजोसी व विठ्ठल जोसी यांनीं इंग्रज सरकारच्या ३१ माहे जुलई १८३३ च्या नोटिशीस दिलेल्या उत्तरांत म्हटलें आहे कीं "आम्ही कसबे आगासी ता॥ वसई येथें तीन साढेतीनशें वर्षें वडिलोपार्जित आमची वस्ती आहे. आमचे घरांत वडिलोपार्जित जोसीपणाची विद्या आहे. आमचे पणजे गोविंद कान जोसी यांस श्रीमंत पेशवे यांहीं बलाऊन किल्ला अर्नाळा बांधा- वयाचा मुहूर्त विचारून तो मुहूर्त दिल्यानंतर पेशवे दयाळू होऊन हे कुटुंब- वत्सल विद्वान् सर्व लोकांत मान्य हें जाणोन पेशवे सरकार दयाळू होऊन जिरायत बागायत जमिनीबाबत ५० रुपये सरकार कागदी पानापावत प॥ (?) दरसाल.

उरतली तेव्हां आगरची रयत भेटीस आली. नंतर तीं गलबतें तशीच समोर अर्नाळ्याच्या भेटीस गेलीं व त्यानीं ठाणें कबजांत घेतलें. मग बाजीराव बेलोसे याच्या हाताखालीं ४०० लोक तेथें मदतीस ठेवून शंकराजीपंत पापडीच्या तळावर परत आला. पिसुर्लेकरांच्या हाकिकती-प्रमाणें हें ठाणें २८ मार्च रोजीं काबीज झालें. पुढें एप्रिलच्या १३ तारखेस शंकराजी केशवानें आप्पासाहेबांस पत्र लिहिलें आहे. त्यांत अर्नाळा घेण्यासंबंधीं असा मजकूर आहे. " कालि अर्नालियाहून आलों. अर्नाळा बहुत युक्तीनें जाऊन घेतलें. पाल हस्तगत केला तो रंग सेणवी याचा आहे. तो आणून आगासीचे खाडींत ठेवला. त्याजवर चौकी ठेविली आहे. आपणच जाऊन हें केलें. दुसरी पंचवीस गलबतें व महागिऱ्या मौजे बोर्लिंजचे बंदरचे मुसलमानांचीं होतीं तीं तजविजेनें हाताखालीं घालून चाळीस दर्यावर्दी चाकर केलें. व गलबतें बांधावयाचें सुतार चाकर करितो. "

अर्नाळा काबीज करतांना विशेष चकमक झाल्याचें किंवा कोणी माणूस दगावल्याचें मराठी व पोर्तुगीज कागदपत्रांत लिहिलेलें नाहीं. शत्रूनें तेथें कांहीं बळकटी केलेली नसावीसें वाटतें. मग शत्रूला त्या ठाण्याचें तितकें महत्त्वच वाटत नव्हतें कीं काय कोण जाणें ! तें कसेंहि असो. मराठ्यांना मात्र त्याचें फारच महत्त्व वाटत होतें. तें किती हें खुद्द शंकराजीपंतानें आप्पासाहेबांस लिहिलेल्या पत्रावरून दिसून येतें. तो लिहितो. " अर्नाळेयाचा मजकूर तरी, अर्नाळें पाहिलें घेतांच जाऊन लोक आले. त्यास विचार पाहातां अर्नालियासारखी जागा दुसरें कोठें नाहीं. चहोकडील आरमाराचा मार्ग. खाडी लांब वर मांडवी पावेतों गेली आहे. तें स्थळ जालिया दुसरा जंजिरा. फिरंगाण देखील हस्तगत होतें. तेथें....हजार माणूस पावेतो भर्ती करावी म्हणजे दुसरी वसई निर्माण झाली ! त्याखेरीज आणिक जागा आहे ऐसे नाहीं. त्या स्थला-मुळें माहीम केळवे जेथपावेतो मेहनत करवेल तेथवर मुलूख कौलास येईल. एक स्थल मातबर झालें म्हणजे केल्या कर्माचें सार्थक झालें. "

नंतर थोडेंच दिवसांत शंकराजी केशवानें बाजीराव बेलोसे व चिंतामण शिवदेव यांचे हाताखालीं ३।४ शें माणूस तेथें ठेवलें; व नवीन मेढा घालून ठाण्याची बळकटी करण्याचें काम चालीस लाविलें. तो

लिहितो, " मेढियाचे काम चाली लाविलें. गल्लाहि पावता करितो. दारु-गोळा मात्र आपणांकडून आलियावर प्रविष्ट करूं. मेढा तयार होतांच स्वामींनीं पाथरवट पाठवून द्यावें. दगडाचे अनकूल तेथें आहे तों किल्ला मुस्तेद (तयार) करावा. तोफाहि आहेत. आणखींहि येथें आहेत त्याहि पाठवूं. बंदर अवघें एक आहे. तेथेंहि तो मेढा जालियावरी आसरा करून ठेवतील. एक महिना भोगला म्हणजे चौ महिन्याबरी गोष्टी गेली. "

वेसाव्यावर पहिला हल्ला

२७ मार्च रोजीं आप्पासाहेबांनीं ठाणें हस्तगत केल्यानंतर वांद्रें व वेसावें यांवर फौजा पाठविल्या. ३१।३।३७ रोजीं ठाण्याहून त्यांनीं ब्रह्मेंद्र-स्वामींस लिहिलेल्या पत्रांत म्हटलें आहे. " ठाणें हस्तगत केलें. वांद्रें, वेसावें, बेलापूर हे जागे बळकट आहेत तेथीलहि उपाय करूं. " साष्टी-च्या बखरींतहि असें म्हटलें आहे. " आप्पासाहेब साष्टींत उतरले. वांद्यास व वेसाव्यास फौजा पाठवाव्या म्हणून बुवाजी नाईक अणजूर-कर मागत होते. "

वेसाव्याचा किल्ला साष्टी बेटाच्या पश्चिम किनाऱ्यावर मढच्या बेटा-लगत होता. तो खाडीच्या तोंडाशीं वेसावा गांव व मढचें बेट यांच्या मधोमध एका टेकाडावर बांधलेला होता. समुद्राच्या बाजूनें येऊन तो काबीज करणें निसर्गतःच फार अवघड होतें. परंतु खुष्कीच्या बाजूनें मात्र त्यावर इलाज चालण्यासारखा होता.

हा किल्ला लहानसाच खरा; परंतु साष्टींतील ती एक नाक्याची जागा असल्यामुळें तिचें महत्त्व फार होतें. तसेंच वेसाव्याचें बंदरहि फार नामांकित व सोईचें असून त्या पट्टीला तितकें उत्तम बंदर दुसरें कोणतेंच नव्हतें. वाटेल तितक्या खंडी वजनांचीं मोठमोठीं जहाजें बंदरास लागण्याची तेथें सोय होती. या बंदरावर पेशव्यांचा फार दिवसांपासून डोळा होताच व पूर्वींच्या एका तहाचे वेळीं पेशव्यांनीं या बंदराची मागणी पोर्तुगीजांकडे केली होती. हें अन्यत्र आलेलें वाचकांच्या स्मरणांत असेलच. असो. वेसाव्याचें ठाणें जिंकल्याखेरीज साष्टी बेट जिंकूनहि कांहीं उपयोग नाहीं; कारण समुद्रांतून शत्रू वेसा-व्यास उतरून केलेला सर्व परिश्रम निष्फळ करून टाकण्याचा फार

संभव होता. साष्टीची शाश्वति, वांद्रें व वेसावा हीं दोन बंदरी ठाणीं ताब्यांत असण्यावर पुष्कळशी अवलंबून असल्यामुळेंच आप्पासाहेबांनीं तिकडे फौजा पाठविल्या.

वेसाव्याची कामगिरी होनाजी बलकवड्याकडे देण्यांत आली. २९ मार्च रोजीं त्यानें जाऊन वेसाव्यावर हल्ला केला. पण शत्रूनें मोठ्या जवामर्दीनें तो मारून काढला. किल्ल्याचा कप्तान जोझेरुद्रिग नांवाचा एक सत्तर वर्षांचा म्हातारा होता; किल्ल्यांत शिबंदी फारच थोडी होती असें असतांहि त्यानें किल्ला शर्तीनें लढविला. या हल्ल्यांत होनाजी बलकवड्याचे ४०।५० लोक जखमी झाले व कांहीं ठार पडले. इकडे शत्रूनेंहि वेसाव्याची कुमक केली. साष्टी जिंकल्यानंतर लुइ बतेलो कारंज्यास पळून गेला होता त्यानें तेथून २९ मार्चच्या सुमारास कॅ. डिसोझा परेरा नांवाच्या एका सरदाराबरोबर लोक देऊन त्याला वेसाव्यास पाठविले. ज्या हुरपेनें आपण वेसाव्यावर गेलों त्याच्या उलट प्रकार होऊन आपलेंच लोक जायाजखमी करून आपणास परतावें लागलें याचें होनाजीस फार वाईट वाटलें. त्यासंबंधीं खंडोजी माणकर आप्पासाहेबांस लिहितो, "रा. होनाजी बलकवडे हे आपले जागा बहुत अजुर्दा आहेत. निमित्य कीं प्रताप मागें केला मोडावलें; यास्तव राहिले. अलीकडे वेसाव्यास माणूस दुखऊन येश न आलें याकरितां दिलगीर आहेत. त्यास संतोषाचें पत्र पाठविलें पाहिजे."

वेसाव्याहून परत फिरल्यावर होनाजी बलकवडे आपली फौज व जखमी लोक घेऊन एप्रिलच्या ३ तारखेस वांद्यास खंडोजी माणकरानें मोर्चे दिले होते त्या लष्करांत दाखल झाला.

मे १७३७

७ मे रोजीं फिरून एकदां मराठ्यांनीं वेसाव्यावर निकाराचा एलगार केला. त्या दिवशीं सकाळीं ७ वाजतां मराठे चालून गेले व मोठ्या शौर्यानें शिड्या लावून ते तटावर चढले. परंतु शत्रूनेंहि केवळ निदान समजून निकरानें प्रतिकार केला. त्यानें बंदुका तोफांनीं आग ओतून मराठ्यांना केवळ भाजून काढलें; याही वेळीं मराठ्यांना कच खाऊन परत फिरावें लागलें. फार लोक मेले. उलट शत्रूची नुक-

सानी म्हणण्यासारखी कांहींच झाली नाहीं. फक्त त्यांचा मुख्य सरदार म्हणजे परेरा मात्र फार जखमी झाला. शत्रूनें त्याला ताबडतोब मुंबईस जखमांची निगादास्त होण्याकरितां लावून दिलें.

जुलै महिना १७३७

वेसाव्यास मराठ्यांचा दोनदां मोड झाला तरी २० जून रोजीं फिरून एकदा तिसऱ्यानें २००० लोकांनिशीं येऊन ते वेसाव्यावर पडले. हल्ल्याची हातघाई मध्यरात्रींपर्यंत चालली होती; पण यावेळींहि दैव त्यांना अनुकूल नव्हतें. मोड होऊन ते परत फिरले. मात्र परत फिरल्यावर त्यांनीं वेढा अधिक दाट बसवून शत्रूचें पाणी बंद करून त्याची शोचनीय अवस्था करून टाकली. या प्रांतांतील बहुतेक किल्ल्यांचें पाणी किल्ल्याबाहेर असे. यामुळें शत्रूचें पाणी तोडणें हा त्याची हड्डी नरम करण्याचा एक मार्गच होता. वेलापूर वगैरे किल्ल्यांच्या वेढ्यांतहि मराठ्यांनीं असेंच केलें; पण मराठ्यांनीं पाणी तोडतांच शत्रूनें टाकोटाक हुकूम आणून किल्ल्यावरच पावसाचें पाणी सांठविण्याकरितां निकडीनें एक तळें बांधून घेतलें. हें काम ज्यानें ठाण्याचा किल्ला बांधला होता त्याच पोर्तुगीज इंजिनिअरानें ताबडतोब मनाजोगें करून दिलें व ऐन संकटाच्या वेळीं एक नड भागविली या बहादुरीबद्दल फिरंगी सरकारातून त्याचा बहुमान करण्यांत आला.

वांद्र्याचा वेढा १७३७

वांद्याची कामगिरी खंडोजी माणकरावर सोंपविण्यांत आली होती. त्याप्रमाणें २९ किंवा ३० मार्च रोजीं मराठ्यांनीं वेसाव्याप्रमाणेंच वांद्यास शिड्या लावण्याचा प्रयत्न केला; परंतु फिरंग्यानी हल्ला मारून काढला. या शिड्या लावण्याच्या प्रयत्नांत मराठ्यांचे फार लोक जखमी झाले व मेले. मेलेल्या लोकांत मोराजी नाईक खांबकर नांवाचा एक मर्द माणूस होता. तसेंच आनंदराव येरुणकर, उदाजी पटेल उतेकर, व गोदाजी नाईक धामणसे वगैरेंच्या पथकांतलेहि कांहीं कांहीं माणूस दुखावले व जखमी झाले. हा एलगार फसल्यावर मराठे वांद्यास वेढा घालून बसले.

ठाण्याचा गव्हर्नर लुई बतेलो यानें कारंज्यास पळून जात असतां

मुंबईस उतरून इंग्रजांशीं खलबत केलें व त्यांचेकडून माणसांची दारुगोळ्याची कुमक मिळविली. त्यांपैकीं कांहीं २८ मार्च रोजींच मुंबई-हून एका प्रमुख सरदाराचे हाताखालीं वांद्र्याचे कुमकेस रवाना झाली होती.

खंडोजी माणकर, मुरारजी अणजूरकर, अंताजीपंत कावळे वगैरे लोक वेढा घालून बसले असतां एप्रिलच्या ४ थ्या तारखेस दुपारीं, वेसाव्याहून नामोहरम होऊन होनाजी बलकवडे आपले लोक घेऊन वांद्र्याच्या फौजेंत आला; तेव्हां त्याला खाडीच्या नस्तावर एक माडी होती तेथें मोर्चा घालून तो जागा राखण्याची कामगिरी सांगण्यांत आली. खंडोजी माणकर म्हणतो " तो जागा राखल्यानें माहीम (मुंबई जवळचें) देखील जेर आहे. फिरंगी इंग्रेज खाडीपलीकडे जमा झाला आहे. गलबतें सव्वाशें दीडशें पावेतों खाडींत आहेत. इंग्रज २००।२५० माड्या व कोटांत कंबरबस्ता होऊन तयार असे. मोर्चे सांप्रत करार करतो. साऱ्या साष्टीचें नाकें हेंच असे. तरी येथील मजबुती पोख्ती करावी. साऱ्या साष्टीचें झुंज येथें आहे. निमित्य कीं खाडीचा वोहोट झाला म्हणजे पाय उतार होतो. आज उद्यां आम्हांवर घालावे हा शत्रूचा इरादा दिसतो. " ४ तारखेपर्यंत मराठ्यांचे मोर्चे तयार होत होते. तेथपर्यंत शत्रू त्यांवर तोफांचे गोळेच नुसते टाकीत होता. पण आतां त्यानें गर्नाळा व फटकडीचे गोळेहि मारावयास सुरवात केली. यामुळें मराठ्यांना आपल्या मोर्च्यांना लादण्या कराव्या लागल्या.

शिवाय याच दिवशीं वांद्र्यांतील फिरंग्यांना व इंग्रजांना शिद्याचे ३०० माणूस मदतीस आले व त्यांचा एकंदर जमाव चांगला ४००० पर्यंत जथला व ते जबरदस्त झाले. मराठ्यांनीं कौल देऊन कोळ्यांना हस्तगत करावयाचा विचार केला होता पण त्यांच्या आधींच शत्रूनें त्या सगळ्यांना हाताखालीं घालून मोर्चेकऱ्यावरच उलट चालून येण्याचा आव घातला. वांद्र्याप्रमाणेंच मौजें वेसावें येथीलहि कोळ्यांना मराठ्यांनीं कौल दिला होता. परंतु शत्रूनें त्यांचाहि पत्ता पाडून त्या सगळ्यांना कबिल्यासुद्धां कैद करून नेलें. तसेंच शींव म्हणून वांद्र्याच्या पूर्वेस अगदीं लगत २।३ मैलांवर एक बंदर आहे तेथेंहि फिरंग्यांनीं जमाव केला म्हणून ती तर बंद करण्याकरितां कांहीं फौज व १००

स्वार पाठवा अशी खंडोजी माणकरानें आप्पासाहेबांकडे मागणी केली.

११ एप्रिल रोजीं आप्पासाहेबांनीं वांद्र्यास एक तोफ, कांहीं दारुगोळा व मोर्च्यांचा पुष्कळसा सरंजाम पाठवून दिला.

इंग्रजांनीं फिरंग्यास मदत केली नसती तर वांद्रें जिंकणें मोठें अगाध होतें असें नाहीं. त्यांच्या मदतीमुळें हा सर्व प्रकार घडत आहे हें पाहून खंडोजीचा संताप झाला. त्यानें एक खरमरीत पत्र इंचबेटाला लिहिलें पण त्या लुच्चानें उलटा कांगावा आरंभून माणकरास कळविलें कीं, आम्ही कांहीं शत्रूची कुमक करीत नाहीं. कशी करूं ? कारण वांद्रें आमचें असतां तें या फिरंग्यांनी बळकावले आहे हें तुम्हास ठाऊक नाहीं ? पण अशानें माणकर थोडाच फसणार ? त्यानें उलट जाब विचारला कीं, असें जर आहे तर माहिमच्या कोटांतून आमच्या मोर्च्यांवर मार होतो तो जणूं कांहीं फिरंगीच करीत असतील ! तुम्ही फिरंग्यांना पाणी व खाणेंदेखील पोंचवितां आणि वर कृत्रिमें कुमक करीत नाहीं म्हणून म्हणतां.

तिसरें दिवशीं म्हणजे १३ एप्रिल रोजीं मराठ्यांनीं एक नवा मोर्चा तयार केला. तो माडी व कोट यांपासून अवघ्या एका बाणाच्या खाचीवर समीप घातला होता. तो मोर्चा उधळून लावण्याची शत्रूनें पराकाष्ठा केली. गलबतांतून व माडींतून त्यावर गोळ्यांचा देवडा मार धरला. फार काय बाहेर पडून पायउतारा होऊन मोर्चा उधळण्याचाहि शत्रूचा आव दिसूं लागला. तेव्हां माणकरानें आप्पासाहेबांकडे माणसांची व दारुगोळ्याची मदत मागविली व कळविलें कीं, " हा मोर्चा पक्का झाला नाहीं. सांजमर्याद मोर्चा तगला तर रात्रीं मोर्चा पक्का करतो."

२२ तारखेच्या सुमारास फिरून एकदां सुलतानढवा करून कोट घेण्याचा विचार मराठ्यांनीं केला होता. दरवाजा जाळून हल्ला करून आंत शिरावें असा त्यांचा विचार होता. त्याप्रमाणें अंताजी रघुनाथ कावळ्याच्या माणसांकडून गवताचीं ओझीं व झांवळ्या नेऊन टाकण्याचा बूट निघाला. परंतु शत्रूनें सावध होऊन आदल्याच रात्रीं दरवाज्यापुढें २०।२५ हात अंतरावर ताडाचा भक्कम मेढा घालून दरवाजांत २०० बरकंदाज लेस करून ठेविले . शिवाय तेथें दारूचे बुदलेहि पुरून ठेवलें कीं वेळेनुसार मराठे चालून आलेच तर त्यांना

बत्त्या देऊन उडवून द्यावें. यामुळें मोठीच पंचाईत झाली. कारण आधीं गवताचीं ओझीं मेढ्यामुळें दरवाजापर्यंत पोंचणार कशीं ? बरें, मेढाच जाळावा तर तो ओल्या ताडाचा असल्यामुळें डोंब होऊन आग लावणारासच पळतां मुष्कील व्हावयाचें. त्यातच शत्रूनें जादा तरतूद करून पश्चिमेच्या दरवाजापुढें तोफा मांडून ठेवल्या व बरच्या बुरुजावरहि तशाच तोफा चढवून सिद्धता केली. या सर्व कारणांमुळें हल्ल्याचा विचार मराठ्यांस सोडून द्यावा लागला.

होतां होतां या पावसाळ्यापर्यंत बेढा चालूनहि मराठ्यांना वांद्र्याचें हें ठाणें काबीज करतां आलें नाहीं. त्यांनीं जेवढे हल्ले केले ते सर्व शत्रूनें मारून काढले. त्यांच्या मोर्चावर तोफांचा व आगीचा पाऊस पाडून आकांत उडवून दिला. मराठ्यांनीं सुरुंग लावण्याचा प्रयत्न केला कीं लगेच त्यानें उलट सुरुंग लावून सुरुंगांना टाळी पाडावी. सारांश, मराठ्यांचें त्यांनीं कांहीं चालू दिलें नाहीं. म्हणून शेवटीं २५ मे १७३७ रोजीं कांहीं एक काम न होतां मराठे वेढा उठवून परत फिरले. मात्र त्याचा राग आसपासच्चीं फिरंग्यांचीं चर्चें उध्वस्त करून त्यांनीं काढला.

बेलापूरचा वेढा.

बेलापुरच्या किल्ल्याचें पोर्तुगीज नांव सॅबॅजो असें होतें. पिसुर्लेकर लिहितात कीं, हा किल्ला २७ एप्रिल रोजीं काबीज झाला. किल्ल्याला पांच बुरुज असून त्यावर ११ तोफा होत्या. त्याशिवाय बंदराच्या संरक्षणाकरितां म्हणून ९ तोफा होत्या. मराठ्यांनीं त्याला ४ हजार लोकांनीशीं वेढा घातला त्यांनीं प्रथम मुंबईहून शत्रूला मदत येण्याच्या वाटा बंद केल्या व २० दिवसांच्या अवधीनंतर तो जिंकून घेतला. या वेढ्यांत पोर्तुगीजांचीं २५ माणसें मेलीं व पुष्कळ जखमी झालीं.

साष्टीच्या बखरींत “ नारायण जोशी यानें पारशकि घेतलें व बेलापुरास मोर्चे लावलें.” एवढेंच एक वाक्य वेढ्यासंबंधीं आलें आहे. तसेंच पहिलें वर्षी साष्टीबरोबर काबीज झालेल्या ठिकाणांत बेलापुराचा उल्लेख केला आहे इतकेंच.

बेलापूरचें ठाणें ठाण्याच्या आग्नेय दिशेस आहे. साष्टीत शत्रूचीं जीं बळकट ठाणीं होतीं त्यांपैकींच हें एक होतें. आप्पासाहे-

बांनीं ब्रह्मेंद्रस्वामीस मार्चच्या ३१ तारखेस लिहिलेल्या पत्रांत म्हटलें आहे कीं; बांद्रें, वेसावें व बेलापूर हे जागे फार बळकट आहेत. तेथी-लहि उपाय करूं. पण बेलापुरास फौजा रवाना झाल्यानंतरच आप्पासाहेबांनीं हें पत्र लिहिलें असावें. कारण एप्रिलच्या १ ल्या तारखेसच, वेढा घालणाऱ्या मराठी फौजेचें व शत्रूचें झुंज झालेलें नमूद आहे. शिवाय आप्पासाहेबांच्या रोजकीर्दींत एक नोंद आहे त्यावरून मार्चच्या ३१ तारखेस बेलापुरास वेढा बसला होता असें निश्चित दिसतें. ती नोंद अशी " सुरु सब्बा स्वारी पंतप्रधान खर्च पोतापैकीं छ ३ सफर बद्दल स्वारी नारायण जोशी मुक्काम बेलापूर इस्तकबिल छ १० जिल्हेज (३१।३।१७३७) तागाईत छ ११ मोहरम (१।५।१७३७) बद्दल हिशेब रुपये. " या नोंदीवरून मार्चच्या ३१ तारखेपासून वेढा सुरू झाला व मेच्या १ तारखेस तो उठला असें उघड होतें.

बेलापूरच्या या कामगिरीवर वासुदेव जोशाचा थोरला भाऊ नारायण जोशी याची नेमणूक झाली होती. तेथें जातांच एप्रिलच्या १ ल्या तारखेस त्यानें ३०० धारकऱ्यांची एक टोळी किल्ल्यावर हल्ला करण्यास पाठविली. तिनें आघाडीस बेलापूरचे हवी म्हणजे माहितगार लोक घेऊन झोंड उठवून पडकोटांत जावें अशी मसलत ठरली होती. परंतु हल्ल्याच्या वेळीं कांहीं घोटाळा होऊन ते हवी एकीकडे व धारकरी एकीकडे अशी स्थिति होऊन लोक लढण्याच्या आवेशांत मन मानेल तिकडे मारामार करीत गेले. यद्यपि त्यांनीं मारामार व सिनेदराजी खूपच केली, तरी कार्य मात्र झालें नाहीं. या हल्ल्यांत शत्रूच्या रेजगिरीच्या मारानें त्यांचे दहावीस माणूस जाया झाले.

हा हल्ला फसल्यानंतर नारायण जोशाचा विचार दुसरे दिवशीं लागोपाठ दुसरा हल्ला करावा असा होता. कारण शत्रू सावध झाला. शिवाय दिवसगत करावी तर शत्रूला आरमाराकडून कुमक येऊन ठाणें बळावल्याशिवाय राहणार नाहीं. करतां शेंपन्नास माणूस दुखावले तरी चालेल परंतु फिरून एकवार जोराचा एलगार करून पहावा असें त्यानें ठरविलें. ३ एप्रिल रोजीं एलगार होणार होता. ठरल्याप्रमाणें तो झाला किंवा नाहीं याची कांहींच माहिती ऐतिहासिक कागदपत्रांत सांपडत नाहीं. पण तो झाला असला तरी फुकटच गेला असला पाहिजे.

कारण पुढें महिनाभर म्हणजे एप्रिल अखेर वेढा चालूच राहिला होता.

हल्ल्यानें किल्ला काबीज होत नाहींसें पाहून नारायण जोशानें सक्त वेढा बसवून मोर्चेबंदीस सुरवात केली. एक मोर्चा खुद्द त्याचा. दुसरा कोइलासेवर, सुर्वे, कुंवारकर व खासबारदार लोकांचा आणि तिसरा कृष्णरावाचा. हे मोर्चेबंदी करून बसले. तेव्हां ते मोर्चे उधळून टाकणें शत्रूला भाग पडले.

७ एप्रिल रोजीं संध्याकाळीं उरणाहून शत्रूचीं ९ गलबतें बेलापुरास आलीं. त्यांच्याजवळ दोन तोफा होत्या. त्यांनीं येतांच प्रथम नारायण जोशाच्या मोर्च्यावर मार धरला; व त्याच वेळीं दुसरीं लहान लहान गलबतें कोटा जवळच्या खोचींत नेऊन तेथें शें सव्वाशें शिपाई उतरविले. ते उतरतांच कोटांतूनहि ५०।७५ माणूस बाहेर पडलें व त्या दोघांनीं एक हात करून खासबारदारांच्या मोर्च्यावर चालून घेतलें. मोर्च्यावर शत्रू येऊन पडतांच आतले लोक बाहेर पडले व त्यांनीं निकरानें झुंज दिलें; व हल्ला खरडून काढला. त्यांत शत्रूचा एक कर्णेकरी व ४।५ माणूस ठार झाले. मराठ्यांकडील दोन खासबारदार मेले, हरजी मोऱ्या नांवाच्या तिसऱ्या एका खासबारदाराचा हात कोपरापासून उडून गेला, अंताजी रंगनाथ याच्या पथकांतील रूपाजी राणा याला प्राणांतिक जखमा झाल्या. शिवाय " आणखीहि पांच सात माणूस धोंड्यास गोळे लागून फुटोन (त्याच्या) कपरीनें जाया जाहले." इकडे ही रणधुमाळी चालू असतां किल्लेकऱ्यांनीं कोटांतील शें पाउणशें बायकामुलें वगैरे कचरा खोचींत गलबतें आलीं होतीं त्यावर चढवून सुखरूप बाहेर लावून दिला.

या दिवसाचें हें झुंज झाल्यानंतर मराठ्यांनीं कोटाबाहेर एक तळें होतें त्यांतून शत्रूस पाण्याचा पुरवठा होत होता त्यावर जेजालांचा सारखा मार धरून तें बंद करून टाकलें. तसेंच दुसरा एक डोखळा होता त्यांत शेर टाकून त्याचाहि बंदोबस्त करून टाकला. अर्थात् दुसरेच दिवशीं म्हणजे ८ तारखेस शत्रूनें फिरून बाहेर पडून हल्ला केला. ते वेळीं मोठी हातघाई झाली. पिसुर्लेकर आपल्या इतिहासांत म्हणतात कीं; बेलापूरच्या वेढ्यांत मराठ्यांनीं शत्रूचें पाणी तोडलें होतें म्हणून फिरंग्यांना बाहेर चालून येणे नाप्राप्त झालें एक वेळ हल्ला करून

त्यांनीं पाणी ताब्यांतहि घेतलें होते तो प्रसंग बहुधा हाच असावा.

शत्रु आटपत नाहीं, कोटांतून बाहेर पडून बाढून येतो, शिवाय खाडींतून त्याला कुमकहि होते हें पाहून मराठ्यांनीं सुरुंग चालवून कोटच उडवून देण्याचा निश्चय केला; व जोरानें उद्योग सुरू केला.

त्यानंतरहि फिरून एक दिवस मोठें झुंज झालें. त्या दिवशीं दोन प्रहरीं शत्रूचीं १५ तारवें बेलापुरास आलीं. त्यांत ७ मोठीं व ८ लहान होतीं. तीं आलीं तीं कोटाच्या पश्चिमेस खाडी होती तेथें लागलीं व त्यावरून १०० शिपाई उतरले. ते पाहून कोटांतूनहि शत्रूचे लोक बाहेर पडून त्यांनीं पुन्हा एकदां कोइरासेच्या मोर्चावर हल्ला चढविला. हा हल्ला होत असतां " सव्वा प्रहरपर्यंत पांच गलबतें येकामागें येक बळीनें नांगर टाकून अवघ्या मोर्चावर तोफांचा मार केला. येका येका गलबतावर दोन दोन तोफा होत्या. " सायंकाळीं निखार ओहोट झाल्यावर तीं पश्चिमेच्या खाडीच्या तोंडीं नांगरून राहिलीं. पण परत गेलीं नाहींत किंवा उतरलेले लोकहि त्यावर गेले नाहींत तर ठिकठिकाणीं पांगून राहिले. या सर्व गोष्टीवरून नारायण जोशाचा तर्क असा झाला कीं, बहुधा त्याच रात्रीं शत्रू मोर्चावर चालून येईल किंवा कोटांतील कबिलास तरी ते बाहेर काढून गलबतावर नेतील. त्या दिवशींच्या झुंजांत मोर्चेकऱ्यांनीं फार शौर्य दाखविलें. मार खाल्ला पण एकहि मोर्चा उधळूं दिला नाहीं. नारायण जोशी अभिमानानें लिहितो " लोकांनीं पाइकीची शर्थ केली. "

मोर्चे उधळतां येत नाहींत, पाण्यावांचून लोक हैराण होतात आणि मराठ्यांचें सुरुंगाचें काम लगटानें चालून सुरुंग कोटासमीप येत आहेत यामुळें नाइलाज होऊन अखेर २६ एप्रिल रोजीं किल्लेदार शुद्धीवर आला व त्यानें तहाचें बोलणें सुरू केलें. त्याच्या पहिल्या अटी लुच्चेगिरीच्या व केवळ कालहरणाच्या होत्या. त्याचें म्हणणें " आमचें पाणी आधीं मोकळें करा. आमचें सामान गलबतांवरून येईल तेंहि येऊं द्या. मग आम्ही वसईला लिहून कळवूं. तिकडून उत्तर येईपर्यंत अवधि द्या. तिकडून हुकूम आला कीं ठाणें खुशाल आपल्या हवालीं करून घ्या." नारायण जोशानें हें बोलणें साफ नाकारलें. तेव्हां चुंबत २८ व्या तारखेस संध्याकाळीं किल्लेकरी कऱ्हाव्याचे खाडींतून कबिल्यासह गल-

वतांत बसून ठाणें मोकळें करून निघून गेले व नारायण जोशानें तेथें आपले लोक घालून निशाण चढविलें. अशा प्रकारें बेलापुरचा वेढा सुमारें महिनाभर चालला. या अवधींत मराठ्यांकडे गुणाजीराव पालांड्याचे दोन भाऊ, शेख दाऊद, कान्होजी हिलाल, व इतर नांवाचे शिपाई ठार झाले. चिळोजी नाईक व मायाजी नाईक या रामाजी महादेवाच्या शिपायांनीं बहुत कामकाज केलें; म्हणून पुढें जून महिन्याच्या २६ तारखेस आप्पासाहेबांनीं त्यांना सोन्याचीं कडीं, मोहन माळा वगैरे बाक्षिसें देऊन त्यांचा गौरव केल्याचें नमूद आहे.

मरोळ फत्ते होतें—

मराठ्यांच्या एका फौजेनें ३० मार्च रोजीं मरोळची माडी फत्ते केली-यासंबंधीं कांहीं उल्लेख मराठी व पोर्तुगीज कागद पत्रांत आढळत नाहीं. फक्त पेशवे शकावलींत नोंद आहे ती अशीः—" सब्बासलासीन मरुलाचें ठाणें छ ९ जिल्हेज रोजीं फत्ते झाल्याचें वर्तमान आलें."

पारशीक फत्ते होतें--

पारशीकचें ठाणें साष्टीच्या पूर्वेस लगतच असून तीही एक नाक्याची जागा होती. तें ठाणें नारायण जोशानें ३ एप्रिलच्या सुमारास काबीज केलें.

मराठी कागदपत्रांत पारशीकच्या लढाईसंबंधीं एकहि पत्र नाहीं. साष्टीच्या बखरींतहि फक्त एवढेंच म्हटलें आहे कीं, नारायण जोशी यानें पारशीक घेतलें व बेलापुरास मोर्चे लावले. डॅन्व्हर्स म्हणतो कीं, ३० मार्च नंतर १।२ दिवसांत मद्रापुरास म्हणजे बहादरपुऱ्यास बसलेल्या शंकराजीपंतानें लोक पाठवून पारशीकच्या किल्ल्यावर हल्ला केला. तें ठाणें दोन दिवस लढलें, शेवटीं नाइलाज होऊन तोफांच्या कान्यांत खिळे मारून शत्रूस त्यांचा उपयोग होऊं नये म्हणून त्या निकामी करून टाकून किल्लेकरी वसईस पळून गेले व ठाणें मराठ्यांच्या हातीं गेलें. पिसुर्लेकरांच्या इतिहासांतहि येवढीच हकीकत आहे. फक्त पारशीकचा किल्लेदार मुंबईस पळाला असें म्हटलें आहे.

पेशवे रोजकीर्दींत पारशीकसंबंधीं तीनच नोंदी सांपडतात. पहिली अशीः–सब्बासलासीन १७ जिल्हेज (७।४।१७३७.)

८४॥- रु. दि॥ आप्पाजी हरि हशम जदीद आसामी पारशीकास ठेविलें १४. यांसी भरमहिना दिला. बेगमी तागायत १ सफर. ”

दुसरी नोंद अशीः—१२ मोहरम समानसलासीन (२१।४।१७३८) खर्च रु. १०- महंमदू जेजालबारदार दि॥ मिराजी नामजाद ठाणें साष्टी दि॥ खंडोजी माणकर हा साल गुदस्तां पारशीकास ठार झाला त्याची बालपरवेशी करार रु. २० पैकीं आदा रु. १० बाकी रसानगी चिठ्ठी.

तिसरी नोंद.—तिस्सासलासीन ८ जिल्काद (७।२।१७३९).

रवासुदगी “ बालपरवेशी सालीना करार सन सबामध्यें पारासिकास गेले त्यास दि॥ अंताजी रघनाथ. ”

वरील नोंदींवरून नवीन माहिती एवढीच मिळते कीं, पारशिकच्या वेढ्यांत अंताजी रघुनाथ कावळ्याचे शिपाई होते. तेथें लढाई झाली त्यांत कांहीं लोक ठार पडले व त्यांत महंमदू जेजालदार नांवाचा एक मातबर शिपाई होता; व तें ठाणें काबीज झाल्यानंतर ७।४।३७ पासून आप्पाजी हरि या मनुष्याच्या हाताखालीं तेथें शिबंदीस कांहीं लोक ठेवण्यांत आले.

जिवधन काबीज होतें—

शंकराजीपंत, चिमणाजी भिवराव, बरवाजी ताकपीर, नारायण जोशी वगैरे लोकांचे मोर्चे बदाहरपुऱ्यास बसल्यानंतर वसईभोंवतालच्या मान्याच्या जागा आणि शत्रूचीं निरनिराळीं ठाणीं कबजांत आणून वसई सगळीकडून आवळीत आणण्याची योजना त्यांनीं चालविली. ठाण्यांहून आप्पासाहेबांनींहि कळविलें कीं, तुम्ही वसईस बसलांच आहां तर आतां तिकडील स्थळेंहि हस्तगत करावीं. परंतु त्यांना एक मोठी अडचण होती ती म्हणजे भरतीच्या जमावाची. वसईस एकंदर मराठी सैन्य सारें २२०० होतें व तेथल्या मोर्चांच्या कामाला आणि वसईच्या आगराच्या बंदोबस्ताला तें कमती पडत होतें. शंकराजीपंत ३१ मार्च रोजीं आप्पासाहेबांस लिहितो, “ येथें २२०० माणूस आहे; व तें मोर्चावर मात्र बसलें आहे. त्यांनीं आगर माल बंद होईल. कोट येतो येैसा अर्थ नाहीं. मागें जिवधन मांडवी

आहे तें ठरावोन बलाविली आहे तेथें फौज पाठवावी तर भरती नाहीं. आगर थोर. अरण्य आगराचें यास्तव भरती तोडतां येत नाहीं. निदान ५००० माणूस दुसरें पाहिजे. ”.

पण अशी स्थिति होती तरीहि शंकराजीपंतानें थोडी फौज देऊन बरवाजी ताकपिरास जिवधनचा किल्ला काबीज करण्यास पाठविण्याचें ठरविलें. त्याप्रमाणें स्वतःच्या मोर्चाच्या बंदोबस्तास चिमणाजी नारायणास ठेवून बरवाजी ३१ मार्चच्या रात्रीं जिवधनकडे स्वारीस निघून गेला. त्यानें ३०० लोक बरोबर घेतले होते.

जिवधनचा किल्ला डोंगरी असून वसईच्या उत्तरेस १०।१२ मैलांवर होता. तेथील किल्ल्यांत पूर्वापार पांडव-कृत्यांसारखीं लेणीं वगैरे असून जीवदानी देवीचें तें जागृत स्थान असल्याविषयीं मोठी ख्याति होती. ही टेकडी एक नाक्याची जागा असल्यामुळेंच फिरंग्यांनीं तेथें कोट बांधून व शिबंदी ठेवून तें ठाणें बळावलें होतें.

बरवाजीनें रातोरात जाऊन दुसरें दिवशीं हल्ला केला व किल्ला फत्ते केला. हल्ल्यांत शत्रूचे २०।२५ माणूस मेले, १०।२० कडेलोट जाले व ४०।५० पळोन गेले.

जिवधन काबीज करून आल्याबरोबर बरवाजीची मांडवीचें ठाणें काबीज करण्याकरितां रवानगी झाली. शंकराजीपंत लिहितो. “ ताकपिरांनीं जीवधन घेतली. पुढें मांडवीस बराबर जमाव देऊन आजच रवाना करतों, त्याचे माणूस येथें मोर्चास होतें तेंहि त्याजबरोबर देतो. मांडवी हस्तगत जालियावर पुढील ठिकाणें आहेत तेथेंहि पाठवूं. ”

फिरंगीपाडा पडतो—

पाराशिकानंतर लगेच शेजारचे फिरंगीपाड्याचें ठाणें मराठ्यांनीं जिंकलें. तें ठाणें कामणदुर्गाच्या दक्षिणेस व कांब्याच्या पश्चिमेस समीपच होतें. पिसुर्लेकर म्हणतात कीं फिरंगीपाड्याचा किल्लेदार शिबंदीसकट मराठ्यांचा कैदी झाला. डॅन्व्हर्स म्हणतो कीं, फिरंगीपाड्याचें ठाणें जोरांत लढलें. परंतु शेवटीं त्यांना कौल घ्यावा लागला. मात्र तेथला कप्तान चोरीनें पळून गेला. तो फिरंगीपाड्यालाच **Trangi-**

para म्हणतो—मराठी कागदपत्रांत त्या ठाण्यावरील हल्ल्याची हकी-कत सांपडत नाहीं.

मांडवी काबीज होते—

मांडवीचें ठाणें तुंगार टेकड्यांच्या उतरणीस वसईच्या समीप सुमारें १५ मैलांवर होतें. पूर्वी सोपाऱ्याहून थळघाटाकडे मोठा वाह-तुकीचा रस्ता असे त्यावरच हें ठाणें असल्यामुळें त्याला फार महत्त्व होतें. एप्रिलच्या ३ ऱ्या तारखेस बरवाजीनें मांडवीस वेढा दिला व कोट जेर करावयाचा उद्योग चालविला. एक तोफ लागू करून किल्ल्याचा दरवाजा व बंदर रोखून टाकलें. ६ एप्रिल रोजीं आणखी दोन तोफा गोखरवेयाच्या दादरावरून आणून त्या जोडून त्यांचाहि मार सुरू केला. ११ व्या तारखेस केशव सजणाजी म्हणून भिवंडीचा ठाणेदार होता त्यानें एक नवीन गोलंदाज बरवाजीकडे पाठवून दिला. १५ व्या तारखेपर्यंत मराठ्यांचा मार चालूच होता. परंतु आदले दिवसापासून "फिरंगी मार करीत नव्हता निचेंत होता." मराठ्यांनीं ताड तोडून कोटाबाहेर त्याचा दमदमा तयार केला व त्यावर तोफा चढवून कोटांत गोळे टाकण्याची सिद्धता केली.

या वेढ्यांत तुकनाक महाराचा एक मोर्चा होता त्याच्या मोर्चे-कऱ्यांनीं फार मेहनत केली.मुख्यतः त्याच्याच मोर्चामुळें व बंदरावरून तोफ आणली होती तिच्या माऱ्यामुळें मांडवी जेर झाली.

वेढा बसल्यानंतर १ मेच्या सुमारास किल्लेकरी बोलूं लागले; सबब बरवाजीनें भिवंडीस केशव सजणाजीला चिठ्ठी पाठविली कीं मांडवी-करांशीं कांहीं बोलीचाली करणें आहे तरी तुम्ही या. त्याप्रमाणें केशव सजणाजी ताबडतोब मांडवीस गेला.

पुढें तहांत असें ठरलें कीं, मराठ्यांनीं कोटांतल्या सगळ्या फिरंग्यांना गलबतांत बसवून देऊन बाहेर सुखरूप लावून द्यावें. त्या-प्रमाणें मध्यस्थ म्हणून केशव सजणाजीबरोबर चौकी देऊन शत्रूच्या लोकांना गलबतांत बसवण्यांत आलें. पण ते बसत आहेत इतक्यांत शंकराजी पंताची एक टोळी स्वारीस आली होती तिनें येऊन त्यांच्यावर हल्ला केला. शत्रूचे लोक गलबतांत बसलेले पाहतांच शंक-राजीपंताचेहि लोक आंत चढूं लागले म्हणून आत्मरक्षणार्थ फिरंग्यांनीं

बंदुका उचलून आवाज केले. त्यानें शंकराजीपंताकडील दोघेजण ठार झाले. फिरंगी निघून गेले. या झाल्या प्रकारानें शंकराजीपंतास अतोनात राग येऊन त्याचें उट्टें त्यानें बिचाऱ्या केशव सजणाजीवर काढलें. "केशव सजणाजीस शंकराजीपंती बलावून मार दिल्हा. फार मारिला आहे." त्या माराखालीं तो इतका जेर झाला कीं शेवटीं बरवाजी ताकापिरास त्याला पालखींत घालून भिवंडीस पाठवून द्यावें लागलें. शंकराजींचें हें कृत्य नारायण जोशास विषाद आणण्यास कारण झालें. त्यानें वासुदेव जोशास लिहिलेल्या एका पत्रांत म्हटलें आहे "कौल देऊन शत्रू वाटेस लाविला त्याजवर स्वारी पाठवावी हा कोण विचार? पावावयास (पोंचवावयास) गेला त्यास मारावें हेहि गोष्ट अनुचित आहे. काय समजोन गेले असतील तें न कळे." दुसऱ्या एका पत्रांत नारायण जोशी आप्पासाहेबाकडे तक्रार करून लिहितो. "त्यांची मांडवीची साहेता आम्ही कसी केली म्हणावी तर त्यांनीं तुकनाक मागितला तोहि पाठविला. राऊत मागितले त्यास खंडोपंत सवासे दिले. गणजी गोतरणेहि पहिले पाठाविले होते. गंगाजी नाइकाचे-लोक दिले होते. तोफ पाठविणें म्हणून त्यांनीं लिहिलें त्यावरून तोफ रा. चिमणाजीपंत जाऊन रवाना केली. येैसे साहित्यास अंतर न केलें. त्यांनीं आम्हासीच घसघस लाविली म्हणून म्हणावें तर रा पंताजी पंतासी केली तसीच खंडोपंतासी केली तशीच गोपाल महादेवासी केली हें सर्वांस पुसावें; तुकनाकाची पाइमाल करूं पाहतात आणि आपला पुरुषार्थ लिहितात. मांडवींत गोपाळ महादेव शिरत होता त्यास काठ्या मारल्या. मग तो रागानें आपल्या अलंगेस आग लावून उठून गेला. तसेंच आत्याजी सुर्वे तानाजीराव हे मांडवींत पाहावयास जात होते त्यास आंत न घेत."

पिसुर्लेकरांच्या इतिहासांत किंवा डॅन्व्हर्सच्या इतिहासांत मांडवी-च्या वेळ्याची हकीकत सांपडत नाहीं.

टकमक काबीज होतें—

टकमक हा डोंगरी किल्ला माहिमच्या नैर्ऋत्येस सुमारें १५ मैलांवर आहे. त्या ठाण्यावर पंताजी मोरेश्वर यानें स्वारी नेऊन तें काबीज केलें. शकावलींत नोंद आहे ती अशीः—" किल्ले टकमक पंताजी मोरे-

श्वर यांणीं घेतल्याची खबर आली. छ १८ जिल्हेज." या नोंदीवरून ८।४।१७३७ रोजीं किंवा त्याच्या आधीं १।२ दिवस टकमक काबीज झाली असावी. डॅन्व्हर्स किंवा पिसुर्लेकर यांच्या इतिहासांत हें ठाणें जिंकल्याचा उल्लेख येत नाहीं. मग त्या किल्ल्याचें पोर्तुगीज नांव कांहीं निराळें असल्यास न कळे. समकालीन पत्रांत टकमकीच्या वेढ्यासंबंधीं कोठेंहि उल्लेख नाहीं. फक्त कांहीं थोडी माहिती इतकीच कळते कीं, बरवाजी ताकपीर याचे व पंताजीपंत यांचें भांडण होतें; व "पंताजीपंतानें टकमक घेतली हें कांहीं मोठेंसें शतकृत्य केलें नाहीं ! आम्हीच टकमकीवर आधीं स्वारी पाठविली होती व त्या ठाण्यांतून शत्रूस काढून दिलें होतें. मग त्या ओस ठाण्यांत जाऊन तें पंताजीपंतानें कबजांत घेतलें" असें बरवाजीचें म्हणणें होतें. नारायण जोशाचें आप्पास लिहिलेलें जें पत्र आहे त्यांत मांडवीच्या तहप्रकरणीं शंकराजी केशव व बरवाजी ताकपीर यांनीं केशव सजणाजीस जी विनाकारण मारपीट केली त्या-संबंधीं तक्रार आहे. त्यांत असे म्हटलें आहे "टकमकी रा. पंताजी-पंतीं घेतली त्यास म्हणों लागले कीं आमची स्वारी गेली होती ते फिरोन आली, मग टकमकी टाकोन फिरंगी गेला. मग वोस जागियांत पंताजीपंताचे लोक शिरले ऐसें म्हणतात. तरी अशा गोष्टी त्यांनीं खऱ्या केल्याच असतील ! स्वामींनीं बक्षिस रा. पंताजीपंतास पाठविलें तें रायाजी शंकर यांनीं ठेविलें !"

असो. टकमकी काबीज झाल्यावर पुढें जूनच्या १० तारखेस पंताजी मोरेश्वर यांच्या हवालीं तो किल्ला करून किल्ल्याच्या बेगमीस आप्पासाहेबांनीं सुमारें पंचवीस गांव नेमून दिले, असें पेशवे रोजनिशीवरून दिसतें. समान सलासीन २२ सफर दफाते. "रा. पंताजी मोरेश्वर याजकडे किल्ले टकमक येथील बेगमीस परगणे मनोरपैकीं गांव नेमून दिले. देहे सुमार पंचवीस येविसी सनद व विठ्ठल विश्वनाथ यासी पत्र सादर कीं सदरहु गांवीं तुम्ही उपसर्ग न देणें."

बेलापूरचा पडका कोट काबीज होतो—

एप्रिलच्या ९ व्या तारखेस मराठ्यांनीं बेलापूरचा पडका कोट काबीज केला. हा पडका कोट कोणता असावा हें निश्चित कळत नाहीं. उपलब्ध इंग्रजी, मराठी व पोर्तुगीज साधनांत त्याचा उल्लेख नाहीं.

फक्त पेशवे शकावलींत एक नोंद सांपडते ती अशी:—" सबासलासीन छ १९ जिल्हेज बेलापुरचा पडका कोट घेतल्याची खबर आली."

सायवानचे ठाणे काबीज होतें—

हें मांडवीजवळचे ठाणें फार बळकट होतें. त्याला चार बुरुज असून त्यांवर दहा तोफा होत्या. २१ एप्रिल रोजीं मराठ्यांनीं त्याला वेढा दिला व तेरा दिवसांनीं तें जिंकलें. डॅन्व्हर्स म्हणतो कीं, मद्रापुराहून (बहाद्दरपुऱ्याहून) तीन हजार लोक पाठवून मराठ्यांनीं तें ठाणें जिंकलें. वास्तविक तेथें दाणागल्ला, दारुगोळी भरपूर होती; असें असतां किल्लेदार जोसे द मिरांदा यानें केवळ दहशतीनें तें मराठ्यांच्या हवालीं केलें. पोर्तुगीज लोकांत असा एक प्रवाद आहे कीं, हे व इतर तेथलीं कांहीं ठाणीं मराठ्यांना सुलभ रीतीनें हस्तगत होण्याचें कारण म्हणजे त्यांना एक भेद्या फिरंगीच सामील झाला होता हें होय. त्याच्या कोणा नातेवाईक स्त्रीवर जुलूम झाला होता. त्याचा सूड घेण्याकरितां तो कल्याणास जाऊन भूर म्हणजे मुसलमान बनला. व मराठ्यांच्या नोकरींत शिरून त्यानेंच माहितगारीनें मराठ्यांच्या हालचाली करविल्या.

सांताक्रुझ काबीज होतें—

सांताक्रूझचें ठाणें वांद्याच्या उत्तरेस २॥ मैलांवर आहे. तें बळकट असून तेथें चार तोफा व शिपायांच्या दोन कंपन्या संरक्षणास होत्या. तेथला कप्तान मॅन्युएल परेरा एस्पिनोझा या नांवाचा होता. विठ्ठलपंतानें त्या ठाण्यावर स्वारी नेली. दोन दिवस ठाणें लढलें. शेवटीं ३० एप्रिल १७३७ रोजीं तें हस्तगत झालें.

कालदुर्ग फत्ते होतें—

कालदुर्गाचा किल्ला ५।५।३७ रोजीं मराठ्यांनीं जिंकला. हा किल्ला तांदुळवाडी समीप होता. साष्टीच्या बखरींत हें ठाणें १७३७ सालीं जिंकल्याचा मोघम उल्लेख आहे. मराठी पत्रव्यवहारांत व पिसुर्लेकर, डॅन्व्हर्स यांच्या इतिहासांत त्यासंबंधीं मुळींच उल्लेख नाहीं. फक्त पेशवे शकावलींतच वरील मितीवार नोंद सांपडते.

मनोर काबीज होतें—

तांदुळवाडी जिंकल्यानंतर दुसरे दिवशीं बरवाजी ताकपीर, आवजी

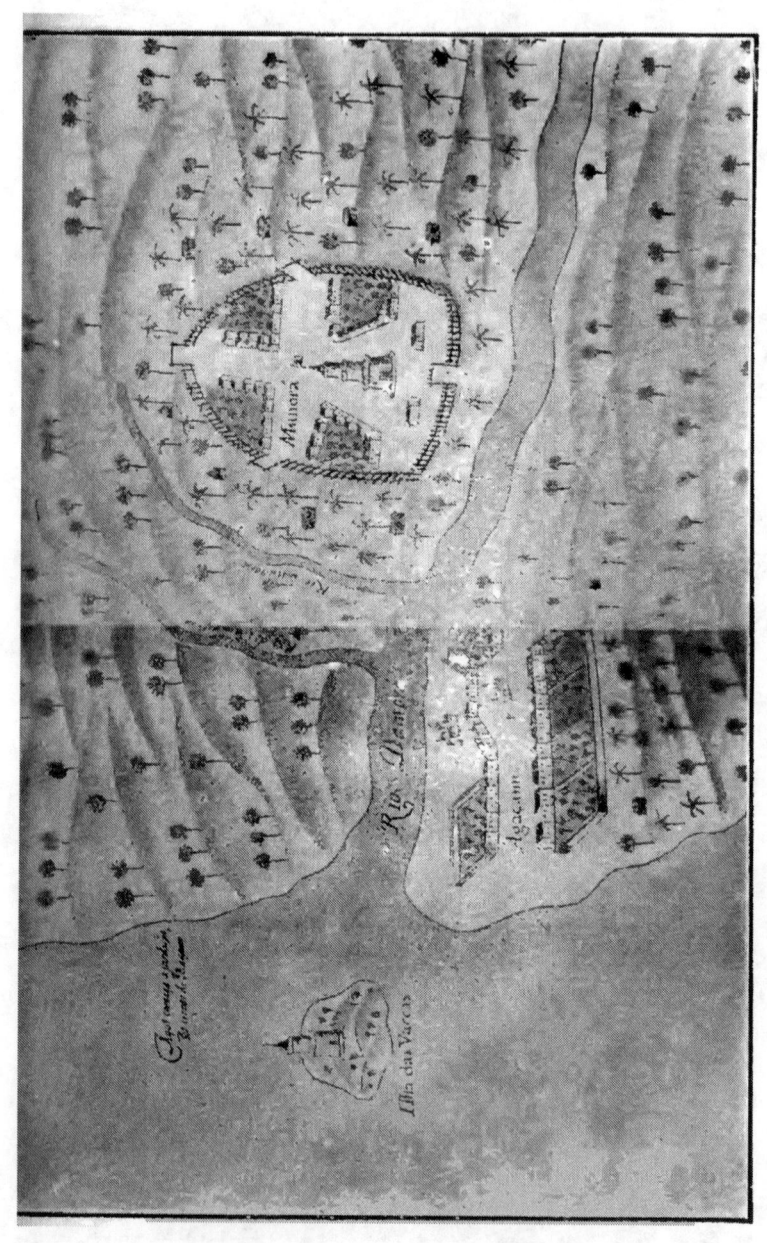

मनोऱ्याचा किल्ला अगाशी व अर्नाळा ह्यांचें दृश्य. (जुन्या पोर्तुगीज चित्रावरून.)

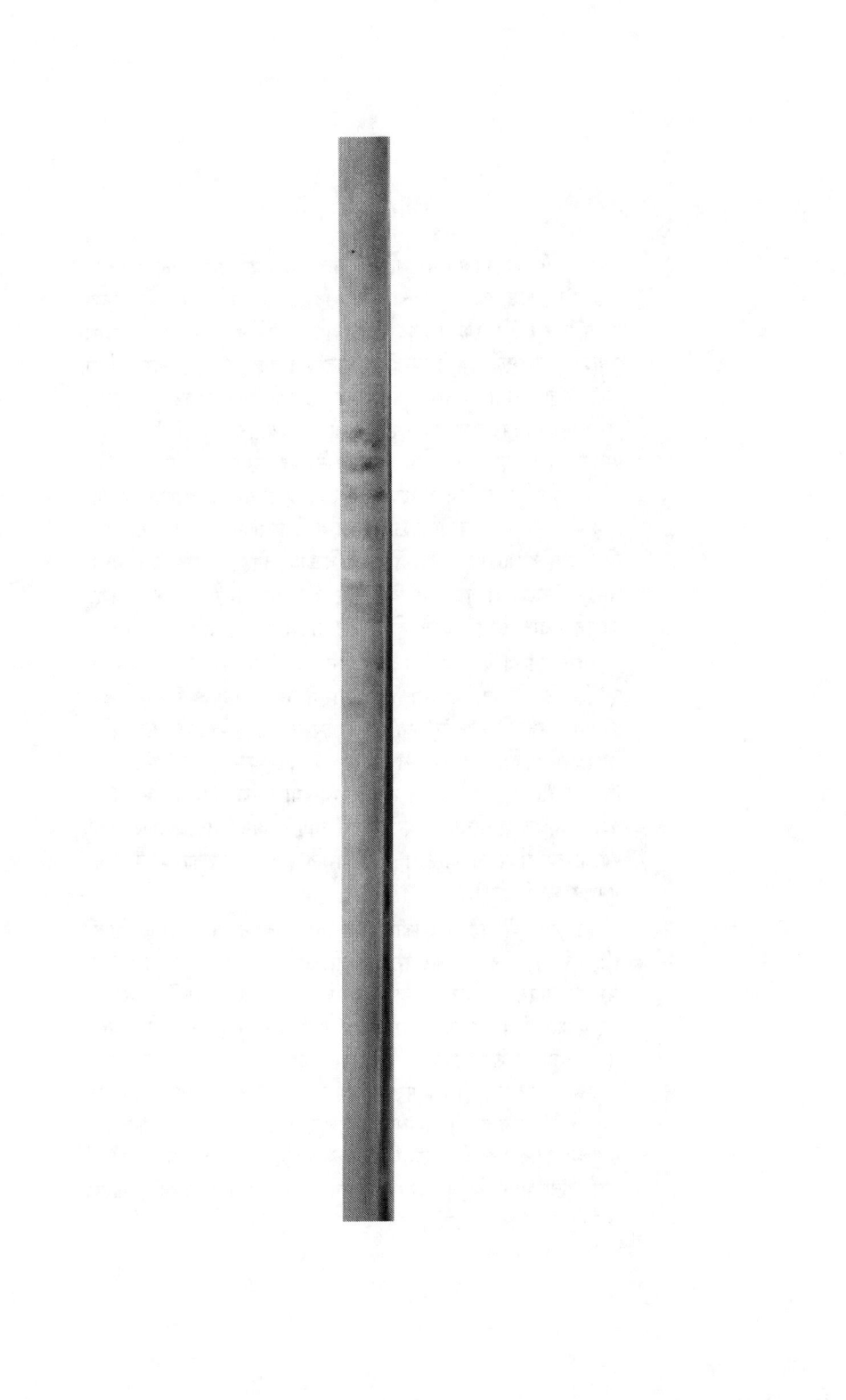

कवडे, विठ्ठल विश्वनाथ, गोपाळ महादेव मनोरास गेले व मेच्या ६ व्या तारखेस त्यांनीं त्याला वेढा दिला. मनोरचें ठाणें वैतरणेच्या कांठीं असून तेथें एक बळकट किल्ला होता. तसेंच तेथें नदी चांगली खोल असल्यामुळें तेथली खाडी गलबतांच्या वाहतुकीलाहि फार सोईची असे. यामुळें मनोर हें एक चांगलें बंदरहि झालें होतें. उत्तर फिरंगाणांत जीं कांहीं मातबर नाक्याचीं ठाणीं होतीं त्यांतच मनोरीची गणना असून अशेरी--मनोर या जोड नांवाचा नेहमीं उल्लेख केला जाई.

इकडे मनोरास मोर्चे बसल्यानंतर १०।११ दिवसांनीं आप्पासाहेबांनीं होनाजी शिंदे नांवाच्या एका सरदारास मोर्चेकऱ्यांच्या मदतीस पाठविलें. तो येतांच आणखी एक जागा नेमून घेऊन तोहि आपला एक मोर्चा घालून बसला. हा वेळपर्यंत किल्ल्यास पांच सात मोर्चे बसून ‘ निकट जाऊन गडास लागू ’ झाले होते. १९ तारखेस किल्ल्यानें कौल घेतला.

वास्तविक याच तारखेस वसईहून कडादिनानें २९ गलबतें व ६ शिबाडें भरून माणसांची व दारुगोळ्याची कुमक रवाना केली. ही कुमक म्हणजे इन्फंट्रीच्या तीन कंपन्या व पुष्कळसे एतद्देशीय शिपाई अशी होती. त्यांवर नेमलेल्या अधिकाऱ्याचें नांव अँटोनिओ ब्रितो द सिल्व्हा असें असून तो फिरंग्यांच्या दमण येथील आरमारावरील अधिकारी होता. व मराठ्यांशीं यापूर्वी अनेकवार झटापटी करण्याचा त्याला प्रसंग आलेला असल्यामुळें मुद्दामच त्याची या कामावर नेमणूक झाली होती.

हीं कुमकेचीं जहाजें खाडीपाशीं येतांच लष्करांत आरोळी झाली कीं, फिरंगी आला. त्याबरोबर आवजी कवडे, बरवाजी ताकपीर वगैरे सरदार, पावलोक स्वार व जेजाला घेऊन त्याला खाडींत अडवून धरण्याकरितां धावून गेले. त्यावेळीं “ फिरंगी यासी सजून येक प्रहर युद्धये बहुत कठिण जहालें.” शेवटीं नाइलाज होऊन फिरंगी तारवांतून उतरून पायउतारा होऊन मराठ्यांवर चालून आला. तेव्हां चांगलेंच रणखुंदल होऊन शत्रूचें शेपन्नास माणूस जखमी झालें. मराठ्यांपैकीं आवजी कवड्याचीं दोन घोडीं व एक माणूस जखमी झाला. तेवेळीं मराठ्यांनीं शत्रूस ठेचून तारवावर माघारा नेऊन घातला. ही चकमक तारीख २० रोजीं घडली.

पण अँटोनिओ दमाचा माणूस होता. त्यानें फिरून खाडींतून वर जाण्याचा वारंवार प्रयत्न केला व अखेर एकीकडे एकसारखा मराठ्यांवर बंदुकांचा मार धरीत तो मनोरजवळ एकदांचा जाऊन पोंचला. पण दुर्दैव बिचाऱ्याचें! तो पोंचला तोंच त्याला बातमी कळली कीं किल्लेकऱ्यांनीं नुकताच कौल घेतला आहे. म्हणून हिरमुष्टी होऊन तो आपलीं गलबतें घेऊन २२ मे रोजीं परत वसईस गेला. तो परत जात असतां फिरून पहिल्याप्रमाणें पण विजयाच्या आनंदातिशयानें मराठ्यांनीं खाडीच्या दोहों बाजूंनीं त्याला अतोनात त्रास दिला.

किल्लेकऱ्यांनीं हत्यारांनिशीं पार व्हावें व त्यांनीं ठाणें खालीं करावें अशी अट होती; त्याप्रमाणें कप्तान पोहरू याला मराठी लष्करांत आणून कवल्याने शत्रूचे झाडून लोक बाहेर काढले; आपले लोक भरले, निशाण नेले व मग शत्रूस कोठें वाटेल तिकडे जावयाची परवानगी दिली. किल्लेदार वसईस गेला तेव्हां कडदिनानें त्याचा धिक्कार केला; व तारापुराकडे कुमक पाहिजे असल्यामुळें त्याला तारापुरचें ठाणें बळावण्याकरितां रवाना करून दिलें. मात्र त्याला बजावण्यांत आलें कीं, तें ठाणें जर मनोरीप्रमाणें शत्रूचे हवालीं केलेंस तर पारिपत्य झाल्याखेरीज राहाणार नाहीं. याद राखून राहा. कर्मधर्मसंयोग असा कीं पुढें त्याच किल्ल्यांतून मराठ्यांशीं लढत असतां एकवेळ बाहेर पडून चालून जात असतांच तो मारला गेला.

धारावी (मार्च–एप्रिल १७३७)—

वसईस शंकराजीपंताचे लोक वेढा देऊन बसले. परंतु त्यांच्या जखडबंदीचा खरा त्रास धारावीचें ठाणें हातीं असेपर्यंत शत्रूला फारसा जाणवण्याचा संभव नव्हता. कारण ते ठाणें वसईच्या किल्ल्यासमोर दक्षिणेस नजीकच खाडीच्या पैलतीरावर होते. साष्टीच्या उत्तर टोकावर धारावी, मध्यें खाडी आणि खाडीपलीकडे किनाऱ्यावर वसईचा किल्ला व तेथून वसईच्या मुलुखास सुरवात. अशी स्थिति असल्यामुळें धारावीकडून वसईस पुरवणी चांगलीच होणें साहाजिक होतें. धारावीचें वर्णन शंकराजीपंतानें एके ठिकाणीं असें केलें आहे "धारावी समुद्रामुळें व बंदरामुळें दुसरा जंजिराच! शिवाय दाणागल्ला तेथून चांगला लवकर वसईस पोचवितां येतो. शिजलें अन्न निवलें नाहीं तोंच तेथें पोचावितां येतें."

अशी एकंदर स्थिति असल्यामुळें वसईस वेढा घालणाऱ्या सरदारांनीं धारावीस सैन्य पाठवून तें ठाणें तावडतोब हाताखालीं घालण्याविषयीं आप्पासाहेबांस वारंवार निकड लावली. ३१ मार्चच्या पत्रांत शंकराजीपंतानें लिहिलें कीं, " सर्वांच्या विचारें, धारावीस ठाणें बसवून खाडी बंद होते तरच शत्रूचा आटा व गलबतें बंद होतील. धारावी आधीं बंद झाली पाहिजे." त्याच दिवशीं बरवाजी ताकपिरानेंहि आप्पासाहेबांस निराळें पत्र पाठवून कळविलें कीं, " धारावीवर मोर्चा हजार माणसांचा ठेवून वसईवर इम्रत पाडावी. "

आप्पासाहेबांचाहि विचार तोच होता. त्यांनीं माणकराबरोबर एक फौज देऊन साष्टीहून त्याची धारावीकडे रवानगी करून शंकराजीपंतास तसें कळविलेंहि. परंतु ठाण्याहून दुसरे दिवशीं तेथें फौज आली नव्हती हें खरें. म्हणून १ एप्रिल रोजीं शंकराजीपंत व चिमणाजी भिवराव यांनीं पुन्हा आप्पासाहेबांस कळविलें कीं, " धारावीस कानोजी माणकर पाठविले म्हणून लिहिलें; त्यावरून आम्ही आजी धारावीसमोर लोक पाठवून आवाज बरकंदाजी व कर्णे वाजविले; परंतु पलीकडून जबाबसाल न जाला. लोक दृष्टीस न पडिले. तरी स्वामीनीं ये गोष्टीची खबरदारी करविली पाहिजे. कानोजी माणकर आले नसले तरी लौकर धारावीस येऊन तोफा (वसईस व वसईचे खाडीवर) लागू करीत ते करणार वडील समर्थ आहेत. धारावीचा बंदोबस्त सत्वर करावा. " पण कसेंहि असो; १३ एप्रिलपर्यंत तरी धारावीचें तोंड मोकळेंच राहिलें होतें. बेलापुराकडे वगैरे कांहीं फौजा पाठवाव्या लागल्यामुळें धारावीचें ठाणें बसलें नाहीं. कारण त्या दिवशींच्या पत्रांत शंकराजीपंतानें आप्पास लिहिलें कीं " आधीं बेलापुरास मोर्चे द्यावयाचे नव्हते. आधीं धारावीची रवानगी करावयाचा विचार होता तो न जाला. या उपरी जों गोवियाची कुमक न आली तों धारावीस मोर्चा बसला तरी उत्तम आहे. " याच सुमारास त्यानें असेंहि लिहिलें कीं, " धारावीची बंदिस्त म्हणजे बंदोबस्त पाथरवट आणून चहुबुरुजी आधीं सत्वर बांधवावी मग पुढें मोठा कोट बांधवावा तेव्हांच कार्यास येईल. ". म्हणजे तूर्त संरक्षणास तात्पुरता मेढा बांधावा व नंतर शत्रूच्या उरावर भक्कम कोट बांधून तेथें कायमचें ठाणें करून शिबंदी ठेवली तरच वसईवर

इभ्रत पडेल, खाडी बंद होईल, शत्रूस दाणागल्ला पोचणार नाहीं, किंवा शत्रूचे आरमाराला वसईस येतां येणार नाहीं.

या नंतर केव्हांतरी थोडकेच दिवसांत आप्पासाहेबांनीं धारावीस लोक पाठविले असावे. साष्टीच्या बखरींत म्हटलें आहे कीं, " नारायणजी नाईक व गोपाळजी व ७०० मनुष्यें धारावीस जाऊन बसलीं. " परंतु त्यांत निश्चित कालाचा उल्लेख नाहीं. तसेंच पिसुर्लेकरहि नक्की तारीख देत नाहींत. डॅन्व्हर्स म्हणतो कीं, २३ मे रोजीं कडदिनानें वसईचा सर्व अधिकार घेतला त्यापूर्वीं थोडे दिवस धारावीचे डोंगरीवर मराठ्यांनीं मेढा घालून ठाणें बसविलें होतें.

तांदुळवाडी काबीज होते—

बहादरपुऱ्यास मोर्चे बसल्यानंतर शंकराजीपंतानें आप्पासाहेबांस कळविलें कीं, ५००/७०० राऊतांची एक फौज मनोहर परगण्यांत व माहिमतारापुराकडे पाठवून तिकडे उपद्व्याप करावा. पंताजी मोरेश्वर व गोपाळ महादेव या सरदारांना तिकडे पाठवून तांदुळवाडी वगैरे ठाणीं घ्यावींत. फिरंग्यांनीं गोव्याहून कुमक मागविली आहे तसेंच इंग्रजांकडेहि याचना केली आहे. करितां तेथून जमाव यावयाच्या अगोदर तरतूद करून मुलुख सोडविला तर बरें. त्याप्रमाणें आप्पासाहेबांनी एक फौज एप्रिल संपतांच तिकडे रवाना केली. मात्र पंताजीपंतास न पाठवितां विठ्ठल विश्वनाथ व आवजी कवडे यांना त्या स्वारीस पाठविलें. त्यांनीं तिकडे जाऊन मेच्या दुसऱ्या तारखेस तांदुळवाडीचा किल्ला जिंकून तेथें ठाणें घातलें. या शिताफीबद्दल पुढें ८ तारखेस त्यांच्या सैनिकांस बक्षीस म्हणून वांटण्याकरितां ५०० रुपये आप्पासाहेबांनीं पाठविल्याचें पेशवा रोजकीर्दींत नमूद आहे.

फिरंग्यांकडील हालहवाल—
मार्च ते मे १७३७.

आतां या वेळीं शत्रुपक्षाकडे काय हालचाल होती ती पाहूं. तारीख २७ मार्च रोजीं लुई बतेलो आपलें सैन्य व सामान घेऊन कारंजा बेटाकडे पळून गेल्याचें पूर्वीं सांगितलेंच आहे. तिकडे जात असतां प्रथम तो मुंबईस गेला व तेथून त्यानें जलदीनें एक गलबत साष्टीकडील हाहाःकाराची

बातमी कळविण्याकरितां गोव्यास लावून दिलें. त्याबरोबरच त्यानें गोव्याहून पोक्त कुमक मागविली. शिवाय मुंबईकर इंग्रजांशींहि स्नेह-वादाचें बोलणें घालून मराठ्यांविरुद्ध त्यांची कुमक मिळविली. इंग्रजांनीं ती किती उत्साहानें दिली हें वांग्र्याच्या हकिकतीवरून आपणांस ठाऊक झालेलेंच आहे. इंग्रजांकडून कुमक मागत असतां बतेलोनें वाटेल त्या थापा मारल्या; व कशी तरी कुमक मिळविली. शंकराजी केशव तर १ एप्रिलच्या पत्रांत यासंबंधीं आप्पासाहेबांस लिहितो. "फिरंगी जनराल उरणास गेला आहे. त्यानें मुंबईस इंग्रजासी बोली घातली आहे कीं साष्टी तुजला देतों. माझा प्रांत जमे तो सोडवून द्यावा. त्याची याची बोलीचा सिद्धांत होईल तो पहावा. इंग्रेज कपटी आहे. स्वामीपासीं नम्रता दाखवील आणि कृत्रिम करील याचा विचार चित्तांत आणीत जावा. बंदर किनाराचे लोकांचा विश्वास न धरावा. इंग्रेज शामलास सामील करील आणि (शत्रूच्या मदतीस) येईल याचा विचार करून शामलास देखील पत्रें पाठवावयाचीं असतील तरी पाठवावीं." याच पत्रांत लुई बतेलोनें गोव्यास दोन फत्तेमारी रवाना केल्याचीहि बातमी त्यानें आप्पासाहेबांस कळविली होती.

मुंबईस इंग्रजांशीं बोलणें करून बतेलो कारंजांस गेला व तेथें आठ दिवस राहून तो आरमार घेऊन वसईस गेला. यावेळीं वसईस मराठ्यांचा वेढा बसला होता. अशा वेळीं खुद्द लुई बतेलोच वसईस कुमक घेऊन आल्यामुळें किल्लेकऱ्यांना चांगला धीर आला व तेहि तें ठाणें उमेदीनें लढवूं लागले.

बतेलोनें पाठविलेलें गलबत गोव्यास १ एप्रिल रोजीं पोंचलें. मग तेथें जो हाहाःकार झाला तो काय विचारतां? त्या बातमीनें सारें गोवें हादरून गेलें. गोव्यांत कर्मठ पाद्री भटांचें तर मोठेंच अवडंबर असे. त्यांना साष्टी मराठ्यांच्या हातीं पडल्यानें आपल्या धर्माचाच उच्छेद झाला असें वाटूं लागलें. शिवाय याच वेळीं आकाशांत धूमकेतु दिसूं लागलेला होता. त्या धूमकेतूनें हें अरिष्ट आणून आपली कीर्ति सार्थ केली असेंच त्यावेळीं तेथल्या लोकांस वाटत होतें; त्या अरिष्टशांतिप्रीत्यर्थ पुढें १३, १४, १५ मे या तीन दिवशीं सर्व गोवेंभर सार्वजनिक देवळांतून प्रार्थनाहि करण्यांत आल्या. दरम्यान व्हाइसरायानें तावडतोब पेद्रु दमेल या

सरदाराचे हाताखालीं २०० लोक, दीड लाख झेरॅफिन्स व पुष्कळ दारुगोळा देऊन नॅझरेथ नांवाच्या गलबतांतून टाकोटाक वसईस कुमकेस रवाना करून दिलें. व पैशाच्या पुरवठ्याकरितां दहकपट्टी (उत्पन्नाचा दहावा हिस्सा) बसविली. यावेळीं या पेद्रु दमेलेला 'मास्टर ऑफ दी फील्ड' म्हणजे सर सेनापति करून पाठविण्यांत आलें होतें. हा गृहस्थ हाडाचा खरा शिपाई असून धुरीण सेनापति होता. १७१८ सालीं तो प्रथम पोर्तुगालांतून हिंदुस्थानांत आला व तेथपासून एकाहून एक वरचढ जबाबदारीच्या कामगिऱ्या बजावून त्यानें मोठें नांव मिळविलें होतें. पोर्तुगालांत किंवा खुद्द गोव्यास त्याच्या कोणच्या कामगिऱ्या झाल्या असतील त्या असोत; परंतु वसईस या सालीं येतांच त्यानें मराठ्यांची जी ससेहोलपट करून सोडली त्याचें वर्णन पुढें प्रसंगोपात्त येणारच आहे. त्यावरून त्याच्या मर्दानगीची सहजच परीक्षा होईल.

असो. या पेद्रूस वसईस पाठवितांना त्याच्यावर एक निर्बंध मुद्दाम घालण्यांत आला होता; तो असा कीं, त्यानें वसईस गेल्यावर खुद्द गोव्याच्या व्हाइसरायाकडून हुकूम येतील त्याप्रमाणें वागावें. तसेंच वसईस जातांच खालील गोष्टी करण्याबद्दलहि त्याला हुकूम देण्यांत आलेले होते.

१. वसईस पोंचतांच त्यानें एकंदर पाहाणी करून मोहिमेला कितपत खर्च लागेल याचा अंदाज करून पाठवावा.

२. एकंदर सैन्य सरंजाम किती लागेल याचाहि अजमास लिहावा.

३. इंग्रज व शिद्दी यांच्याशीं बोलणें लावून तह करून मराठ्यांविरुद्ध शक्य ती मदत मिळवावी.

४. मराठे साष्टी व्यापून बसले आहेत, त्यांना खुष्कीच्या वाटेनें हुसकावून देणें अशक्य असेल तर मुंबईकरांच्या मदतीनें समुद्रांत आरमार आणून त्यांचा कोंडमारा करून त्यांना बाहेर घालवावें.

५. बांद्रें, बेलापूर, कारंजा व विशेषतः वेसावें या ठाण्यांच्या सुरक्षिततेकरितां इंग्रजांकडून दारुगोळ्याची मदत मिळवावी.

६. संभाजी आंग्र्याला मुंबईकरांमार्फत फितवून घेऊन त्याशीं दोस्तीचा तह करून इंग्रज गलबतां ऐवजीं मराठ्यांचीं गलबतें लुटण्यास त्यास सांगावें.

पेद्रु दमेल ७ एप्रिल रोजीं गोव्याहून निघून १७ एप्रिल रोजीं बसईस पोंचला.

पण येवढ्यावरच ही घालमेल थांबली नाहीं. गोव्यांत लुइ बतेलो विरुद्ध त्यानें साष्टी घालविल्यामुळें लोकांत भयंकर असंतोष माजून गेला होता; व तेथल्या मातवर लोकांनीं वारंवार व्हाइसरायाच्या कानीं कपाळीं ओरडून त्याला बडतर्फ करण्याविषयीं कोलाहल चालविला. खरोखर तसें करण्यास व्हाइसराय एक तऱ्हेनें नाखुष होता. कारण एक तर लुइ बतेलो हा खुद्द त्याचा जवळचा आप्त व विश्वासू मनुष्य आणि तसा तो चांगला अनुभवलेला माणूसहि होता. परंतु एक साष्टी घालविण्याच्या नादानपणामुळें गोव्यांत लोक-मत इतकें प्रक्षुब्ध झालें कीं अखेर त्याचा त्यांत बळी पडला. कारण शेवटीं नाखुषीनें का होईना व्हाइसरायानें बतेलोला बडतर्फ करून त्याच्या जागीं कार्डीम फ्रोइस उर्फ कडदिन याची नेमणूक केली.

हा कडदिनहि फार नामांकित व अनुभवलेला सेनापति होता.तो १६९८ सालीं प्रथम हिंदुस्थानांत आला व आपल्या कर्तबगारीनें निरनिराळे हुद्दे चालवून अखेर सध्यां 'कॅप्टन ऑफ दि पोर्ट्स्'चा दरक चालवीत होता. कडदिन आगबादाहून मेच्या ७ व्या तारखेस एका इंग्रज गलबतांत बसून निघाला व बारा तारखेस वसईस जाऊन पोंचला व अधिकारावर रुजू झाला. लगेच बतेलोहि परत गोव्यास जावयास निघाला परंतु जहाज न मिळाल्यामुळें तो चौलास गेला व तेथेंच पाऊसकाळ संपेपर्यंत राहिला.

गोव्याकडची हालहवाल व कुमक रवाना झाल्याची बातमी मराठ्यांना कांहीं कांहीं कळतच असे. लक्ष्मण हरि नांवाच्या मनुष्यानें २।५।३७ रोजीं कसबें मुरुड येथून आप्पासाहेबांस कडदिनाच्या आगमनाची बातमी खालीलप्रमाणें कळविली होती. " फिरंगी कडदिन सामान लोकांनसी वसईस कुमक येणार म्हणून सारें आरमार रवाना झालें व कडदिनहि निघाला असे. काल (१ मे) लहान मोठीं ५६ गलबतें काशाच्या बाऱ्यावर सायंकाळीं दाखल जालीं. त्याचा शोध घेतां कडदिन मुख्य तो अजून मागेंच आहे. सदरहु आरमारापैकीं बहुतेक सांडकरी गलबतें वसई व मुंबई व दवण प्रांतींचीं सावकारी सेतला होतीं. अंगारकाचे

द्राहमुळें लगटानें कुमकेचें आरमार म्हणून चाललीं असेत. कुमकेचें आरमार लहान मोठे १०।१२ आहेत. त्याजवरि लोक १३००।१४०० लोकांखालीं आहेत. कडदिन अंजनवेलीच्या बाऱ्यावर छ मजकुरीं (२।५।३७) रोजीं दाखल झाला असे. ऐसी त्याची सांगी आहे. कडदिन उमेदीनें येत आहे."

वरील पत्रांत उल्लेखिलेली ही बातमी तारखांच्या दृष्टीनें विशेष विश्वसनीय नसावी. पोर्तुगीज इतिहासकारांनीं दिलेल्या तारखाच या बाबतींत विश्वसनीय होत.

फिरंग्यांचा धारावीवर हल्ला (१५ मे १७३७).

"वसईचा नाका धारावी जागा आहे. तो जागा मजबूद होयें यैसा विचार केला पाहिजे. धारावीस दहा तोफा ठेऊन वसईवरी लागू केलिया वसई हातबांधोन येईसारिखें आहे. यैशास धारावीचा कोट बांधावयासी पाथरवट बेलदार इस्ताद सर्व साहित्य करून कोट होये ते करणार स्वामी समर्थ आहेत." वसईस वेढा घालणाऱ्या फौजेनें अशा वारंवार सूचना केल्यामुळें आप्पासाहेबांनीं लोक पाठवून तेथें ठाणें घातलें व मेढा घालून तें बळावलें हें पूर्वीं सांगितलेंच आहे. धारावीचें हें ठाणें बसलेलें पाहून मात्र शत्रूस वसईविषयीं खरोखरीच काळजी वाटूं लागणें स्वाभाविक होतें व तारीख १२ मे रोजीं कडदिन वसईस पोंचून त्यानें हातीं अधिकार घेतांच पहिली गोष्ट केली असेल तर ती धारावीवर जाण्याचीच. ही कामगिरी महत्त्वाची असल्यामुळें तो स्वतः खासा हल्ला करण्यास सिद्ध झाला.

१५ मे रोजीं ३०० फिरंगी व ५०० देशी शिपाई मिळून ८०० जमाव घेऊन तो धारावीस उतरला व त्या ठाण्यावर बेजरब हल्ला करून त्यानें मराठ्यांचा मोड केला; व त्यांस दूर हुसकून दिलें. या हल्ल्याचा मराठ्यांनींहि जोरानें प्रतिकार केला परंतु त्यांचें कांहीं चाललें नाहीं. त्यांना दूर हटून मागें सरावें लागलें. या लढाईत शत्रूचा अवघा एकच शिपाई मेला व तीन जखमी झाले. उलट मराठ्यांकडील मात्र ४०।५० माणूस ठार पडलें व किती तरी अधिक जखमी झालें. हा विजय मिळवून धारावीस कांहीं लोक ठेवून कडदिन मोठ्या उत्साहानें वसईस परत गेला.

समकालीन मराठी पत्रांत या लढाईसंबंधीं एकहि पत्र उपलब्ध नाहीं. परंतु पेशवे रोजकीर्दीत मात्र तीन नोंदी सांपडतात. त्या महत्त्वाच्या आहेत. त्या अशाः—

१. सबा सलासीन २७ मोहरम (ता. १७।५।१७३७) खर्च रु. ४३ रु. जखमी धारावीस झाले त्यास खर्चास.

६	रु. मुरारजी नाईक अणजुरकर दिम्मत खंडोजी माणकर	१
८	रु. दिम्मत सिवजी नाईक अणजुरकर	४
६	रु. दिम्मत बुवाजी नाईक अणजुरकर	२
११	रु. दिम्मत गंगाजी नाईक अणजूर	३
१२	रु. दिम्मत सोमाजी कुंटे.	
४३.		१०.

२. सब्बा सलासीन २८ मोहरम (१८।५।३७).

४५ रु. खर्च किल्ले हाये देणें जखमी धारावी बंद आलाहिदा १.

३. सब्बासलासीन २ सफर (२१।५।३७).

या तारखेच्या ' खर्च पोता ' या सदरांत धारावीस मेलेल्या लोकांचीं नांवें व त्यांच्या क्रियेस पडलेला खर्च दिलेला आहे.

साष्टीच्या बखरींत पुढील वाक्य आहे. " कडदिन या नांवाचा फिरंगी गोव्याहून जराळ वसईस आला. त्यानें फौजबंदी करून धारावीचा मेढा घेतला. तेथें अणजोरकरांचा फकीर महंमद व वैजनाथ परवारी पडला. "

या सर्व नोंदींचा निष्कर्ष असा निघतो कीं, धारावीच्या लढाईत अणजूरकर मंडळींचे पुष्कळ लोक मेले व जखमी झाले. मेलेल्यांत फकीर महंमद व वैजनाथ परवारी हे दोघे विशेष नांवाचे होते. तसेंच धारावीस जी शिबंदी ठेवण्यांत आली होती तिच्यांतले लोक पेशव्यांनीं आपल्या निरनिराळ्या किल्ल्यांवरील शिबंदींतून आणविलेले होते.

वसईवर पहिला हल्ला (३० मे १७३७).

गेल्या दोन महिन्यांत मराठ्यांनीं फिरंगाणांतलीं अनेक ठाणीं लागो-

पाठ जिंकून घेतलीं. त्यांना फक्त वेसावे व वांद्रें हस्तगत करतां आले नाहीं. व अलीकडे नुकतेंच त्यांनीं बसविलेलें धारावीचें ठाणें शत्रूनें उठवून लाविलें. मोहिमेच्या पहिल्या दिवसापासून वसईस मोर्चे बसले होते तरी तेथला लाग कांहीं साधला नाहीं. आतां धारावीचें ठाणें शत्रूनें काबीज केल्यामुळें तर दर्यातून वसईचा मार्ग मोकळा होऊन ती बळावली. आणि वसई शत्रूस मोकळी असतां साष्टीच्या मुलखाचीहि शाश्वती मानतां येण्यासारखी नव्हती. कारण तेथून माणसें, शिपाई व आरमार पाठवून साष्टींतील स्थळांचा लाग करून शत्रु केव्हां उत्पात करील याचा भरंवसा नव्हता. इत्यादि सर्व विचार करून पावसाळ्यांतच वसईस शिड्या लावून ती काबीज करतां आली तर पाहावी असा मराठ्यांनीं विचार केला. वास्तविक पावसाळ्यांत दोन्ही पक्षांच्या हल्ले हिरिऱ्या साहाजिकच थांबतात. व फार तर युद्धयमान सैन्यें छावण्या घालून राहातात. उभयपक्षीं एकमेकांवर हल्ले होऊं नयेत अशी जणूं कांहीं निसर्गानेंच जामीनकी घेतलेली असते. पण चोरीनें हल्ला करून शत्रूला चकित करून शत्रूचें स्थळ काबीज करावयास तीच संधि खरो-खर अनुकूल असते. म्हणून मराठ्यांनींहि त्या संधीचा फायदा घेण्याचें ठरविलें. पावसाळा असल्यामुळें शत्रूची दर्यातील वहिवाट थांबेल आणि आगीचा माराहि तितकासा बाधणार नाहीं असा विचार करून त्यांनीं मेच्या ३० तारखेस वसईस शिड्या लावून हल्ला करण्याचा प्रयत्न केला. पण तो फसला. मराठी कागदपत्रांत किंवा साष्टीच्या बखरींत या हल्ल्याचा उल्लेख नाहीं. परंतु पिसुर्लेकरांच्या इतिहासांत खुद्द कड-दिनाचें पत्रच उद्धृत केलेलें आहे. त्यांत त्यानें मराठ्यांनीं ३० मे रोजीं (पोर्तुगीज ता. ९।६।३७) वसईला शिड्या लावून चढण्याचा प्रयत्न केला अशी हकीकत दिली आहे.

तसेंच लियांद्रद सीकेर वुतेलो ह्या पोर्तुगीज गृहस्थास ७।५।४० (पोर्तु. ता.) रोजीं पोर्तुगीज सरकारनें दिलेली एक सनद उपलब्ध आहे. तीत पुढील उल्लेख आहे. " ९ जून १७३७ च्या पहाटें रेजमागोस व घोणसाळ ह्या वसईच्या दोन बुरंजामध्यें जो तट आहे त्यावर मराठ्यांनीं हल्ला केला. पण तो आम्ही परतविला. त्यांत मराठ्यांचे पुष्कळ लोक मेले व ३० जखमी सांपडले. आम्ही ३२ शिड्या काबीज केल्या. "

सांताक्रूझ व सांता मेरिया हीं ठाणीं काबीज होतात. २।६।३७

२ जून १७३७ रोजीं सेरासांताचें ठाणें मराठ्यांनीं काबीज केलें. तें ठाणें तीन दिवस लढलें. दुसरी एक पोर्तुगीज बखर तें ठाणें ८ जून रोजीं काबीज झालें असें म्हणते असल्याविषयीं पिसुर्लेकर सांगतात.

औंधकरांच्या संग्रहांतील डॅनव्हर्सच्या हस्तलिखित टिपणांत ह्या सुमारास सांता मेरिया व सांता क्रूझ हीं दोन ठाणीं तीन दिवस लढून मराठ्यांच्या स्वाधीन झाल्याचें लिहिलें आहे. ह्या दोन पोर्तुगीज ठाण्यांचीं मराठी नांवें उलगडत नाहींत.

यानंतर पावसाळ्यामुळें मराठ्यांची हालचाल थांबून त्यांची बहुतेक फौज छावणी करून राहिली. आप्पासाहेबहि फिरंगाणांतून देशी जाण्यास निघाले व १ जुलैस पुण्यास पोचले.

वसईवरील दुसरा हल्ला (२८ जून १७३७).

वसईवरील पहिला हल्ला फसल्यानंतर शंकराजीपंत, गंगाजी नाईक, मोराजी शिंदे, यशवंतराव बाळाजीराव, कर्णाजी शिंदे वगैरे लोकांनीं सुमारें एक महिन्यानें भर आषाढाच्या मुसळ धारेंत फिरून एकदां वसई वर डोकें फोडण्याचें ठरविलें. त्याप्रमाणें २८ जून रोजीं ४००० मराठे शिड्या सामान तयार करून अचानक बहादूरपुऱ्याहून कोटास गेले व उत्तरेच्या बाजूस घोणसाळियाच्या व आरमाझिमच्या मध्यें त्यांनीं तटास शिड्या लावण्याचा प्रयत्न केला. परंतु शिड्या चिखलांत रुतल्या. चांगल्या लागेनात. आणि त्यांतच शत्रु सावध होऊन त्यानें वरून असा कांहीं आगीचा जबरदस्त मार केला कीं शेवटीं त्याखालीं कचकरून मराठ्यांना पळून जावें लागलें. ही धुमाळी प्रहर अर्धा प्रहरच झाली पण तेवढ्यांत मराठ्यांचें फार माणूस दुखावलें व ठार पडलें. त्यांत गुणाजीराव शिंदे, खंडोजी बागराव, दादाजी नाईक भंडारी व इतर पुष्कळ नामांकित लोक खपले . लढाईनंतर शत्रूसच मराठ्यांचे ३३ मुडदे सांपडले; यावरून खुद्द मराठ्यांनीं काढून नेलेले मुडदे किती तरी असतील ! शत्रुपक्षाचें माणूस मात्र त्यावेळीं एकहि दगावलें नाहीं असें पोर्तुगीज इतिहासकार म्हणतात.

धारावीची लढाई (१२ जुलै १७३७)

कर्डादिन मराठ्यांच्या हालचालीची बातमी तत्परतेनें काढीत होता.

पूर्वी त्यानें स्वतः जाऊन धारावीहून मराठ्यांना हुसकून दिलें परंतु मराठे तेथून दूर सरून तेथेंच मुंडी देऊन बसले. कारण धारावीचें बेट नाक्याचें असल्यामुळें तें कबजांत घेण्याचा त्यांचा कृतनिश्चय होता. शत्रूच्या ठाण्यास शह देण्याकरितां धारावीजवळच कोठें तरी एक ठाणें बांधून काढण्याचें मराठ्यांनीं नक्की ठरविलें आहे असें कडदिनाला कळलें. म्हणून त्यांचा बंदोबस्त करण्याचें त्यानें ठरविलें. डोंगरी व बायनेल यांमध्यें एक लहानसा खाडीचा फाटा होता व त्या खाडींतून मराठे डोंगरीहून बायनेल बेटांत जात येत असत. मराठ्यांचा हा वापर बंद करण्याकरितां फिरंग्यांनीं मुर्ध्यावर तोफा चढवून खाडी रोखून धरली. तरीहि मराठ्यांची हालचाल थांबेना. म्हणून कडदिनानें कारव्हालो नांवाच्या सरदारास मुद्दाम सहा तोफा व पुष्कळशी शिबंदी देऊन पाठविलें व मुर्ध्याचें ठाणें बांधून तेथें तोफा चढवून कायमची वळकटी करण्यास सांगितलें. त्याप्रमाणें तें काम कारव्हालोनें १२ जुलै रोजीं पुरें केलें.

नंतर कारव्हालोनें हुकुमाविरुद्ध अधिक शहाणपणा करून मराठ्यांना हात दाखविण्याच्या घमेंडींत स्वतःवर एक संकट ओढवून घेतलें. पूर्वी एकदां त्यानें बायनेलांत शिरून मराठ्यांचा पराभव केला होता. तसाच यावेळींही करूं या घमेंडींत तोफा, सामान व शिपाई घेऊन तो खाडी ओलांडून मराठ्यांना हुसकून देण्याकरितां त्यांच्या मुलुखांत शिरला. मराठ्यांनीं तें पाहून त्याला चांगला आंत येऊं दिला आणि तो हकेटकेत येतांच ते घोडदळानिशीं त्यावर जाऊन कोसळले व त्यांना तुडवून त्यांचा अतिशय नाश केला. या हल्ल्यांत शत्रूचें सर्व पायदळ विस्कळित होऊन तें सैरावैरा धावूं लागलें व परत गलबतांत बसण्याकरितां जाऊं लागलें. पण इकडे शत्रूचे लोक आंत खोलांत येत असतां मराठ्यांचे हशम लोक खाडीपाशीं गेले होते. त्यांनीं तिकडूनहि उलट हल्ला करून शत्रूची शोचनीय अवस्था करून टाकली. ते लोक जहाजांत चढत असतां त्यांना अत्यंत त्रास दिला व शेवटीं ते कसेबसे पडत झडत गलबतांत आपले लोक घालून चालले त्यावेळीं त्यांच्यावर तोफा चालवून जहाजांतच पुष्कळ लोक मारले. त्या लोकांत कॅप्टन रोके परेरा द साकेरा नांवाचा शत्रूचा एक मोठा माणूस मेला. शत्रूचे

दोन अडीचशें माणूस पडले. त्यांच्या सहा तोफा मराठ्यांनीं हिसकावून घेतल्या.

साष्टीच्या बखरींत माहिती आहे ती अशीः–फिरंगी यानें मुरगांव येथें माडीस वेढा घालून खाडीचें तोंड धरून धारावीचें बेट घ्यावें हा विचार करून फौज मुर्ध्यास उतरली. शत्रु दारुगोळा तोफासुद्धां आला; तेव्हां खंडोजी माणकर, रामाजी महादेव व मुरारजी नाईक वगैरे यांनीं फिरंगी यांचा मोड केला. तोफा आठ पाडाव केल्या. फिरंगी यांचें मनुष्य ५०० मारलें व कांहीं बुडविलें.

हा मोठाच विजय मराठ्यांनीं मिळविला यांत शंका नाहीं. नंतर त्यांनीं डोंगरी, बायेनेल व मुर्धे हीं शत्रूचीं ठाणीं जाळून पोळून उध्वस्त करून टाकलीं. धारावीच्या व वसईच्या पहिल्या आणि दुसऱ्या हल्ल्यांत मराठ्यांची झालेली मनुष्यहानि, ह्यावेळीं शत्रूचे बरेच लोक ठार करून त्यांनीं भरून काढली.

वसईवरील तिसरा हल्ला (४।९।१७३७)

वसईचा एक हल्ला फिरला, दुसरा केला तोहि फिरला, तरी तिसऱ्यांदा एकदां फिरून हल्ला करावा असें मराठ्यांना वाटत होतें. कारण माणूस दुखावलें तरी दुखवो, पण या पावसाळ्यांतच तें ठाणें हातीं आलें तर येईल असा मराठ्यांचा पक्का अजमास होता. म्हणून पुन्हा वसईवर हल्ला करून नशीबाची परीक्षा पाहावी असें त्यांनीं ठरविलें व पुण्यास पेशव्यांना सल्ला विचारून सामानाची मागणी केली. पेशव्यांनाहि हा विचार मानवला होता. म्हणून सोक्षमोक्ष करण्याच्या इराद्यानें त्यांनीं मुद्दाम बाजी भिवराव हा आपला अगदीं ठेवणींतला इरेचा सरदार टाकोटाक वसईस पाठवून दिला. बाजी भिवराव ऑगस्टच्या २७ तारखेस चिंचवडास गेला. दुसरे दिवशीं नाणेंमावळांत पाटणास आला २९ तारखेस पळसदरीस पोंचला. ३१ रोजीं कल्याणास दाखल झाला. दुसरे दिवशीं सप्टेंबर १ तारखेस मांडवीस गेला व पुढील दिवशीं वसईस पापडीजवळ मराठ्यांच्या तळांत जाऊन दाखल झाला.

बाजी भिवरावास हल्ला करण्याकरितांच मुद्दाम पाठविलें होतें म्हणून सर्वांनीं विचार करून शिड्यासामान तयार केलें व ४ सप्टेंबरच्या रात्रीं ८ वाजतां त्यांनीं किल्ल्यास शिड्या लावल्या. त्या दिवशीं अंधार

पडल्यावर तीन हजार हशम वसईच्या तटाकडे येऊं लागले. त्यांना अनेक शिड्या बरोबर बांधून आणल्या होत्या. याचा अर्थच असा, सांपडेल तेथें जिकडे तिकडे एकाच वेळीं शिड्या लावून त्यावर 'चढावयाचें. यावेळीं कोट घेण्याचा मराठ्यांचा कृत निश्चय होता. गेल्या दोन वेळच्या अनुभवावरून शत्रूच्या आगीचा मराठ्यांना चांगलाच अनुभव आलेला होता. या वेळीं हल्ल्याची हातघाई सुरू झाली आणि तटावरून आगीचा वर्षाव सुरू झाला, म्हणजे लोक घाबरून जातील. आग पिऊन तेथें ठरणार नाहींत. जुमस खातील; पण आतां त्यांना 'जीव तरी देऊं किंवा कोट तरी घेऊं' अशा कृतनिश्चयानें आणलें आहे म्हणून वेळीं शत्रूच्या आगीच्या धडाक्याखालीं कोणी पळेल, तोंड फिरवून पाठीमागें येतील; एक गेला कीं दुसरा जाईल आणि मग हल्ला फिरेल करतां या हल्ला करणाऱ्या ३००० हशमांच्या पिछाडीस बाजी भिवरावानें आपल्या ३००० राउतांचें कडें उभें केलें; व हल्ल्यांतून कोणी पळून जाऊं लागला तर 'बेलाशक त्याला कापून टाकावा, त्यानें बाटल्यास हल्ल्यांत जाऊन 'मरावें पण परत फिरतां कामा नये' असा सक्त हुकूम दिला. मराठ्यांनीं यावेळीं अतिशय चपळाईनें एकदम ५।६ ठिकाणीं ४५ शिड्या लावल्या आणि ते लगट करून चढून जाऊं लागले. त्याबरोबर ज्वालामुखीच्या स्फोटाप्रमाणें शत्रूच्याहि तोफा आणि बंदुका आग ओकूं लागल्या. मराठ्यांच्या हल्ल्याच्या दिवसाची बातमी शत्रूस दुर्दैवानें पक्की कळलेली असल्यामुळें ते आपली तयारी जय्यत करून वाट पहातच बसले होते. शिड्या लागतांच त्यांनीं तोफा, बंदुका, हातगोळे वगैरे सगळ्या उडत्या हत्यारांचा इतका कांहीं जोराचा मार केला कीं; त्या खालीं मराठ्यांचीं माणसें पटापट मरून पडूं लागलीं. त्यांतच शेवटीं खुद्द बाजी भिवरावाला उजव्या हातास फत्त्याच्या खिळ्याची जखम झाली. मराठ्यांची ४।५ शें माणसें मेलीं; ४।५ शें जखमी झालीं. शत्रूनें शिड्या लोटून दिल्या. शेवटीं नामोहरम होऊन मराठे परत फिरले. शत्रूस दुसरे दिवशीं तळावर अनेक शिड्या सांपडल्या; व ११५ मराठ्यांचीं प्रेतें हातीं लागलीं. या हल्ल्यांत फिरंग्यांचे फक्त ६ ठार व १५ जखमी झाले. मात्र शत्रूचा खासा पेद्रु दमेल हाहि जखमी झाला.

साष्टीच्या बखरींत म्हटलें आहे कीं, या वेळीं या हल्ल्यांत बाजी भिवरावाबरोबर रामचंद्र हरिहि आला होता. परंतु तें बरोबर नसावें. तसेंच या हल्ल्यांत किती लोक मेले वगैरेहि या बखरींत नोंद दिलेलें नाहीं. तेथें एवढेंच वाक्य आहे. "पुढें बाजी भिवराव व रामचंद्र हरि पुण्याहून आले. नंतर हल्ला केला; परंतु त्या वेळेसहि साधला नाहीं. लोकांनीं फार झटून काम केलें पण साधलें नाहीं. नंतर बाजी भिवराव व रामचंद्रपंत पुण्यास गेले."

पे. द. भा. २२ मधील शकावलींत या हल्ल्याची नोंद आहे ती अशी—"भाद्रपद व॥ ८ अगर ९ रविवारीं बाजी भिवराव यांणीं वसईस शिड्या लाविल्या." मोडक–जंत्रीवरून पाहतां भाद्रपदांतील व॥ ८ अगर ९ स रविवार पडत नाहीं. फार काय ७ सहि तो पडत नाहीं. उलट श्रावण व॥ ८ स मात्र रविवार सांपडतो. म्हणून हा हल्ला श्रावणांत झाला किंवा भाद्रपदांत झाला असा तेथें संशय उत्पन्न होतो. परंतु पे. द. तील पेशव्यांच्या रोजकीर्दींतील तारीखवार नोंदीवरून उलगडा होतो. चिमाजी आप्पाच्या स्वारीच्या रोजकीर्दींत २२ जमादिलाखरच्या बंदांत एक नोंद अशी आहे. "जमा रु॥ ५००५ स्वारी व॥ बाजी भिमराऊ वसईचे स्वारीस गेले ते.

५००० जमा वाजगस्त छ ११ व १२ जमादिलावली दिले ते.
    ५ कमावीस भेट. देशमुख वसईकर.

५००५

ही नोंद ६।१०।१७३७ ची आहे. नोंदीचा अर्थ असा कीं, जमादिलावलच्या ११ व १२ तारखेस म्हणजे ऑगस्टच्या २७ व २८ तारखेस आप्पासाहेबानी बाजी भिवरावास वसईस पाठवितांना त्याच्याबरोबर ५००० रु. दिले होते ते त्यानें ६।१० रोजीं पेशव्याच्या परत हवालीं केले. म्हणजेच बाजी भिवराव वसईस जाण्याकरितां ऑगस्टच्या २७, २८ तारखेस निघाला. तसेंच खुद्द बाजी भिवरावाच्या स्वारीची रोजकीर्द आहे, त्यावरून तो ऑगस्टच्या २७ व्या तारखेस पुण्याहून निघून चिंचवडास मुक्कामास आलेला आहे. फिरून त्याच रोजकीर्दीवरून असें दिसतें कीं, सप्टेंबरच्या ९ व्या तारखेस जखमेकरितां त्याच्यासाठीं औषध–खर्च पडला आहे. यावरून शकावलीकारानें दिलेला

भाद्रपद महिना बरोबर ठरतो. फक्त त्याची तिथि व॥ ८ अगर ९ ही चुकीची आहे. ती व॥ १३ पाहिजे. कारण त्या दिवशीं रविवार पडतो. ती तिथि पोर्तुगीज इतिहासकारांनीं दिलेल्या तारखेशीं जुळती आहे.

शत्रुपक्षाकडील हालहवाल (आक्टो. ते डिसें. १७३७)

यावेळीं गोव्याच्या लोकांना एक नवीनच काळजी उत्पन्न झाली होती. कारण या पावसाळ्यांत सोंध्याचा राजा त्यांच्यावर स्वारी करून येणार अशी दाट आवाई होती; पण त्यांच्या सुदैवानें खरोखर तसें कांहीं एक घडून आलें नाहीं.

१७३६ च्या एप्रिलांत पोर्तुगालाहून पुष्कळशी मदत भरून शत्रूचें एक जहाज गोव्यास यावयास निघालें होतें; पण वाटेंत प्रातिकूल वाऱ्यामुळें आफ्रिकेंतील मोझँबिक नजीक तें थांबून पडलें तें पडलेंच. अखेर तें तेथून १७३७ च्या आगस्टांत निघालें व ४ सप्टेंबर रोजीं एकदांचें गोव्यास येऊन पोंचलें ! त्याच्याच मागोमाग दुसरें एक जहाज २६ एप्रिल १७३७ रोजीं निघून ऑक्टोबरच्या प्रारंभीं गोव्यास दाखल झालें. त्यावर फिरंगी ढोणे होते. ही कुमक येऊन पोंचतांच फिरंग्यांस हुरूप चढून उत्तर कोंकणांतील मराठ्यांच्या निराकरणाच्या वाटाघाटीला जोर चढला. अधिकारी सरदारांचीं खलबतें चालू झालीं. एक पक्षाचें म्हणणें असें होतें कीं, माहिम, तारापुर, अशेरी, केळवें, शिरगांव, डहाणू, वांद्रा इ० ठाणीं पाडून टाकावीं किंवा सोडून द्यावीं आणि फक्त वसई, चौल, दीव व दमण हीं चार मातबर ठाणीं तेवढींच शेवटपर्यंत लढवावीं. कारण लहान सहान ठाणीं लढवींत बसावीं तर

टीपः—औंधकरांच्या संग्रहांतील डॅनव्हर्सच्या हस्तलिखित टिपणांत ह्या हल्ल्यासंबंधीं पुढील नोंद आढळते. (१५ सप्टेंबर) म्ह० ४।९।१७३७ रोजीं ६ हजार पायदळ व ४ हजार स्वार घेऊन मराठ्यांनीं वसईवर पुनः हल्ला केला. दीड तासपर्यंत अनेक येलगार केले. शत्रूनें मराठ्यांच्या ४५ शिड्या काबीज केल्या. १२० मराठ्यांचीं प्रेतें तटापाशीं सांपडलीं. शिवाय जखमी व कैद झाले ते निराळेच. पिसुर्लेकरांच्या वसईच्या दुसऱ्या पुरवणी पुस्तकांत, ८ ह. मराठे होतें त्यांतील २ ह. ठार, ६०४ मराठ्यांची प्रेतें पोर्तु. ना. मिळालीं, ४४ शिड्या सांपडल्या व तीन नामांकित मराठ्यांचे मुडदे सांपडले, असें म्हटलें आहे.

तीं शत्रु घेतोच; व त्यामुळें त्याचा हुरूप वाढून वसईसारख्या पोक्त ठिकाणींहि हल्ला चढविण्याइतका तो हावभरी होतो. तसें होणें चांगलें नाहीं.

दुसऱ्या पक्षाचें म्हणणें असें होतें कीं, प्रत्येक लहान सहान ठाणेंहि लढल्यावांचून शत्रूच्या हातीं पडतां कामा नये. दर ठिकाणीं शत्रूला ठेंचगांच दिला पाहिजे. त्या दर ठिकाणीं निकराचा प्रतिकार झाला तरच त्याची उमेद खचेल व तो शेफारणार नाहीं. आपलीं ठाणीं आपण होऊनच आपण सोडून देऊं लागलों तर उद्यां मराठे आपणांस तेथें उभें राहावयापुरतीहि जागा उरूं देणार नाहींत.

खुद्द व्हाइसरायाचा मात्र तिसराच विचार होता. त्याचें सारें लक्ष बाजीरावाच्या निजामावरील स्वारींत गुंतलें होतें. त्याच्या विचारें असें होतें कीं, निजामाच्या स्वारीमुळें पुष्कळशी मराठी फौज हिंदुस्थानांत गुंतून पडेल आणि फिरंगाणाकडे त्याची कुमक मुळींच होणार नाहीं. खेरीज त्याला अशीहि नक्की बातमी कळली होती कीं, ठाण्याच्या किल्ल्यांत संरक्षणास फारच थोडी फौज उरली आहे. तेव्हां सध्यां आपणांस पोर्तुगालाहून बरीच मोठी कुमकहि आलेली आहे. तर आतां ती सगळी-च्या सगळी वसईकडे पाठवावी. आणि अगदीं ठाण्यापासून सुरवात करून ओळीनें सगळीं ठाणीं परत हिसकावून घ्यावीं.

ह्या साऱ्या खलबतांचा निष्कर्ष शेवटीं असा ठरला कीं, उत्तर फिरंगाणाचा पूर्ण एख्तियार कडदिनवर सोंपवावा. गोव्यास केवळ रक्षणापुरती जुजबी फौज ठेवून बाकीची सर्व फौज, दारूगोळा व पैका लागेल त्या त्याप्रमाणें सगळा वसईस पाठवावा.

त्याप्रमाणें ऑक्टोबरच्या प्रारंभीं कॅप्टन फरनँडो लावर याचेबरोबर एक लाख झेरॅफिन्स नक्त, दारूगोळा व सात हजार तांदुळांचे गोण इतकें सामान देऊन ते वसई, चौल आणि कारंजा या तीन ठिकाणीं पोंचवण्यांत आलें. नंतर पुढें शिरस्त्याप्रमाणें सराईस म्हणजे हिंवाळ्यांत फिरंग्यांचें आरमार गोव्याहून वसईकडे गेलें, त्याबरोबर ८०० शिपाई अँटोनिओ हेनारिक्स या सरदाराबरोबर पाठविण्यांत आले. व नंतर फिरून त्याच महिन्यांत दुसऱ्या एका पेद्रो द अलकांतारा या नांवा-

च्या जहाजांतून २०० गोरे शिपाई तीन लाख झेरॉफिन्स व शिवाय ५० हजार झेरॅफिन्सची दारू इतकी रवाना करण्यांत आली.

माहिमचा वेढा (१७३७ आक्टो. ते डिसेंबर.)

पावसाळा संपतांच शंकराजीपंतानें माहीम व केळवें या शत्रूच्या ठाण्यांस वेढे देण्याचें ठरविलें; व त्याप्रमाणें महादाजी केशव, कर्णाजी शिंदे, वगैरे सरदारांना फौज देऊन तिकडे रवाना केलें. याच सुमारास गोव्याहून शत्रूनें पुष्कळशी कुमक वसईकडे पाठविल्याचें वर सांगितलेंच आहे. ती बातमी वसईस शंकराजीपंताकडेहि होती. बातमी अर्थात् कांहीं खरी कळे व कांहीं बाष्कळ असे. असल्या खोट्या आवायांमुळें- हि मराठ्यांची केळवेंमाहिम प्रकरणांत थोडी धांदल उडून गेली.

प्रथम महादाजीपंत व कर्णाजी शिंदे यांनीं जाऊन केळव्यास वेढा दिला. त्यांचा वेढा तेथें कायम होतो न होतो इतक्यांत शंकराजीपंतास बातमी कळली कीं, शत्रूस मदत आली असून त्याची कांहीं फौज वसई समीप पापडीवर उतरलीही. शत्रु इतका जवळ आला त्याअर्थी वसईचेच मोर्चे मारण्याचा त्याचा विचार असावा असा साहजिक तर्क करून त्यानें टाकोटाक केळव्यास लिहून कळविलें. त्याबरोबर ते लोक तेथला वेढा उठवून वसईस येण्याकरितां दांतिवरेया पावेतों आले. पण तेथें त्यांना शत्रु वसईस आल्याची बातमी खोटी आहे असें कळलें म्हणून ते परत जाऊन केळव्याला लागले. त्यानंतरहि एकदां तशीच आवाई झाली म्हणून पुनरपि ते लोक केळव्यास केलेली मोर्चेबंदी टाकून दातिर- व्यास आले. पण फिरून वर्तमान खोटें, नुसतीच आवाई असे झालें. म्हणून त्यांना परतावें लागलें. ते परत जात असतां चिमणाजी बापूजी व खंडोबा येऊन आपल्या फौजेनिशी त्यांना सामील झाले. तेव्हां आतां जमाव भारी झाल्यामुळें त्यांनीं माहिमासच वेढा देण्याचें ठरविलें. मग ' हे व ते एकत्र होऊन माहिमचे तळेवर राहिले. तेथून गांवांत शिरून गांवांतील लोक वाड्यांत घालून गांवचीं घरें जाळून झापें मोडून अडचण रान तोडून येक मोर्चा गोळीचे टप्पेवर घालून बसले. ''

आक्टोबरच्या १५ तारखेस माहिमच्या कोटांतून शत्रु बाहेर निघून मोर्चेकऱ्यांवर चालून आला. त्यावेळीं मोर्चेकऱ्यांनींहि निकरानें घोडीं घातलीं. त्या हाणाहाणींत मराठ्यांनीं शत्रु कोटापर्यंत रेटीत नेला. त्या

चकमकींत जिवाजी ढमढेऱ्याचीं दोन घोडीं पडलीं व उमाजी शितोळे यास चिलखत फोडून गोळी लागली; परंतु वाचला. " लोकांनीं फारसी खस्त करून कोटाजवळ हत्यारें लाविलें ५।७ लोक शत्रूकडील मारले. "

केळव्यास मराठ्यांची पूर्वी जी दोनदा धांवपळ झाली त्याचीं वर्तमानें पुण्यास पेशव्यांस कळतांच त्यांना फार राग आला. फिरंगी आला म्हणून दोनदां आवाया झाल्या व दोन्ही वेळां त्या खोट्याच ठरल्या तथापि त्यांच्यापायीं आपल्या फौजांची धांवाधांव होऊन गेली व केळव्यास घातलेला वेढा दोनदां उठवावा लागला याचें त्यांना फार वाईट वाटलें. एखाद्या ठाण्यास मोर्चेबंदी केल्यानंतर तें ठाणें काबीज झाल्याखेरीज उठणें हें महानामुष्कीचें समजलें जात असे आणि यावेळीं लोक उठून गेले ते केवळ नुसत्या भुमकांनीं. याचा साहजिकच निष्कर्ष असा निघाला कीं, मराठ्यांनीं शत्रूची धास्त खाल्ली. अशी शत्रूची सलाबत बसेल तर पुढें फार जड जाईल असा विचार करून कांहीं मातबर सरदार फौजा देऊन केळवें माहिम व तारापुराकडे पाठविण्याचें पेशव्यांनीं नक्की केलें. केळवें माहिमाकडे रामचंद्र हरि पटवर्धनाची नेमणूक करण्यांत आली.

नोव्हेंबरच्या १ ल्या तारखेचे सुमारासच रामचंद्र आप्पाची सर्व तरतूद करून त्याला रवाना करण्याची तजवीज झालेली होती असें म्हणावयास हरकत नाहीं. कारण पेशवे रोजकीर्दींत वरील तारखेस एक नोंद आहे ती अशी " समानसलासीन १९ रज्जब दफाते हाजी अबास व हाजी कुकरी व हाजी अवदुल्ला अरब हशम सुरतेहून १५५ कल्याणास आले आहेत ते माहिमास रा रामचंद्र हरि याजकडे रवाना करणें आणि प्रांत कल्याण भिवंडी पैकीं शामजी कृष्ण यांचे गुजारतीनें देणें म्हणोन सनद देवविले रुा तीनशें. "

नेमणुकीप्रमाणें रामचंद्र हरि केळवें-माहिमकडे येऊं लागला. वाटेंत नोव्हेंबरच्या ९ तारखेस त्याला पेशव्यांचें पत्र आलें. त्या पत्रांतील मजकुरावरून पूर्वी केळव्यास झालेल्या प्रकारानें पेशव्यांस किती चीड आलेली होती तें चांगलें दिसून येतें. त्यांत ते लिहितात " फिरंगी यांचें आरमार खांदेरीच्या बाऱ्यावरी आलें हे खबर अणजूरकर यांनीं रा शंकराजी केशव यास लिहिली त्यावरून त्यांनीं सलाबत खाऊन केळवें-

माहिम येथील लोक उठवून माघारी नेले. गनीमाची सलाबत वाढविली! ऐशियास वसई, अर्नाळा आदिकरून लोकांचें सामान जसें तसें नाहीं! नामांकित माणूस किती आणि गनीमाची सलाबत खातात! यावरून त्यांचे व त्यांच्या लोकांचें मर्दुमीच्या तारीफा काय लिहाव्या! असो न व्हावें तें झालें. अतःपर गनीमावरि सलाबत चढवून केळवें-माहिम हीं स्थळें जबरदस्तीनें घेतलीं तरीच त्या लोकांची व सरदारांची शाबास! नाहींतरी पैका खाऊन नाचीज होतो!"

रामचंद्रपंताच्या जमावाची व सरंजामाची तरतूद खालीलप्रमाणें केल्याचें पेशव्यानें कळविलें "पायेचा जमाव ६०० माणूस व कल्याणचे आरब १५४ व धोंडो व्यंकाजी याजबराबरील १००० व बाघोजीराव खानविलकर व पदाजी कारके मिळून ५०० व शंकराजी केशव याजकडील जुन्या भरण्यापैकीं १००० एकूण ३२५० माणूस केळवें माहिमच्या कार्यभागास तुम्हांकडे नेमिलें आहे. सरदारहि तुमचेच तावीन आहेत. रा। माहादाजी केशव यांनीं शंकराजीपंताजवळ जावें. वरकड सरदारांनीं तुमचे आज्ञेप्रमाणें वर्तावें ऐसें कित्येक रा। शंकराजी केशव यास फजीत करून लिहिलें आहे. तरी तुम्ही सदरहू ३२५० माणसांनिशीं केळवें-माहिमास लगट करून दोन्ही स्थळें हस्तगत करणें."

मराठी फौजांनीं शत्रूची धास्त खाल्ली असल्यामुळें पुढीलप्रमाणें कडक हुकूम पेशव्यांनीं रामचंद्रपंतास देऊन ठेविला होता. "मराठे, कानडे, परदेशी, लोक: आहेत. त्यास झुंजभांडणाचे प्रसंगीं सलाबत खाऊन पळून जातात याजमुळें कैद सलाबत होते. ऐशियास लाखोलाख रुपये खर्च करून लोकांस द्यावे आणि प्रसंगीं पळ काढतील त्या पाजींचा मुलाहिजा काय? जे दालीची शरम धरून साहेबकाम करितील त्यांचे ऊर्जित करीतच आहों. पळून जातील त्यांचा मुलाहिजा काय निमित्य करावा? ज्या ज्या वाटा पळून जावयाच्या आहेत तेथें चौक्या ठेवून, पळतील त्यांस धरून परिछिन्न डोचकीं मारणें. सरदार अगर प्यादा न म्हणणें! विना एखाद दुसरा सरदार अगर परदेशी कानडे मारल्याविना माणूस भय धरून वर्तणार नाहीं. यास्तव हेच परवानगी जाणून पळ्यांचें पारिपत्य करणें. रामचंद्रपंतास लाख रु॥ खर्च होतात या गोष्टीची कळकळ आणि इरे सर्वांहीं धरिली तरीच खावंदाचें काम

होऊन सलावत चढेल नाहींतर पैका खर्चला तितका व्यर्थ आहे. ”

मालशेजाचा घाट उतरून रामचंद्रपंत निघाला तो दरमजल नोव्हें-बरच्या ११ तारखेस देहरजेस पोंचला. दुसरे दिवशीं बऱ्हाणपुरास गेला व तेथून अशेरीस गेला. यावेळीं आशेरीस मराठ्यांचा वेढा चालू असून वेढ्याचें काम मुख्यतः हरि सदाशिव सुरनीस व पंताजी मोरेश्वर शिवणीकर हे दोघे सरदार करीत होते. सबब अशेरीचे मोर्चे कसे काय बसले आहेत ते पाहून अमदवाडीस व मदनवाडीस अनुक्रमें हरिपंत व पंताजीपंत यांची भेट घेऊन तो मनोरास गेला. तेथें विठ्ठल विश्वनाथ हिंवताप लागल्यामुळें लष्करांतून आजारी होऊन आला होता त्याची गांठ पडली. तेथून तसेंच कूच करून जावें. परंतु आरव चालेनात म्हणून त्यानें मनोरासच आणखी एक दिवस मुक्काम केला. व दुसरे दिवशीं कूच करून आसाव्याखालून तो शिरगांवास येऊन पोंचला. तेथें मल्हार हरि वगैरे लोक वेढा घालून बसले होते. तेथला विचार–आचार पाहून व मल्हार हरीशीं वाटाघाट करून तो दुसरे दिवशीं सकाळीं २०।२५ स्वारांनिशीं सडाच माहिमास जाऊन, तोहि जागा पाहून, प्रत शिरगांवास आला. रामचंद्रपंत आप्पाची रवानगी फिरंगाणांत झाल्याचें कळतांच १२ नोव्हेंबर रोजीं चिमणाजी बापूजीनें “ या प्रांते सत्वर या. माहिमास अद्यापि आमचे मोर्चे कायम नाहींत ” म्हणून कळविलें होतें. त्यामुळेंच रामचंद्रपंत माहिमास जाऊन आला होता. दुसरे दिवशीं सकाळीं रामचंद्र हरि व मल्हारपंत वसून विचार केला कीं, रामचंद्रपंतानें शिरगांवास न बसतां फौज घेऊन माहिमास जावें व तेथली कुमक करावी. त्याप्रमाणें १७ तारखेस सकाळीं तो माहिमच्या लष्करांत फौजेसुद्धां जाऊन दाखल झाला.

रामचंद्रपंतास पेशव्याचा हुकुम असा होता “ पहिले हुरपेसरसे केळ-वियावर जाऊन तेथेंच मोर्चेबंदी करून तें स्थळ आधीं घेणें. मग माहिम झेपावलें तर बसणें नाहींतर गोळेचे टप्पेवर मेढा घालून तेथें लोक ठेवणें. ” परंतु रामचंद्रपंतानें पाहिलें कीं, पूर्वी तीनदां केळव्यास वेढा बसला होता खरा पण आतां तेथें कांहीं येक मोर्चेबंदी नाहीं. उलट माहिमास मात्र आतां मोर्चा एक पक्का बसलेला आहे; तेव्हां हुकुमाप्रमाणें बाघितलें तर, हा माहिमचा मोर्चा उठवून केळव्यास जावें,

पण तेंहि आतां फारच हलकेपण दिसतें. म्हणून त्यानें पेशव्यास तसें लिहून कळविलें व माहिमच्याच वेढ्याचें काम नेटानें सुरू केलें.

१७ नोव्हेंबर पासून एकच मोर्चा पक्का झाला होता. त्यानंतर १३ तारखेच्या सुमारास नवीन दोन मोर्चे बांधण्यांत आले. मध्यंतरीं एक दिवस शत्रु कोटांतून बाहेर पडून बरकंदाजी करीत मोर्चांवर चालून आला. तो रेटीत मराठ्यांच्या तोफांपावेतों नीटच आला. पण ते वेळीं तमाम लोकांनीं बहुत हिम्मत करून हल्ला फिरवला. त्यावेळीं रामचंद्रपंत, महादाजीपंत, चिमणाजी बापूजी, वगैरे सरदारांनीं चांगला पराक्रम दाखविला. महादाजीपंताविषयीं रामचंद्रपंत लिहितो " ते समयीं महादाजी केशव यांणीं जातीनिसीं बरीशी खस्त केली. जातीनें हत्यारास मिळाले. " या दिवशींच्या या चकमकींत शत्रूचे ५ लोक ठार पडले व ७८ जखमी झाले. मराठ्यांकडील २ ठार व १२ जखमी झाले.

यानंतर मराठ्यांनीं मोर्चांचा अधिक बंदोबस्त केला व अर्नाळ्याहून बाजीराव बेलोसे याजकडून २ तोफा आणवून त्यांचा मार कोटावर चालूं केला. माहिमगांवांत रयत फार होती व हत्यारबंद माणूसहि १२०० पर्यंत होतें. मात्र त्यांत रेणोल थोडे असून मराठे, घोगारी, थोडेसे आरब, व कांहीं शिद्दी होते. कोटाची पुरी जखडबंदी करावयाची तर गांवासभोंवतालींही मोर्चे बसले पाहिजेत असा विचार करून दोन नवीन चर खणण्यांत आले. एक महादाजीपंताच्या मोर्चापासून व दुसरा कर्णाजी शिंदे याच्या मोर्चापासून. चर खंटल्यानंतर महादाजीपंतानें आपला मोर्चा चरापुढें नेऊन घातला; पण ज्या दिवशीं मोर्चा घातला त्याच दिवशीं तो मोडण्याचा प्रसंग येऊन ठेपला होता. कारण त्या दिवशीं म्हणजे डिसेंबरच्या ७ व्या तारखेस शत्रूचीं १६ गलबतें व एक पाल अशी कुमक माहिमास आली. पाल खाडींत येण्यासारखा नसल्यामुळें तो दूर राहिला, पण बाकीचीं सर्व गलबतें कोटाकडे येऊं लागलीं. तेव्हां मराठ्यांनीं जी तोफ कोटावर लागू केली होती तीच फिरवून त्या गलबतावर रोखली. त्यामुळें चार गलबतें मुरडून माघारी गेलीं. पण बाकीचीं १२ बंदरास लागलीं व त्यांतील कुमक कोटास पोंचली. त्याच दिवशीं शत्रु बाहेर पडून मोर्चावर आला असता; परंतु शत्रूच्या आरमाराची बातमी कळली असल्यामुळें शिरगांवाहून मल्हार

हरीचे शंभर माणूस मदतीस आले होते. तसेंच माहिमच्या मोर्चेकऱ्यांचे व किल्लेकऱ्यांचे गलबतांच्या घालमेलींत तोफांचे जाबास जाब उतरत होते. ते ऐकून शिरगांवाहून लाडोबा म्हणजे मल्हार हरि खासा फौज व जमाव घेऊन मदतीस आला. त्यामुळें त्या दिवशीं शत्रू बाहेर पडला नाहीं.

यां सुमारास मोर्चांचा बंदोबस्त कसा काय होता तें रामचंद्रपंत एका पत्रात सांगतो " मोर्चा पुरता बळावला. मोर्चांतून धोंडा मारिला तर कोटांत जाऊन पडतो ऐसा मोर्चा समीप गेला आहे. मोर्चेयांत गोलियांनीं तीन माणूस ठार पडिलें. मोर्चा बरासा भारी जाहला. मोर्चाच्या श्रमास महादाजीपंत जातीनिशीं खस्त करितात. व लोकांपासूनहि मेहनत करवितात. तैसेंच रात्रिंदिवस राउताचा छबिना व दिवसास सारे सिपाई पायउतारा व करोल अवशीची चार घटका रात्रपर्यंत असतात. आम्ही राऊत घेऊन असतों, याप्रमाणें कोणे शेवेसी अंतर करीत नाहीं. "

डिसेंबर १२ तारखेस आणखी एक चकमक झाली. किल्ल्याच्या दक्षिण व पूर्व बाजूस मोर्चे बसलेले नव्हते. त्या बाजूनें नुसता मेढा घातलेला होता. तो तोडावयाकरतां शत्रू बाहेर पडला. तेव्हां त्यावर हशमांचा जमाव घेऊन खंडोबा धावून गेला. तेथें निकराचें झुंज झालें. त्यावेळीं शत्रुनें कोटावरून तोफांचा व बरकंदाजीचा मार अतिशयच केला. म्हणून स्वतः महादाजीपंत आणिक लोक बरोबर घेऊन त्यांच्या कुमकेस गेला, व शेवटीं त्यांनीं शत्रु ठेचून माघारा घातला. झुंजांत शत्रूचे ७।८ लोक ठार पडले. मराठ्यांकडीलहि कांहीं मेले व जखमी झालें. " फाळके याचे घोडीस गोळी लागून खैर आहे. दादाजी प्रभु पातेणा वसईकर येऊन भेटला होता. त्यास गोळा लागून ठार जाहला. त्याचे पोरगेस तोच गोळा लागला. तोहि मरेल अदोजी माने याजकडील प्यादा एक ठार झाला. दादाजी बरासा मर्दाना व शहाणा मनुष्य होता. त्याचे गुणानुवाद किंती लिहावे ? "

हा दादाजी खरोखरच फार कामाचा मनुष्य होता. तो प्रथम मुंबईच्या फेतोरींत म्हणजे फॅक्टरींत लिहिण्याचे कामावर कारकून होता. मोहिमेचे सुरवातीस शंकराजीपंतानें येऊन वसईस वेढा दिला

त्याच वेळीं कोणा बबनजी नांवाचे गृहस्थामार्फत तो शंकराजीपंताचे नोकरींत शिरला. तो बहुत मर्द, शहाणा, व वसई प्रांतांचा माहितगार असल्यामुळें शंकराजीपंतानें त्याला मुद्दाम महादाजीपंताबरोबर देऊन माहिमास पाठविलें होतें. पुढे शंकराजीपंतानें एके ठिकाणीं पेशव्याकडे त्याचे संबंधीं शिफारस करतांना लिहिलें आहे कीं, " दादाजी मातबर मनसबेबाज होता. स्वामीकार्यावर ठार झाला. "

असो. वरील झुंजाचे दुसरेच दिवशीं कर्णाजी शिंदे याचा चर लांबवर गेला होता तेथें मोर्चा घालण्याचें मराठ्यांनीं ठरविलें. व त्याकरितां कणगे सामानाची सर्व सिद्धता त्यांनीं केली. त्याजागीं मोर्चा बसला असतां तेथून कोट व बुरुज अवघा शंभर हातांवर राहातो म्हणून तेथूनच तटाला सुरुंग पोंचविण्याचा उद्योग करावा असा त्यांचा विचार होता. त्यासंबंधीं रामचंद्रपंत लिहितो " महादाजीपंत यांनीं उत्तरेकडील मोर्चा पुढें घातला. त्यानें बंदर देखील जेर जालें. मोर्चांतून हात धोंडा मारिला तर कोटांत पडतो. पुढेंहि आणखी चर लाविला आहे. महादाजीपंताचे डावे हातें कर्णाजी शिंदे यांचा मोर्चा पुढें गेला. त्यांचे मोर्चापुढें ओसाड विहीर आहे. तेथें चर घालून सुरुंगाचा विचार करावा लागतो."

रोज उठोन चकमकी होंत होत्या, तरी मराठ्यांचे मोर्चे निश्चयानें पुढें सरकत असलेले पाहून शत्रूहि निराकरणास तितक्याच निश्चयानें बाहेर पडूं लागला.

१८ डिसेंबर रोजीं कोटांतले कोळी मासे मारण्याकरितां बाहेर पडले. वेळ ओहोटीची असल्यामुळें कदाचित् मराठे त्याजवर धावून जातील म्हणून त्यांच्या पाठीवर कोटांतले शिपाईहि निघाले. ते तसे बाहेर पडतांच त्यावर मराठ्यांकडील कानडी प्यादे धांवून गेले. शिपाय त्यावेळीं दिवसाचा छबिना म्हणजे चौकी जिवाजी ढमढेऱ्याकडे होती. तोहि आपले राऊत घेऊन शत्रूवर तुटून पडला. थोडा वेळ चांगलीच हातपराजी होऊन शत्रूचे ४।२ ठार व ४।२ जखमी करून फिरून एकदां मराठ्यांनीं शत्रूस कोटांत नेऊन घातलें.

नंतर दोन दिवसांनीं शत्रूस चव्वेचाळीस गलबतें भरून कुमक आली. त्यांत सुमारें चाळीस एक शिबाडें व दोन पालें होतीं. हजार बाराशें शिपायांची भक्कम मदत यावेळीं या गलबतावरून शत्रूस आली होती. गलबतें आली, तीं बंदरास न येतां केळवें व माहिम यांचे मध्यें दोन

गढीवजा ओसाड माड्या होत्या त्यांच्या आश्रयानें किनाऱ्यास लागली व तेथें गलबतांवरचे लोक उतरले. ते उतरतांच कोटांतूनहि शत्रूनें एक मोठी टोळी त्यांच्या मदतीस पाठविली. व ते व हे एक होऊन सगळे कोटांत गेले. वास्तविक त्याच वेळीं घोडदळानिशीं शत्रूवर जाण्याचा माना होता. परंतु रामचंद्र हरीसुद्धां सारे लोक पायउतारा मोर्चांत असल्यामुळें त्या दिवशीं तें साधलें नाहीं. या दिवशींच्या युद्धांत ढमढेरे याजकडील २।३ घोडीं जखमी झालीं.

दुसरे दिवशीं २१ तारखेस लाडोबा आपली राउतांची फौज घेऊन माहिमास आला; व नंतर लगेच त्या दिवशीं तो फौज घेऊन केळव्याकडे कही भरण्यास गेला. त्यांनीं तेथें जबरदस्तीनें कही भरली. परंतु शत्रूचीं गलबतें येतीलसें वाटलें होतें तीं मात्र ते वेळीं आलीं नाहींत. म्हणून लाडोबा परत माहिमास आला. इतक्यांत वसईकडून दहा गलबतें भरून आलीं आणि त्यांतून शत्रूचीं माणसें उतरूं लागलीं. या गलबतांवरच वसईहून मुद्दाम मराठ्यांचे मोर्चे उधळण्याच्या कृतनिश्चयानें खासा पेद्रु दमेल आलेला होता.

गलबतांतून लोक उतरूं लागलेले पाहून लाडोबाला फौजेनिशी मोर्च्यांच्या पाठीवर उभें करून रामचंद्र हरि व चिमणाजी बापूजी आपापले राऊत घेऊन शत्रूवर धावून गेले. शत्रूचे लोक दोन ठिकाणीं होते. कांहीं किनाऱ्यावर उतरत होते ते. व कांहीं पूर्वीं सांगितलेल्या ओसाड माडीच्या आश्रयानें होते ते. रामचंद्रपंतानें दोन टोळ्या करून हल्ला चढविला. एका टोळीनें म्हणजे शितोळे, वायाळ, कोकरे, फाळके वगैरे लोकांनीं किनाऱ्याकडच्या शत्रूवर उठावणी केली; व खासा रामचंद्रपंतआप्पाच्या टोळीनें माडीच्या बाजूस लाग केला. पहिल्या टोळीचे हत्यार चांगलें लागलें. त्यांनीं शत्रूचें २०।२५ माणूस मारून काढलें. रामचंद्रपंत आप्पाच्या फौजेची मात्र मिठी बसेना; कारण शत्रूस माडीचा आसरा होता व शिवाय पाठीवर गलबतें होतीं त्यावरूनाहि बरकंदाजीचा मार. यामुळें तेथें विशेष काम झालें नाहीं. रामचंद्रपंत लिहितो ' नाहींतर स्वामींच्या प्रतापें ते दिवशीं फिरंगियाची गत सिद्दीसाताप्रमाणेंच जाहाली होती. आणि खरोखरच ते दिवशीं मराठ्यांना विजय मिळता तर कुमकेस आलेले सर्व लोक व सिद्दीसाताप्रमाणेंच महापराक्रमी

असलेला खासा पेद्रु दमेलहि मारला जाता. पण दुर्दैव असें कीं, सिद्दी-साताचा हा जो प्रसंग तो फिरंग्यांवर न ओढवतां दुसरे दिवशीं खुद्द मराठ्यांवरच ओढवला !

असो. वरील दोन टोळ्यांचे झुंज भांडण चालत असतांच लाडोबा-चेहि कांहीं राऊत व प्यादे खाडी खाजणांतून उड्या टाकीत रामचंद्र-पंताच्या कुमकेस येऊन पोंचलें. त्यावेळीं शत्रूनें तोफांचा व बंदुकांचा मार बेमोताद केला. पण सुदैवानें फार प्राणहानि झाली नाहीं. फक्त आप्पाजी शितोळ्याचा एक शिपाई ठार पडला. या हल्ल्याचा शेवट काय झाला हें तपशीलवार कळत नाहीं. परंतु निष्कर्ष मात्र इतकाच दिसतो कीं याहि दिवशीं मराठ्यांचा काट शत्रूवर चालला नाहीं.

पूर्वीं सांगितलेंच आहे कीं, शत्रूनें ही जी कुमक पाठविली ती २० व २१ तारखेस माहिमास रवाना केली. वसईस अर्थातच शंक-राजीपंतास त्याचे वर्तमान अगोदर कळलें व म्हणून त्यानें आपण होऊनच माहिमास मदतीस लोक पाठविले. गोपीनाथ व बडेखान यांबरोबर २०० मुरारजी अणजुरकर याजबरोबर ५० व तुकोजी बारगे अर्नाळकर याबरोबर ५० असे एकंदर ३०० लोक त्यानें पाठवून दिले. परंतु २३ तारखेस दुपारपर्यंत मुरारजी अणजुरकराचे लोकच तेवढे माहिमास जेमतेम पोंचले. त्याच दिवशीं दुपारीं फिरून रामचंद्र हरीनें शंकराजीपंतास तांतडीनें पत्र लिहिलें कीं, "आजहि दर्यांत आरमार दिसतें. परंतु लोक वर आहेत खालीं आहेत हें न कळे. आम्हीं तुम्हांस लिहिलें आहे त्याप्रमाणें लोक रवाना करणें. शिरगांवासहि त्यानें वासुदेव जोशाकडे लिहून माणसांची मागणी केली. परंतु त्यांचेंहि काम निकडीचें होतें. म्हणून त्यांना लोक पाठवितां आले नाहींत. या गोंधळांतच रामचंद्रपंताचे भाडोत्री आरब रोजमऱ्याकरितां दंगा करूं लागले होते. रामचंद्रपंताजवळ पैक्याची तरतूद पुरेशी नव्हती. शिवाय आतांपर्यंत लुटीचें भात मिळत होतें तें संपून फौजेकरितां दाणा पैसे टाकून विकत घ्यावा लागत होता. त्यांतच या भाडोत्री आरबांचा पगाराकरितां दंगा. रामचंद्रपंतानें वासुदेव जोश्यास अरबांचा पगार भागविण्याकरितां कसेंहि करून दोन हजार रुपये तरी अगत्य पाठवा म्हणून लिहिलें. पण वासुदेव जोश्यानें फक्त हजारच रुपये पाठवून दिले. तो तरी काय करणार ? त्याचीहि तीच

स्थिति होती. वासुदेव जोशी म्हणतो "यैवजाविषयीं लिहिलें तरी आम्हांजवळ रुपया असोन आम्ही न पाठऊं यैसें तुमच्या चित्तांत येतें कीं काय ? आम्ही खासगत खर्चाचे रुपये होते ते घालून हजार रुपयांची भरती करून पाठविली." रामचंद्रपंताच्या आरबांनीं तर आज आम्हांस रोजमरा मिळाला नाहीं तर आम्ही उठून जाऊं असें स्पष्टच कळविलें. असो. २३ तारीख कशी तरी निभावली. पण दुसरे दिवशीं दुपारीं शत्रूनें फार मोठ्या जमावानिशीं कोटांतून बाहेर पडून माहिमचा वेढा मारून काढला तो प्रकार असा.

पूर्वीं सांगितलेंच आहे कीं, माहिमच्या कोटास एकंदर तीन मोर्चे बसले होते. एक महादाजी केशवाचा, एक कर्णाजी शिंदे याचा व तिसरा खंडोबाचा. सारे मोर्चे कोटानजीक भिडले होते. मोर्चे बुरुजासारखे घातले होते. त्यास कवाड एक होते. तें सलाबतकुचे चर खंटला होता त्यांतून जावें यावें असें होतें. त्या दिवशीं दोन प्रहरीं मोर्चांतले लोक जेवणाखाणास गुंतले असतील अशी संधि पाहून शत्रू दोन टोळ्या करून २।३ हजारांनिशीं बाहेर पडला व त्यानें सर्वच मोर्चांवर एकाच वेळीं घालून घेतलें. ते वेळीं शत्रूनें हुक्के हातगरनाळा व बंदुका यांचा सीमेपरता मार केला. शिवाय कोटावरून तोफा सारख्या आग ओकत होत्या त्या निराळ्याच. मोर्चांतील लोकांनीं बाहेर पडून झुंज द्यावें तर शत्रूचा जमाव फार, आणि दुसरीकडे पळून जावें तर बाहेर जावयास दुसरी वाट नाहीं ! अशी त्यांची उकडहंडी झाली. पण तशाहि स्थितींत त्यांनीं करावयाची ती शिकस्त केली. शत्रूनें महादाजीपंताच्या मोर्चावर तोंड टाकलेलें पाहतांच रामचंद्र हरी अमरसिंग शिर्के वगैरे लोकांनीं बेधडक शत्रूवर घोडीं घातलीं. निस्सीम मारामारी केली. १०।१५ शत्रूचे लोकहि कापून काढले. खुद्द रामचंद्रपंत आप्पांनीं हत्यार करून दोघांचे मुडदे केले. शत्रूचा मोहरा फिरावा असा संभव होता. इतक्यांत रामचंद्रपंताच्या हातास गोळी लागली. थोडक्यांत चुकलें, नाहीं तर त्याचा प्राणच जावयाचा. "गोळी उजव्या हातावर स्तनाचे वरती चार बोटे पट्ट्याखालीं लागून मोहोरा चुकोन पार होऊन गेली." पण गोळीचा टप्पा बसतांच हाताला झटका बसून हाड नादावलें आणि तरवार निसटून गुढघ्यास लागली. नाइलाजानें रामचंद्रपंतास परत फिरावें लागलें.

पण त्यामुळें शत्रूस सारेंच रान मोकळें सुटून मोर्चेकऱ्यांची नुसती रवंदळारवंदळ झाली. शत्रूनें मोर्चे तुडवून, जाळून भाजून टाकले. मोर्चात खुद्द महादाजी केशव, वाघोजीराव खानाविलकर, राजबाराव बुरुडकर चिंतो शिवदेव, जनार्दन हरि, व गणेश हरि हे महादाजीपंताचे कारकून, विठ्ठल शिवदेवाचा भाचा धोंडोपंत, बापूजी क्षीरसागर असले नामांकित लोक कोंडले गेले. त्यांना निघावयास फुरसत झाली नाहीं. त्यांनीं त्या स्थितींतच झुंजत वीरस्वर्ग पाहिला. या युद्धांत मराठ्यांची दाणादाण होऊन शेंदोनशें माणूस ठार पडलें. शेंदोनशें जाया जखमी झाले. व पुष्कळ शत्रूनें कैद केलें. ऑक्टोबर पासून सतत तीन महिने महादाजीपंत वगैरे लोकांनीं जीवाभ्य परिश्रम केले. त्याचा शेवट हा असा विपरीत झाला.

माहिमाहून मराठ्यांची दाणादाण झाल्यानंतर ते शेजारच्या शिरगांवच्या लष्करांत गेलें. वासुदेव जोशानें पालखी पाठवून रामचंद्र हरीस शिरगांवास नेले. वासुदेव जोशी २४ तारखेस म्हणजे त्याच दिवशीं आप्पासाहेबांस लिहितो " आम्हीं शिरगांवची व माहिमची फौज एकत्र केली आहे. गनीम हावभरु झाला आहे. आम्ही येथून धर सोडिला तरी अवघेच जागा धर सुटेल. याजनिमित्य आम्ही येथें खबरदार राहिलों आहोंत. गनीम हावभरु जाहला आहे. याजकरितां येथील म्हणजे शिरगांवच्या मदतीस एका दो दिवसांत येईल असा दिसतो. आम्हां जवळ सामान म्हणावें तरी दोन्ही फौजा मिळून ३५०० माणूस व ७।८शें पर्यंत राऊत आहेत. आजपर्यंत २।३ शें. माणूस पळालें. २।२५० माणूस कामास आलें. लोकांस रोजमुरा अद्याप पावला नाहीं. दोन महिने चढले. ऐशा चारी गोष्टी या प्रसंगीं जाहल्या. याजमुळें लोकांनीं धर सोडिला आहे. "

महादाजी केशवाच्या मृत्यूचें वर्तमान वसईस त्याच दिवशीं कळलें. म्हणून शंकराजीपंतानें संध्याकाळीं वासुदेव जोशास पत्र लिहून कळविलें " तीर्थरूप दादांचा मुर्दा मोर्चात माहिमच्या असेल तरी शोधला पाहिजे. वरकडहि ब्राह्मणांचे मुर्दे आसिले तरी शोध करून लिहून पाठविणें. आण अग्न दिल्ही पाहिजे. हस्ति (अस्थि) हातीं लागतील तर बरें जाहलें. " महादाजीपंताचा मुडदा सांपडला किंवा नाहीं तें

निश्चित कळत नाहीं. पण पेशवे रोजकीर्दींत समान सलासीन १ सव्वाल (११।१।३८) रोजच्या रवासुदगींत पुढील नोंद सांपडते. “ २०० रु॥ हशम माहिमास ठार झाले त्यांचे क्रियेस देवविले. २०० रु. महादाजी केशव व ५० रु. गणेश हरि कारकून हशमानिसी. ”

या माहिमप्रकरणांत महादाजीपंत वगैरे लोकांची अशी शोचनीय अवस्था होण्याचें एक निराळेंच कारण शंकराजीपंतानें लढाईनंतर दोन दिवसांनीं आप्पासाहेबांस लिहिलेल्या पत्रांत दिलें आहे. त्यांत सत्यांश असावासा वाटतो. तो लिहितो. “ फिरंगी नीटच दादांचे मोर्चांवर आला त्यास याजवळी मोर्चेयांजमध्यें सुरतकर अरब होते त्यांनीं कांहीं शकटभेद करून फिरंगियास भेटले व आमच्याच लोकांवरी मारूं लागले ! ” पगाराकरितां बेदिल झालेल्या अरबांची हकिकत पूर्वी सांगितलीच आहे. त्यावरून या तर्कांत सत्यांश खरोखरच असावासा वाटतो. शंकराजीपंताची तर त्याविषयीं खात्रीच झाली होती. म्हणून त्यानें अर्नाळ्यास १०० आरब होते ते तेथून वसईस आणून कामावरून काढून टाकले. तो म्हणतो ‘ अरब बेइमान ! माहिमास बेइमानी केली यास्तव दूर करावे म्हणून येथें आणिले. ’

शिरगांवचा वेढा—

केळवें, माहिम, शिरगांव, तारापूर हीं ठाणीं जवळजवळ असून तेथें एकाच वेळीं मराठ्यांनीं वेढे दिले होते. माहिमच्या वेढ्याची हकिकत सांगितलीच. आतां शिरगांवच्या वेढ्याची हकिकत द्यावयाची.

माहिमचा वेढा. (पुरवणी टीप).

वासुदेव जोशास आप्पासाहेबांनीं शिरगांवास पाठविलें. २४ डिसेंबरला माहिमचा वेढा शत्रूनें मारून काढल्यावर दुसऱ्याच दिवशीं वासुदेव जोशानें आप्पासाहेबांस लिहिलें कीं “ मला माझ्या मुलाच्या लग्नाला गेलें पाहिजे. लग्न माघ वद्यपक्षीं योजिलें आहे म्हणून माघ शु० १ म्हणजे जानेवारीच्या १० तारखेस मला जावें लागेल. तरी येथला बंदोबस्त करा. ” वास्तविक हा हाहाःकार झालेला असतांना कोणा आप्ताच्या लग्नाकरितां स्वारींतून वासुदेव जोशानें निघून जावें हें विचित्र वाटतें. सुदैव येवढेंच कीं, १४ जानेवारीपर्यंत तरी तो परत गेलेला नाहीं.

शिरगांवच्या वेढ्याची सुरवात मल्हार हरीनें केली. वास्तविक त्याला तारापुरास वेढा देण्याकरितां पाठविण्यांत आलें होतें. परंतु त्यानें शिरगांवासच वेढा कां घातला, ह्याचें कारण पुढील हकिकतीवरून कळून येईल.

तारापूर काबीज करण्याचें काम आप्पासाहेबांनीं मल्हार हरीकडे सोपवून त्याच्याबरोबर २००० हशम व ५०० स्वारांची नेमणूक केली होती. गोपाळरावाचें पथक, बसप्पा जमातदाराचे लोक, नारायण जोशाकडचे अडीच तीनशें माणूस यांतून हशमांची भरती केली होती. ठरल्याप्रमाणें तारापुरास जाण्याकरितां मल्हार हरि हिलालपुरास आला. पण त्या वेळीं त्याचे जवळ वर सांगितलेल्या फौजेपैकीं फारच थोडी फौज जमा झाली होती. ती एकंदर ८०० पर्यंत हशम व अवघे पांचपन्नास स्वार इतकीच भरत होती. नेमणुकीपैकीं गोपाळराव आपल्या जमावानिशीं सामील झालाच नाहीं. बसाप्पा जमातदार व त्याचे कानडी प्यादे टिटवाल्याच्या मुक्कामाहून वाटेंतच पळून गेले. राउतांपैकीं येऊन जाऊन राणोजी जाधवाचे ५।२५ राऊत, खंडनाकाचे दहा बारा व सुरेराव यादवाचे आठरावीस इतकेच लोक जमा झाले होते. खुद्द मलोजी थोराताचा तर अजून पत्ताच नव्हता.

असल्या सामानानिशीं तारापुरास जाऊन तें कसें हस्तगत होणार ? नाहीं त्यांचेजवळ माणसांची भरती, नाहीं दारुगोळ्याची तरतूद, उलट तारापूरचें ठाणें आधींच भक्कम असून तेथें बंदोबस्तासहि शत्रूचीं भरपूर माणसें होतीं. खेरीज शत्रूचें सहा सातशे माणूस फिरतें होतें तें निराळेंच ! ही स्थिति लक्षांत घेऊन पेशव्यांच्या आज्ञेप्रमाणें मल्हार हरीला जरी तारापुरासच जाणें प्राप्त होतें तरी त्यानें आप्पासाहेबांस लिहून कळविलें कीं, “ तारापूर तों निम्मे वसई आहे. तेथें माणूस व झुंजाचें सामान त्याचे पडोशानें असलिया कार्याचे आहे. करतां आधीं माणसांची व दारूगोळ्याची भरती करा. ”

असो. याप्रमाणें हिलालपुरच्या मुक्कामावरून कळवून मल्हार हरि तेथून कूच करून मौजे माण, प्रांत तारापूर येथें आक्टोबरच्या ३१ तारखेस दाखल झाला. तेथून तारापूर अवघें पांच कोस राहिलें होतें.

या हाकिकतीचे थोडे दिवसांपूर्वीं वसईहून शंकराजी केशवानें कर्णाजी

शिंदे व महादाजी केशव यांचे बरोबर दोन हजार फौज देऊन त्यांना केळवें-माहिम घ्यावयास रवाना केलें होतें. त्याजबरोबर त्यानें विठ्ठल विश्वनाथासहि लिहून कळविलें होतें कीं, तुम्हीहि त्यांचेबरोबर केळवें-माहिमास जा. त्याप्रमाणें तो त्या फौजेंत सामील झाला होता. तो केळव्यास असतां त्याला आक्टोबरच्या २७ व २८ तारखेस पेशव्यांचीं लागोपाठ दोन पत्रें आलीं. त्यांत आज्ञा होती कीं " हुजुरून रा. लाडकोबा यांची रवानगी तारापूर घ्यावयासी केली आहे. ते व तुम्ही येक मतें होऊन तारापूर हस्तगत करणें. त्याचे रवानगीस येक दोन रोज लागतील तों तुम्ही आधीं पांचशे माणूस घेऊन तारापुरास जाणें आणि किल्ल्यांतून स्वारी वाहेर पडून वाहेरून गल्ला व सरंजाम आंत जाऊं न पावे तें करणें. " त्याप्रमाणें २९ तारखेस पांचशे माणूस व पन्नास स्वार घेऊन विठ्ठल विश्वनाथ तारापुरास जाण्यासाठीं केळव्याहून निघून गेला.

याचवेळीं वसईस शंकराजीपंतास बातमी कळली कीं, इंग्रज व फिरंगी मुंबईस एकत्र होऊन वसईचे मोर्चे उधळावयास येणार. म्हणून त्यानें वसईहून व तसेंच महादाजी केशवानेंहि केळव्याहून मल्हार हरीस कळविलें कीं, " तुम्ही तांदुळवाडीचे नैऋत्येस चहूं कोसांवर जळसार येथें मुक्काम करून राहा. आणि अर्नाळ्याहून आमच्या इशारतीच्या पांच तोफा ऐकल्या कीं, लगेच गलवतांवरून दातिवरेयास उतरा व आमची कुमक करा. " त्याप्रमाणें मल्हार हरि दोन दिवस मुक्काम करून राहिला. नोव्हेंबरच्या २ ऱ्या तारखेस केळव्याहून उठून महादाजी केशव सगळे जमावसुद्धां मदतीस वसईस गेले. त्याच दिवशीं विठ्ठल विश्वनाथ बेटेगांवच्या मुक्कामीं मल्हार हरीस भेटावयास आला. फिरून त्याच दिवशीं दातिवऱ्यावरून वसईस जात असतां महादाजी केशवानें मल्हार हरीस सांगून पाठविलें कीं, तुम्ही आतां जळसारास जाऊं नका. हुकुमाप्रमाणें कोठें जाणें तें जा.

मग निश्चिंतपणें मल्हार हरि व विठ्ठल विश्वनाथ यांनीं तारापुरच्या मनसुब्याची चाळणा केली. मल्हार हरीस अडचणी काय काय होत्या त्या पूर्वीं सांगितल्याच आहेत. शिवाय विठ्ठलपंतानेंहि असा सल्ला दिला कीं, तारापुरच्या आधीं त्या ठाण्याजवळच शत्रूचें शिरगांव आहे. " तेथें

जुजती एक माडी आहे. जुजतें शंभर माणूस आहे. ह्याखेरीज गांव कुटार आहे. तो गांव गैरकौली मवास आहे. त्याचे गळां पडोन नतीजा देऊन स्थळ हस्तगत केल्यानें कार्याची गोष्ट आहे. दोन टोळ्या दोवे-शीहि करून झेंद उडऊन गांवांत शिरावें. त्यानंतर माडीवर येलगार चार दिवसांचें कार्य आहे. येक माडी चार तोफा आणि शंभर माणूस याप्रमाणें साहित्य तेथें आहे. परंतु पाणी माडीबाहेर आहे. ''

एकंदर विचार करून मल्हार हरीनें माणसांची व दारूगोळ्याची भरती येईपर्यंत प्रथम शिरगांवासच वेढा घालण्याचें ठरविलें.

नोव्हेंबरच्या ३ ऱ्या तारखेस मल्हार हरि स्वतः बेटेंगांवाहून शिरगांवास जाणार होता; परंतु विठ्ठलपंत वगैरेंच्या विचारें प्रथम कोणी सरदारच तिकडे पाठवून स्वारी करावी असें ठरलें; म्हणून आप्पाजी-राव खानविलकरास तिकडे पाठविण्याचें मुक्रर झालें. त्याप्रमाणें त्याच रात्रीं चंद्रोदयाच्या सुमारास विठ्ठलपंताचे तीनशे व मल्हार हरीचे सातशे एकूण हजार माणूस घेऊन आप्पाजीराव शिरगांवावर गेला. दुसरे दिवशीं उजाडता उजाडतां ते शिरगांवास पोंचले. शत्रूची गांठ पडतांच चकमकीस सुरवात झाली. मराठे थेट माडीच्या दरवाजापर्यंत गेले तों माडीवरून मार होऊं लागला. म्हणून तो चुकवून बाजूस सरले. मल्हार हरि पत्रांत लिहितो, “ कार्य झालें होतें. परंतु तीनतीन बारांची दारू गोळी दिल्ही ते सरली. याउपरी आणखी दारूगोळी मागावयास लागले तों साहित्य नाहीं. गोड्या हत्यारानें लोकांचा टिकाव कसा होईल ? दारू-गोळीखेरीज तेथें दुसरा उपाय नाहीं. '' अशी स्थिति झाल्यामुळें केलें काम टाकून त्या लोकांना परत बेटेंगांवास तळावर येण्याखेरीज गत्यंतर राहिलें नाहीं. मात्र त्यांनीं परततांना दीडएकशें गुरें वळवून नेलीं. ४ नोव्हेंबरच्या ह्या हल्ल्यांत मराठ्यांचे दोन ठार व बारा जखमी झाले. शत्रूचेहि सात लोक ठार पडले. गढींतले जखमी किंवा ठार निराळेच असतील.

यानंतर पांच दिवसांनीं (९।११) मल्हार हरि व विठ्ठल विश्वनाथ स्वतः फौज घेऊन शिरगांवास गेले व तमाम गांव काबीज करून कोटास मोर्चे देऊन बसले.

शिरगांवचें हें ठाणें लहानसें असलें तरी भक्कम होतें व शत्रूनें तर-

तूदहि नामी करून ठेवलेली असल्यामुळें तें ठाणें सहज हस्तगत करूं ही मल्हार हरीची कल्पना अगदींच फोल ठरली. त्यानें आप्पासाहेबांस व रामचंद्र हरीस पाठविलेल्या पत्रांत स्वतः पाहिल्यानंतर त्या स्थळाचें वर्णन लिहिलेलें आहे तें असें " शिरगांवचे माडीचा विचार तरी मनोहराच्याच प्रतीची जागा आहे. आसमंतात् भागी शहर वसलें आहे. पांचएकसें घरें व आगर. नारळ पोफळी पानवेलींचें आगर आहे. मोर्चे धावयास दडण बरीच आहे. माहिमच्या उत्तर भागीं दीड कोसावर समुद्र किनाऱ्यास हें स्थळ आहे. दुतर्फा दोन खाड्या आहेत. जागा बाका आहे. " दुसऱ्या एका पत्रांत तो म्हणतो " आरोळीबरोबरच कोट फत्ते होईल म्हणोन इकडील माहीतगार जे होते ते म्हणत होते. परंतु सेवकें आपलें नजरेनें जागा पाहतांच म्हणणारांच्या गोष्टी ताद्रकच आहेत यैसें भासोन आलें. तिहीकडेस आगर व येकीकडे पश्चिमेस समुद्र. ठाणेंयाच्या कोटापेक्षां सवाईनें उंचीस आहे व मजबूदहि आहे. चार बुरुज चौतर्फा व माडी येक देऊळ येक. येकूण जबरदस्ती कोटावर सात तोफा. त्याजमध्यें दहा सेरी पक्कें वजनाच्या दोन, पांच सेरी पांच, त्याखेरीज जेजाला गारभांडीं जंबुरे ! उडतें हत्यार या रीतीचें व लोकांची भरती म्हणावी तरी पाऊणएकसें सोरटी तसेंच किरिस्तांव भंडारी व फिरंगी पन्नास येकूण दोन अडीचएकसें माणूस. कोट आटोपसुद्धां मनोहरा येवढा आहे. मनोहरास पाणी नाहीं व इमारत ठेंगणी. या स्थलीं इमारत पक्की व उंच. लोकांची भरती चांगली. उपराळा नसेल म्हणावा तरी कोशावरी दक्षिणेकडे माहिम; व उत्तरेकडे तीनचार कोशावरी तारापूर. आठ कोश उत्तरेकडेस डहाणू. संपूर्ण पश्चिमेस समुद्रांतून आरमाराचा उपराळा. येणेंक्रमेण जागा बहुत नाजुक. "

अशी शिरगांवची स्थिति असल्यामुळें, मजबूद मोर्चेबंदी केल्याखेरीज स्थळ हातीं येण्याचा मुळींच संभव नव्हता. म्हणून मल्हार हरीनें चौफेर मोर्चे दिले व अहोरात्र बरकंदाजीचा व जेजालांचा मारा सुरू केला.

याचवेळीं विठ्ठल विश्वनाथ याला शीतज्वराचें दुखणें लागून तो फार हैराण झाला; म्हणून त्यानें आपला जमाव आपल्या पुतण्याच्या हाताखालीं शिरगांवास ठेवून तो मनोरास उपचाराकरितां गेला. तेथून मल्हार

हरीनें मागितल्यावरून एकें मनोरची व एक तांदुळवाडीची अशा दोन तोफा त्यानें पाठवून दिल्या.

याच सुमारास रामचंद्र हरि पटवर्धनाची रवानगी झालेली आपणांस माहीत आहेच तो १५ नोव्हेंबर रोजीं फौजेसह शिरगांवास दाखल झाला. तेथले मोर्चे कसे काय बसले आहेत तें पाहून तो १७ तारखेस माहिमास गेला. शिरगांवच्या मोर्च्यांसंबंधानें १६ व्या तारखेस त्यानें आप्पासाहेबांस कळविलें कीं, " शिरगांवास मोर्चे दिल्हे आहेत. ते आम्ही जाऊन पाहिले. चोहींकडून गीर्द केले आहे. सत्वरीच कार्यसिद्धी व्हावी ऐसें आहे. " माहिमास जातांना त्यानें आपल्या फौजेंपकीं एकूणपन्नास राऊत व एकशे चाळीस हशम शिरगांवास बसलेल्या लोकांच्या मदतीस ठेविले. यावेळीं मल्हार हरीच्या लष्कराची स्थिति कशी होती हें त्याच्या पत्रावरून दिसून येतें.

(१) शिरगांवच्या रयतेस पूर्वी विठ्ठल विश्वनाथानें कौल दिला होता, परंतु यावेळीं रयत सगळी पळून गेलेली असल्यामुळें तिला शिक्क्याचा कौल देऊन म्हणजे अधिकृत अभयाचें आश्वासन देऊन परत आणावें तरच ती येण्याचा संभव होता. म्हणून तसे अभयाचे कौल पाठवा अशी मल्हार हरीनें आप्पासाहेबास विनंति लिहिली. (२) रामजी बेरडे व नागोजीराव राणे हे आपल्या लोकांसुद्धां अजून पर्यंत येऊन पोचले नव्हते. (३) अंताजी रंगनाथ व बाबाजी यशवंतराव यांचे लोक बेलापुरांत साष्टीस होते ते शिरगांवास आणवावे असा मल्हार हरीचा विचार होता. (४) शिरगांवचे कोळी कबिल्यासुद्धां तीन कोसांवर दर्यांत जाऊन राहिले होते त्यांना युक्तीच्या वाटेनें कौल देऊन मल्हार हरीनें त्यांस भेटीस आणिलें. त्यांच्या जवळ महांगिऱ्या गलवतें व शिलेपोस पांच सात होते. त्यांतच आपले कांहीं लोक भरून शत्रूचीं गलवतें एक दोन फिरत होतीं तीं दर्यानें घ्यावयाचा विचार मल्हार हरीनें केला. त्याचे मतें मानाजी आंग्र्याचीं दहा पांच गलवतें दर्यांत येतील तर दर्यांतून आरमार व खुष्कीनें फौजा याप्रमाणें शह देऊन स्थळ जेर होईल. लोकांनीं लुटीची माफी मागितली म्हणून दोन तक्षिमा सरकारच्या व तिजाई लोकांची म्हणजे लुटीपैकीं दोन वाटे सरकारचे व एक लोकांचा असें ठरवून देऊन त्यांना त्यानें हुरूप आणला.

मल्हार हरीनें " लोकांची भरती आणखी एक हजार माणूस पाठवा व तसेच दारुगोळीहि भरपूर पाठवा; चिंचणी तारापुरास पुढें जावयाचें आहे करतां पांच तोफा सरंजामसुद्धां गोलंदाज व दारुगोळा देऊन पाठवा व मानाजी आंग्र्यास लिहून त्याचें आरमार तारापुरच्या बाऱ्यावर आणवून गनीम घाबरा करवावा म्हणजे स्थळ जेर होईल " असें कळविलें. १७ तारखेच्या सुमारास बेलापुराहून नारायण जोशाचें दोनशे माणूस गोविंद अनंताबरोबर शिरगांवास येऊन दाखल झालें. त्यांस एक स्वतंत्र मोर्चा घालावयास मल्हार हरीनें सांगितलें.

मराठ्यांच्या बरकंदाजीच्या व जेजालांच्या मारास शत्रु दाद देत नव्हता. उलट त्यांच्या मोर्चावर कोटावरून, माड्यावरून व आरमारावरून तोफांचा व बरकंदाजीचा अहोरात्र पाऊस पाडीत होता. म्हणून पूर्वी सांगितल्याप्रमाणें मनोहराहून आणलेल्या दोन तोफांचा मार धरण्याचा मल्हार हरीनें विचार केला. तो म्हणतो " मनोहराची तोफ पक्के दीडाशेराची व किल्ले तांदूळवाडीपैकीं अदशेराचे गोळ्याची या किरकोळानें काय काम होणें ? परंतु दगडापेक्षां ईट नरम ऐसा विचार चित्तांत आणून १६ तारखेस मनोहरची एक तोफ रात्रीं लागू केली. " मोर्चाविषयीं तो म्हणतो " आम्हांकडील भरतीस राऊत व हशम बरे आपले वळणाचे पाठविले पाहिजेत. कानडे अथवा हिंदुस्तानी माणूस मोर्चेबंदीचे कामाचे नाहींत. हत्यार पडेल तेव्हां हत्यार मारणार नाहींत तर उगीच बसणार. या कामास हरभात पाहिजे. लाकडें वाहावीं, माती खणावी, बोझी वाहावी तेव्हां मोर्चा होतो. याकरितां या वळणाचें माणूस पांच सातशे जरूर पाठवावें. रात्रंदिवस कस्त व लोकांचे दिलासे करून लाहान थोर एकदिल करून कडीं, कंठमाळा, मोत्याच्या जोड्या इत्यादिक बक्षिसें कबूल करून नामर्दासहि अवसान येऊन साहेबकामावरि जिवित्वाची तमा न धरता एकनिष्ठेनें जडवीत असो. "

मल्हार हरीचा विचार शिरगांव एक-दोन दिवसांतच फत्ते करून चिंचणीतारापुरावर जावें असा होता. त्याचे मतें चिंचणी म्हणजे निम्मे तारापूर व तारापूरहि जागा कांहीं सामान्य नाहीं. केवळ वसईच दुसरी ! पण चिंचणी-तारापूर दूरच राहिलें शिरगांवहि या वेळीं मराठ्यांना हस्तगत करतां आलें नाहीं !

याचे थोडे पूर्वी आप्पासाहेबांनीं मुद्दाम वासुदेव जोशी व रघुनाथ हरी यांस रामचंद्र हरीप्रमाणेंच कांहीं फौजफाटा देऊन शिरगांव–तारापूर वगैरेंच्या वेढ्यावर सक्त देखरेख करण्याकरितां रवाना केलें होतें. नक्की रवाना केव्हां केलें हें कळत नाहीं. पण बहुधा नोव्हेंबरच्या ३।४ तारखेस वासुदेव जोशाची रवानगी झाली असावी. तो एका पत्रांत आप्पासाहेबांस लिहितो "आम्हांस स्वामींनीं रवाना केलें तें तारापुरास जाऊन तेथील बंदोबस्त करावयाचा तैसा करूं; परंतु स्वामींनीं रा रघुनाथजीस पत्र पाठवावें कीं तेथील बंदोबस्त करून रा वासुदेव जोशी यास आम्हांकडे परत पाठविणें. यैसें पत्र पाठवावें म्हणजे आम्ही तेथील बंदोबस्त करावयाचा तैसा करून स्वामीकडे येऊं." १७ तारखेस वासुदेव जोशी व रघुनाथ हरि वाडे प्रांत कोळवणात येऊन दाखल झाले. त्याच दिवशीं त्यांना रामचंद्रपंताच्या व मल्हार हरीच्या जासुद–जोड्या भेटल्या. त्या जोड्या आप्पासाहेबांकडे रवाना झालेल्या होत्या; परंतु आप्पासाहेबांनींच वासुदेव हरि व रघुनाथ हरि यांना पैका वगैरे देऊन मुद्दाम तरतूद करण्याकरितां पाठविलेलें असल्यामुळें त्यांनीं जासुदाकडून पत्रें घेऊन तीं वाचलीं. मल्हार हरीच्या पत्रांत किरकोळ साहित्याविषयीं व दारूगोळीविषयीं मागणें होतें. त्याची तजवीज त्यानें केली. वासुदेव जोशानें येतांना निरनिराळ्या ठाण्यांतील लोकांना देण्याकरितां रोजमऱ्याचा पैका आणला होता; त्यापैकीं दहा हजार रुपये ठाण्यास खंडोजी माणकराकडे व तीन हजार रुपये वेलापुरास नारायण जोशाकडे त्यानें लावून दिले. वासुदेव जोशी व रघुनाथ हरि दुसरे दिवशीं मनोहरास जाऊन तेथून शिरगांवच्या वेढ्यांत दाखल झाले.

नोव्हेंबरच्या १२ तारखेचे सुमारास विठ्ठल विश्वनाथ आजारी होऊन मनोरास गेल्याचें पूर्वीं सांगितलें आहे. "व्यथेस कांहीं उतार जालियावर स्वारीस जाऊं" असें त्यानें १७ तारखेस आप्पासाहेबांस कळविलें होते. त्याप्रमाणें तो आतां फिरून यावेळीं (डिसेंबरांत) शिरगांवच्या वेढ्यांत येऊन दाखल झाला; व वासुदेव जोशी, विठ्ठल विश्वनाथ व मल्हार हरि हे तिघे मिळून सक्त मेहनत करून वेढ्याचें काम चालवूं लागले.

यावेळीं मराठ्यांचे मोर्चे भक्कम झाले होते. शिवाय आतां त्यांनीं दोन नवे मोर्चे घातले. एक बंदरावर व दुसरा तोफाचा मारा करण्याकरितां. बंदरावरच्या मोर्चांतून तोफा लागू करून त्यांनीं शत्रूस तारवांतून येणारी कुमक बंद केली. शिवाय मोर्चे पुढें चालवून सुरुंगाचाहि उद्योग सुरू केला. हें सुरुंगाचें काम कसें नेटानें चाललें होतें तें वासुदेव जोशाच्या पत्रावरून दिसतें. रामचंद्र हरीनें माहिमास शेंदोनशें हशम लोक मागितले होते. त्याला उत्तर म्हणून वासुदेव जोशी लिहितो, "गेल्या दोन चार दिवसांत (१९।१२।३७) कूचे (चर) खणून मोर्चे पुढें चालविले. यावेळीं तुम्हांकडे माणसे पाठवावयास येत नाहींत. वाटल्यास शंभर पर्यंत राऊत पाठवून देऊं."

१७ डिसेंबर रोजीं माहिमाहून दोन तोफा आणवून मराठ्यांनीं कोटाच्या दरवाजापुढें मोर्चांत आणून ठेवल्या; व दुसरे दिवशीं सकाळीं बार भरून तोफ मारली. पण दुर्दैवानें, पहिल्याच बारास तोफ फुटली. गोलंदाज व दोन चार लोक ठार झाले व दहा पंधरा जखमी झाले. खुद्द मल्हार हरि व खंडोबा हे खासे जवळच होते, तेहि या धडाक्यांत ठार व्हावयाचे; पण खैर झाली. बचावले ! नंतर दुसऱ्या दोन तोफा होत्या त्यांचा मार मराठ्यांनीं सुरू केला. याचवेळीं किल्लेकऱ्यांच्या नोकरींत असलेल्या कांहीं शिपायांच्या बायका मराठ्यांनीं कोठें कैद केल्या. त्यांना मोर्च्यांवर नेऊन त्यांचेकडून हाका मारवून कित्येक प्रकारें कोटकऱ्यांना कळविलें कीं, 'आम्ही शत्रूच्या हातीं सांपडलों आहोंत. आमची अप्रतिष्ठा होईल.' परंतु किल्ल्यांतून त्यांना कोणीहि उत्तर दिलें नाहीं.

किल्ल्याची हा वेळपर्यंत स्थिति बरीच हलाखीची झाली होती. १८ तारखेचे सुमारास कोटांतून एक म्हातारा पळून आला. त्याचेकडून माहिती कळली ती अशी—आंत झुंजतें माणूस पाउणशेंपर्यंत शिल्लक होतें. त्यांत फिरंगी अवघे नऊ दहाच बाकी सर्व हिंदुमुसलमान. रयत माल पांच सातशें पर्यंत. आठ दहा दिवस पुरेल इतकेंच भात शिल्लक असून लाकूडफाटें सर्व संपलें होतें. ब्राह्मणगांवचा कोणी पाटील होता तोच एकटा विशेष आस्थेनें ठाणें लढविण्याची खटपट करीत होता. एरवीं इतर सर्व शिपाई फिरंग्यांना कौल घ्यावयास सांगत होते. परंतु फिरंगी म्हणत कीं, चार पांच दिवस थांबा. तेवढ्यांत मदत आली तर

बरें झालें; नाहींतर पुढें कौल घ्यावयाचाच आहे. मराठ्यांच्या तोफांचे गोळे चांगले लागू झाले असेंहि त्यांच्या सांगण्यांत आलें. डिसेंबरच्या २० तारखेस वासुदेव जोशानें खालीलप्रमाणें वेळ्याची हकिकत दिली आहे. " बाळाजीपंताचा व गोविंदपंताचा मोर्चा पुढें चाललेला आहे. दोहींकडेस बंदरावर २।२०० माणूस व १००।१०० राऊत ठेवून रातंदिवस खासा आम्ही जाऊन खबरदारी करीत असतों. चर सत्तर हात पावेतों चालिले आहेत. ते जागा मोर्चे घालावे येसेहि योजिले आहे. "

ही २० तारखेची स्थिति. पण दुर्दैवानें पुढें चार पांच दिवसांतच शत्रूस भली मोठी कुमक येऊन त्यांनीं माहिमचे मोर्चे मारून काढले व शिरगांवासहि येऊन दाणादाण केली. तो प्रकार असा.

२४ डिसेंबर रोजीं माहिमचे मोर्चे मारल्यावर दुसरे दिवशीं मराठ्यांच्या फौजा व लोक शिरगांवास पळून आले; व त्याचे दुसरे दिवशीं म्हणजे २६ डिसेंबर रोजीं पेद्रु दमेल खासा शिरगांव मारण्यास निघाला. तेथें जाऊन शिरगांवच्या दुतर्फा असलेल्या खाडीच्या दोन्ही किनाऱ्यांवर त्यानें आपले लोक गलबतांतून उतरले व मराठ्यांवर बेलाशक चालून घेतले. त्यावेळीं कांहीं वेळ मोठें रण झालें. परंतु आधींच डावाडोल झालेल्या मराठ्यांना टिकाब धरतां आला नाहीं; व त्यांची दाणादाण होऊन गेली. मराठ्यांचे पुष्कळ लोक मेले व जखमी झाले. त्यांना न काढतां आलेले मुडदे शत्रूला तळावर चाळीस एक सांपडले. यावरून तर्क वाहातो कीं, मराठ्यांच्या बाजूस पुष्कळच प्राणहानि झाली असावी. शत्रूच्या बाजूस त्यांचा इन्फन्ट्रीचा एक कप्तान व एक शिपाई मेला व कांहीं थोडे जखमी झाले. मात्र या युद्धांत भिकाजीराव, प्रतापराव, जिवाजीराव व अंतोजीराव वगैरे खानविलकर मंडळींनीं चांगलीच मर्दुमी दाखविली. प्रतापराव मात्र ठार पडला.

(पुरवणी टीप).

समान सलासीन १ मोहरम (१०।४।३८) च्या एका नोंदींत खर्च बा। हिशेब मोर्चा शिरगांव लढाईस खर्च इस्तक बिल छ २५ साबान म्हणजे ७।१२।३७ तागायत १७ रमजान म्हणजे २९।१२।३७ पर्यंत वासुदेव जोशानें दारूगोळी व शिशाचा झाडा, दिला आहे. त्यांत ॥। १॥ ७॥ इतकी दारू वजन पक्के मण, ३६५० गोळ्या ५० तोफांचे गोळे असा दारूगोळ्याचा खर्च दिला आहे.

डहाणू घ्यावयाचा विचार—

मराठ्यांचे वेढे माहिम, शिरगांव, अशेरी वगैरे ठिकाणीं एकाच वेळीं बसलेले आहेत, त्याच सट्ट्यांत शिरगांवच्या उत्तरेस असलेलें डाहाणूचें ठाणेंहि सहज काबीज व्हावें असा आप्पासाहेबांचा कयास होता. म्हणून त्यांनीं वासुदेव जोशास त्या स्थळाची विचारणा करून ' याच-वेळीं ३०० राऊत व ५०० पायदळ दुर्जनसिंग मांडवीकराच्या हाता-खालीं पाठविण्याची तजवीज केली; तर स्थळ हस्तगत होईल कीं नाहीं ' असें विचारलें (२० । १२ । ३७). तेव्हां चौकशी करून वासुदेव जोशानें कळविलें कीं, जागा फार मजबूत आहे. दक्षिणेस थोर खाडी आहे. बंदर तरतें आहे. उत्तरेस खाजण (तेथें) ओहोटीचे समयीं मार्ग होतो. पूर्वेस खाजण थोर आहे. तेथें मार्ग नाहीं. पश्चिमेकडून मात्र मोकळें आहे. सारांश, येवढ्याशा फौजेनिशीं तें ठाणें जेर होईलसें वाटत नाहीं. अद्याप तारापुरास मोर्चे बसलेले नाहींत. तेथें मोर्चे बसले तरच तारापुरास डहाणूची कुमक करतां येणार नाहीं. म्हणून तारापुरास वेढा बसल्यावर मग वाटल्यास डहाणूस फौज पाठवावी.

तारापुराकडील हालहवाल—

आक्टोबर ते डिसेंबर १७३७.

मराठ्यांचे वेढे माहीम, शिरगांव, अशेरी यांना बसले होते; तरी तारापुरचें ठाणें मात्र आद्यप मोकळेंच राहिलेलें होतें. तें ठाणें फार बळकट असून तेथून शत्रू अशेरीच्या किल्ल्यास मदत पोंचवीत असे. अशेरीस होणाऱ्या या मदतीमुळें आप्पासाहेबानीं वासुदेव जोशास असें सुचवून पाहिलें कीं, तुम्ही आपल्यापैकीं कांहीं फौज पाठवून तारापुराला वेढा द्या, म्हणजे साहाजिकच अशेरीस त्यांच्याकडून जाणारी कुमक थांबेल. व साधलें तर तेंही ठाणें अनायासे हातीं पडेल. पण हा विचार कृतींत आणणें सोपें नव्हतें. वासुदेव जोशानें डिसेंबरचे १२ तारखेस आप्पासाहेबास पत्र लिहून कळविलें कीं, " तारापुरास शह बसल्या-वांचून अशेरीकर विचारास येत नाहींत हें खरें; पण मातबर सामाना-विना शह पावे यैसा जागा तारापूर नाहीं. " शिरगांव व माहीम काबीज झाल्यावर मग शेंदोनशें माणूस व शंभर एक राऊत पाठवून

तारापुरास शह देण्याची व्यवस्था करावी म्हणजे बरें, असा वासुदेव जोशाचा विचार होता. पण आप्पासाहेबांच्या विचाराप्रमाणें कांहीं करतां आल्यास पहावें म्हणून त्यानें माहिमास रामचंद्रपंतआप्पा होता त्याची सल्ला घेतली. त्यानेंही सम्मत देऊन शामजी कृष्ण नांवाच्या सरदाराबरोबर पन्नास साठ राऊत दिले व त्यास शिरगांवास पाठविलें. तेथें गेल्यावर वासुदेव जोशानेंही आपले आणखी पन्नाससाठ स्वार त्याच्या मदतीस दिले. मग शामजी कृष्ण तेथून अशेरी पावेतों गेला, व तेथून माघारी उलटी स्वारी त्यानें तारापुरापर्यंत केली व तीनशें गुरें वळवून आणलीं. विशेष फौजेची भरती नसल्यामुळें तारापुरास स्वतंत्र वेढा घालणें शक्य नव्हते. अशाच वेळोवेळीं स्वाऱ्या पाठवून अशेरी वगैरेकडे जाणारी शत्रूची रसद मराठ्यांना तोडतां येई तेवढी ते तोडीत.

अशेरीचा वेढा—

माहिम शिरगांवचे वेढे उठविल्यानंतर शत्रु अशेरीचे वेढे उठविणार असा रंग होता. अशेरीस वेढा वसून यावेळीं जवळजवळ सात आठ महिने होत आले होते. मार्च–एप्रिलपासूनच मराठे अशेरीस लागले होते. तेथपासून आक्टोबर नोव्हेंबरपर्यंत अशेरीची हालहवाल काय होती हें मराठी साधनांतून किंवा पोर्तुगीज इतिहासावरून कांहींच समजत नाहीं. पेशवे रोजकीर्दींत फक्त एक नोंद सांपडते ती अशी आहे. ‘समान सलासीन ३ जमादिलावल (१९।८।३७) दफाते परगणे अशेर येथील कमावीस पंताजी मोरेश्वर यास दिली.’ या नोंदीवरून अशेरी भोंवतालचा बहुतेक मुलुख पंताजी मोरेश्वरानें जिंकला. सबब त्या परगण्याची कामाविशी पंताजी मोरेश्वरास देण्यांत आली होती; परंतु खुद्द अशेरीचा किल्ला मात्र जिंकला गेला नव्हता, असें स्पष्ट होतें. कारण त्याचा वेढा वर सांगिल्याप्रमाणें हा वेळपर्यंत सतत चालूच आहे.

अशेरी हा उत्तर फिरंगाणांतला एक फार मातबर किल्ला तारापुरच्या पूर्वेस होता. किल्ला अफाट व दुर्गम डोंगरावर असून भोंवतालच्या कोणत्याही डोंगराहून फार उंच होता. चढण इतकी बिकट व अरुंद कीं,

खांद्याला खांदा लावून दोन माणसांना एकदम वर चढतां यावयाचें नाहीं. फिरंग्यांचा वर उत्तम बंदोबस्त होता. पूर्वी हा किल्ला फिरंग्यांनीं एका शिद्दी सरदाराकडून विकत घेतला होता. पण पुढें त्याची दुर्गमता व लष्करी महत्त्व पाहून त्यांनीं त्याची चांगली डागडुजी केली व शिबंदी ठेवून त्याचा पक्का बंदोबस्त करून टाकला होता. मोठमोठ्या पोर्तुगीज अधिकाऱ्यांचे कुटुंब कबिले ठेवण्याची ती जागा असे. यावरूनच तें ठाणें किती भक्कम व बंदिस्त असलें पाहिजे तें कळून येईल.

असो. या किल्ल्याला हरि सदाशिव सुरनीस, पंताजी मोरेश्वर व जवारकरांतर्फें भगवंतराव असे तिघे वेढा घालून बसले होते. रामचंद्र-पंत पटवर्धन माहिम शिरगांवाकडे गेला, त्यावेळीं हे वेढे जोरांत चालू होते. रामचंद्रपंतानें नोव्हेंबरच्या १६ तारखेस वेढ्याची हकिकत खालील प्रमाणें आप्पासाहेबांस लिहून कळविली. " अमदवाडीस रा. हरिपंत होते. तेथें जवारकर यांकडील रा. भगवंतराऊ होते. त्यास ते स्वामीचे सेवेमध्यें एकनिष्ठ आहेत. जवारकरांचा फितवा (आहे) म्हणोन स्वामीपासीं वर्तमान गेलें, याकरितां ते (भगवंतराव) बहुत श्रमी जाहाले. त्यास शोध मनास आणितां रा. हरिपंत यांणीं त्यांचें एक-निष्ठेचें वर्तमान सांगितलें (भगवंतराव रामनगराकडून किल्ल्यास कुमक पोंचवितात, सामान पाठवितात म्हणून प्रवाद उठला होता); व मोर्चेहि बिकट कडियास लाविले आहेत. मग मदनवाडीस आलों. तेथें पंताजी-पंताची भेट घेतली. त्यांचेहि मोर्चे बरेसे कडियास गेले आहेत. अर्ध कोसावरून पाणी मोर्चेकरी पितात. "

सारांश, पंताजीपंत व हरिपंत यांनीं चांगली मेहनत चालविली होती. त्यांत ते दोघेहि गेले दोन तीन महिने ज्वरानें जेर झाले होते. तरीहि त्यांनीं मोर्चाचें काम खंड न पडूं देतां व आपल्या प्रकृतीची काळजी न करतां जोरानें चालविलें.

किल्ल्यावर धान्याची भरपूर बेगमी असून शिवाय तारापुराचें तोंड मोकळेंच होतें. तारापुराहून सरळ रस्ता असल्यामुळें व तेथें मराठ्यांचा वेढा बसलेला नसल्यामुळें तेथून अशेरीस कुमक होतच होती. "अशीर-कर दाणागल्ल्यानें सामानपूर आहे; व तारापुरच्या उपराळियाचा भरं-वसाहि त्यास आहे. त्यामुळें आशेरकरानें आजीपावेतों धीर धरला

आहे. पोटाची बेगमी पोख्ती असतां व तारापुरास शह बसला नसतां अशीरकर येकायेकीं आयास येतो यैसें नाहीं." पण तारापुरास तरी शह द्यावयाचा कसा ? मातबर सामानाविना शह पावे यैसा जागा तारापूर नाहीं. माहिमास रामचंद्रपंताजवळ व शिरगांवास वासुदेव हरि व मल्हार हरि यांचेजवळ जें सामान व लोकांची भरती होती तीच पुरेशी नव्हती, हें आपण पाहिलेंच. वासुदेव जोशाचा विचार असा होता कीं, शिरगांवचें ठाणें माहिमापेक्षां लहान, तेव्हां तें जिंकल्यावर तारापुराला शह देण्याकरितां कांहीं फौज पाठवावी. परंतु शिरगांवच न जिंकतां आल्यामुळें तें कांहींच साधलें नाहीं. पुढें ८।१० दिवसांतच माहिम शिरगांवचे वेढे शत्रूनें उठविले. तेव्हां अशेरीस प्राणसंकट उभें राहिलें.

माहिम शिरगांवचे वेढे उठल्यानंतर मराठी फौज पुष्कळ मागें हटून गेली. मग वासुदेव जोशानें शिरगांवच्या मोर्चेकऱ्यांची तरी कुमक करावी म्हणून कांहीं बंदोबस्त केला. तारापुरपासून अशेरीपर्यंत सरळ रस्ता होता, तेथून शत्रूस कुमक येणार ती त्याच वाटेनें. म्हणून त्या प्रांतांत वासुदेव जोशानें मल्हार हरि व विठ्ठल शिवदेव विंचुरकर, यांना शत्रूस अडविण्याकरितां फौजेनिशीं ठेवलें (विठ्ठल शिवदेवाची रवानगी पेशव्यांनीं नोव्हेंबर १७३७ मध्यें केलेली होती असें पेशवे रोजकीर्दीतील नोंदीवरून दिसतें. परंतु हा वेळपर्यंत तो कोठें होता यासंबंधीं कांहीं खुलासा होत नाहीं. २५ डिसेंबरपर्यंतहि तो फिरंगाणांत आलेला दिसत नाहीं. कारण वासुदेव जोशी त्या तारखेच्या पत्रांत आप्पासाहेबांस लिहितो " स्वामीनी येथील बंदोबस्ती केली पाहिजे. विठ्ठल सिवदेव चिमणाजी भिवराव यांस सत्वर पाठविलें पाहिजे. लोकांचा आव गेला. ")

फिरंगी माहिम शिरगांवांस लागोपाठ मिळालेल्या विजयानें हावभरीच झालेले होते व त्यांना पेद्रू दमेलसारखा बहादूर सेनापति मिळालेला असल्यामुळें त्यांनीं अशेरीवर येण्याचा निश्चय केला. वास्तविक किनाऱ्यापासून आंत खुष्कीस फिरंगी फारसे येत नसत. कारण खुष्कीस आल्यावर मराठी फौजांपुढें त्यांचें कांहीं चालत नसे. पण आतां मराठी फौजांनीं धर सोडलेला आहे व आपल्या फौजांना हिंमत चढली आहे असा विचार करून पेद्रु तारापुराहून अशेरीस जाण्याकरितां निघाला.

तेथून निघतांना त्यानें माहिमच्या वेढ्यांत पकडलेले मराठ्यांचे कैदी व पाडाव झालेला एक मोठा सरदार परत माहिमच्या किल्लेदाराकडे पाठवून दिला. पण माहिमच्या किल्लेदाराने त्या सर्वांना मारून टाकलें!! या नीच कृत्याबद्दल पोर्तुगीज बखरकारांनींहि त्याचा फार जळजळीत भाषेंत निषेध केलेला आहे.

पेद्रु ४०० लोकांची एक व १२०० लोकांची एक अशा दोन टोळ्या करून निघाला. तो निघाल्याची बातमी येतांच मल्हार हरि व विठ्ठल विश्वनाथ यांनीं वासुदेव जोशास कळविलें. वासुदेव जोशी वज्रयोगिणीस मुक्कामास होता. त्या दिवशीं सकाळींच (१४ जानेवारी १७३८) त्याची महादाजी अंबाजी पुरंदरे फौजेसह आला होता; त्याची गांठ पडली. महादाजी दरकूच खानदेशांत चिमाजी आप्पासाहेबांच्या कुमकेस जाणार होता. यावेळीं आयता महादाजीपंत आलेला आहे तर त्याला अशेरीस पाठवावा असा विचार करून वासुदेव जोशानें त्याला लिहिलें कीं, " तारापुराहोन गनीम तीन कोस पुढें आला आहे. माहिम शिरगांव येथील प्रसंगावरून हावभरु होऊन जागा जागा उपराळा करतो. त्यास बरासा नतीजा द्यावा लागतो. त्याचे उपमर्दास रा. मल्हार हरि व विठ्ठल शिवदेव तेथें आहेत, ते नतीजा देतील; परंतु येक वेळ गनीमास बरीशी जरब द्यावी लागते, हा अर्थ चित्तांस आणून तुम्हांस पत्र लिहिलें आहे. तरी पत्रदर्शनीं तुम्ही सडे राऊत अवघे घेऊन अशेरीखालीं रा. मल्हार हरि व विठ्ठल शिवदेव यांस सामील होऊन गनीमास तंबी करून कापून काढणें. गनीम खुषकीस आला आहे. असा कधीं यावा नाहीं. या प्रसंगीं गनीम कापून काढावयाचा माना आहे, हें जरूर जाणून तुम्हांस लिहिलें आहे. तूर्त इकडे काम पडलें असतां रा. आप्पाकडे जावें ही गोष्ट कार्याची नाहीं. " पण या पत्राप्रमाणें महादाजी अंबाजी अशेरीस गेला कीं नाहीं यासंबंधीं आमच्या पत्रव्यवहारांत कांहीं माहिती नाहीं.

असो. तारापुर ते अशेरी हा रस्ता सरळ पण घाटी होता; व पेद्रु मुसंडी मारीत येत असतां मराठ्यांनीं त्यास वेळोवेळीं बिलगून छापे घालून अडवून त्रास दिला, तरीहि तो आपली फौज सावरीत नेटानें अशेरीस पोंचलाच. त्याचें एकहि माणूस दगावलें नाहीं. अशेरीस पोचतांच त्यानें बेजरब हल्ला करून मराठ्यांचे मोर्चे उखळून टाकले

व दाणादाण केली. मराठी लष्कर म्हणजे मऊं लागले कीं कोपरानें खणणार आणि अवसान सुटून धावूं लागलें म्हणजे झाडाला बांधल्यानें झाडहि घेऊन पळणार असें जें पुष्कळ ठिकाणीं वर्णन आलेलें आहे त्यासारखेंच थेट येथें घडलें. शत्रूला लागोपाठ विजय मिळाले, मराठे प्रत्येक वेळीं हरले, हें पाहिल्या नंतर येथें मराठ्यांची दाणादाण झाली यांत आश्चर्य नाहीं. पेद्रुची इतकी जरब बसली होती कीं, अशेरीचा वेढा मारून काढल्याचें कळतांच शेजारीं मनोरीचें ठाणें विठ्ठल विश्वनाथाच्या ताब्यांत होतें तेंहि तसेंच टाकून तो निघून गेला. १५ जानेवारीस अशेरीचे मोर्चे उठले.

असा मराठ्यांचा सत्यानाश करून पेद्रु दमेल विजय संपादन करून परत वसईस गेला. तो वसईस पोंचतांच खुद्द कडदिनानें बंदरावर येऊन मोठ्या उत्साहानें त्याचें स्वागत व अभिनंदन केलें. व मराठ्यांचीं जिंकलेलीं निशाणें व कैदी पुढें घालून पेद्रूची मोठी थोरली मिरवणूक काढून ते रेमेदीच्या बुरुजावरील सेंट डेमिंगोच्या देवळांत गेले. व तेथें विजयानंदाप्रीत्यर्थ सार्वजनिक प्रार्थना करण्यांत आली.

धारावी वसई अर्नाळा वज्रगड

माहिम-शिरगांवचे वेढे चालूं असतां धारावी, अर्नाळा, वसई, वज्रगड वगैरे ठिकाणीं काय चालूं होतें हें येथें थोडक्यांत सांगितलें पाहिजे.

मराठ्यांनीं धारावी जिंकल्यावर तें ठाणें बांधून काढून त्याचा पक्का बंदोबस्त करण्याचें ठरविलें हें अन्यत्र सांगितलेंच आहे. त्याप्रमाणें मराठ्यांनीं तेथें मेळ्यास व इमारतीस काम लाविलें. काम चालूं असतां तें मोडून टाकावें म्हणून फिरंग्यांनीं दोन चार छापे घालण्याचा प्रयत्न केला. पण रामाजी महादेव बिवलकरानें त्यांना पिटून लाविलें. रामाजी महादेवाकडे धारावीचा बंदोबस्त मुख्यतः सोपविण्यांत आला होता. ह्याच्या मदतीस खंडोजी माणकराचेहि दोन अडीच हजार माणूस देण्यांत आले होते. काम चालूं असतां खंडोजी माणकराहि जरूरीप्रमाणें तेथें जाऊन येत असे. ८ डिसेंबरच्या एका पत्रांत वासुदेव जोशानें धारावीकडची हालहवाल अप्पासाहेबास कळविली होती ती अशी—

" धारावीचें वर्तमान तरी रा. रामाजी महादेव तेथें बसले आहेत.

त्याजवरी थोडासा गनीम एक दोन वेला गेला. त्याची यांची झीटपीट होऊन गनीम माघारा फिरावून लावला. प्रस्तुत मेढ्याचें काम चालीस लाविलें आहे. पुढें इमारतीचेंहि होईल. सारांश जागा काइम जाहला." रामचंद्रपंत आप्पानें १३ डिसेंबर रोजीं माहिमाहून लिहिलेल्या पत्रांतहि अशीच हकीकत आहे. "धारावीचा मोर्चा खाइम जाहला आहे. कोटाचें काम चालत आहे. तोफाहि लागू केल्या आहेत."

याच सुमारास वसईस बसलेल्या शंकराजीपंताच्या फौजेनें पूर्वेकडील कोलवाडीचा एक नवा मोर्चा घालून शिवाय वाळवंटावरहि आणखी एक मोर्चा घालण्याची तजवीज सुरू केली होती.

अर्नाळ्याचेंहि बांधकाम यावेळीं जोरांत सुरू होतें. २८ नोव्हेंबरच्या सुमारास शंकराजीपंतानें विठ्ठल विश्वनाथास पत्र लिहून "अर्नाळ्यास लाकूड वोंडे एक लक्ष तोडून पाठविणें व कोळसे सोळा हजार व चुनखडी मेळवावयास वेठे तीनशें पाठवा" म्हणून कळविलें.

१७ डिसेंबर रोजीं फिरंग्यांचीं कांहीं सावकारी गलबतें सुरतेकडे जात होतीं. तीं अर्नाळ्याच्या बाऱ्यावर येतांच शंकराजीपंतानें स्वारी पाठवून काबीज केलीं व खुशालीच्या पांच तोफा मारल्या.

अर्नाळ्याच्या बंदोबस्तास आठराशें पर्यंत भरती असून त्यावर बाजीराव बेलोशाची देखरेख होती. २४ च्या सुमारास शत्रूस भक्कम मदत आली. तेव्हां तो अर्नाळ्याकडे येण्याची धास्ती वाढत चालली. ह्या बावत वासुदेव जोशी, रामचंद्रपंत अप्पा वेळोवेळीं माहिम–शिरगांवाहून बातम्या पाठवून शंकराजीपंतास इशारे देत. शंकराजीपंताहि सावध होता. वासुदेव जोशानें २०।१२ रोजीं बाजीराव बेलोशास पत्र लिहून 'आरमाराचा गनीम दगेखोर आहे. बातमी राखून सावध राहाणें' म्हणून लिहिलें. २४ रोजीं शंकराजीपंतानें 'अर्नाळा मजबूत केला पाहिजे तरी माहिमचे लोक आधीं पाठवा' म्हणून आग्रहानें लिहिलें. तसेंच दुसऱ्या दिवशीं रामचंद्रपंतास पत्र लिहून 'पूर्णिमेचें उधाण समीप आलें आहे. अर्नाळ्यास असलेल्या जमावानें भरती झाली असें नाहीं. तरी लोक पाठवा' अशी तातड लावली. शत्रूनें माहिम मारल्यावर तर फिरंगी आतां जंजिरे-अर्नाळ्यास नक्कीच येईल असा तर्क करून त्यानें शक्य तेवढा बंदोबस्त केला. अर्नाळ्यास शंभर आरव होते ते काढून दूर करावे म्हणून स्वतः-

जवळ आणले. कारण "आरव बेइमान माहिमास बेइमानी केली."

वसई नजीक बहाद्दरपुऱ्यापासून उत्तरेस कोसावर गिरजेची डोंगरी म्हणून एक टेकडी होती. वसईला शह देण्यासारखी ती मोठी नाक्याची जागा असल्यामुळें मराठ्यांनीं ती काबिज करून पक्की बांधून काढण्याचें काम चालविलें होतें. डिसेंबरपर्यंत "डोंगरीच्या घेरीयास पाया अवघा जाहला" होता, असें ८।१२ रोजीं गेलेल्या वासुदेव जोशाच्या पत्रावरून दिसतें.

फिरंगाणांत मराठ्यांनीं ठिकठिकाणीं हीं जीं बांधकामें चालविलीं होतीं त्यासाठीं व ठिकठिकाणीं जे वेढे चालले होते त्यांच्या मोर्चासाठीं जो सामानसरंजाम लागे तो सर्व मनोर–माहिम प्रांतांतून मिळवावा लागे. मनोर--माहिम प्रांताची कमावीस विठ्ठल विश्वनाथाकडे आप्पासाहेबांनीं सोपविलेली होती. २८ नोव्हेंबर रोजीं लिहिलेल्या पत्रांत "महादाजीपंत व कर्णाजी शिंदे माहिमाहून गल्ल्याच्या चिठ्ठ्या गांवगन्ना परभाऱ्या करून, शिपाई पाठवून स्वारींत घेऊन जातात. परगणे माहिम व तारापूर या महालांस स्वारीमुळें वेठबिगार, मोर्चे बांधावयासी कुदळ्या, फावडीं, कुऱ्हाडी यैसा कित्येक उपसर्ग लागतो. स्वारीमुळें दंगा बहुत आहे. रयेतीत तो जीव नाहीं. जूजवस्ती आहे" अशी तक्रार विठ्ठल विश्वनाथानें केली आहे. १६।१२ च्या पत्रांत तो लिहितो. "हुजूर फौजा इकडेस आल्या. येणें करून रयेतीस बहुत तगादा जाला. सरकारकामाची जहाज फर्मास वगैरेहि कित्येक कसाला रयेतीस पडो लागला. मुलूख आमचे निसबतीस स्वामीनें केला आहे यास्तव आम्ही ज्यांचा उपद्रव लागे त्यासी रदबदली करीत असूं. परंतु कोणी मान्य केली नाहीं! वासुदेव जोशानी मात्र सर्वास बेमुर्वत बरें प्रकारें सांगोन वेठबेगार व सिधेपाणी मना केलें, आणि रयेतीची दिलभरी बहुतसी केली. रा. शंकराजीपंताकडे गल्ला व लाकूड वोंडे व पतिंगे ऐसे आज्ञेप्रमाणें रवाना करतों. त्यांचें जें मागणें येतें तें पुरवितों!"

आप्पासाहेब फिरंगाणांत येतात—

फिरंगाणांत हाहाःकार चालला असतां आप्पासाहेब तेथे नव्हते. ते दुसऱ्या एका महत्त्वाच्या मनसब्यामुळें खानदेशांत गुंतून पडून त्यांची इकडे आड व तिकडे विहीर अशी स्थिति झाली होती. यावेळीं

बाजीराव साहेबांनीं निजामास भोपाळच्या किल्ल्यांत कोंडून धरलें असून तेथें फार मोठा समरप्रसंग सुरू होता. बाजीरावसाहेब त्या स्वारीकरितां आक्टोबरच्या १५ तारखेस निघून माळव्याकडे गेले होते. त्यांच्या पाठोपाठ आप्पासाहेबहि थोडेसे गेले. डिसेंबरांत बाजीरावसाहेबांनीं निजामास जेर करून कोंडून धरलें. परंतु त्याचा मुलगा नासरजंग कदाचित् दक्षिणेंतून त्याला कुमक करून येण्याचा संभव होता; म्हणून त्यांनीं शाहूमहाराजांस निकडीचीं पत्रें पाठविलीं कीं, सरदार पाठवून नासरजंगास दक्षिणेंतल्या दक्षिणेंत अडवून ठेवावा. त्याचप्रमाणें त्यांनीं डिसेंबरच्या १९ तारखेस आप्पासाहेबांस लिहिलें कीं, " निजामास आतां मोठा भरंवसा दाक्षिणी फौजेचा आहे. प्रातिदिनीं पांच सात जोड्या रवाना होतात. कदाचित् तवकल करून फौज (नासरजंगाची) नबाबास सामील व्हावयास येईल त्याला आप्पा ! या समयीं जरी तिकडील तिकडे फौजेस तुमचा शह बसोन आटकली तरी हे फौज बुडवावयास असा माना दुसरा येणार नाहीं. ते फौज (नासरजंगाची) येऊन सामील झाली तरी नबाब जरा भारी होतील. जाजती श्रम करणें लागतील. याजकरतां फौजांस अटकाव होय ते गोष्ट करणें. तुम्हांस जो यत्न होईल तो करोन; तिकडील फौजेस पाय-बंद देणें. "

नोव्हेंबरच्या २२ तारखेस आप्पासाहेबांचा मुक्काम मौजे सांगवी नजीक करवंदबारी येथें होता. २८ तारखेस कसबे चाकणे परगणे नंदुरबारचा होता. पुढें डिसेंबरच्या ११ व्या तारखेस ते तापीतीर परगणे वरणगांव येथें होते. त्याच मुक्कामाच्या आसपास असतां बहुधा बाजीरावसाहेबांचें हें पत्र त्यांना मिळालें. कारण २० डिसेंबरला त्यांचा मुक्काम वरणगांव असाच सांपडतो. बाजीराव साहेबांच्या पत्रामुळें तेथेंच राहून या नव्या मनसुब्याची व्यवस्था व तरतूद करावी लागत आहे, तों इतक्यांत फिरंगाणांतील अनिष्ट बातांचीं पत्रें त्यांचेकडे येऊन धडकूं लागलीं. २४ तारखेचें वासुदेव. जोशाचें पत्र आलें कीं, " लोकांनीं धर सोडला. होणार गोष्ट ती झाली गनीम हावभरू झाला आहे. येथील मदतीस येका दोन दिवसांत येईल असा दिसतो. आपले लोकांनीं जागचे जागा दहशत खादली

आहे. त्यास स्वामीचा उपराळा जाहलियाविना लोकांस अवसान चढोन गनीमास नतीजा पोहोंचत नाहीं आणि आजपर्यंत केलें कर्म व्यर्थ होतें ! तरी सहस्र कामें टाकून जरूर जाणोन राऊत व हशम पाठवून येथील स्थलांचा उपराळा होय ते गोष्ट केली पाहिजे. बसईच्या मोर्चाच्या मदतीकरितां दुर्जनसिंग किंवा कोणी मातबर सरदार पाठवून अति त्वरेनें त्याची कुमक केली पाहिजे. रा रायाकडील वर्तमान आपणांस आलेंच असेल (निजामाच्या पराभवाचें.) तरी खानदेशांत न राहातां नाशिक प्रांतीं यावें. तेथें आलियास दोहींकडील मदत करतां येईल. शिवाय दमणप्रांतीं आजपर्यंत आमची स्वारी गेली नाहीं. त्या प्रांतीं स्वारी पाठवून मुलूख मारून गुरेंढोरें, कुळेंडाळे धरून आणावीं. तेणें करून शह बसोन गनीमाचा ओढा तिकडे बसेल इतक्या गोष्टी स्वामीचें येणें नाशिकप्रांतीं जाहल्यास होतील. लोकांत अवसान राहिलें नाहीं. आणि जबरदस्तीनें शत्रूचें तोंड फोडल्याविना गनीमावर इभ्रत बसोन आपले माणसास तेज चढत नाहीं. यास्तव फौज भारीच या प्रांतीं पाठवावी व मुलखाचा सत्यानाश दमणप्रांतीं करावा. ''

असेंच दुसरें पत्र वासुदेव जोशानें २५ तारखेस लिहिलें त्यांत तो म्हणतो कीं, "राउतांमध्यें कोणी मातबर नाहीं. करतां चिमणाजी भिवराव यास खामखा अगत्य पाठविलें पाहिजे. आम्हांस कळेल तैसा तेथील बंदोबस्त करितों. परंतु माहिमचे लोकांनीं आवच सोडिला आहे. लोकांचा आव गेला. सर्वत्र गनीमाची सलाबत बसली. ''

सुदैवानें जानेवारीच्या ७ तारखेस निजाम शरण आला. तिकडे तहाच्या वाटाघाटी होऊन आप्पासाहेबांस फिरंगाणांत यावयास फुरसद झाली.

आप्पासाहेब फिरंगाणांत नक्की केव्हां येऊन पोहोंचले ते कळत नाहीं. ब्रह्मेंद्रचरित्र पान १४९ ले. १३५ यांत चिमाजी आप्पानी ब्रह्मेंद्रास पत्र लिहिलें आहे त्यांत म्हटलें आहे कीं "रायांचा व नबाबांचा सलूख जाहला. तीर्थरूपांचीं पत्रें छ. २७ रमजानचीं (८।१।१७३८) आलीं, त्यांची नक्कल पाठविली आहे, त्याजवरून कळेल. '' हें पत्र १९।१ १७३८ रोजीं लिहिलेलें आहे. यावेळीं आप्पासाहेब खानदेश नाशका-

कडेच होते. पुढें तिकडला निर्गम करून ते फिरंगाणाची कुमक करण्याकरितां जलदीनें येऊं लागले. तरी त्यांत दहा पंधरा दिवस गेले. फेब्रुवारीच्या १० व्या तारखेस ते कोहजे आसपास आले असावे. तेथून त्यांनीं आपला एक सरदार आघाडीस फौज देऊन पाठविला व त्याला हुकूम दिला कीं, " उदेक कोहजेपुढें मुक्काम करणें. परवा सकाळच्या प्रहरा सा घटकां बरानपुरास (अशेर मनोरी-जवळचें) दाखल होऊन फिरंगी याचे लोक असतील त्याचा निःपात करणें. तैसेंच तारापुराकडील रस्ता आशेरीस वाहतो तो तारापूरपर्यंत जाऊन मारणें तदोत्तर माहिमाकडील वाट चालत असेल तर कांहीं स्वार पाठवून तिकडील परामर्ष करणें. सारांश परवा बरानपूरच्या लोकांचा निर्वाह करणें व तारापूरचा रस्ता मारणें. एके दिवसांत दोनी गोष्टी उरकणें. "

आप्पासाहेब फिरंगाणांत आलेले पाहून तेथें असलेल्या मराठी सरदारांना मोठा धीर आला. एकानें आप्पासाहेबांस लिहून कळविलें " (आपण) आलियासी उत्तम गोष्टी जाहली. आपल्या लोकांनीं सलावत गनीमाची खादली होती ते (त्यास आतां) सर्वांस जेम (पुन्हा जोम किंवा हुरुप) आला कीं खासे आले. या उपरी जरी गनीमा दहशत खाऊन निघालियानें धणी जिवें मारून टाकितील येसें भयग्रांत जालें. " आप्पासाहेबांचा विचार वसईकडे जावें असा होता. परंतु त्यांनीं तूर्त तिकडे जाऊं नये असेंच सर्व सरदारांस वाटत होतें. कारण " वसईस जाऊन मागती पाहोन फिरोन येऊं नये ! रा शंकराजीपंता सांगोन वाळवंटींचा मोर्चा (वसईचा) करार करावा. आणि बंदोबस्त जैसा करणें तैसा तिकडील करावा; परंतु खाशियांनीं न जावें हा विचार आज्ञांकिताचे चित्तांत येतो. खासा यांनीं ठाणेयासी यावें आणि येथून सारा बंदोबस्त करावा. " आणि असेंच झालेलें दिसतें कीं, तानमान पाहून आप्पासाहेब ठाण्यासच गेले. नंतर थोडेच दिवसांत धारावीचें प्रकरण घडून आलें.

धारावीवर फिरंग्यांचा हल्ला

गेल्या पावसाळ्यांत मराठ्यांनीं फिरंग्यांचा पूर्ण मोड करून धारावीस मेढा कोट घालून तेथली चांगली बळकटी केली होती, हें पूर्वी

आलेंच आहे. आप्पासाहेब ठाण्याकडे होते म्हणून ठाण्याच्या वाटेस न जातां वसईचा नाका धारावी, मराठ्यांनीं काबीज केला होता, तो जिंकून वसई निर्धोक करावी असें शत्रूनें ठरविलें. फेब्रुवारी १५, १७३८ रोजीं खासा कडदिन व पेद्रु दमेल धारावी मारण्याकरितां निघाले. बरोबर त्यांनीं पोर्तुगीजांच्या दोन कंपन्या म्हणजे ३०० ग्रेनेडियर्स व १४४० एतद्देशीय शिपाई घेतले. ते सगळे लोक बारा गलबतांत घालून ते निघाले. मराठ्यांना हुलकावणी देण्याकरितां ते प्रथम समुद्रांतून पार्शिकाकडे गेले. हेतु हा कीं आपण ठाण्याच्या कोटावर हल्ला करण्यास जाण्याच्या विचारांत आहोंत अशी आवाई होऊन धरावीकडे त्यांनीं गाफील राहावें.

अशी हूल दाखवून फिरंगी १७ फेब्रुवारी रोजीं सकाळीं डोंगरीस दाखल झाला. ते वेळीं चांगलें दाट धुकें पडलें असल्यामुळें त्यांना फार फायदेशीर झालें व त्यांनीं बिनबोभाट आपले लोक गलबतांतून धारावीस उतरले. नंतर त्यांनीं फौजेच्या तीन तुकड्या केल्या. आघाडीची टोळी पेद्रु दमेलची, पिछाडीची कडदिनाची व तिसरी एक २०० लोकांची टोळी मुद्दाम एका अधिकाऱ्याच्या हाताखालीं किनाऱ्याजवळच राखून ठेवण्यांत आली. लगेच आघाडी पिछाडी संभाळीत पेद्रु व कडदिन मराठ्यांवर चालून गेले.

धारावीच्या डोंगरीवर मराठ्यांनीं मेढा व कोट बांधलेला होता व त्यांत अमृतराव खानविलकराच्या हाताखालीं फार मोठा जमाव ठेवण्यांत आला होता. डोंगरीखालीं एक चर्च होतें. त्या मेटावर नारायणजी नाईक आपल्या जमावानिशीं चौकीस होता व अगदीं पायथ्याशीं मैदानांत मराठी फौजेची म्हणजे घोडेस्वारांची छावणी पसरली होती. शत्रूनें खालच्या तळावरच प्रथम निकराचा हल्ला केला व बंदुकीच्या व दारूगोळ्याच्या फेरा झाडून थोड्याच वेळांत त्या छावणीची त्यांनीं दाणादाण करून टाकली. साष्टीचा बखरकार म्हणतो. "फिरंगी यानें तळावर चालून घेतलें. दगडांचा मार सोसवला नाहीं मग फौज तेथून निघाली." नंतर लगेच तसाच मारीत शत्रु देवळास गेला व तेंहि त्यानें लढून जिंकलें. त्यावेळीं नारायणजी नाईक, बापुजी प्रभु चिटणीस यांणीं निकराचा प्रतिकार केला. दोन चार हिरेन्या चांगल्या केल्या, पण

माराखालीं माणसें पळूं लागलीं. कांहीं इलाज चालला नाहीं. शत्रूला तेथें पुष्कळ दारूगोळा सांपडला तो त्यानें आपल्या शिपायांत वांटला. मराठ्यांचा पुष्कळसा गुप्त पत्रव्यवहारहि त्यांना येथें सांपडला. दुसरे दिवशीं सकाळीं शत्रूनें धारावीचा डोंगर चढून मुख्य मेढा व कोट हल्ला करून काबीज करण्याचें ठरविलें व ते निघाले. वाटेंत मारा कोणीकडून कसा करावा वगैरे ठरविण्याकरितां ते थोडा वेळ थांबले. इतक्यांत त्यांच्यावर मराठ्यांच्या ८०० हशमांनीं व ४० घोडेस्वारांनीं येऊन निकराचा एलगार केला. पण फिरंग्यानें मुळींच जुमस न खातां आगीच्या माराखालीं तो तुडवून टाकला व लगट करून शत्रु मेढ्यास जाऊन पोंचला. हा हल्ला ठाण्याहून धाऊन येऊन खंडोजी माणकरानें घातला होता.

मेढ्यास पोंचल्यावर मुख्य वेशीस खुद्द कडदिन लागला. दुसऱ्या बाजूनें मॅसेडो नांवाच्या सरदारानें हल्ला केला व त्याचवेळीं खासा पेद्रु दमेल सिनेदराजीनें शिड्या लावून तटावर चढला. अशारीतीनें एकाच वेळीं तिहींकडून हल्ला करून शत्रूनें मेढेकोटांत प्रवेश केला. दरवाजा फोडून कोटांत शिरणारा पहिला खासा कडदिन होता; व शिड्या लावून कोटावर चढणाराहि आघाडीस खासा पेद्रु दमेलच होता. ह्या गोष्टी निःसंशय त्यांच्या वहादुरीच्याच म्हटल्या पाहिजेत. तेथें जी घनचक्कर झाली त्यांत मराठ्यांचा फार नाश झाला. पे. द. भा. २२ मधील विश्वसनीय शकावलींत म्हटलें आहे कीं, ‘ मराठ्यांचीं पांच सातशें माणसें मेलीं. ’ शत्रूनें सुमारें पांचएकशें मराठी शिपाई व त्यांचा एक सरदार कैद केला. शत्रूचे बारा ठार पडले व चाळीस जखमी झाले; व वर उल्लेखिलेला सरदार मॅसेडो हा ठार पडला. पिसुर्लेकर आपल्या इतिहासांत म्हणतात कीं वर धारावीच्या मेढ्यांत हें झुंज चाललें असतांच खासा आप्पासाहेब ६०० पायदळ व २०० स्वार घेऊन कुमकेस धावून आले. परंतु पूर्वीं सांगितल्याप्रमाणें किनाऱ्यावर ठेवलेल्या २०० लोकांच्या शत्रूच्या टोळीनें आगीच्या माराखालीं त्यांना रेटून परत घातलें.

धारावी जिंकल्यावर परेरा नांवाच्या सरदाराच्या हाताखालीं तीन कंपन्या तेथें बंदोबस्तास ठेवून कडदिन व पेद्रु दमेल वसईस निघून गेले.

यानंतर दहा बारा दिवसांनीं फिरून एकदां आप्पासाहेबांनीं ३००० हशमांनिशीं येऊन डोंगरीवर लगट केली; परंतु किल्लेदारानें कॅटॅपुल्ट्स्-चा म्हणजे दगडी मारणाऱ्या तोफांचा बेमोताद मार करून त्यांना पुनरपि मोडून घातलें. आप्पासाहेब तीन दिवस डोंगरीस होते. अखेर निरुपाय होऊन ३ मार्च रोजीं ते ठाण्यास परत गेले. ते परत जातांच फिरंग्यांनीं आणखी एक शिपायांची कंपनी पाठवून तेथला पक्का बंदोबस्त करून टाकला.

गेल्या आक्टोबरपासून मराठ्यांचें दैव फिरलें होतें. डिसेंबरपासून शत्रूनें ठाण्यामागून ठाणीं परत हिसकावण्यास सुरवात केली शेंकडों लोक मेले, जखमी झाले. शत्रूची सलाबत गालीब झाली. नुसत्या आवाईनेंहि माणसें ठाणीं टाकून पळूं लागलीं; असा प्रकार होऊन वसईपासून वरचीं

पुरवणी टीपा--**धारावी.**

(१) अमृतराव खानविलकर--८ डिसेंबर १७३७ च्या सुमारास अमृतराव खानविलकर व इतर पथकें मिळून गोवळकोटाहून आले. त्यांना आप्पासाहेबांच्या सांगण्यावरून धारावीस नेमणूक करून पाठविण्यांत आलें असावें असें पे. द. भा. १६ पत्र नं. ११० वरून दिसतें.

(२) समानसलासीन २१ जिल्काद (ता. २।३।३८) खर्च रुपये या संदरांत धारावीस जखमी झालेल्यांना रुपये दिल्याच्या नोंदी आहेत. त्यांतलीं नांवें:—१ बालकोजी पवार हशम मानाजी आंग्रे. २ दाऊदखान पिठु जमाव बुवाजी अणजुरकर दि॥ खंडोजी माणकर. ३ मानाजी कदम दि॥ सिदोजी गाडे खासबारदार. ४ दि॥ शिवाजी कृष्ण हशम जमाव सइद महमद व संकराप्पा.

(३) (ता. २३।४।१७३८) रु. ८३॥. सुभानजी भोपतरावाचे १३ लोक धारावीस ठार झाले त्यांना बालपरवेशी.

(४) समानसलासीन छ. ४ सफर (ता. १३।५।१७३८) अंताजी विश्वनाथ परचुरे किल्ले धारावीस मयत झाला त्याचे क्रियेस तर्फे रावो विश्वनाथ.

चिमाजी अप्पानी ९-३-३८ रोजीं मु. ठाणे येथून (फा० बहुल आमावास्या.) आपल्या आईस पत्र लिहिलें त्यांत तिचें समाधान करून ते लिहितात "इकडील कांहीं लटकी खबर तुम्ही ऐकली असेल म्हणून जासूद पाठविला तो पावला. येसीयास येथें कांहीं आवाई जाहाली येसें नाहीं. एक धारावी मात्र आम्ही येथें नसताना शत्रूनें घेतली."

सगळीं ठाणीं शत्रूच्या हातांत पडलीं. आतां धारावीहि जिंकून वसईस बसलेले मोर्चे शत्रूनें निष्फळ करून टाकले. आपण जातीनें आलों असतांहि आपल्या माणसांना तेज चढले नाहीं याचें आप्पासाहेबांस अत्यंत वाईट वाटलें. त्यांना झाल्या प्रकारानें किती हळहळ लागली होती तें त्यांनीं पुढें मार्चच्या २८ तारखेस नानासाहेब पेशव्यास पत्र लिहिलें आहे त्यावरून दिसून येईल. त्यात ते म्हणतात “ गनीमाच्या आवाया रोज येतच आहेत. आधींच गनीमाची सलावत धारावीमुळें खादली आहे. गनीम चार हजार पावेतों आहे. उणा होईलसें दिसत नाहीं. फौज येथून (पावसाळ्यामुळें देशास) गेल्यावर घोडबंदरास अगर पापडीस येक वेळ बाहेर निघेल. जर ठासून माघारा लावला तर आपले लोक शेर होतील. जर त्याची सलावत बसली तर वरकड कोणाच्यानें धर धरवणार नाहीं. विचारें तों यैसें आहे; परंतु रायाचे पदरीं पुण्य थोर आहे. तेणें करून ईश्वर स्थळें राखणें तैशीं राखेल. येक धारावीमुळें हळहळ लागली तें ईश्वरास ठाउकी ! काये करावें ? इलाज तो चालेल यैसे नाहीं ! ”

ठाण्याच्या कोटाचें बांधकाम—

गेले सालीं ठाण्याचा कोट जिंकल्याबरोबर आप्पासाहेबांनीं त्याची मजबुदी, डागडुजी व दुरुस्ती कराविण्यास सुरुवात केली. तें काम त्या सालच्या मेपर्यंत चाललें. बहुधा ११ मेस तें तात्पुरतें संपलें वगैरे माहिती पूर्वीं सांगितलेली वाचकांच्या स्मरणांत असेलच. नंतर पावसाळा संपल्यावर डिसेंबरांत तेथें दोन बुरुज बांधण्याचें काम चालू झालें. त्यांचीं नांवें हणमंतबुरुज व गगनबुरुज. त्या कामावर मुख्य गवंडा नथूजी असून देखरेख खंडोजी माणकराची होती. बुरुज १८।१९ हात तयार झाले होते. ते—२० हात भरबुरुज व ३ हात सफेली मिळून एकंदर २३ हात उंच करावे अशी आप्पासाहेबांची आज्ञा होती. परंतु खंडोजी माणकराचें म्हणणें असें पडलें कीं, बुरुज २३ हात उंच न करतां १९ हातच उंच करावेत. कारण ज्यास्ती उंची केली तर कोटावरून होणाऱ्या तोफेचा मार वरच्यावर निघून जाईल. शहरावरून व खाडीवरून मार निघून जाईल. शहर व खाडी तोफांच्या माऱ्यांत राहिली पाहिजे. म्हणून नथूजीनें आप्पासाहेबांच्या संमतीकरितां काम थोडें खोळंबून,

ठेवलें. नथूजीनें कामाचा तपशील खालीलप्रमाणें आप्पासाहेबांस कळविला होता.

‘ हणमंत बुरुजाचें काम उंची होतें. मारा उंची जातो, यास्तव खाली कमाना केल्या आहेत. त्याजवरी बोझे चार हात माथा जाहाले त्याजवरी कमाना तीन ठेऊन तोफा तीन ठेवावयासी जागा करितों. दुसरी कमान साहा हात ठेवून वरते बोझे जमीन पांच हात येते. त्याजवरी भुई होईल. कमानेस मार्ग वरून करूं. कमाना ठेविल्या पाहिजेत. दुहिरा मार होईल.

“ येंदा काम हणमंत बुरुजाचे नवे थर पांच, येकूण उंची पावणेदोन गज आले. दरवाज्याचे मधील टोपीची लादणी होणें आहे. उद्या प्रतिपदेस दरवाजा उभा करितों. झडपा तयार जाहाल्या आहेत. जुन्याच होत्या त्याच जोड लावून तयार केल्या आहेत.

गगनबुरुज मात्र काम उभारले, परंतु दोहींकडील बाजुवा बुरुजाबरोबरी जाहाल्या नाहींत.

कलम. संताजी न॥ मनवर याचे सफेलीचें काम लांबी पन्नास गज व उंची सवादोन गज जाहाली. पुढें काम चालतें आहे. येंदा गगनबुरुजाचें काम उंची पावणेतीन गज आलें आहे.

उत्तरेकडील सफेली.

९३ किता बाजू घर लोहारखानानजीकचा

४७ किता तयार जाहाली गज उंची गज ३ लांबी

४६ तयार होणें लांबी, उंची गज १॥ पुढें काम चालतें.

—

९३

० तारांगण गज लांबी कामाप्रमाणें धरिली × × काम तयार जा

(अपूर्ण)

डिसेंबर ९ च्या सुमारास खंडोजी माणकराला मुंबईहून व दुसऱ्या दोन तीन ठिकाणांहून नक्की बातमी आली कीं, आरमाराची जंगी तयारी करून फिरंग्यानें ठाण्यावर चालून यावयाचें निश्चित केलें आहे. त्याकरितां फिरंग्यानें इंग्रज व शिद्दी यांनाही अनुकूल करून घेतलें असून “ ठाणेयाचे कोटाजवळ नांगर टाकून, तोफांचा मार देऊन कोट उड-

वून टाकावा व हबशी व इंग्रजांनीं खुष्कीनें ठाण्यावर यावें. सर्व तपसामग्री एकवेल खर्च करून ठाणें उठवावें, असा सिद्धांत जाला आहे. तेव्हां पेशव्यास पत्र लिहून त्यांच्याकडून कुमक येऊन पोंचणें कठिण. असा विचार करून खंडोजी माणकरानें रामचंद्र हरि फौजेनिशीं माहीम तारापुराकडे आला होता त्याला लिहिलें. “ तुम्ही संनिध आहा. (पेशव्यापेक्षां) घेतले स्थलास राखावें हा अभिमान तुमचा आहे. जर अनुकूल पाडिले तर इकडील उपराळा करावा, हें गोसावियास उचित आहे. याकरितां लिहिलें असे. येखादेसमयीं तुम्हीं बोल लावाल कीं, यैसें होतें तर तावडतोव आम्हांस कांहीं तरी कळों द्यावें होतें. याकरितां लिहिलें आहे. ” पण त्यावेळीं ठाण्यावर हल्ला झाला नाहीं. त्यानंतर या ३८ सालांत ठाण्याच्या दुरुस्तीचें, बांधणीचें वगैरे काम चालूच होतें. त्यासंबंधीं पेशवे रोजकीर्दीत खालील नोंदी सांपडतात.

साल: समानसलासीन २३ जिल्काद
(ता० ४।३।१७३८)
खर्च ५० रु. पेंढारी यास पोटास. ठाणें साष्टी येथील ह्वेल्या पाडतात याजकरितां.

साल: समानसलासीन २० जिल्हेज
(ता. ३०।३।१७३८)
४४।. रु. मजुरी पेंढारी साष्टीच्या माड्या पाडीत आहेत आसामी ३५४ दर ≈ प्रमाणें रोज गुदस्त मजुरी.

साल: समानसलासीन २३ जिल्हेज
(ता. २।४।१७३८)
१० रु. पेंढारी ठाणेंयांतील माड्या पाडीत होते त्यांस घरास जातेसमयीं.

साल: समानसलासीन ९ मोहरम
(ता. १८।४।३८)

३०० दि॥ खंडोजी माणकर देणें लोक
निसबत शिवाजी बावाजी दर
आसामीस १ रु. प्रमाणें.

सालः समानसलासीन १० मोहरम
(ता. १९।४।३८)

१४ रु. मजुरी ता॥ मालाड येथील
वेठे १२ ठाणें कोट येथील
कामावर लाविले त्यास.

सालः समानसलासीन १० मोहरम
(ता १६।४।१७३८)

१४ रु. मजुरी ता॥ मालाड येथील
वेठे आसामी १२ ठाणें कोट
येथील कामावर लाविले त्यास
दिम्मत खंडोजी माणकर.

सालः समानसलासीन १४ मोहरम
(ता. २३।४।१७३८).

७। रु. मजुरी पेंढारी माड्या पाडीत
आहेत त्यास आसामी ५८
दिम्मत खंडोजी माणकर नाम-
जाद साष्टी.

सालः समानसलासीन १० सफर
(ता. १९।५।३८)

रवासुदगी मल्हारजी पुंडे सिले-
दार नेहमीं ठाणें साष्टीस ठेविलें
त्यास नालबंदी सन तिस्सा
रु. २५०

१५–१६ मार्च (१७३८) चे सुमारास आर्नाळा बांधण्याचें काम सुरू होतें. अर्नाळ्याच्या भरतीकरितां आप्पासाहेबांनीं शिवाजी यादव याचे हाताखालीं आरमारकरी शिपायांची व दर्यावर्दी लोकांची नेमणूक करून त्यांची रवानगी आर्नाळ्यास केली. नेमणुकीप्रमाणें ते तिकडे जात

असतां वाटेत खांदेरीच्या वाऱ्यावर त्यांची फिरंग्यांच्या तीन तावड्यांशीं गांठ पडून त्यांनीं ते तीन्ही काबीज केले. त्यांपैकीं दोन पांच-पांचशें खंडीचे कची होते. व तिसरा दीडशें खंडीचा होता. तिहीं मिळून अठ्ठावीस तोफाहि हस्तगत झाल्या. त्या तावड्यांसह शिवाजी यादव आर्नाळ्यास जाऊं लागला पण वाटेंत तुफान झालें. म्हणून तो आंग्र्यांच्या कुलाब्यास आश्रयार्थ गेला व तूर्त म्हणून ते तावडे, त्यावरील तोफा, सामान आलात अवदान, दाल दागिना, नांगर लोइ-लिया त्यानें आंग्र्यांच्या हवालीं केल्या.

बहाद्दरपुऱ्याचा नवीन मेढा—

मार्च–एप्रिल १७३८

वसईस प्रथम आल्यावर व बहाद्दरपुरा पाठीशीं घेऊन मोर्चेबंदी करून बसल्यानंतर गेल्या पावसाळ्यापासून मराठे छावणी करून राहिले होते. आसऱ्याकरितां त्यांनीं मेढा वगैरे घालून बळकट बंदोबस्त केल्याचें आपणांस माहीत आहेच. तो मेढा वसईच्या कोटापासून अवघा ८०० हातांवर होता. पण तेथपर्यंत कोटांतून गोळे येऊन नित्य मराठ्यांचें एक दोन माणूस जाया होत असे. याकरितां त्या मेढ्याच्या पाठीमागे आठशें हात लांब 'मरतिनसिरवेलाची हवेली कोटासमान होती' ती पोटांत घेऊन तिच्या भोंवतींच भक्कम मेढा घालावा व तेथें जाऊन रहावें असें शंकराजीपंत व आप्पासाहेब यांस वाटूं लागलें. तेथपर्यंतही कोटांतला गोळा येऊन पडत नव्हता असें नाहीं. तथापि ८०० हातावरचा मार सोळाशें हातांवर पडला इतकें तरी होणार होतें. शत्रू एखादवेळ कोटांतून बाहेर चालून आलाच तर त्याला तितकेंच लांब मार खात खात तरी यावें लागेल. शिवाय त्या हवेलीच्या नवीन मेढ्या-पाठीमागें समीपच वज्रगड असल्यामुळें त्याचीहि पुस्ती मेढ्यास मिळ-ण्यासारखी होती असा सर्व विचार करून शंकराजीपंतानें आप्पासाहे-बांच्या सल्ल्यानें ठरविलें कीं, मरतिनच्या हवेलीचा मेढा वळाविण्याचें काम लगटानें दोन महिन्यांतच पुरें करून टाकावें. या नवीन मेढ्यांत दुसऱ्याही दोन सोयी अधिक होत्या. पूर्वीच्या मेढ्यांत पावसाळ्यांत पाणीच पाणी होऊन जात असे व माच घालून राहावें लागे. तसें यांत

होण्याचा संभव नव्हता. दुसरें या नवीन मेढ्यांतच पिण्याच्या पाण्याची चांगली सोय होती. यामुळें तें बाहेरून आणावें लागणार नव्हते. हें नवीन स्थळ तयार झाल्यावर पाऊसकाळीं छावणीस तेथें तीन हजार माणूस व दोनतीनशें स्वार ठेवले म्हणजे पुरे झालें असतें.

पाऊसकाळ समीप आल्यामुळें कामास तातडीनें सुरवात करणें प्राप्त होतें. पण एक दोन अडचणीहि होत्या. दगडी काम करावें तर दगड जवळ मिळण्यासारखा नव्हता; म्हणून तूर्त ताडाचा वगैरे मेढा करावयास लागून पुढें उघडीप पडल्यानंतर शेंदोनशें गाडे सजवून जेथून जेथून दगड मिळेल तेथून आणवावा आणि मग दगडी काम सुरू करावें, असा शंकराजीपंताचा बेत होता.

मार्चच्या १९ तारखेस पुष्यार्क होतें. त्याच मुहूर्तावर शंकराजीपंतानें मेढ्याचें काम सुरू केलें. मेढ्याचा नकाशा खालीलप्रमाणें धरण्यांत आला होता. " लांबीः—बाजू पूर्व–दक्षिणेपासून उत्तरेपर्यंत २४० हात. बाजू पश्चिम–दक्षिणेपासून उत्तरेपर्यंत २४० हात; रुंदीः—बाजू दक्षिण–पूर्वेपासून पश्चिमेपर्यंत १७५ हात. बाजू उत्तर–दक्षिणेपासून उत्तरेपर्यंत १७५ हात. म्हणजे एकूण लांबी ४८० हात व रुंदी दोन्ही बाजू मिळून ३५० हात. याखेरीज चार कोनांस चार बुरूज. दगड लहानसहान मिळेल त्यांतून दगडी काम ५।७ हात करून त्यांत माती भरून त्यावर माडाचे ओंडे द्यावे. एकोण १४ हात उंच काम करावें. तूर्त दगडामातीचा चौथरा सहा सात हात घालून त्यावर माडाचे ओंडे द्यावेत. " मग पुढें दसऱ्यानंतर मेढ्याचें बाहेरून चुनेगच्ची काम करावयाचें ठरलें. काम सुरू झाल्यानंतर सहा सात दिवसांतच ४।५ हात बाहेरचें भिंताड तयार झालें.

याच वेळीं वसईच्या खाडीसमोर फिरंग्यांनींहि तिकडे धारावीचें ठाणें बांधण्यास सुरवात केली होती. त्याकरितां चुन्याच्या भट्ट्या लावून उतनचा करल नेऊन काम तडाक्यानें सुरू होतें. शंकराजीपंत लिहितो, "बरें; तो (तें) करतो. आम्ही त्याचे उरावर हें करतों. तो (वसईच्या कोटांतील शत्रु) पहातो, त्यास म्हणतों कीं बाहेर नीघ. " या ईर्षेचें कारण असें कीं, शंकराजीपंतानें पुढल्या मोर्चाच्या तिन्ही अंगांनीं दारूचे १० बुधले पुरून त्याची रंजक मेढ्यांत आणून माणसें नेमून ठेविलीं होतीं. खेरीज

हुके करून व आंतील तीन तोफा व बाहेर दोन तोफा लांब पल्ल्याच्या सिद्ध केल्या होत्या. तसेंच दीड हजार हशमांची एक टोळी, राउतांच्या तीन टोळ्या दोन बाजूंस दोन व एक टोळी खुद्द त्याचेपाशीं अशी तरतूद करून तो शत्रू चालून आल्यास सावध राहिला होता.

हें नवा मेढा बांधण्याचें काम सुरू होऊन रंगास येऊं लागलें तसतसें वसईच्या कोटांतील शत्रु त्यावर गोळे टाकूं लागला. यामुळें दगड, नारळीचे मेढे वगैरे वाहून आणणारे मराठ्यांचे लोक नित्य जखमी किंवा ठार होऊं लागले. २ एप्रिलपासून अवघ्या पांच सात दिवसांतच ३ शिपाई ठार झाले व ७८ जखमी झाले. " जों जों मेढ्याच्या पेटीचें काम उंच उंच भरत जाईल तों तों मग बचाव होईल, " अशी शंकराजीपंताची अपेक्षा होती. या नव्या मेढ्याचें काम एप्रिलच्या ९ व्या तारखेस त्यानें खालीलप्रमाणें झाल्याचें कळविलें. " ३ हात भुईमध्यें, १४ हात भुईवर येणेंप्रमाणें बाहेरचा धर घातला. आंतून १२ हात रुंदी काम लहान दगडी बाहेरचें अंग गडगा कोरा अर्डीच दोन हात रुंद आंतून दोन हात, मध्यें सात हात वाळू याप्रमाणें रुंदी काम धरून मेढियांतून पांच हात काम उंच आलें. "

१६ एप्रिलच्या सुमारास आप्पासाहेबांनीं नथूजी गवंड्याला शंकराजीपंताकडे पाठविलें व बहाद्दरपुऱ्याच्या नवीन मेढ्याचा प्लॅन किंवा नकाशा पहाण्याकरितां घेऊन येण्यास सांगितलें. त्याप्रमाणें तो गेला असतां शंकराजीपंतानें सर्व काम त्यास दाखविलें.

याच वेळीं वज्रगडाचीहि बंदिस्ती चालली होती.

बहाद्दरपुऱ्याची इतर हालहवाल

मार्च १७४८ पासून

मार्चच्या २५ तारखेस वसईच्या बंदरामध्यें शत्रूचीं जीं गलबतें होतीं तीं कोठें दूर गेलीं. त्यावरून शंकराजीपंताची समजूत अशी झाली कीं, शत्रु हुलकावणी दाखविण्याकरितां गलबतावर लोक भरून बाहेर दूर निघून गेला असून त्याचा खरा बेत अकस्मात् बहाद्दरपुऱ्यास किंवा आर्नाळ्याकडे जाऊन दगा करावा असा असावा. संशय येतांच त्यानें आर्नाळ्यास, तांदुळवाडीस, मांडवीस, जिवधनास जिकडे तिकडे इशारे पाठवून सावधागिरी करविली.

बहाद्दरपुऱ्याकडे फार महागाई झाली होती. शिवाय आप्पासाहेबांनीं फौजेकरितां जो रोजमुरा पाठविला तोही लोकांस पुरत नव्हता. म्हणून व्यंकटराव घोरपड्यानें रोजमुऱ्याची बेगमी करून घेण्याकरितां गोविंद राम ठाकुरास आप्पासाहेबांकडे पाठविलें. यावेळीं बहाद्दरपुऱ्च्या छावणींत धान्याचा दुष्काळच पडल्यासारखा होता. व्यंकटरावानें शंकराजीपंतास धान्याचा पुरवठा करण्याविषयीं सांगितलें. त्याप्रमाणें त्यानें कल्याणास बरवाजी पाटलाकडे लिहिलें. परंतु बरवाजी पाटलानें लिहिलें कीं, " प्रांतांत खरीदी पडली. याउपरी दाणा येत नाहीं " त्यावर व्यंकटराव शंकराजीपंतास म्हणू लागला कीं, ही गोष्ट तुम्ही आप्पासाहेबांस कळवा. पण शंकराजीपंतास तें मान्य झालें नाहीं. तो म्हणाला, " एक वेळ खावंदांस दाण्याविषयीं लिहिलें होतें; पण त्यामुळें लोकांस कितेकांस विषम वाटलें म्हणून मी आतां मुळींच मागणी करणार नाहीं. जें मिळेल तें मिळो. न मिळे तरी उपास पडेल तरी पडो. " मग व्यंकटरावानेंच आप्पासाहेबांकडे तगादा लावला व लिहिलें कीं, " येथें तर धान्याचा भाव सात शेर झाला. इतका महाग. बरें महाग घ्यावा तर पैसा देऊनहि तो मिळतो असें नाहीं. रुपये असून धान्य न मिळे तर लोकांनीं काय करावें ? अजून दोन महिने पावसाळ्यास अवकाश तेवढ्यांतच धान्य यावयाचे बंद झाल्यास पुढें पाऊसकाळांत लोकांची गत काय होईल ? धान्याची तरतूद नाहीं तर येथें स्थीत लोकांची वांचत नाहीं. याचवेळीं गोविंदराम ठाकुरास पाठवून देण्याविषयीं आप्पासाहेबांनीं लिहिल्यामुळें व्यंकटरावानें त्यास पाठवून दिलें. पुढें एप्रिल २४ तारखेच्या सुमारास आप्पासाहेबांनीं पंचवीस हजार रुपये पाठवून दिले. तेरा हजार शंकराजीपंतास, सात हजार व्यंकटरावास व सहा हजार संभाजी शिंद्यास.

मार्चांत शंकराजी केशवाचा नातलग धोंडोपंत म्हणून कोणी होता त्यानें फिरंग्यांच्या सोळसंब्याच्या गढीवर हल्ला केला. ती गढी सोळसंबें गांवांत डहाणूच्या पलीकडल्या सरहद्दीवर होती. गढी व गांव अडचणींतच होता. वास्तविक धोंडोपंत तेथें जो गेला तो जव्हारकरांचा त्रिंबकजी प्रभु गंजाडकर यानें हव आणली म्हणूनच गेला होता. परंतु पुढें त्या त्र्यंबकजीनेंच शकटभेद करून शत्रूस सामील होऊन

मराठी फौजेसच दगा देण्याचा विचार केला. त्यानें खिंड धरून मराठ्यांस कोंडलें होतें. परंतु ते मारामार करीत निघून गेले. त्यांत दोन मेले, पांच जखमी झाले व दोनचार जणांचीं घोडीं मेलीं. हा गंजाडकर जव्हारकरांचा कमाविसदार होता. वास्तविक जव्हारकर हे या मोहिमेंत पेशव्यास साहाय्य करीत असतां त्यांनीं असें करणें योग्य नव्हतें. दुसराही असा एक प्रवाद होता कीं, गंजाडकर व अशेरीकर हे आंतून एकमेकांस सामील असून गंजाडकर गाडे भरून अशेरीस दाणागल्ला व सामानही पोंचवितात. यामुळें अशेरीचा किल्ला दिवसेंदिवस मजबूत होत होता. म्हणून शंकराजीपंतानें आप्पासाहेबांस लिहिलें कीं, "कसेंही करून त्र्यंबकजीस हाताखालीं घालून कैद करवा. व फिरंगाण प्रांतींचीं कुळें गंजाडामध्यें व जवारप्रांतांत जाऊन राहिलीं आहेत तीं शोध लावून आपल्या प्रांतांत आणा. आम्ही स्वारी त्र्यंबकजीवर नेली तर कदाचित् सांपडेल न सांपडेल; म्हणून तुम्हीच कांहीं बहाणा करून जव्हारकरास सांगून त्याला आपणांकडे बोलावून घ्या व पारिपत्य करा. जव्हारकरांचे परगणे पारडी व पाहुणवारें सरकारांत जप्त करा. हे जव्हारकरांचे म्हणून आम्ही गंजाडकरांच्या लबाडीकडे कानाडोळा केला; पण पुन्हा असें झालें तर गंजाडच काय सारा जव्हारप्रांतच जाळून टाकूं."

एप्रिलच्या ४ थ्या तारखेस दवणास फौज पाठविण्यासंबंधीं विचार-आचार आप्पासाहेबांनीं बहाद्दरपुऱ्यास शंकराजीपंतास लिहून पाठविला. परंतु त्यानें तेथें मेढ्याचें काम लावलें होतें. माणूस रिकामें नव्हतें. जागा तयार झाला पाहिजे म्हणून रात्रंदिवस लोक काम करीत होते. त्याकरितां व शिवाय शत्रु दगेखोर असल्यामुळें भरतीही असावी म्हणून, तूर्त दवणावर तेथून स्वारी पाठवितां येत नाहीं असें त्यानें आप्पासाहेबांस कळविलें.

शंकराजीपंताच्या ज्या अनेक अडचणी होत्या त्यांतील एक मोठी अडचण म्हणजे लोक लष्करांतून पळून जाऊं लागले होते ही होय. माहीम-शिरगांवचे वेढे उठल्यापासूनच एकंदरींत मराठे लोकांनीं शत्रूची धास्ती खाल्लेली होती. बहाद्दरपुऱ्याजवळ तर लोक राहायला नाखूष होते. शंकराजीपंत लिहितो, "येथील माणूस, गोळ्याची धास्त, टोपीकर समीप म्हणून निघून जातें." शंकराजीपंत हा मोठा कडक होता. त्यानें त्या

लोकांचे पत्ते पाडून कबिले पकडून आणून मसाले करून पळ्यांचें पारिपत्य करण्याचा पुष्कळ प्रयत्न केला. कर्णाजी शिंदे शंकराजीपंताबरोबर होता. मोठा जमातदार पण त्याचेही लोक जाऊं लागले. पंचवीस तीस लोक गेले. " त्यास आणावयास माणूस पाठवावें पण गेला तो येत नाहीं म्हणून कर्णाजी शिंदे श्रमी होतात. व म्हणतात कीं, आमचे कदीम जुने लोकच हुजूरचीं पत्रें आणून जाऊं लागल्यावर जमाव कशाचा राहाणार ? आम्ही शिक्षा करावी ती चालली तरच उपयोग. एरव्हीं स्वामीच्या कैदेचा बंद राहाणार नाहीं. " शंकराजीपंत लिहितो. " पळून गेले म्हणावें तरी राघोजीच गेला ऐसे नाहीं. शेंसवाशें माणूस होईल. कानोजी राणे आज दोन पिढ्या कर्णाजी शिंद्याचा चाकर. माहुली जिंकली तेव्हां तो धारकऱ्यांत होता. त्याला तुम्ही तेव्हां मोहनमाळहि बक्षीस दिली; तोहि पळून गेला ! तो गेल्याबरोबर त्याच्या जमातींतले दहा-पांच लोक तेहि पळून गेले. कर्णाजी शिंद्याच्या पथकांतल्याप्रमाणेंच कल्याणकर चाळीस पन्नास माणूस गेलें. मावळ्यांच्या पथकांतलेहि कांहीं मावळे पळून गेले. मोकाशी लोकांतील तसेंच पन्नास साठ माणूस निघून गेलें. " लष्करांत शिस्त राहावी भरती मोडूं नये म्हणून शंकराजीपंतानें आप्पासाहेबांस कडक हुकूम फिरविण्याबद्दल लिहिलें.

बहादरपुऱ्याच्या मोर्चांत एप्रिलच्या १९ व २० तारखेस एक दग्याचा प्रसंग घडून आला. शंकराजीपंताच्या सैन्यांत आरब होते त्यांचा तो प्रताप ! १९ तारखेस सायंकाळीं अंधार पडतां शिद्दीजोहर अरब याच्या पथकांतला एक अरब थोरला मोर्चा डावा टाकून थेट वसईचे बुरजाखालीं जाऊन बुरुजावर फिरंग्यांचे लोक होते त्यांशीं कांहीं तरी बोलला व मग तेथून निघून, समोर वसईवर लागू केलेल्या तोफेची जी जंगी (खिडकी) होती त्यांत फिरंगिया देखता सिरोन मोर्चांत परत आला. एक वेळ लोकांनीं गयगुदर केली आणि शंकराजीपंतास कळविलें नाहीं. पण फिरून दुसरे दिवशींहि सकाळीं तो तसाच त्या वाटेनें तिकडे जाऊन शत्रूशीं कांहीं बोलीचाली करून आला. तेव्हां मात्र मोर्चेकऱ्यांनीं त्यास पकडून शंकराजीपंताकडे आणला. प्रथम तो कबूल होईना; पण मारहाण केल्यावर त्यानें सांगितलें " आपली त्याची बोली इतकीच जाहली कीं, आपण त्यास बोललों कीं,

'दिनचा पाय येथें आला आहे, तुम्ही भेटीस येणें.' याचा खरा अर्थ 'दिन' गाजविणारे आम्ही अरब येथें मोर्चांत आहों. माहीमसारखेच फिरून तुम्ही मोर्चावर चालून या, असा होत होता. हें उत्तर ऐकतांच शंकराजीपंतानें तावडतोब त्याची गर्दन मारली. तो लिहितो, "आरब बाहेर आम्हांजवळ असतां त्यास फिरंगियासी बोली करावयास प्रयोजन काय ? व मोर्चांत त्यास ठेवला नसतां फिरंग्यादेखता यावयाजावयाचा. ऐसे जवळ ठेवले तरी आम्हांस दगा देतील हें समजोन त्यास जिवेंच मारिलें. रोज उठोन अस्तनींत आग बाळगावीशी नाहीं." माहिमापासूनच शंकराजीपंतास या आरबांच्या बेइमानीचा अनुभव आलेला होता. म्हणून पूर्वीं त्यांनें एकदां आर्नाळ्याहून सगळे आरब काढूनहि आणले होते. आतां हा प्रसंग झाला. याच्याहि आधीं दुसरा एक आरब असाच कोटांत गेला. ते वेळीं चौकशी करतां आरबांनीं खोटेंच सांगितलें कीं, 'शत्रूनेंच त्याला वाळवंटावरून पकडून नेलें.' त्याहि गोष्टीच्यापूर्वीं सराईस खुद्द कडदिनानें आरबांशीं सूत्र लाविलें होतें. पण तें एकाकडून फुटलें. त्या आरबास मारल्यावर सगळे जमातदार आरब एकसरले व निघून जाऊं लागले. व म्हणाले कीं, "जो मुसलमान असेल तो आमच्याबरोबर येईल. विनाकारण आमचा माणूस मारला. आम्ही उठून जातों." पण दुसरे कोणी फारसे त्या कुटास जुडले नाहींत. महंमदखान आरब व गोपिनाथ हे तेवढे कुच करून निघून गेले.

एप्रिल अखेरीस तर बहादरपुऱ्यास धान्याचा फारच कडाड झाला. शिवाय लोकांस रोजमुराहि पुरा मिळत नव्हता. याहि कारणामुळें कांहीं कांहीं उठून जाऊं लागले म्हणून तेथें जे सरदार लोक नेमले होते त्यांनीं सगळ्यांनीं मिळून आप्पासाहेबांस एक पत्र लिहिलें व कळविलें कीं 'येथें गल्ल्याची अमदानी होत नाहीं. व रोजमुरा लोकांस लौकर पावत नाहीं, लोक उपाशी कसे राहतील व आम्हीं तरी कसें राहवून घ्यावें ?"

असो. याच वेळीं फिरंगी कप्तान कडदिन यानें आपल्या अधिकाराचा राजीनामा दिला. कडदिनाचें व व्हॉइसरायाचें भांडण बरेच दिवसांपासून धुमसत होतें. कडदिनास गोव्यांतून पैशाची मदत फारशी

होत नव्हती. मोहिमेचा सर्व अखत्यार कडदिनावर. पण जवळ पैसा नसल्यामुळें त्याची फार जिकीर झाली होती. कडदिनानें एतद्देशीय भाडोत्री लोकांची सैन्यांत भरती केली होती. तसें करणें त्याला भागच होतें. कारण पोर्तुगालाहून लढवाई फिरंगी असे आणून किती आणणार ? पण भरती केलेले एतद्देशीय शिपाई बोलून चालून भाडोत्रीच असल्यामुळें त्यांना महिनेमहा नक्त पगार पोचविणें जरूर होतें. एरवीं ते बेदिल होऊन उठून तरी जावयाचे किंवा वेळीं मराठ्यास फितूर होऊन दगाही करावयाचे. या खेरीज बऱ्याच फौजेचा पमार तुंबलेला होता. आता पावसाळा सुरू झाला म्हणजे जहाजांची वाहतूक थांबेल. गोव्याहून मदत किंवा पैसा येणार नाहीं; मग आधींच बाकी तुंबल्यामुळें नाराज झालेली फौज आणखी चार महिने दम काढणे शक्य आहे ? असे उपाशी व नाराज माणूस एकनिष्ठेनें लढणार कसे ? हें संकट ओळखूनच कडदिनानें व्हॉइसरायाकडे पैशाची व माणसांची मदत मागविण्याचा सपाटा चालविला होता. फेब्रुअरी महिन्यांत व्हॉइसरायानें कसेबसे दोन लाख झेरॅफिन्स पाठवून दिले. पण त्याचबरोबर यापुढें इकडून अधिक मदत होणें अशक्य आहे असेंही लिहिलें. त्यावर कडदिनानें कळविलें कीं, गोव्यांतल्या चर्चातून अगणित संपत्ति कुजून चालली आहे. ती अशा अडचणीच्या वेळीं बाहेर काढावयास नको काय ? होतां होतां कडदिन अगदीं कंटाळून गेला व त्यानें आपल्या कामाचा राजिनामा दिला. मग व्हॉइसरॉयानें पेद्रु दमेलासच त्याचा अधिकार दिला.

२३ मार्च १७३८ च्या सुमारास कडदिनानें दिलेला राजिनामा मंजूर होऊन पेद्रु दमेलची त्याचे जागीं नेमणुक झाली त्यासंबंधींची बातमी वसईस वेढा देऊन बसलेल्या मराठ्यांना लागली होती. व्यंकटराव घोरपड्यानें आप्पासाहेबांस वसईच्या मोर्चातून लिहिलेल्या पत्रांत पुढीलप्रमाणें हकीगत कळविली. "आपण पत्र पाठविलें तेथें लिहिलें कीं कडदिन याचें वर्तमान काये ? त्यास नवा जनराल वसईस आला त्यावरी यास * * * कडदिन माघारे निघून जावयाकरितां आरमारसहित बाहीर निघोन समुद्रात मोखारावरि येक दिवस आरमारासहित मुकाम करून रात्रीं निघोन गेले. त्यास कडदिन मुंबईस गेला. तेथें

इंगरजानें त्याजला राहविलें आहे म्हणून खंड पाटील त्याचे मुंबईहून माणूस आले त्याणे सांगितले. वरकड आरमार कोठें आहे ते कळत नाहीं. आरमार जाऊन आज च्यार रोज जाले. ”

दुसऱ्या एका पत्रांत पेद्रु दमेलच्या नेमणुकीबद्दल त्यानें (शंकराजी केशवानें) आप्पासाहेबांस पुढीलप्रमाणें बातमी कळविली आहे. “ वसईस पूर्वीं जराल होता ठाणियातून पळाला तो फिरोन जराली करून त्याजवली कारभारी पेद्रु दमेल जो माहिमास व सिरगावास व असेरीस गेला होता, तो आला आहे. जरालानी कोटात असावे व पेद्रू दमेल यानीं बाहेर स्वारीसिकारी करावी ऐसे करून आले. याची उमेद फारसी बाहेर यावयाची आहे. आला तरी स्वामीचे पुण्येंकरून फजीत पावेल. काडदिन गोवियास गेला त्यासमागमे मर्तिन सिरवेल व आणखी दोन मातबर फिरंगी त्यासमागमे गेलें हे वर्तमान आहे. ”.

एप्रिलच्या ८ व्या तारखेस वसईच्या कोटावरून २७ तोफांचे आवाज झाले. तसेंच धारावीसही ७ झाले. खेरीज धारावीचे खाडींत जहाजें होतीं त्यांनींहि दहा बारा तोफा मारल्या. त्यामुळें बहादरपुऱ्याच्या लोकांचा तर्क कीं, बहुधा पहिला जराल जाऊन दुसरा येत आहे त्या दोघांना ही शत्रूची सलामी असावी. कारण, ‘ मातवर माणूस आला अगर गेला म्हणजे ज्याचे अंगावरून जाईल त्या जाहाजवालियानें तोफा माराव्या. व ज्या कोटावरून गेला त्या कोटकरियानें तोफा माराव्या यैसा फिरंगियाचा दस्तुर आहे. यास्तव जरी कडदिन गेला असिला तरी तोफा मारिल्या असतील यैसे लोक कयास करितात. ’ ११ एप्रिलास संध्याकाळीं वसईच्या कोटावरून तोफांच्या दोन सरबत्त्या झाल्या. एकदा तेरा बार व दुसऱ्यांना चौदा. तसेंच धारावीच्या कोटांवरून सहासात. तेव्हांहि लोक म्हणूं लागले कीं, कडदिनच गोंव्यास गेला.

याचवेळीं शंकराजीपंताचा नातलग धोंडोपंत व होनाजी बलकवडे हे माहीम-तारापूर प्रांतांत हमेषा स्वाऱ्या घालीत होते. नुकतेंच १० एप्रिलच्या सुमारास त्यांची व फिरंग्यांची डहाणूस लढाई झाली. ‘ तेथें पांच सातशें माणूस दमणकर फिरंग्यांचे. ’ युद्ध चांगलें झालें. शेवटीं मराठ्यांनीं त्यांचा पराभव केला. व त्यांच्या चार पांच माणसांचीं नाकें कापून घेऊन ते परत

आले. त्यामुळें तेथें शत्रूस दहशत बसली. शंकराजीपंत लिहितो; "याच-प्रमाणें फिरंगियास तंबी पोहोंचावून जागा जागा शह देऊन अगदीं दवणपर्यंत परदेशी करतों. चिंता नाहीं. दोन हजार माणूस मात्र आम्हांस द्यावें म्हणजे फिरंगियाचा हिसाब धरीत नाहीं. "

मार्चच्या १४ व्या तारखेच्या सुमारास बहाद्दरपुरच्या मोर्चाच्या पूर्वेकडे व पश्चिमेकडे शंकराजीपंतानें दोन तबकें म्हणजे खंदक खणून सिद्ध केले. व त्या खंदकांचेपुढें व वसईकडील अंगास दारूचे बुधले मेढ्यापासून सहा हातांवर पुरून तयार केले. कारण कीं, शत्रु चालून आला तर आंत सरबत्ती नेऊन वेळीं शत्रु उडवून द्यावा.

मार्चच्या ३० तारखेच्या सुमारास शंकराजीपंताकडे खबर दोन तीन ठिकाणांहून आली कीं; बहाद्दरपुऱ्यावर शत्रु चालून येणार. शंकराजीपंतानें मेढ्याचें काम सुरू केलें होतें तें पाहून कदाचित् मराठे तेथें गढी किंवा माडी बांधीत असावेत, असें शत्रूस वाटलें, व तें काम अत्तांच मोडून न टाकलें तर पुढें वसईस पेटेस मागेपुढें जागाच राहणार नाहीं. कोटांतच राहतां येईल तेवढें. असा विचार करून शत्रु चालून येणार होता. पण शंकराजीपंत खबरदार होता. मेढ्याचें कोरें काम चाललें होतें त्याचे दोन बाजूस दोन टोळ्या करून तो बसवीत होता. याचवेळीं व्यंकटरावानें आप्पासाहेबांजवळ असलेल्या गोविंदरामास पत्र लिहून कळविलें कीं, " आम्ही सावध आहों त; दिवसाच्या छबिन्यास म्हणजे पहाऱ्यास पांचशें सहाशें व रात्रींच्या छबिन्यासही पांचसहाशें लोक ठेविले आहेत. दिवसा मी स्वतः जातों. शत्रु बाहेर पडलाच तरी होईल तितका श्रम करीतच आहों. "

कामणदुर्ग काबीज—

मार्चच्या १७ व्या तारखेस कामणदुर्गाच्या टेकडीवर आगढ्या दिसूं लागल्या. त्यामुळें कदाचित् फिरंग्यांच्या लोकांनीं तेथें येऊन ठाणें घातलें असावे अशा समजुतीनें त्या दिवशीं उजाडतांच शंकराजीपंतानें ५० माणूस मुद्दाम चौकशीकरितां पाठविलें; व तसेंच शेजारच्या मांडवीच्या ठाण्याची बळकटी करण्याकरितां २०० लोक बरोबर देऊन चिमणाजी बापूजीस तेथें रवाना केलें. शंकराजीपंताचा कयास असा होता कीं, शत्रु मांडवीच्या ठाण्यावर येण्याचाच विचार करीत

असावा. तो आप्पासाहेबांस लिहितो, " गनीम मांडवीवर आला तर येथून भारीच फौज पाठवावी लागेल. जर कामणावरि थारा धरिला तरी दोन हजार माणूस स्वामींनीं पाठवावें. आम्ही एक हजार व बरवाजी ताकपीर येैसे लगटानें फस्त करूं. " पण खरोखर कामणास फिरंगी वगैरे कोणीहि गेले नव्हते. " तें वर्तमान बास्कलच ठरलें. " कारण शंकराजीपंताच्या व खुद्द मांडवीहून पाठविलेल्या चिमणाजी बापूजीच्याहि लोकांनीं वर्तमान खोटें म्हणूनच बातमी आणली. पण नंतर शंकराजीपंतानें विचार केला कीं, न जाणों आज एक वेळ ही बातमी खोटी ठरली पण दुष्ट स्वप्न आहे. अगोदरच त्याचा पक्का बंदोबस्त करावा म्हणजे पुढें पस्तावण्याची पाळी नको. म्हणून त्यानें तें ठाणें वसविण्याकरितां सिवाजी अणजुरकर व बाळकोजी पडवळ यांचेबरोबर १०० लोक देऊन १९ मार्च रोजीं तेथें ठाणें घातलें. ही बातमी आप्पासाहेबांस कळतांच त्यांनीं शंकराजीपंतास युक्तिवाद लिहिला कीं, " कामणदुर्ग वसवलियावरि कायम जाला तरि उत्तम. नाहींतर धारावीचा विचार जालियास उत्तम नाहीं. जोंवरि धारावी मोकळी होती तोंवरी फिरंगी यांनीं कांहीं केलें नाहीं. धारावीस आम्हांकडून उत्पात जाहला याजकरितां त्यांणींहि (शत्रूनें) ती जागा धरिली. तैसें न व्हावें. " पण हें कामणचें ठाणें हातीं असणें आवश्यक कसें आहे तें शंकराजीपंतानें आप्पासाहेबांस सविस्तर कळविलें. त्याचें म्हणणें एक तर कामण म्हणजे मांडवीवरून कल्याण–भिवंडीस जावयाची वाट तसेंच भिवंडीस जवळ. तेव्हां तें ठाणें आपलेच हातीं राखलें पाहिजे. शिवाय " किल्ला खुष्कीस, डोंगराळ व अवघड. गनीम त्या कामास गांडू. वर टाकीं तळीं आहेत. किल्ला सायवान परगण्यांत आहे. भिवंडी सोनाल–तपा किल्ल्यापासून तीन कोसच आहे. सारांश वज्रगड अनोलियाची पाटी मोकळी असलियास उत्तम म्हणून वसविला असे. "

घोडबंदराचें बांधकाम (१७३८)—

घोडबंदरासही एक गढी बांधण्याचें काम आप्पासाहेबांनीं खंडोजी माणकराच्या देखरेखीखालीं चालू केलें. मार्च महिन्यांत हजार माणसांनिशीं जाऊन खंडोजी माणकरानें तेथें कोरें काम सुरू केलें.

घोडबंदराजवळ व ठाण्यापासून ३ कोसांवर ओवले म्हणून एक

स्थळ आहे. तेथें शंभुदेवाचें स्थान होतें. ती जागा नाक्याची असल्यामुळें व ' जागाही उत्तम, बांधावयास योग्य ' असल्यामुळें तेथेंही एक गढी बांधण्याचा त्यानें विचार केला. ही योजना मार्च महिन्यांतच ठरली. परंतु ती जागा खाडीच्याजवळ असल्यामुळें पावसाळा लागावयाच्या आधीं तेथें काम सुरू केलें तर कदाचित् शत्रु खाडींतून तेथें जहाजें आणून तोफांच्या माऱ्याखालीं काम पाडून टाकील. म्हणून तूर्त दोन महिने पावसाळा लागेपर्यंत चुना तयार करवावा व दगडांचें साहित्य करवावें आणि मग पाऊस लागला म्हणजे कामास सुरवात करावी. त्यावेळीं दर्या चालत नसल्यामुळें शत्रु अडथळा करणार नाहीं. असा विचार करून त्याप्रमाणें त्यानें व्यवस्था केली. पण मराठ्यांची तें ठाणें बसविण्याकरितां चाललेली तरतूद शत्रूला कळली असावी. कारण पुढें मे महिन्यांत शत्रूनें एकदां घोडबंदर व ओवळें इकडे जाऊन छापा घालण्याचा प्रयत्न केला.

१८ मेच्या सुमारास शत्रूचीं ११ गलबतें आलीं. त्यांपैकीं ६ शंभुदेवाजवळ खाडी अरुंद होती तेथें लागलीं. व बाकीचीं पांच घोडबंदरचे हवेलीजवळ गेलीं. पण येथें मराठ्यांनीं त्यांवर बंदुकांचा मार केल्यामुळें तीं मुरडून माघारीं गेलीं. मात्र जातांना घोडमाल्याच्या बंदरांत कांहीं किरिस्ताव होते त्यांस त्यांनीं सांगून पाठविलें कीं, आम्ही घोडबंदरावर छापा घालावयास आलों आहोंत. आम्ही सांगतों ती मदत आम्हांला करा. पण त्या किरिस्तावांनीं उलट त्यास कळविलें कीं, ' आज तुम्ही छापा घालावयास आलांत खरें; पण आतां मराठे आमचीं बायकामुलें पकडून कापतील त्याची वाट काय ? करतां उद्यांच्या उद्यां आम्ही आमचे कबिले आधीं सुरक्षितस्थळीं काढून नेतों; मग तुम्हांला काय मदत करावयाची ती करूं. शत्रूच्या गलबतांचा आणि या किरिस्तावांचा झालेला बेत ओवल्याच्या ठाणेदारास कळतांच त्यानें आप्पासाहेबांकडे कळवून तातडीनें शेदीडशें बरखंदाज पाठविण्याविषयीं लिहिलें. शेजारचें आपलें घोडबंदरचें ठाणें खबरदार असतांही आमच्या या चौकीवर छापा घातला आणि ती उधळली म्हणजे खुद्द घोडबंदरचीच चौकी बेहिंमत होऊन उठून जाईल अशी शत्रूची अपेक्षा आहे. ती सफळ होऊं देतां कामा नये. करितां बरखंदाज पाठविले तरच

आमचा टिकाव होईल, म्हणूनहि त्यानें कळविलें. पुढें दुसरे दिवशीं छापा आला किंवा नाहीं यासंबंधीं कांहीं माहिती उपलब्ध नाहीं.

मराठे अर्नाळयाजवळ कांहीं गलबतें काबीज करतात—मार्च १७३८

खारेपाटणचे मानाजी आंग्र्यानें कौल दिलेलें एक जहाज वसई अर्नाळ्याकडे शंकराजीपंतानें अडकवून ठेविलें होतें, तें न सोडण्याविषयीं त्याचा आग्रह होता. परंतु या वेळीं मानाजीस दुखवावें असें आप्पा-साहेबास वाटत नव्हतें. “ मानाजीनें पूर्वीं साडेतीनशें लोक पाठविले; आतांही रामाजी अनंताबरोबर आणखी साडेतीनशें लोक चाकरीस पाठविले आहेत. पाऊसकाळ तर आतां डोक्यावर आला. तेव्हां त्यावेळीं या लोकांची मदत मुलूखरक्षणास पुष्कळच होईल. शिवाय दारू-गोळा, तोफा व किरकोळी फर्मास, लागेल तो जिन्नस आपण त्याकडून आणवितों आणि तोहि पाठवितो. आपल्याला तर आतां देशास जाणें भाग. तेव्हां या प्रांतीं प्रसंग पडला तरी साहित्य तरी करतील.” असा विचार करून त्यांनीं २५ मार्च रोजीं शंकराजीपंताला हा सर्व युक्तिवाद लिहून खारेपाटणचें जहाज सोडावें कीं न सोडावें याविषयीं सल्ला विचारला. त्यावर शंकराजीपंतानें लिहून पाठविलें कीं, “ आज-तागायत आंग्र्यांची चालच पडली आहे कीं, त्याचा कौल घ्यावा. आमचा नवा अम्मल. आपला कौलाचा जप्त पडे तोंवरी कोणाचें कौलाचें जहाज सोडलियावरी मग जो तो त्याचाच (मानाजीचाच) कौल घेऊन येईल. येक वेल प्रवृत्ति पडली म्हणजे तसीच चाल पडेल. तथापि खारेपाटणचें जहाज सोडणेंच असेल तरी मानाजी आंग्र्यानें अडकव-लेलें आपलें नाथासाचें जहाज आधीं सोडवून घेऊन मग हें सोडावें.”

शंकराजीपंतानें याबाबत चांगला दूरवर विचार करून व युक्तिवाद करून आप्पासाहेबांस पत्र लिहिले ते महत्त्वाचें आहे. “ तुमचा कौल आम्हीं मानावा व आमचा कौल तुम्हीं मानावा याप्रमाणें राजश्री मानाजी आंग्रे याजकडे दस्तऐवज गुंतों न द्यावा म्हणून पुरवणी (मी) लिहिली आहे. यास कारण काय तरी हे बंदरकांठचे लोक म्हणजे कैदखोर आहेत यैसे नाहीं यास्तव लिहिलें आहे. पूर्वीं राजश्री सरखेल यांची व इंगरेज यांची तहाची बोली पडली तेव्हां इंगरेजानीं बोली घातली कीं, ज्या

जहाजावरी आपला कौल निशाण असेल त्यास तुम्हीं न धरावें. त्यास राजश्री सरखेल यांणीं त्यासी बोली केली कीं, तुमचा कौल ज्या जहाजावरी असेल तो आम्ही मानावा. बात जहालीयावरी तुम्ही जेथून सावकार त्याचे जहाजावर तुम्ही कौल व निशाण द्याल तेव्हां आमचा अंमल कौल कोठून चालणार ? तुमचीं खुद्द जहाजे असतील त्यांजवरी तुमचा कौल व निशाण असेल तो पाहून जाऊं देऊं, वरकड जाऊं देणार नाहीं, इतकीच आड पडली. याकरितां हा कालपर्यंत आजी पंचवीस वरसे बिघाड चालतो ! कदाचित् स्वामी म्हणतील कीं, ' याचा विचार आजी काय ? अमल साधीत साधीत साधावा. देशांत आधीं अमल थोडका होता, मग साधीत साधीत साधिला. ' तरी तसे हे बंदरकांठचे लोक नव्हेत. यासी येकवेळ बोलीस गुंतले म्हणजे तेच धरून बसणार ! स्वामीची बोली म्हणजे त्यास केवळ सनद जाहली होईल, यास्तव लिहिले असे. प्रस्तुत जागा (ठिकाणें किंवा बंदरें) आपलाशा (आपली अशी) बहुत नाहीं व आरमार मजबूत नाहीं. यैसे कितेक या समयाचे अर्थ चि (त्ता) त आणावे लागतात आणि म्हणून जहाज सोडावे लागले तरी भिडेस्तव सोडिलेसे करून सोडावे. परंतु बोलीस व दस्तायैवजी न गुंतावें ! फिरंगी इंग्रेज शामल व आंगारक यासी दस्तायैवज न गुंतवावा. मोघम बोलून मात्र सोडणें ते सोडावे. म्हणजे पुढें जसें बनेल तसें करून. '

२९ मार्च रोजीं मराठ्यांनीं आर्नाळ्याजवळ एक जहाज पकडलें. त्यावर १६ खंडी तांदूळ व ३ पंचरसी तोफा सांपडल्या. लगेच दुसरे दिवशींही त्यांनीं २ गलबतें आर्नाळ्याजवळच पकडलीं. त्यांपैकीं एक कची होती. तींत खारीक-खजूर वगैरे माल होता. दुसरें गलबत घोडबंदरकर दर्यावर्दी मुंबईस रहात होते, त्यांचें होतें. त्यावर कळक भरून तें डहाणूस चाललें होतें.

४ एप्रिलच्या सुमारास वसई अर्नाळ्याच्या बाजूस मानाजी आंग्र्याचें आरमार आलें. तेथें त्यांची व फिरंग्यांच्या एका गुराबेची गांठ पडली व युद्ध सुरू झालें. मानाजीच्या जहाजांनीं गुराब जेर करून बहुतेक ती घेतलीच होती. तों इतक्यांत फिरंग्यांची दुसरी एक गुराब मदतीस आली आणि पारडें बदललें. अखेर आंग्र्यांना निघावें

लागलें. त्यांचीं गलबतें निघून आर्नाळ्यास आश्रयार्थ गेलीं. युद्धांत मानाजीचे बरेच लोक जाया-जखमी झाले होते. त्यांच्या औषध पाण्याची खाण्यापिण्याची व लांकूडफांट्यांची सोय आर्नाळकरांनीं करून दिली. त्यांचीं जहाजें कांहीं फुटलीं होतीं. म्हणून सुतार देऊन त्यांच्या कप्याहि त्यानी दुरुस्त करून दिल्या. सारांश सर्व तऱ्हेनें त्यांचें साहित्य केलें. दोन तीन दिवस तेथेंच राहून मग ते आर्नाळ्याहून जाऊं लागले. पण जातांना मात्र 'आपल्या कर्मास चुकले नाहींत,' तो प्रकार असा.

आगाशीचा एक वतनदार सोनार हरशेट नांवाचा होता. तो मुंबईस राहून गलबतें ठेवून सावकारी म्हणजे व्यापार करीत असे. त्याला सामील करून घेऊन त्याच्या मार्फत दाणागल्ला सामानसुमान वगैरे माल आणविण्याची व्यवस्था शंकराजीपंतांनें केली होती. पुढें त्यास शंकराजीपंतांनें कौल देऊन कुटुंब कबिला-सुद्धां आगाशीस येऊन राहण्यास सांगितलें त्याप्रमाणें तो कबिले घेऊन एप्रिलच्या ७ व्या तारखेस आला. मात्र ओहोटीमुळें त्याचें गलबत आरनाळ्याच्या बंदरांत येऊं शकलें नाहीं. म्हणून आर्नाळा किल्ल्याच्या हणमंत बुरुजासमोर तें नांगरून राहिलें. आंग्र्याच्या लोकांनीं आर्नाळ्याहून जातां जातां त्याच गलबतावर हात टाकला. "गलबताजवळी जाऊन, गलबत धरून, सोनाराचे मानेवर तरवार ठेवली कीं, तू बोललास तर जिवेंच मारला जासील, अशी धास्ती घालून बायकांची वस्तभाव, तारवावरील जिन्नस व रुपये लुटले! व तें गलबत आपल्याबरोबर केळव्याच्या बाऱ्यापर्यंत नेऊन मग तेथून सोडून दिलें. दुसरे दिवशीं तें जहाज आरनाळ्यास आलें व तेथून बोळिंजास गेलें.

वास्तविक पेशव्यांनीं कौल दिलेलें जहाज लुटण्यांत मानाजीनें ही हरामखोरीच केली. शंकराजीपंतानें अर्थात् आप्पासाहेबांकडे तक्रार केली कीं, "आंग्रे जर आमचींच जहाजें अशीं लुटूं लागले तर मग कोणता सावकार आमचा कौल घेईल? आंग्र्याचा बदला घेण्याकरितां कुलाबकर कोळ्यांचीं दोन गलबतें आगाशीस आलीं आहेत, तींच आतां आम्हीं अटकावून ठेवलीं आहेत. लुटलेली चीजवस्त आंग्र्यांनीं परत दिली तरच हीं सोडूं." पूर्वी आंग्र्यांचा कौल घेतलेलें एक जहाज

शंकराजीपंताच्या लोकांनीं पकडलें होतें, तें सोडावें म्हणून आप्पासाहेबां-कडून शंकराजीपंतास लिहूनही गेलें होतें. तरी आतां तें कां सोडावें असें शंकराजीपंतानें विचारलें. शिवाय त्यानें असें लिहिलें कीं, गतवर्षी बोळिंजकर नाथासा गुजर याचें पेशव्यांनीं कौल दिलेलें जहाज मानाजीनें पकडलें होतें. करितां आतां हरशेटाची चीज वस्त व गतवर्षीचें तें जहाज सोडलें तरच हें सोडूं.

पण पुढें एकंदर विचार करून १६ एप्रिलास आप्पासाहेबांनीं शंकराजीपंतास लिहिलें कीं, खारेपाटणचें जहाज मानाजी आंग्र्यांचे भिडेकरितां द्यावें लागतें. तरी सोडून देणें. त्याप्रमाणें शंकराजीपंतास तें सोडून द्यावें लागलें.

आर्नाळा किल्ल्याची हालहवाल —

१७३८ जानेवारी ते मे पर्यंत.

गेल्या सालीं आर्नाळा जिंकल्यानंतर तें ठाणें फारच नाक्याचें सोई-स्कर आहे, असें पाहून तें बळावण्याचा विचार शंकराजीपंतानें केला व बाजीराव बेलोसे व चिंतामण शिवदेव यांना तीनशें लोक देऊन तेथें पाठविलें. त्या लोकांनीं तेथें मेढा घालून बळकटी केली. मग कांहीं दिवसांनीं आसपास दगडाच्या खाणी पुष्कळ होत्या त्यांतून काम लावून दगड काढून मूळ किल्ल्याची थोडी दुरुस्ती केली. पुढें त्या सालच्या जुलई महिन्यांत शंकराजीपंतानें तेथें चांगला नवा किल्ला बांध-ण्याचें ठरविलें. आप्पासाहेबांनीं त्यावेळीं त्याला लिहून कळविलें कीं, तूर्त आर्नाळ्याच्या इमारतीचें पक्कें काम करीन म्हटल्यास पुष्कळ दिवस लागतील म्हणून सध्या कोरें काम करावें असें आम्हांस वाटतें. त्यावर शंकराजीपंतानें कळविलें, " बुरुजाचें काम पक्कें केलें पाहिजे व तसेंच करावयासही लाविलें आहे. वरकड फांजीचें काम चुन्यामुळें खोळंबणारें असलें तर मात्र तें कोरें करूं. त्याला अजून सुरवात केली नाहीं. पण लौकरच करूं. "

पेशवे रोजकीर्दींत ११।२।३८ रोजीं एक नोंद केलेली आहे. त्यावरून डिसेंबरच्या १४ तारखेस आर्नाळ्यास पेशव्यांकडून पाथरवट रवाना झाल्यानें नमूद आहे.

३८ सालच्या मार्च महिन्याच्या १० व्या तारखेस ठाण्याहून आ-

प्पासाहेबांनीं पुण्यास पत्र पाठवून पेशव्यांचा नामांकित नथू गवंडी किंवा तो न मिळाला तर त्याऐवजीं भिकाजी गवंड्यास पाठविण्याविषयीं लिहिलें. तसेंच पखाला, डोलच्या व पखालानें पाणी घालणारे मजूर पाठविण्याविषयींही लिहिलें. आर्नाळा वगैरे ठिकाणीं कामें चाललीं होतीं त्याकरितां या लोकांची जरूर होती.

पाऊसकाळांत अर्नाळा, बहाद्दरपुरा वगैरे ठिकाणीं गल्ल्याची बेगमी पाहिजे होती. म्हणून १२०० खंडी गल्ला आप्पासाहेबांनीं पाठवून देण्याची तजवीज केली. आर्नाळ्याचें काम चाललें होतें तेथें चुना पाहिजे होता. सबब चुन्याची एक भट्टी शेंदीडशें खंडी पावेतों काढण्याची शंकराजीपंतानें व्यवस्था केली. तेथल्या कारखान्यावर काम सुरू झाल्यापासून कोळी, सुतार, लोहार व अरकशी लोक शेंदीडशें पावेतों चाकर ठेवावे लागले होते.

त्याच वेळीं मार्च महिन्यांत शंकराजीपंतानें आप्पासाहेबांस कळविलें कीं, तुम्ही ठाण्यास कापडचोपड आणलें आहे, म्हणून ऐकतों; तर ५०० तिवट, २०० पासोड्या व ५०० जोट पाठवून द्या. येथील आर्नाळ्याच्या व बहाद्दरपूरच्या लोकांना द्यावयास पाहिजेत.

२० मार्च १७३८ रोजीं नुकत्याच एका फिरंगी तावड्यावर २८ तोफा मानाजी आंग्र्यास सांपडल्या होत्या. त्यांपैकीं १० तोफा आर्नाळ्यावर ठेवण्याकरितां मानाजीकडून मागवून पाठवाव्यात, अशी शंकराजीपंतानें आप्पासाहेबांकडे मागणी केली. कारण, तेथें तोफा असल्या म्हणजे एखादे वेळीं शत्रु आलाच तर त्यावर किल्ल्यावरून मारा करतां यावा. आर्नाळ्याच्या बेगमीस १६०० खंडी गल्ला लागत होता. धान्याची एकंदरींत त्यावेळीं फार महागाई झालेली असल्यामुळें सजगुरे, जोंधळे, गहूं वगैरे जो जसा माल मिळेल तसा आप्पासाहेबांनीं आर्नाळ्यास पाठविला. आप्पासाहेबांचा विचार स्वतःच आर्नाळ्यास जावयाचा होता. लोकांना मंदील, पागोटीं वगैरे कापड द्यावयाचें तें जातांना बरोबरच न्यावें कीं आधीं तुमच्याकडे पाठवावें असें त्यांनीं शंकराजीपंतास विचारलें. त्यावर शंकराजीपंतानें कळविलें कीं, माणूस इजाफेस दिवट्या, पोरगे व अफ्तागिरे द्यावयाची ते देऊन लोकांचा दिलासा केलाच आहे. याउपरी स्वामीनें कार्याकारण ज्यास जें देणें तें

देऊन शब्दांनीं गौरव केला म्हणजे झालें. " रोजमुऱ्याकरितां तूर्त २५००० रुपये पाठवितों व पुढें लौकरच ६० हजार रुपये पाठवितों, म्हणून आप्पासाहेबांनीं शंकराजीपंतास लिहिलें. शंकराजीपंतानें सुतार मागीतलेवरून आप्पासाहेबांनीं सुरतेहून सुतार आणावयाची व्यवस्था केली होती; पण ते यावयास एक महिना लागावयाचा. आर्नाळ्यावर कोठी व सदर बांधावयाची जरूरी होती. तसेंच काम वज्रगडींही करावयाचें होतें. म्हणून शंकराजीपंतानें आप्पासाहेबांस कळविलें कीं, पुणें व जुन्नर प्रांतांतील वीस सुतार पाठवा. जहाजांच्या कामाकरितां आर्नाळ्यास २०।२५ सुतार होते; परंतु ते काढून वरील कामाला लावले असते तर जहाजें बांधण्याच्या कामाची खोटी झाली असती. आप्पासाहेबांचा विचार आर्नाळ्यास फक्त ८ दिवस राहणेचा होता. पण शंकराजीपंतानें लिहिलें कीं, वाटल्यास आर्नाळयास आठच दिवस रहा. परंतु कोंकणप्रांतांतून वैशाखापर्यंत परत जाऊं नये. कारण, " स्वामीचा दबाव गनीमावर फारसा आहे. आणि गनीम वळवळ करील तो या वैशाखापर्यंत करील. वैशाखांत वावदळ झालियावर त्याची वलवल फार नाहीं. यास्तव तेव्हां स्वामींनीं परत जावें. "

३७ सालच्या आक्टोबरांत २४ तारखेस आर्नाळ्याचे बुरूज वगैरे बांधण्याचें काम सुरू झालें. तेव्हांपासून या सालांतील जानेवारी महिन्यापर्यंत ३ बुरूज तयार झाले. एक बहिरव बुरूज, एक भवानी बुरूज व एक बावा बुरूज. बहिरव व भवानी बुरूज पायापासून ९ हात जमिनीबरोबर आले होते. व बावा बुरुजाचें काम दोन गज इतकें झालें होतें. नंतर जानेवारीच्या ३ ऱ्या तारखेस आर्नाळा किल्ल्याच्या दक्षिणेस ९०० हातांवर खडपांमध्यें फिरंग्यांच्या वेळचा एक जीर्ण बुरूज होता. त्याचें काम सुरू करून वरील तिन्ही बुरुजांवरचे लोक तिकडे कामास लावलें " तो बुरूज घेरा ११५ हात; पायापासून जमिनीबरोबर ४ हात पाया भरला. तेथून अगदीं काम जमिनीपासून १८ हात उंच सिद्ध जाला. जमिनीपासून नवा हातावर जंग्याची जमीन भरीव काम जालें. आठ जंग्या धरिल्या असत. तेथून नवा हातावर दुसऱ्या आठ कोठड्या पाडून लादण्या करून तक्तपोशी सिद्ध जाली. सदरहू १६ तोफांचा निमोणा काम तयार जालें. सफेली टाकून सिनेपान दोन गज केली. सहा हात

रुंदी सफेली आहे. वरील जमीन लोकांस राहावयास लांबी हात २७ व रुंदी हात २७ येणेंप्रमाणें आहे. गोडें काम अगदीं झालें. सुताराचे हातचें तक्तपोशीचें काम होणें असे." इतकें काम त्या बुरुजाचें झाल्यावर मार्च १९ तारखेस फिरून त्या तीन बुरजांवरले लोक जिकडील तिकडे कामास लावले. त्याचवेळीं पापडीहून बाळाजी चंदरराव ३०० लोकांनिशीं इमारतीच्या कामाकरितां आला. त्यानें "पश्चिमेकडील किल्ल्याचा बुरूज बहिरव (त्या) बुरजापासून दक्षिणेकडील भुज २७० हातांवर गर्भ टाकून वेताळबुरजास काम लावलें त्याकरितां पाया खणून मार्चच्या २१ तारखेस पाया भरण्यास आरंभ झाला. वरकड काम जिकडील तिकडे निकडीनें चाललें होतें. "इमारत सदरहू किल्ल्याचे बुरजास चौरस ७ हात घेरा चुन्याचें काम चालतें. मध्यें पुरणीस गिलकारी व धोंडे घालून पुरणी भरतों."

आर्नाळ्याबरोबरच वज्रगडचेंही काम मार्च महिन्यांत चालू होतें. खेरीज निरनिराळ्या किल्ल्यांवरहि कांहीं दुरुस्ती व बांधकाम करावयाचें असल्यामुळें शंकराजीपंतानें आणखी १६ गवंडी पाठवून देण्याविषयीं आप्पासाहेबांस लिहिलें. तांदुळवाडीच्या किल्ल्यावर ६० टाकीं होतीं, त्याच्या सरसागिरीकरितां ५, किल्ले आसावा येथें एक टाकें व एक हौद होता त्याच्याकरितां ४, कालदुर्ग किल्ल्यावर टाकें होतें त्याकरितां २, जिवधनगडावरील दोन टाक्यांकरितां २, व कामणदुर्गा वरील दोन टाक्यांकरितां २, असे सोळा गवंडी पाहिजे होते, याच वेळीं गवंडी मागण्याचें कारण शंकराजीपंतानें असें सांगितलें कीं, "उष्ण काळांत सरसागिरी जालियास पर्जन्य पडों लागलियास पाणी धरावें लागतें यास्तव गवंडे आलीकडे उष्णकाळांतच पाठवावे."

याच सुमारास म्हणजे २४–३–३८ चे आसपास आप्पासाहेबांच्या प्रकृतीस कांहीं आजार झाला असावा. कारण या तारखेस पिलाजी जाधवानें आप्पासाहेबांस लिहिलेलें पत्र नमूद आहे, त्यांत तो म्हणतो. "येतेसमयीं आपणांस विनंति केली होती कीं, कोंकणांत पाणी जबून आहे. शरीर आपलें अशक्त, त्या प्रांतींचें दुखणें आंगचें जाणार नाहीं. आपण सर्वार्थी न राहावें."

३० मार्च रोजीं शंकराजीपंत आर्नाळ्यास गेला व त्यानें इमारतीचें

काम किती होत आलें तें आप्पासाहेबांस कळविलें. त्याच दिवशीं आप्पासाहेबांनीं लोकांकरितां पाठविलेलें कापड मोरो केशवाचे हस्तें त्यांना मिळालें.

२ एप्रिल १७३८ च्या सुमारास मराठ्यांनीं आर्नाळ्याकडे ३ सावकारी गलबतें पकडलीं. त्यांपैकीं एक इंग्रजांचें होतें; पण तें सोडावें लागलें. त्याचें कारण शंकराजीपंत लिहितो, "इंग्रज सर्व साहित्य टोपीकराचें (फिरंग्यांचें) करतो हें खरेंच; परन्तु बाह्यात्कार रक्षितो; म्हणून सोडावे."

एप्रिलच्या ४ थ्या तारखेस शंकराजीपंतानें दामूळजी सुतार बोळिंजकर ठाण्यास गेला होता तो व आणखी ५ सुतार पाठवून द्या म्हणून आप्पासाहेबांस कळविलें. ८ तारखेस त्यानी पाठवितों म्हणून उत्तर लिहिलें. १३ तारखेस नथूजी गवंडा ठाण्यास आला होता, त्याला आप्पासाहेबांनीं शंकराजीपंताकडे पाठविला. शंकराजीपंतानें आर्नाळ्याचें व इतर ठिकाणीं चाललेलें बांधकाम त्याला दाखविलें.

१४ तारखेस मौजे वाशी बोरोटीचा एक तावडा आर्नाळ्यास पकडून आणण्यांत आला होता, तो आप्पासाहेबांच्या सांगण्यावरून शंकराजीपंतानें सोडून दिला. कारण तो दुर्जनसिंग मांडवीकराचा होता. त्याची भीड पडली.

एप्रिलच्या २३ व्या तारखेच्या सुमारास आप्पासाहेब आर्नाळा बहाद्दरपुऱ्याकडे येणार म्हणून नक्की कळलें. तेव्हां शंकराजीपंतानें त्यांना लिहिलें कीं, येतांना फार माणूस बरोबर आणूं नका. त्याचीं कारणें दोन. एक महागाई व दुसरें रयतीस सैन्याचा उपसर्ग पोंचेल. दाणा मिळत नाहीं. येथलेच लोक उपाशी मरतात. कोठीपैकीं दाणा देऊन आठ दिवस लोक अन्नास मिळविले. आतां येथें कोठीस पन्नास खंडी भात आहे. तेंहि वेचलें म्हणजे पुढें श्री आहे ! कल्याणासच ४० रुपये मुडा भात विकूं लागलें मग येथें कशास येईल ? रोजमुरे पुरत नसल्यामुळें महाग दाणा विकत घ्यावा तोहि लोकांना विकत घेतां येत नाहीं. ते येऊन म्हणतात कीं, 'पोटास दाणा नाहीं; पैका नाहीं. पोट दाखवितात' हें महागाईबद्दल झालें. आतां उपसर्गाबद्दल, तुम्ही येतांना बरोबर फक्त तीनचारशें स्वार आणा. आम्ही येथून पांच सातशें स्वार

मांडवीपुढें पाठवून देऊं. सायेवान येथें अगोदर गांवोगांवीं स्वार पाठवून ताकीद करा. कारण रयतीस उपसर्ग लागल्यास गांवगन्ना कोठें जुजवी कुळें आलीं आहेत, तीं उठोन जातील. वस्ती नाहींशी होईल.

आतां पावसाळ्यास आवघा एक महिना राहिला. इमारतींचीं कामें तर तेथपर्यंत जोरानें चालवून संपविलीं पाहिजेत. म्हणून २४ तारखेस आप्पासाहेबांनीं पुण्यास नानासाहेबांस कळविलें कीं, तेथें ज्या ज्या घरीं काम चाललें असेल तेथून सक्तीनें गवंडी गोळा करून कोणाची भीड न धरतां इकडे पाठवून द्यावेत.

एप्रिलच्या २८ तारखेचे सुमारास वज्रगड येथील कोठी खपरेल बांधून तयार झाली व सदर बांधणेचें काम चालू झालें. याच वेळीं आर्नाळ्याहून गलबतें स्वारीस गेलीं, त्यांची व एका फिरंगी तावड्याची गांठ पडली. पण तो तावडा पळून गेला. तसेंच इंग्रजांचें जहाज पकडलें होतें तें शिवशेट सोनाराचें ठरलें म्हणून तें सोडून देण्यांत आलें. तरीसुद्धां इंग्रजांची कांहीं तक्रार चालू असावी. कारण मेच्या १ तारखेस शंकराजी पंतानें आप्पासाहेबांस लिहिलें कीं, 'आतां इंग्रजांचे कोणतेंहि गलबत अर्नाळ्यास अडकावलेलें नाहीं. वाटल्यास त्यांनीं माणूस पाठवून खातरी करून घ्यावी. तूर्त इंग्रजांशीं स्नेह रक्षून वर्तणूक करावी यांतच उत्तम आहे. दुसरा अर्थ नाहीं.'

एप्रिलच्या १ ल्या तारखेच्या आधीं थोडे दिवस शंकराजीपंतांचा नातलग धोंडोपंत डहाणूपलीकडे सोळसंबेवर स्वारी करावयास गेला होता. त्याची हकिकत अन्यत्र सांगितलीच आहे. त्यानंतर १३ एप्रिलच्या आसपास होनाजी बलकवडे व धोंडोपंत यांचें डहाणू येथें फिरंग्यांशीं युद्ध झालें. तेव्हां त्या युद्धाची वार्ता फिरंगी यास कळल्यावर व मराठ्यांनीं पांच माणसांचीं नाकें कापल्याचेंही कळल्यावर 'फिरंग्यांनीं केळवियाचे रयतीस दाणा घेऊन बाहेर घातली. ती रयत दहाबारा गाडे भरून आली. डहाणूचे रयतीसही फिरंगी बाहेर जा म्हणतो. सांप्रत तारापुरास सातशें माणूस जमावलें आहे. व तीनशें अशेरीस म्हणून आजच तांदुळवाडीहून पत्र आलें.'

मेच्या २६ व्या तारखेस होनाजी बलकवड्याला रोजमुऱ्याकरितां चार हजार रुपये आप्पासाहेबांनीं पाठवून दिल्याविषयीं एक नोंद उप-

लब्ध आहे. यावेळीं होनाजी माहीम–तारापुराकडे स्वाऱ्या घालीत होता.

आप्पासाहेब पुण्यास जातात

आप्पासाहेबांची प्रकृति आधींच अशक्त होती. त्यांतच त्यांच्या अतिपरिश्रमामुळें ती वारंवार नादुरुस्त होई. या सालच्या मुक्कामांत ठाण्याहून अर्नाळा, बहाद्दरपुरा वगैरे ठिकाणीं जाऊन ते जागे आपल्या डोळ्यांनीं पहावे, असा त्यांचा फार हेतु होता. परंतु तें जमलें नाहीं. याचें कारण त्यांची प्रकृति दुरुस्त नसावी, हेंच असलें पाहिजे असें वाटतें. आधींच प्रकृति नाजूक; त्यांत कोंकणची हवा. दरवेळीं त्यांचे कुटुंबीय व विश्वासु स्नेही सरदार त्यांना कोंकणांत फार दिवस राहून प्रकृति बिघडवून न घेण्याविषयीं लिहीत. गेल्या सालीं ते कोंकणांत फिरंगाणांत आले असतां सिदोजी राउतानें त्यांना लिहिलें होतें; 'आपली कोंकणप्रांतांत स्वारी आली आहे, त्यास तेथील विचार हर कोणास सांगोन फौज ठेवणें. आपण खासा न राहणें. आपलें शरीर अशक्त आहे. कोंकण आपल्या शरीरास मानणार नाहीं. आपलें शरीर शाबूत असिलें तरी अवघा प्रसंग उत्तम आहे. याकरितां खासा आपण कोंकणांत सहसा न राहणें.' यंदाच्या सालीं पिलाजी जाधवानेंहि आप्पासाहेबांस पुढीलप्रमाणें पत्र लिहिलें होतें. 'फिरंगियानी सोखी केली आहे त्याचें पारिपत्य करावें, जागियांचे बंदोबस्ती करणें लागतें यास्तव फिरंगाणप्रांतीं आलों' म्हणून लिहिलें तें कळलें.....(परंतु)...आपण वरघाटे येण्याचा विचार केला पाहिजे. येते समई आपणांस विनंति केली होती कीं कोंकणांत पाणी जबून (वाईट) आहे; शरीर आपलें अशक्त आहे, त्या प्रांतींचें दुखणें आपलें आंगचें जाणार नाहीं, आपण सर्वथा न राहावें. आपले पदरीं मातबर लोक फौजा बहुत आहेत. ज्यास आज्ञा होईल ते राहून आज्ञेप्रमाणें कामकाज करतील. बहुतांचें अन्न आपले पदरीं आहे. आपण लक्ष प्रकारें वरघाटे आलें पाहिजे."

शेवटीं आर्नाळा–बहाद्दरपुरा यांकडे न जातांच आप्पासाहेब पुण्यास गेले. शंकराजीपंताचा हेतु आप्पासाहेबांनीं तिकडे एकदा यावें असा फार होता. तो एका पत्रांत आप्पासाहेबांस लिहितो, "जनचर्चा ऐकितों कीं, स्वामींचें येणें येथें होत नाहीं. त्यास दोन वर्षें स्वामी या प्रांतीं येऊन साष्टींतील जागे पाहिले पण येथील जागे पाहिले नाहींत.

येकवेल जागे पहावे, लोक नजरेनें पहावे, बंदोबस्त करावा. लोक कामकाज करतां श्रमी आहेत. त्यांचा दिलासा करावा. म्हणजे माणूस टिकेल. स्वामीस दहाबारा दिवस येथें राहावें लगेल. आम्ही काये करितों हें स्वामीस ठावकें नाहीं, हे गोष्टी आम्हांस उत्तम नाहीं. येकवेळ यावें, जागे पहावे. लोक पहावे. स्वामिगौरवेंकरून (धन्यानें गौरव केल्यामुळें) माणसाचा दिल खुलास होऊन चाकरी करतें. यास्तव यावें. " असो.

वसई– सांष्टीचा करतां आला तितका बंदोबस्त करून मेच्या २९ तारखेस आप्पासाहेब साष्टींतून पुण्यास जाण्याकरितां निघाले. मात्र जातांना सर्व लोकांचीं त्यांनीं समाधानें केलीं. व पुण्यास गेल्यावरहि तेथून त्यांनीं शंकराजीपंताजवळ गंगाजी नाईक अणजुरकर वगैरे सरदार होते त्यांना समाधानपत्रें लिहिलीं कीं, 'खासा स्वारी वसईस व्हावी असें होतें. परंतु जरूर प्रयोजन लागलें एतन्निमित्त पुण्यास जाणें जालें. तुम्ही तेथें शंकराजी केशवापाशीं आहांत. ते ज्यास जेथें ठेवतील तेथें राहून जागा राखणें.'

प्रकरण २ रें

आप्पासाहेबांचे पुण्यांतले पांच महिने—

जूनच्या ७ व्या तारखेस अप्पासाहेब पुण्यास पोंचले. त्यानंतर थोड्याच दिवसांत १५ तारखेस बाजीरावसाहेबही स्वारीहून पुण्यास परत आले. आप्पासाहेब त्यांना सेखपासिया पावेतों सामोरे गेले होते. त्यानंतर कांहीं दिवस दोघेही बंधु पुण्यासच होते. त्यावेळीं त्यांनीं वसई मोहिमेचा निकाल कसा लावावयाचा; काय काय तरतुदी करावयाच्या तें ठरविलें. पुढें ऑगस्टच्या सुमारास आप्पासाहेबांस काही आजार येऊन गेला असावासा वाटतो. पेशवे दप्तर भाग २२ मध्यें पेशवे रोजकीर्दींतील नोंदींत १२।८।१७३८ रोजीं एक नोंद आहे तीः—

> ३६ रु. धर्मादाय अनुष्ठान राजश्री आप्पास बरें वाटत नव्हतें याजकरितां जप करविला होता त्याची दक्षिणा.

१६ तारखेस बाजीरावसाहेब शाहू महाराजांच्या दर्शनाकरितां साताऱ्यास गेले. त्यानंतर १३ दिवसांनीं म्हणजे २९ तारखेस आप्पासाहेब कुरकुंब मोरगांव जेजुरी इत्यादि देवदर्शनें करून सासवडास गेले व सप्टेंबरच्या ९ व्या तारखेस पुण्यांत आले. नंतर सुमारें अडीच महिने ते तेथेंच राहिले. पुण्याच्या मुक्कामांत असतां "दोघे बंधु मिळोन फिरंगी याची निशा एकदांच करावी. सालदरसाल शिबंदीचा खर्च भारी पडतो याकरितां सारीच फौज नेऊन फिरंगी खणोन काढावा" अशी मसलत ठरली. तसेंच वसईचे पंख दोन. एक गोवें व दुसरा दमण किंवा दवण प्रांत. तिकडेही स्वाऱ्या पाठवून फिरंग्यांची पुरी गळचेपी करावी असें ठरलें.

वसई बहादरपुऱ्याकडील हकीकत—

(जून-जुलै १७३८)

साष्टीची बखर, पिसुर्लेकरांचा पोर्तुगीज इतिहास व डॅनव्हर्सचा इतिहास या तिन्ही ग्रंथांतून १७३८ च्या पावसाळ्यांत बहादरपुऱ्याच्या मेढ्यावर फिरंग्यांची व मराठ्यांची एक मोठी चकमक झाल्याचें नमूद

आहे. त्या तिन्ही ग्रंथांतील नोंदींत आणि तपशिलांत कांहीं कांहीं ठिकाणीं फरक आहे. तथापि पौर्वापर्यसंबन्ध पाहतां तीं तीन्ही वर्णनें एकाच लढाईविषयीं असावींत असें स्पष्ट दिसतें. मात्र पेशवे रोजकीर्दींत किंवा मराठी अस्सल पत्रांच्या छापील साधनसंभारांत त्यासंबंधीं एकही पत्र उपलब्ध नाहीं.

वर सांगितलेल्या तीन ग्रंथांपैकीं पहिले पिसुर्लेकर म्हणतात, "पेद्रूनें वसईचा मुख्य अधिकार हातीं घेतल्याबरोबर किल्ल्यांतील भरती पुष्कळशी तोडून टाकून फक्त चारपांचशें निवडक लोकच ठेवले. मग त्यानें त्या लोकांपैकीं एक टोळी-किंवा टोळ्या बाहेर पाठवून; मराठ्यांना दिखाई दाखवून बहादरपुऱ्याच्या मेळ्याबाहेर ओढून आणण्याचा उद्योग केला. मराठ्यांना मेळ्यांतून फूस देऊन अंगावर घेत कोटापाशीं आणावें, आणि ते समीप येतांच त्यांवर दगडी मारणाऱ्या तोफांचा भडिमार करून त्यांना ठेंचून काढावें, असा त्याचा बेत होता. दोनदां मराठे फसले व त्या दोन चकमकींत मराठ्यांचे एकदां चोवीस व दुसऱ्यांदा जवळ जवळ तितकेच लोक ठार झाले व पोर्तुगीजांचे अवघे पंधरा जखमी झाले. मग मात्र मराठे मेळ्याबाहेर पडेनातसे झाले."

डॅनव्हर्सची हकिकत अशीः—"पेद्रूनें अधिकार घेतांच पांचशें निवडक शिपाई ठेवून इतरांस त्यानें रजा दिली. त्यानें एक टोळी बहादरपुऱ्यास मराठ्यांवर हल्ला करण्याकरितां पाठविली. तेथें चकमक होऊन मराठ्यांचा मोड झाला. त्यांचे साठ लोक मेले. फिरंग्यांचे अवघे दोन मेले व पंधरा जखमी झाले."

साष्टीचा बखरकार खालीलप्रमाणें हकिगत सांगतोः "कडदिनास अन्यायांत आणून गोव्यास पाठविलें. मग पाऊसकाळ आला. आप्पासाहेबांनीं ठाण्याची व वसईची बळकटी करून पुण्यास गेले. मग पाऊसकाळीं फिरंगी वसईस कोटाकडून दिवसाचा बाहेर निघून बहादर पुऱ्याचे मेळ्यावर चालून आला. त्याजवर मुऱ्हारजी शिंदे (मोराजी असें पाहिजे) मेळ्यांतून बाहेर पडून आडवे झाले. शंकराजीपंत, गंगाजी नाईक व खंडोबा प्रभु व सारी फौज लढली. फिरंगियास मारीत मारीत कोटाखालीं घातला. गोडे-विहिरीजवळ हातघाईस आले. फिरंगी व मराठे यांचें २०० मनुष्य पाडाव झाले."

वरील तिन्ही हकिकतींत ठार व पाडाव यांच्या संख्यांत पुष्कळच फेर आहे. तसेंच कोणाचा जय झाला हें निश्चित कळत नाहीं. कारण पोर्तुगीज व इंग्रज इतिहासकार मराठ्यांचा पराभव झाला म्हणतात तर साष्टीचा बखरकार फिरंग्यांचा पराभव झाला असें म्हणतो. कसेंही असो, एकंदर तारतम्यानें पाहतां या तिन्ही हकीकती एकाच प्रसंगाच्या ठरतात. त्याचा ग्राह्य सारांश संक्षेपानें असा दिसतोः—

पावसाळ्यांत शत्रूनें कोटांतून बाहेर पडून बहादरपुऱ्याच्या मेढ्यावर हल्ला केला. तेव्हां मोठी चकमक होऊन दोन्हीकडचे बरेच लोक मेले. मराठ्यांच्या बाजूनें मोराजी शिंदे, शंकराजीपंत फडके, गंगाजी नाईक अणजूरकर व खंडोबा प्रभु वगैरेंनीं फार पराक्रम केला.

सुदैवानें आम्हांस या वसईस झालेल्या मराठे-फिरंग्यांच्या लढाईची निश्चित तिथि देणारें एक महत्त्वाचें अप्रसिद्ध पत्र उपलब्ध झालें आहे. त्यांत २ जुलै १७३८ रोजीं (आषाढ व॥ १२ रविवार शके १६६०, सुरु तिस्सा सलासैन मया व अलफ छ. २५ राबिलोवल.) वसईच्या कोटांतून फिरंगी बाहेर मराठ्यांवर चाल करून आला त्या-वेळीं हातघाईची लढाई होऊन मराठ्यांनीं शत्रूला मारून काढून किल्ल्यांत परत नेऊन घातल्याचें स्पष्टच लिहिलें आहे. पत्र खुद्द आप्पासाहेबांचेंच असल्यामुळें उतरून घेतों.

श्री.

राजश्री बाबाजी राऊ मारणे यांसी चिमणाजी बलाल सुरु तिसा सला-सैन मया व अलफ छ. २५ रबिलोवली वसईहून फिरंगी चालोन आला. ते समई तुम्ही सर्वांनीं अंगेजनी करून हातघाईस मिलोन गनीम मारोन काढून वसईस घातला, हें वर्तमान राजेश्री शंकराजी केशव यांनीं लिहिलें त्यावरून विदित जाहालें. तुम्ही स्वामीकार्याचे मर्दाने आहा, तुमचें उर्जित केलें जाईल. जाणिजे. छ. ७ रबिलाखर (१४।७।१७३८) आज्ञाप्रमाण. *

मराठ्यांच्या पावसाळ्यांतल्या हालचाली

पिसुर्लेकरांच्या इतिहासांत अशी हकीकत दिली आहे कीं, "माहीम शिरगांवचे वेढे उठल्यानंतर झालेल्या पळांत मराठे मनोरचें ठाणें पाडून टाकून पळून गेले होते. तेंच ठाणें त्यांनीं १७३८ च्या पावसाळ्यांत

फिरून बांधावयास सुरवात केली. त्यावर कॅप्टन परेरा यानें फौज नेऊन हल्ला केला. त्यांत तीस मराठे मेले पण शत्रूचा खासा परेरा ठार पडला. या लढाईत फिरंग्यांना थोडीशी लूट व दोन घोडीं मिळालीं.

नंतर जुलईच्या प्रारंभीं दोन हजार मराठ्यांनीं दंडाकातालच्या (खताळी) परगण्यांत जाऊन केळव्यापासून दीड मैलावर असलेल्या एका जागीं एक किल्ला बांधावयास सुरवात केली. तें काम त्यांनीं भर पावसाळ्यांत खपून पुरें केलें. त्या किल्ल्यास सात बुरूज व एक बालेकिल्ला होता. मग त्या ठाण्याचा आसरा घेऊन मराठ्यांनीं माहीमतारापुरास त्रास देण्यास सुरुवात केली. म्हणून तारापूरच्या लोकांनींही बाहेर पडून उलट स्वाऱ्या घालून मराठ्यांचा सूड उगविण्याचा प्रयत्न केला. तेव्हां एक वेळ मराठ्यांनीं त्यांना फसवून अवघड जागीं आणले व त्यांची टोळीच्या टोळी कापून काढली. त्यांत फिरंग्यांचे पन्नास शिपाई मेले. पूर्वीं ३७ सालीं मनोहरास जो किल्लेदार होता व ज्याला तेथून काढून तारापुरास पाठविण्यांत आलें होतें तोच कपतान या लढाईत ठार पडला."

ठाण्यावर फिरंग्यांचा हल्ला

पेद्रूनें अधिकार घेतल्यावर दोनचार महिन्यांनीं म्हणजे सप्टेंबर २३ किंवा २४ रोजीं फिरंग्यांना पोर्तुगालाहून आलेली मदत पोंचली. एकंदर ११२० शिपाई व भरपूर दारूगोळा अशी ती मदत होती. ती आल्यावर दोन फरगते, दोन पालें व तीन गल्ल्या यांत भरून तीं बहुतेक सगळीच्या सगळीं व्हॉइसरायानें वसईस

---

*टीपः—हें पत्र इ. सं. रा. शं. ना. जोशी यांनीं मिळविलेलें असून सध्यां तें भा. इ. सं. मंडळाच्या दप्तरीं आहे.

साष्टीच्या बखरींतील उताऱ्यांत गोडेपाण्याच्या विहिरीचा जो उल्लेख आला आहे, तो मराठ्यांनीं मर्तिन सिल्वेलच्या हवेलीस जो नवीन मेढा घातला होता तेथील विहिरीस अनुलक्षून असावा; कारण पेशवेदप्तर भाग ३४ पत्र नं. १५९ मध्यें शंकराजीपंतानें त्या मेढ्यांत 'पाणी तो आंत आहेच' असें म्हटलें आहे. साष्टीच्या बखरींत उल्लेखिलेली गोडे विहीर म्हणजे 'गोडबाव'. त्याचेंच अपभ्रष्टरूप 'घोडबाव.' ही विहीर अद्यापही प्रसिद्ध आहे.

पाठवून दिली व पेद्रू दमेलला हुकूम पाठविला कीं; आतां मात्र बेधडक जाऊन ठाण्यावर हल्ला करा.

ठाण्यावर हल्ला करण्यांत प्रत्यक्ष काय काय संकटें आहेत तीं व्हाइसरायास काय ठाऊक ? अलीकडे मराठ्यांनीं ठाण्याची बंदोबस्ती फारच भक्कम केली होती. शिवाय ठाण्याच्या कोटाभोंवतालचा सर्व प्रदेश साफ करून शत्रूस हल्ला करून यावयास कांहीं आसरा शिल्लक ठेवलेला नव्हता. माणसांचीहि भरती खंडोजी माणकराच्या देखरेखीखालीं मोठी पोख्ती केलेली होती. पण हुकुमाप्रमाणें पेद्रूला वागणें भाग होतें. म्हणून सजुंदा होऊन तो २३ नोव्हेंबर रोजीं गलबतांत पुष्कळशी फौज घेऊन वसईहून निघाला. प्रथम कारंजास गेला आणि २५ तारखेस ठाण्याजवळ पोंचला. त्यानें जवळ जाऊन कोटाच्या आसपास समुद्रांतूनच तलावा करून कोटाचा मुजरा पाहिला. तेव्हां त्यास आढळून आलें कीं, किनाऱ्यास फौज उतरावयास कोठेंच आसऱ्याची जागा नाहीं. कदाचित् ओहोटाच्या वेळेस जबरदस्तीनें फौज उतरवावी तरच शक्य आहे. एरवीं गलबतांतूनच गोळागोळी करण्याखेरीज दुसरा मार्ग नाहीं. म्हणून त्यानें प्रथम गलबतांतूनच तोफांचा मार कोटावर धरला; व त्याच दिवशीं ओहोटाच्या वेळीं लोक किनाऱ्यास उतरविण्याचा प्रयत्न केला. त्यावेळीं त्या उतरणाऱ्या टोळीचा नायक बारबोझा बाररोस यानें शिकस्त केली; परंतु मराठ्यांनीं धावून येऊन, गळां पडून, निदान जाणोन, मारामार केली व अखेर शत्रूला पिटून परत गलबतांत घातलें. दुसरे दिवशीं म्हणजे २६ तारखेस कोटाची व या गलबतांची दिवसभर नुसती गोळागोळीच झाली. मग दुसरे दिवशीं खासा पेद्रू दमेल व दुसरे दोन तीन मोठे अधिकारी एका मचव्यांत बसून कोटाच्या आसपास फिरत किल्ल्याचा लाग भाग पाहण्याकरितां फिरूं लागले तोंच कोटांतून एक गोळा धाडकन येऊन पेद्रूच्या आंगावर पडला व तो ठार झाला ! या वेळीं पेद्रूच्या जवळ दुसरेही लोक होते तरी त्याचा एकट्याचाच बळी पडावा हा दैवयोग होय ! अशा रीतीनें फिरंग्यांच्या एका बहाद्दर सेनापतीचा अंत झाला ! पेद्रू १७१७ सालीं प्रथम हिंदुस्तानांत आला व तेथपासून अनेक आरमारी व लष्करी नोकऱ्या बजावून अखेर ' जनरल ऑफ दि

नॉर्थ ' म्हणजे उत्तर फिरंगाणाचा सर सेनापति झाला. या वसई मोहिमेंत पेद्रूनें आपलें नांव अजरामर करून ठेवलें आहे. १७३७ सालीं मराठ्यांनीं ठाण्यामागून ठाणीं हिसकावून घेतलीं व फिरंगी नामोहरम केलें त्यावेळीं या पेद्रूनें अधिकारसूत्रें हातीं घेऊन तोच अनुभव मराठ्यांना आणून दिला. त्याच्या धाकाखालीं मराठी फौजा धूम पळत सुटत. शिरगांव, माहीम, अशेरी, धारावी व तारापुराचे मराठ्यांचे वेढे, त्यानेच बेजरब हल्ला करून मारून उधळून लावले आणि फिरंगाणांत पाय टेकावयास तरी जागा उरते कीं नाहीं अशी आप्पासाहेबांसारख्या मोहऱ्याला चिंता उत्पन्न केली. गेल्या फेब्रुअरीत धारावीस शिड्या लावून तटावर चढणाऱ्यांत पहिला तो होता व त्याच्याही आधीं बाजी भिवरावाच्या निकराच्या वसईच्या हल्ल्यांत लढत असतां तो जखमी झाला होता ह्या गोष्टी त्याच्या शिपाईगिरीच्याच द्योतक होत! असो. असला नामांकित सेनापति ठार झाल्यावर फिरंग्यांचें अवसान साहजिक खत्ता झालें व ते मोठ्या दुःखानें १ डिसेंबर रोजीं वसईस परत गेले. त्या दिवशीं त्यांनीं मोठ्या समारंभानें दमेलोच्या शवाची मिरवणूक काढून प्रदर्शन केलें व दुसऱ्या दिवशीं विधियुक्त दफन केलें.

पेद्रूच्या मृत्यूसंबंधीं अशी एक आख्यायिका आहे कीं मुंबईकर इंग्रजांनीं मराठ्यांना ठाण्यास फिरंग्याविरुद्ध दारुगोळा व गोलंदाज पुरविले व एका इंग्रज गोलंदाजाच्या गोळ्यानेंच पेद्रूचा अंत झाला. या आख्यायिकेस एका समकालीन पोर्तुगीज पत्राचाहि आधार सांपडतो. परेरा पिंटो यानें व्हाइसरायाला २७ डिसेंबर १७३८ रोजीं पत्र लिहिलें आहे त्यांत म्हटलें आहे कीं, मुंबईकरांनीं तीन गोलंदाज व दारुगोळा

टीप—औंध येथील श्रीमंतांच्या खास लायब्ररींत असलेल्या डॅनव्हर्सच्या हस्तलिखित साधनांत ठाण्याच्या वेढ्यासंबंधीं पुढील माहिती आहेः—पेद्रू एकंदर हजार लोक घेऊन ठाण्यास गेला. तेथें गेल्यावर त्याला असें आढळून आलें कीं; त्या किल्ल्यास मराठ्यांनीं बाहेरून पडकोट किंवा Stockade घातला होता. त्यामुळें त्याच्या जहाजांना किनाऱ्यावर उतरून हल्ल्यानें किल्ला घेणें केवळ अशक्य होतें. Stockade च्या आंत मराठ्यांनीं पंधरा गोलंदाज तयार ठेविले होते. अशी स्थिति असल्यामुळें पेद्रूला लांबूनच किल्ल्यावर गोळे टाकावे लागले.

मराठ्यांना पुरवला. ही बातमी वसईस नक्की खात्रीलायक कळली आहे व खुद्द मुंबईहूनहि तिला प्रत्यंतर मिळालें आहे. त्यापैकींच एकाच्या गोळ्यानें पेद्रु मेला. ही आख्यायिका खोटी आहे असें ग्रँट डफनें म्हटलें आहे. पिस्तुर्लेकरांनाहि तसेंच वाटतें. मराठी समकालीन कागद-पत्रांचा कांहीं एक पुरावा उपलब्ध नाहीं. साष्टीच्या बखरींतहि कांहीं यासंबंधीं लिहिलेलें नाहीं. सदर बखरींत या ठाण्यावरील हल्ल्याची हकिकत फारच जुजवी दिलेली आहे ती अशीः—फिरंगी खणून काढावा हा सिद्धांत करून मल्हारजी होळकर पुढें ठाण्यास पाठविला. तेव्हां फिरंगी पेद्रे दमेल जराळयें साहित्य घेऊन मुंबईवरून ठाण्यास आला. पाण बुरुजावर मार केला. गरनाळीचे गोळे बुरजावर टाकिले. बुरजास लादण्या केल्या होत्या त्यावर पडून फुटल्या. खालीं लोक निसूर भांडत. एक गोळा लादणी फोडून आंत फुटला तेणेंकरून लोक जायां झाले. वरकड घाबरे झाले. बुरजाचा गोळा जाऊन जराळ खासा पेद्रे दमेलवर पडला. मग फिरंगियाचा मोड झाला. वसईस गेला.

डॅन्व्हर्सच्या इतिहासांत ठाण्याच्या हल्ल्यासंबंधीं अशी माहिती आहेः— १ नोव्हेंबर १७३८ रोजीं गोव्याहून रवाना झालेला काफला सव्वीस दिवसांत चौलास पोंचला. तेथें कांहीं दारुगोळ्याची भरती करून ता. २९ नोव्हेंबर रोजीं तो वसईस गेला. नंतर ४ डिसेंबरला वसईचा जराळ आठ मोठीं गलबतें व तीस लहान जहाजें घेऊन ६ तारखेस ठाण्यासमोर आला. त्याचे जहाजावर एकंदर हजार शिपाई होते. ठाण्याच्या किल्ल्यासमीप जातां येईना म्हणून त्यानें दुरूनच दोन दिवस गोळे मारले. शेवटीं तो स्वतःच किल्ल्यांतील एक गोळा लागून मेल्यामुळें सगळा काफला नामोहरम होऊन वसईस परत गेला. नंतर मार्तिन सिरवेल मुख्य अधिकारी झाला.

दवणाची दाणादाण

३७ सालअखेर फिरंग्यांनीं माहीम शिरगांवचे वेढे बळजबरीनें उठविले ते वेळीं डिसेंबरच्या २४ तारखेस वासुदेव जोशानें आप्पा-साहेबांस पत्र लिहिलें होतें. त्यांत दमणावर स्वारी नेण्याच्या मसलतीचा प्रथम उल्लेख सांपडतो. वासुदेव जोशानें लिहिलें होतें कीं, "दमणप्रांतीं आजपर्यंत आमची स्वारी गेली नाहीं. याजकरितां त्या

प्रांतीं स्वारी पाठवून मुलूख मारून ताराज करून गुरंढोरें, कुळेंडाळें धरून आणावीं. तेणेंकरोन शह बसोन गनीमाचा ओढा तिकडे पडेल. यास्तव फौज भारीच त्या प्रांतीं पाठवावी. मुलखाचा सत्यानाश दमणप्रांतीं करावा."

पुढें ३८ च्या मार्चांत आप्पासाहेब खासा ठाण्यास येऊन राहिल्यावर त्यांच्या मनांत दवणाचा विचार फिरून घोळूं लागला. व शंकराजीपंताशीं त्यांच्या बाटाघाटी होऊं लागल्या. त्यासंबंधांत मार्चच्या २० व्या तारखेस आप्पासाहेबांस लिहिलेल्या एका पत्रांत शंकराजीपंत म्हणतो, "दवणेकडून योजोन आल्यास फौज पाठवूं, ते समयीं तुम्हांस लिहूं, तेव्हां तुम्ही एक सरदार व पन्नास माणूस समागमें देणें म्हणून (तुम्हीं मला) लिहिलें. ऐशियास 'योजोन आलें तरी' यैसें न करावें. येक वेळ त्या प्रांतें घोडे स्वामीचे फिरोन आलेच पाहिजे! त्यासी त्या प्रांतें फौज फार नलगे. दीड दोन हजार स्वार पाठविले म्हणजे महिना पंधरा दिवसा फिरोन कार्यभाग करून येतील."

त्याच सुमारच्या दुसऱ्या एका पत्रांत शंकराजीपंत लिहितो. "येथले पांचशें व ठाण्यापैकीं पांचशें असे एक हजार आषाढमासीं काढावे व दुसरे एक हजार मिळून दोन हजार रवाना करावे लागतील तेव्हां तो मुलूख पायेनामियाखालें पडेल. तूर्त लोक पाठवितां येत नाहींत. (मेढ्याचीं वगैरे कामें चालू असल्यामुळें)."

एप्रिलांत फिरून दवणाची बाटाघाट चालू झाली. आप्पासाहेबांनीं शंकराजीपंतास लिहिलें, "दवणप्रांतीं फौज पाठवून मुलुख ताराज करावा हा विचार होताच. सांप्रत तुम्हीही लिहून पाठविलें कीं, ५०० माणूस पावेतों तिकडून पाठवावें. ५०० माणूस आम्ही येथून पाठवितों." पण शंकराजीपंतानें कळविलें कीं, "सध्या माणसें पाठवावयास अनुकूल पडत नाहीं. कारण वसईस फिरंग्यांचा जमाव भारीच जाला आहे. शिवाय आरमारही जमलें आहे. केव्हां चालून येईल याचा नेम नाहीं. त्यांतच मेढ्याचें काम लावलें आहे. रात्रंदिवस काम करतात. कोणी माणूस रिकामें नाहीं."

दुसऱ्या एका पत्रांत शंकराजीपंतानें लिहिलें:--"दवणेकडचे तीन विचार. नुसते राऊतांची फौज पाठविली तर हात पोंचेल तितकाच मुलूख

जाळतील. गुरें नेतील. एक हजार राऊत व एक हजार माणूस पाठविलें तर मासभर (महिनाभर) राऊत राहतील व मग हजार माणसांनीं मुलूख दडपणार नाहीं आणि रयत मात्र लुटतील! तिसरा विचार आम्हांकडील लोक आत्तां जाऊं शकत नाहींत. कारण येथें काम चालू आहे. तसेंच ठाण्यासही काम चालू असल्यामुळें तिकडले लोक काढले तर ठाण्यासही खोळंबा होईल. दमण प्रांत केवळ लुटणेनें भागणार नाहीं. वसई प्रांताप्रमाणें तेथलीही रयत आपले वळणांत आणली पाहिजे. पाठीशीं घातली पाहिजे. मीच श्रावणमासीं जातों आणि दवण-प्रांत सुरळीत करतों. दवणेच्या उरावर ढासण करून मुलुख घेऊं; परंतु तें सर्व श्रावणांत. बहाद्दरपुऱ्याचें ढासण झालें म्हणजे येथें साडे-तीन हजार माणूस व मोराजी शिंद्यासारखा नामांकित सरदार बंदो-बस्तास ठेऊं आणि मग जाऊं."

पिसुर्लेकरांच्या इतिहासांत म्हटलें आहे कीं, साष्टीबारदेशाबरोबरच दवणकडे सैन्य पाठविण्यांत आलें. शंकराजीपंत १७३८ च्या नोव्हेंबरांत दवणात शिरला. त्याच्या फौजेनें सगळीं पिकें उचललीं. प्रथम खत्तल-वाडा, नंतर उंवरगांव; नंतर नारगोळ व नंतर डहाणू जिंकलें. डहाणू-कडे असतां शंकराजीपंताची फौज खुद्द दवणाच्या तटाच्या भिंतीपर्यंत गेली होती. तिनें दवणप्रांताचा सत्यानाश केला. अशी जाळपोळ करून मराठे कसबे आगाशीस छावणींत दाखल झाले.

दवण प्रांतांत परारी नांवाचें एकच ठाणें जिंकावयाचें शिल्लक राहिलें होतें. तें पुढें फेब्रुवारी-मार्च मध्यें गोंव्याच्या हुकुमावरून तेथील कप्तान डेमिंगो डिसोझा यानें सोडून दिलें व तो दवणाच्या ठाण्यांत निघून गेला.

या हकिकतीवरून फेब्रुवारी-मार्चपर्यंत कांहीं मराठी फौजा दवण-प्रान्तांत बंदोबस्तास होत्या असें दिसतें. किंबहुना एप्रिल अखे-रही कांहीं फौज तिकडे असावी. कारण पेशवे-रोजकीर्दीत तिस्सा सलासीनच्या २५ मोहरम या तारखेस (२३।४।३९) एक नोंद सांपडते ती अशी:—"दवणेनजीक आंबेवाडी आहे. तेथील कपितान म्हणतो कीं, दोन हजार रुपये घेऊन आपले बाटेस तूर्त न जाणें. या प्रांतें पुढें स्वारी होईल तेव्हां आपण जागा देईन म्हणोन त्याची बोली तुम्ही लिहून पाठविली. तर दोन हजार रुपये तूर्त घेणें आणि त्याचे बाटेस न

जाणें म्हणोन पत्र एक. " हा हुकूम मोराजी शिंद्याला लिहिलेला आहे. यावरून तो तिकडे बंदोबस्तास असावा असें वाटतें.

साष्टीच्या बखरींत दवणाकडील स्वारीची हकिकत दिली आहे ती अशी-" माहिमास मोर्चे भिडवून सुरुंग लाविले तेव्हां माहीमचें लष्कर कौलास आलें. केळवें घेतलें, तारापुरावर हल्ला केला. राणोजी शिंदे यांनीं बंदरकिनाऱ्याचें गांव म्हणजे साळसुबे खतळवीड, नारगोळ व डहाणू व दुसरे गांव मोडीत तारापुरास गेले. "

डॅन्व्हर्सच्या इतिहासांत खालील माहिती आहे. " तरतूद करून आप्पासाहेबांनीं शंकराजीपंताला घाट ओलांडण्यास हुकूम केला. नोव्हेंबरच्या सुरवातीस आठ हजार पायदळ व दहा हजार राऊत घेऊन तो दवणांत शिरला. तेथील प्रत्येक ठाण्याची लुटालूट करून त्यानें खत्तलवाडा जिंकलें. नंतर अनुक्रमानें उंबरगांव, नारगोळ व डहाणू हीं ठाणीं जिंकलीं. नंतर तो आगाशीस दाखल झाला. मग त्याला तेथून माहीम जिंकण्यास पाठविण्यांत आलें. "

माहीमची आहुती

पुण्याच्या मुक्कामांत ठरलेल्या मसलतीच्या नकाशाप्रमाणें आप्पासाहेब मोठी थोरली फौज घेऊन फिरंगाणांत कूच करून चालले ते दर मजल डिसेंबरच्या २३ तारखेस घाटाखालीं मौजे सायगांव म्हणून आहे तेथें मुक्कामास पोंचले. तेथून आगाशीस शंकराजीपंत दवणाकडील कार्यभाग संपवून छावणीस येऊन राहिला होता. त्याला पत्र पाठवून कळविलें कीं, आम्ही अमुक अमुक दिवशीं माहिमास पोंहोचूं. तरी तुम्ही फौजेनिशीं येऊन वेढ्यांत सामील व्हा. हें पत्र शंकराजीपंतास २६ तारखेस मिळालें. लगेच त्यानें आप्पासाहेबांस पत्र लिहून पुढीलप्रमाणें तजवीज केल्याचें लिहिलें:-" तुमचें पत्र आजच पोचलें. तुम्हीं कोहजच्या मुक्कामाची तारीख लिहिली ती कळली. त्याप्रमाणें आम्हांसही निघोन यावें लागेल. आज आगाशीचा मुक्काम केला. उद्या भवानीगडावर येऊं. वसई, अर्नाळा, वज्रगड येथील बंदोबस्ती केली. बावीसशें लोक, तीन तोफा व सामानासुद्धां येतों. सामान तों भवानीगडास पोंचविलें असे. स्वामींनीं लिहिलें कीं, द्वादशी त्रयोदशीस माहिमास जाऊं. त्यावरून आम्ही एकादशी सोमवारीं भवानीगडास येऊं. आपण माहीमास येतांच सेवेशीं हजीर होतो. होनाजी बलकवडे याचे

लोक तो अशेरी संनिध गेले असेत. डहाणूप्रांते लोक पाठविले. परंतु त्यास तटून धरिलें. स्वामीची भेटी जालियावर रवानगी होईल.''

३० डिसेंबर रोजीं आप्पासाहेब मध्यान्हीस माहीमच्या कसब्यांत शिरले व गांव मोडून त्यांनीं तेथें आपल्या सैन्याची छावणी ठोकली व किल्ल्याला मोर्चे देण्याचा विचार केला. किल्ला बळकट असून त्याची सरदारी अँटोनिओ दमेलो या नांवाच्या फिरंग्याकडे होती. किल्ल्याच्या संरक्षणास एतद्देशीय शिपायांच्या चार कंपन्या व दुसरीही बरीच पोर्तुगीज शिबंदी होती.

वेढा बसल्यानंतर दुसरेच दिवशीं फिरंगी किल्लेदारानें लिहिलेलें पत्र उपलब्ध आहे. त्यावरून यावेळीं मराठ्यांची केवढी मोठी फौज फिरंगाणांत आणली होती तें कळतें. तो लिहितो-"आज सकाळीं कसब्यास आलेल्या शत्रूच्या सैन्याची अधिक विश्वसनीय बातमी जासूदांनी आणली आहे; ती अशी—" स्वारींत खासा चिमाजी आप्पा व पिलाजी जाधव आहेत. शिवाय आज शंकराजीपंतही स्वतः दवणाकडे पाठविलेली ८००० घोडेस्वारांची फौज घेऊन वेढ्यांत सामील झाला आहे. एकूण १४००० घोडा होईल. तळांत १५ हत्ती; अनेक उंट व १२ तोफाही आहेत.'' पिसुर्लेकरांच्या वसई मोहिमेच्या पूर्व भागांत सैन्याचा तपशील अधिक दिलेला आढळतो. त्यांत सोळा हजार घोडेस्वार, व वीस हजार पायदळ, वीस हजार पेंढारी, बेलदार, बाजारबुणगे वगैरे लोक, चाळीस हत्ती व दोन हजार उंट अशी गणती दिली आहे.

असो. मराठ्यांनीं तावडतोब कोटास घेरा घालून कोटा भोंवतालची माडांची वगैरे सर्व झाडी तोडून मोर्चे व बातेऱ्या बांधण्याची योजना सुरू केली. तें काम सुरू असतांच त्यांनीं शिड्या लावून हल्ल्यानें किल्ला घेण्याचाही प्रयत्न करून पाहिला. एकंदर ५ एलगार त्यांनीं केले. पण ते सारे निष्फळ ठरले. इतका शत्रूचा बंदोबस्त व तरतूद होती.

बातेऱ्या तयार होताच मराठ्यांनीं त्यांवर तोफा चढवून त्यांचा कोटावर मार धरला. पांच बातेऱ्या मिळून पंचवीस तोफा होत्या. त्यांत एक फारच मोठी दिवाळतोड असून तिच्या धडाक्यानें ठिकठिकाणी तटबंदी जाया होऊन कळपे उडूं लागले. पण पडझड झाली असेल ती शत्रू तावडतोब बांधकामानें दुरुस्त करून टाकी.

खुष्कीच्या बाजूने वेढा पक्का झाला तसा खाडीच्या किंवा समुद्राच्या बाजूनेंही बसवावा म्हणून आप्पासाहेबांनीं कांहीं गलबतांचा एक काफला माहीमच्या बंदरासमोर नेऊन खाडींत दांड घातला. याही खेरीज सुरुंगाचाही उपाय त्यांनीं सुरू केला. तट बांधतां, तर बांधा; पण आतां सुरुंग चालवून तट आणि बुरुज पाडून साराच दिल्लीदरवाजा करूं अशी ईर्षा त्यांनीं धरली. सारांश, या ना त्या उपायानें ठाणें घेतल्याखेरीज उठावयाचें नाहीं असा त्यांचा कृत निश्चय दिसूं लागला.

माहीमचे अरिष्ट कळतांच मर्तिन सिरवेलानें वसईहून चार जानेवारीस समुद्रांतून कुमक करण्याचें ठरविलें. त्याकरितां दोन पाल, दोन मचवे व सात गलबतें असा आरमारी काफला पाठविण्यांत आला. त्यांत एक अस्सल गोऱ्या पोर्तुगीज शिपायांची एक कंपनी दोनशें एतद्देशीय शिपाई व पुष्कळ दारूगोळी होती. काफला माहिमास आला खरा, पण त्यांतली मदत किल्लेकऱ्यांस कशी पोचावी ? कारण मराठ्यांच्या गलबतांनीं बंदर रोखून धरलें होतें. म्हणून तो काफला तीन दिवस तेथेंच आसपास घोटाळत राहिला. अखेर ७ तारखेस त्यांतले लोक पडावांत उतरून मोठ्या शर्थीनें मारामार करीत किनाऱ्यास लागले. मराठ्यांनीं त्यांचा पुष्कळ प्रतिकार केला, पण ते तसेच झुंजत पडत कां होईना सारे किल्ल्यांत जाऊन पोंचले.

पण या मदतीचा शत्रूला कांहीं एक उपयोग झाला नाहीं. कारण पुढें दोनच दिवसांत त्यांना ठाणें खालीं करून द्यावें लागलें. मराठ्यांनीं तोफांचा धडाका अहोरात्र सुरू ठेविला होता. व त्याच्या आसऱ्यानें सुरुंगही चालू केले होते. ते हा वेळ पावेतों तटानजीकही पोचले होते. अर्थात् आतां कोट उडवून मराठे आंत घुसल्याखेरीज रहात नाहींत, असें पाहिल्यावर किल्लेकरी घाबरले. व ९ तारखेस त्यांनीं कौल घेतला. भरपूर कुमक आली असतां अखेरपर्यंत ठाणें न लढवतां तें सोडून दिल्याबद्दल किल्लेदाराची शत्रूपक्षाकडील लोकांनीं फार बेअब्रू केली असा प्रवाद आहे.

किल्ला जिंकल्यावर तहाच्या बोलीप्रमाणें आप्पासाहेबांनीं आंतील लोकांस हत्यारें, कुटुंब कबिले, देवादिकांच्या मूर्तींसह आपल्या जहाजांतून वसईस पोचवून द्यावें पण तें झालें नाहीं.

उलट मराठ्यांच्या लुगाऱ्यांनीं शत्रूच्या शिपायांचीं हत्यार पात्यार सुद्धां सारी चीजवस्त लुबाडून घेतली अशी पोर्तुगीज बखरकार तक्रार करतात. किल्लेदार अँटोनियो याला आणि त्याच्या कबिल्याला मराठ्यांनीं मुक्त करून मुंबईस जाण्यास सांगितलें; पण तसा तो जात असता मराठ्यांच्या गलबतांनींच त्याला लुबाडून घेतलें, अशीही तक्रार आहे. या हकीगतीत तथ्यांश कितपत आहे हें पडताळून पहाण्यास मराठी साधनें नाहींत. फक्त येवढी एक गोष्ट मात्र स्पष्ट आहे कीं, मराठ्यांनीं माहिमास पुष्कळच फिरंगी कैद केले. याबाबत पेशवे दप्तर भाग ३४ पत्र नं. १५३ यांत पुढीलप्रमाणें उल्लेख आहे. "माहीम व शिरगांवकर फिरंगी राजश्री संकराजीपंत यांनीं आम्हाकडे पाठविले. त्यास भक्षावयास देवून निगेनसी ठेवणें म्हणून लिहिलें आहे. त्यास तीनशें सवातीनशें माणूस. हें ठेविल्यानें काये उपयोग आहे? धान्य चहूं रोजीं सवा खंडी तांदूळ लागतात! त्या खेरीज त्यास भक्षावयास व रहावयास स्थल पाहिजे. आपले लोक वसईत सांपडले आहेत. कदाचित् तहरहमुळें सोडावयास मुबदला कार्यास येईल म्हणून ठेवावे, तरी ढोणे व कपितान व पाद्री अटेकत ठेवावे. वरकडास मुलकांत पोट भरावयास पाठवून द्यावी यैसें आमचे विचारें आहे." गेल्यावर्षीं पेद्रू माहीमचें वेढे उठऊन अशेरीकडे चालला तेवेळीं त्यानें कैद केलेले मराठे माहीमच्या किल्लेदाराकडे पाठऊन दिले असतां त्या दुष्टानें त्या सर्वांना कापून टाकलें होतें म्हणून कौल देऊनही मराठ्यांनीं यावेळीं माहीमच्या किल्लेकऱ्यांना लुटलें असेल तर तो त्यांनीं यथायोग्य सूडच उगवला असा अर्थ होतो. असो माहिमच्या या वेढ्यांत मराठ्यांचे व फिरंग्यांचे अनुक्रमें तीनशें व बावीस माणूस ठार पडले.

माहिमचा वेढा १७३९ (पुरवणी) टीप.

१. औंधकरांच्या संग्रहीं असलेल्या डॅनव्हर्सच्या हस्तलिखित पोर्तुगीज रेकॉर्ड्स् व्हॉल्युम २ मधील हकिकतींत माहीम १८ जाने. म्हणजे ७ जानेवारी १७३९ रोजीं खालीं करून दिलें असें म्हटलें आहे. तसेंच माहिमच्या मदतीस आलेल्या शत्रूच्या जहाजांत फक्त ५० पोर्तुगीज शिपाई व ९० एतद्देशीय शिपाई होते असें सांगितलें आहे.

२. ब्रह्मेंद्रचरित्र पान ६२. बाजीरावाचें ब्रह्मेंद्रास पत्र. त्यांत माहिम ९ तारखेसच जिंकल्याचें लिहिलें आहे.

केळवें काबीज होतें

माहिम जिंकल्यानंतर लगेच दुसऱ्या दिवशीं मराठ्यांनीं केळव्यावर हल्ला केला. ते किल्ल्यावर चढतांच किल्लेकऱ्यांनीं निकराचें झुंज दिलें. पण मराठ्यांनीं त्यांचे पुष्कळ लोक कापून काढले. किल्ल्यावर एक दारूचें कोठार होतें त्यास मराठ्यांनीं आग लावून दिली. तेव्हां शत्रूचें एकूण एक माणूस उडून गेलें. अशा रीतीनें मराठ्यांनीं तें ठाणें १० जानेवारीस काबीज केलें. पिसुर्लेकरांच्या पोर्तुगीज इतिहासांत किल्ल्यावर अवघे पस्तीस लोकच होते असें म्हटलें आहे तें बरोबर दिसत नाहीं. कारण ब्रह्मेंद्रचरित्र पान ६२ वर बाजीरावसाहेबांनीं स्वामींस पत्र लिहिलेलें छापले आहे, त्यांत किल्ल्यावरील ऐशीं माणसांचीं डोचकीं मारल्याचें सांगितलें आहे. पत्रांतले शब्द असे " चि. रा. आप्पांनीं माहिम घेतल्याचें वर्तमान पहिलें सेवेसी लिहिलें आहे त्यावरून विदित झालेंच असेल. माहीम घेतल्यावर दुसरे दिवसीं छ १० सवाली केळवें हल्ला करून घेतलें. ऐशी माणसांचीं डोचकीं मारलीं. केळवें जागा थोर नव्हती; माफकच होती."

शिरगांव काबीज होतें

केळवें जिंकल्यानंतर मराठे शिरगांवावर चालून गेले. या शिरगांवानें पूर्वीं मराठ्यांस चांगला हात दाखविला होता. पण आतां सर्व पारडें उलटें झालें होतें. मराठ्यांनीं माहिमासारखें ठाणें बेजरब जिंकून घेतलें व केळव्याचा सत्यानाश केला हें पाहून शिरगांवकर हादरून गेले व त्या दहशतीनेंच त्यांनीं सल्ल्याचें बोलणें लाविलें. परंतु त्याच वेळीं पळून जाण्याचीहि गुप्त खटपट सुरू केली. पण मराठ्यांनीं ठाणें जिंकून माहिमच्या कैद्यांबरोबर शिरगांवच्याही लोकांना पकडून कल्याणास पाठवून दिलें. बाजीरावसाहेब आपल्या पत्रांत लिहितात, " केळव्याच्या सलाबतीनें शिरगांवकरांनीं कौल घेतला, शिरगांवची माडी होती ते आली. अतःपर चिरंजीव तारापुरास बसले असतील. " शिरगांव काबीज झाल्याची नक्की तारीख उपलब्ध नाहीं.

तारापूर फत्ते होतें

माहिम, केळवें, शिरगांव हीं ठाणीं काबीज केल्यानंतर आप्पासाहेब सारी फौज घेऊन तारापुरास गेले; व त्यांनीं त्या ठाण्यास वेढा दिला.

तारापूर हें ठिकाण किती बळकट होतें, व निम्में वसईच कसें होतें तें १७३७ सालच्या हकीकतींतून आलेंलेंच आहे. कोटाबाहेर आठ हात खोल व आठ हात रुंद असा खंदक होता. त्याच्या बाहेर बळकट कुसूं होतें. शिवाय या वेळीं किलेकऱ्यांनीं कोटाच्या आंत तटा-शेजारीं चांगला भक्कम मेढा तयार करून ठेवला होता.

स्थळ यामुळें काबीज करणें दुर्घटच होतें; व तसें चिमाजीआप्पा-साहेबांच्या पत्रावरूनहि सिद्ध होतें; परंतु पोर्तुगीज लोक मात्र तें तसें नव्हतें असें भासवितात. त्यांच्या मतें कोट माहिमा इतकासुद्धां बळकट नसून त्याची दुरुस्ती किंवा डागडुजीहि चांगली राखलेली नव्हती; आणि लढाऊ शिपायांची भरती म्हणजे एतद्देशीयांच्या तीन कंपन्या व कांहीं पोर्तुगीज अधिकारी इतकीच जुजबी होती. असो.

मराठ्यांनीं किल्ल्यास वेढा देतांच बातेऱ्या बांधल्या व त्यांवर तीस तोफा चढवून किल्ल्यावर त्यांचा अहोरात्र मारा सुरू केला. पण किले-कऱ्यांचीहि शहामत अशी कीं, जेथें जेथें तोफांनीं तट ढांसळावा तेथें तेथें तो त्यांनीं रातोरात फिरून बांधून काढावा. शत्रूचा हा निश्चय व तरतूद पाहून मराठ्यांनीं सुरुंग लावून बुरुजच उडवावयाचें ठरविलें व जोरानें काम सुरू केलें. वेढा बसल्यापासून ७ व्या दिवशीं म्हणजे जानेवारीच्या २३ व्या तारखेस त्यांची सुरुंगाची सर्व सिद्धता झाली. त्या रात्रींच लष्करचें सर्व लहानथोर माणूस खार्डीतून उतरून आप्पा-साहेबांनीं मोर्चाचे पाठीमागें जमा करून बसविलें. मधोमध हुजरातीचें निशाण असून त्या भोवतीं बाजी भिवराव, रामचंद्र हरि, गुतेकर, बाळोजी चंद्रराव वगैरे सारे नामांकित लोक तितके होते. त्याचप्रमाणें हशमांपैकीं निवडक तीनशें माणूसही तेथें होतें. हुजरातीच्या निशाणाच्या उजव्या हातास मल्हारराव होळकराचे व त्याच्या पलीकडे राणोजी भोसल्याचे लोक होते. तसेंच हुजरातीच्या डाव्या हातास गोविंद हरी पटवर्धन, त्याच्या डाव्या हातास बांडे, त्याच्या पलीकडे यशवंतराव पवार त्याचे पलीकडे तुकोजीराव पवार व त्याचेही पलीकडे शेवटीं राणोजी शिंदे याप्रमाणें मोर्चे होते.

एकंदर निरनिराळ्या चार पांच ठिकाणीं सुरुंग नेऊन भिडविले होते. मल्हारराव होळकराचे कांहीं सुरुंग तयार झाले होते. खास हुजुरा-

तीनेंही एक सुरुंग चालवून त्याचे तीन फाटे करून ते कुसाखालीं पोंचविले होते. यशवंतराव पवाराचाहि एक सुरुंग सिद्ध झाला होता. राणोजी शिंद्याचा सुरुंग मात्र ह्या वेळपर्यंत तयार झालेला नसल्यामुळें त्यानें पुष्कळशा शिड्या बांधून तयार करून ठेवल्या होत्या व इकडे सुरुंगांचा धूमधडाका सुरू होतांच मर्दामर्दीनें कोटांस शिड्या लावून हल्ला करण्याची त्यानें सिद्धता केली होती.

दुसरे दिवशीं म्हणजे २४ तारखेस दिवस उजाडतांच बत्त्या द्यावयाच्या ठरल्या. त्या दिवशीं पहाटेसच आप्पासाहेब खाडीच्यामध्यें एक माडी होती तेथें जाऊन बसले. मल्हारराव होळकराच्या पायास कांहीं दुःख झालें असल्यामुळें तो तेवढा एकटा आप्पासाहेबांच्या जवळ राहिला. ठरल्याप्रमाणें दिवस उजाडतां दोन घटकांनीं सुरुंगांना बत्त्या दिल्या. आणि थोड्याच वेळांत एकामागून एक सुरुंग धडाक्यानें उडाले. हुजरातीच्या सुरुंगानें भलें मोठें खिंडार पाडलें. मल्हाररावाचा सुरुंग बुरुजाखालीं नेलेला होता तो उडून तेथेंहि फार मोठें भगदाड झालें. त्याच्या उजव्या हातासहि निरनिराळ्या सुरुंगांनीं अनेक लहान लहान खिंडारें पडलीं. खिंडारें पडतांच मराठे लोक धावून जाऊन आंत घुसण्याची गर्दी करूं लागले. "उजवीकडे हशमांच्या लोकांनीं कोटासच मर्दामर्दी शिडी टेकून वर्ते चढले. पुढें धारकरी होता तो वर चढल्यावर गोळी लागून खालीं भुईवर पडला! त्याचे पाठीमागें दुसरा चढला, तोहि वरून पडला! तेव्हां क्षणभर शिडी रिकामी होती. फिरोन लोकांनीं लगट करोन वरते चढले. वरी लोकांनीं मारामारीची शर्थ केली. खंदक उतरून जावें त्या उपरी कोटावरी चढावयाची बहुता प्रकारची अडचण होती. वरल्या लोकांनीं आंत मेढा कोटाशेजारीं तयार केला होता त्यामुळें कोटावर चढल्यावरी दोन घटका तेथें तुंब पडला. तसेंच जागाजागा. हुक्कयांचा, तोफांचा व बरकंदाजीचा मार फिरंग्यांनीं सीमेपरता केला. शेवटपावेतों त्यांनीं हिम्मत सोडली नाहीं."

वेढा बसल्यापासून शत्रूनें मराठ्यांस आगीनें केवळ भाजून काढलें होतें. यामुळें या हल्ल्यांत मराठे त्यावर अगदीं काऊनचेऊन तुटून पडले. पण शत्रूनेंहि अशा जवामर्दीनें झुंज दिलें कीं, खुद्द कोटाचीं दगडी भिंताडें पाडण्यापेक्षां छातीचा कोट करून लढणाऱ्या या शत्रूच्या

शिपायांना मोडून काढणें त्यांना अधिक अवघड गेलें. आप्पासाहेब पाठीवर होतेच. त्यांना ती सगळी रणधुमाळी दिसत होती. मराठ्यांचे हल्ले, शत्रूचे प्रतिहल्ले हे सर्व एकाच वेळीं त्यांना दिसत होते. ते आपल्या पत्रांत अभिमानानें लिहितात " सारें झुंज नजरेस पडलें. सारे नामांकित लोक बरे वजेनें चालून गेले. राणोजी भोसले यांनींहि शर्थ करावयाची तितकी केली. बरें वजेनें बाकोन घातले. बाजी भिवराव याणीं सीमेपरते निशाण चालविलें. त्याचे मर्दुमीची सीमा लिहावी ऐसें नाहीं. "

अशा रीतीनें तारापुरचा कोट त्या दिवशीं मराठ्यांनीं मोठ्या शौर्यानें हस्तगत केला. पोर्तुगीज इतिहासकार म्हणतात कीं, माहिमच्या वेढ्यापेक्षांहि मराठ्यांची या वेढ्यांत अधिक प्राणहानि झाली आणि तें खरें दिसतें. कारण आप्पासाहेब आपल्या पत्रांत म्हणतात " माणूसहि सीमेपरतें जाया झालें. "

कोट फत्ते होतांच शत्रूचीं एकूणएक माणसें कैद करावीं म्हणून आप्पासाहेबांनीं हुकूम दिला. त्यांत चार हजार लोक कैद झाले व पांचशे घोडे पागेस लागले.

लढाईच्या गर्दींत खासा किल्लेदार लुइस व्हेलेझो हा लढतां लढतां मरण पावला. बाकीचे सर्व अधिकारी व त्यांचे कबिले दस्त झाले. कबिले सांपडण्याचें कारण पोर्तुगीझ इतिहासकार असें देतात कीं, किल्लेदाराचें आपल्या बायकोवर अत्यंत प्रेम होतें. त्यामुळें आपापले कबिले अशेरीस किंवा दूर एखाद्या बंदोबस्ताच्या ठिकाणीं लावून देण्याचा हुकूम असतांहि तो मोडून त्यानें आपला कबिला पोंचविला नाहीं. अर्थात् इतर अधिकाऱ्यांनींहि आपापलीं कुटुंबें किल्ल्यांतच ठेवलीं व त्यामुळें तीं आयतींच मराठ्यांच्या हातीं पडलीं.

पण आप्पासाहेबांनीं त्या सर्वांना त्यांच्या इतमामाप्रमाणें व दर्जाप्रमाणें वागवून त्यांचा यत्किंचितहि उपमर्द होऊं नये असा कडक हुकूम फिरविला. किल्लेदाराच्या बायकोचें आपल्या नवऱ्यावर अत्यंत प्रेम होतें. तिनें आपल्या नवऱ्याचें प्रेत त्याच्या इतमामाप्रमाणें पुरण्याची परवानगी मिळावी म्हणून काकुळतीनें अर्ज केला तो त्यांनीं तात्काळ उदार मनानें मान्य केला. या दिलदार वृत्तीबद्दल पोर्तुगीज

इतिहासकारांनीं मुक्तकंठानें आप्पासाहेबांस धन्यवाद दिलेले आहेत.

बसईच्या मोहिमेंतील अशी एक आख्यायिका प्रसिद्ध आहे कीं, बसई-च्या किल्लेदाराची बायको पळून जात असतां मराठ्यांनीं तिला पकडून आप्पासाहेबापुढें आणून हजर केली, तेव्हां तिचा उपमर्द न करतां उलट आप्पासाहेबांनीं मी तुझा भाऊच आहें असें म्हणून तिला साडी-चोळी करितां गांव लावून दिलें व बंदोबस्तानें तिची शत्रूकडे रवानगी करून दिली. या आख्यायिकेस अस्सल कागदपत्रांत कांहीं एक आधार नाहीं; परंतु तिचें मूळ मात्र या तारापूरच्या हकिकतींत आहे येवढें निश्चित दिसतें.

या हल्ल्यांत मराठ्यांची अतोनात प्राणहानि झाली हें खरेंच; परंतु विशेष जाणवणारी हानि म्हणजे बाजी भिवराव रेटरेकर याचा मृत्यु ही होय. हल्ल्यांत लढत असतां तोंडांत गोळी लागून तो ठार पडला. बाजी भिवराव हा पेशव्यांचा अगदीं विश्वासू व इरेचा सरदार होता. ज्या कामावर त्याला घालावा तेथें त्यानें पराक्रमाची व मेहनतीची शर्थच करावी. शिवाय बाजी भिवराव व त्याचा भाऊ चिमणाजी भिवराव हे पेशव्यांचे अगदीं बाळमित्र व केवळ भावासारखे मानलेले असल्यामुळें बाजी भिवराव मेल्यामुळें 'गड आला पण सिंह गेला' अशीच आप्पासाहेबांची स्थिति झाली.

रेटरेकरांचें कुटुंब आणि पेशव्यांशें कुटुंब यांचा घरोबा केवळ निस्सीम होता इतका कीं भिवरावांनीं आपल्या दोघां मुलांचीं नांवेंहि बाजीराव व चिमणाजी अशींच ठेवलीं होतीं. हे दोघे भाऊ पेशव्यांनीं आपल्या हाताशीं घेऊन त्यांजकडून हरएक कामें करून घेतलीं व त्या दोघां-नींहि जीवित्वाची तमा न धरतां तीं बजावून आणलीं. माळव्यांतल्या व उत्तर हिंदुस्तानांतल्या अनेक स्वाऱ्याशिकाऱ्यांत बाजी-भिवराव बाजीरावसाहेबांच्या बरोबर होता. दोन तीन वर्षांखालीं शिद्द्यावरील मोहिमेंत भर पावसाळ्यांत बाणकोट राखण्याची अत्यंत बिकट कामागिरी त्यानें केली होती. आणि खुद्द या सध्याच्या—मोहिमेंत १७३७ च्या भाद्रपदांत बसईला शिड्या लावून ती काबीज करण्याच्या भगीरथ प्रयत्नांत त्याला कहरी जखमा चढल्याचें वाचकांच्या स्मरणांत असेलच. असला पराक्रमी 'भाऊ' तारापुरास पडलेला पाहून तारापूर जिंक-

त्याच्या विजयापेक्षांहि बाजी भिवरावाच्या मृत्यूचें दुःखच आप्पासाहेबांस अधिक झालें. त्यांनीं बाजीरावासाहेबांस पत्र लिहिलें; त्यांत म्हटलें आहे कीं, "तारापूर घेतलें, फत्ते जाहली. परंतु बाजी भिवराव यास गोळी लागली! ठार जाले!"

आप्पासाहेब व बाजीरावसाहेब यांनीं बाजी भिवरावाच्या आईस व चिमणाजी भिवरावास जीं सांत्वनपर पत्रें लिहिलीं आहेत तीं फारच हृदयस्पर्शी आहेत. बाजी भिवरावाच्या आईस लिहिलेल्या पत्रांत बाजीरावसाहेब म्हणतात "गंगाजान्हवीसमान मातुःश्री वेणुबाई काकी वडिलांचे सेवेसी. अपत्य बाजीराव बल्लाळ सा॥ न॥ वि॥ तागायत पौष व॥ १३ पावेतों स्वकीय लिहित जाणें. विशेष पौष शु० ११ तारापुरास हल्ला केला; ते समयीं बाजी भिवराव तोंडांत गोळी लागून कैलासवासी जाहले. ईश्वरें मोठें अनुचित केलें. तुम्हांस मोठा शोक प्राप्त झाला. आमचा तर भाऊ गेला. त्यास तुम्ही वडील. दुःखाचें परिमार्जन करून विवेक करावा. त्याची मुलें व चिमणाजी आप्पा आहेत. त्यांचेंहि त्याजपेक्षां अधिक चालेल. परंतु आमचा भाऊ गेला. बाजू गेली. उपाय नाहीं. त्यास चिमणाजी भिवराव हे पाठविले आहेत. हे सांगतील तें ऐकावें. सारांश, मीच तुमचा बाजीराव असा विवेक करून धीर धरावा. मजवर दृष्टि द्यावी."

आप्पासाहेबांनीं बाजी भिवरावाच्या मृत्यूची हकिकत चिमणाजी भिवरावास कळविली त्या पत्रांत ते म्हणतात "बाजीराव यास देवाज्ञा झाली. त्याचा परिणाम उत्तम प्रकारें म्हणावा तैसा झाला. बाजीराव लौकिकानें गेला; पण आमची बाजू गेली. या गोष्टीनें श्रम झाले. त्याचा विस्तार फार आहे. पत्रीं कोठवर लिहावा? मातुःश्री वेणुबाई काकीस वृद्धापकाळीं महद्दुःख जाहालें. वरकड गेली गोष्ट येतीशी नाहीं. चिरंजीव बापूजीराव व गंगोबा आम्हांजवळ सुखरूप आहेत. त्यांचेविशीं समाधान असो देणें."

खुद्द बाजीरावसाहेबांनीं आप्पासाहेबांस लिहिलें तें देखील वाचनीय आहे "बाजी भिवराऊ आपली एक बाजूच होती. परंतु होणारास उपाय काय? त्याचा पुत्र बापू बरा शहाणा आहे, खटपटेस चुकत नाहीं; त्याजवरि लोभ करणें तैसा करीत असों. रा॥ चिमणाजी भिवरावहि

बरे खटपटे, शहाणे, मर्द आणि सुशील आहेत, त्याजवरि सर्व प्रकारें कृपा करून लौकिक उत्तम दिसे तें करावें म्हणून लिहिलें तें कळलें. येसीयास बाजी भिवराव कार्यकर्ते मनुष्य होते आणि कामावरी खर्च जाले. त्याजमागें त्याच्या भावावरि व मुलावरि लोभ करावा यापेक्षां अधिकोत्तर काय ?"

हल्ल्याचा नक्की दिवस कोणता ?

तारापुरच्या हल्ल्याच्या दिवसासंबंधानें मराठी व पोर्तुगीज हकिकतींत फेर पडतो, त्यासंबंधीं लिहिणें आवश्यक आहे.

पिसुर्लेकर यांच्या बसईच्या पोर्तुगीज इतिहासांत तारापुरास वेढा बसल्याची तारीख २२ जानेवारी व हल्ला करून तें काबीज केल्याची तारीख २९ जानेवारी अशी दिलेली आहे. पोर्तुगीज तारखा तत्कालीन इंग्रजी तारखांपेक्षां ११ दिवसांनीं अधिक असतात व पिसुर्लेकर यांनींहि त्या तशाच दिलेल्या असल्यामुळें इंग्रजी पद्धतीप्रमाणें त्या तारखा अनुक्रमें ११ जाने. व १८ जाने. अशा येतात.

आतां मराठी कागदपत्रांचा विचार करूं. पहिलें पत्र खुद्द चिमाजी आप्पासाहेबांचें ब्रह्मेंद्रचरित्र ले. ४९ वर छापलेलें. सदरहु पत्र आप्पासाहेबांनीं हल्ला संपतां संपतांच लिहिलेलें आहे. बाजी भिवरावाच्या मृत्यूची वार्ता त्यांना कळण्याच्याहि अगोदर तें लिहिलें आहे असें पत्रावरून स्पष्ट दिसतें. हल्ल्याची तपशीलवार हकिगत देणाऱ्या या पत्रांत २४ सव्वाल बुधवार प्रातःकालचा सव्वा प्रहर दिवस असा पत्र लेखनाचा स्पष्ट कालोल्लेख आहे. त्याची मुकाबल्याची इंग्रजी तारीख मोडक जंत्रीवरून २४ जाने. अशी येते. पत्र खुद्द आप्पासाहेबांनीं लढाई संपतां संपतां तातडीनें लिहिलेलें व त्यांत मुसलमानी महिना व तारीख व त्याचा मुकाबल्याचा मराठी वार स्पष्ट दिलेला आहे. या सर्व गोष्टींवरून या पत्रांत दिलेली हल्ल्याची तारीख निरपवाद होय हें निश्चित आहे.

शिवाय हीच तारीख बरोबर म्हणावयास आणिकहि एका अस्सल पत्राचा आधार आहे. पे. द. भा. १६ मध्यें १३० नंबरला विश्वासराव कृष्ण थोरात या सरदारानें आप्पासाहेबांस लिहिलेलें पत्र छापलें आहे. तें २६ माहे शवाल पौष व॥ १३ शुक्रवार रोजीं

मुक्काम बहादूरपूर नजीक वसई येथून म्हणजे वसईच्या मोर्चांतून लिहिलें आहे. त्यांत तो सरदार लिहितो " या नंतर काल छ २५ सवालीं गुरुवारीं दोप्रहरा वर्तमान ऐकिलें कीं, किल्ले तारापूर फत्ते जाला. " वरील पत्रांत कालाचा उल्लेख मुसलमानी महिना व तारीख, त्याचा मुकाबल्याचा देशी महिना व तिथि व वारहि देऊन तपशीलवार उल्लेख केलेला आहे. त्यांत छ २५ सवाली गुरुवारीं तारापूर फत्ते झाल्याचें वर्तमान ऐकिलें असें म्हटलें आहे. २५ सवालची मुकाबल्याची इंग्रजी तारीख २५ जानेवारी येते. त्या अर्थी २४ जानेवारीसच तारापूर फत्ते झालें हें स्पष्ट होईल.

राजवाड्यांनीं आपल्या तिसऱ्या खंडांत १६७ व १६८ या लेखांकांत दोन पत्रें छापलीं आहेत. पहिलें पत्र बाजीरावसाहेबांचे बाजी भिवरावाच्या आईस सांत्वनपर आहे. दुसरें आप्पासाहेबांचें चिमणाजी भिवरावास सांत्वनपर आहे. या दोन पत्रांतला विषय एकच आहे असें पाहून राजवाड्यांनीं पहिल्या पत्राची तारीखच दुसऱ्यास दिली. वास्तविक तें चूक आहे. त्या पत्राची तारीख २ दिवस आधींची दिली पाहिजे. कारण बाजी भिवरावाच्या मृत्यूची बातमी बाजीरावसाहेबांना कळण्याच्या अगोदर आप्पासाहेबांना ती कळलेली आहे. कारण ते स्वतःच वेढ्यांत आहेत. तें असो. पण आमचा आक्षेप असा कीं, १६७ पत्र नंबरची तारीखच चुकली आहे ! बाजीरावसाहेबांचें पत्र पौष व॥ १३ लिहिलेलें आहे. त्यांत म्हटलें आहे कीं, पौष शु० ११ तारापुरावर हल्ला केला. या दोन तिथींच्या इंग्रजी तारखा अनुक्रमें २६ व ९ जानेवारी अशा येतात; म्हणजे बाजीराव साहेबांच्या पत्राप्रमाणें ९ जाने. तारापूर फत्ते झालें असें होतें. पण उलट आप्पासाहेबांच्या पत्राप्रमाणें ती तारीख २४ जाने. येते. दोन्ही पत्रें समकालीन व पूर्ण जबाबदार व्यक्तींचीं. तेव्हां या घोटाळ्याचा विचार करतां असें स्पष्ट दिसतें कीं, राजवाड्यांनींच अस्सल पत्र नकलून घेतांना नजरचुकीनें वा अनवधानानें अशुद्ध नक्कल करून घेतली. त्यांनीं पौष व॥ ११ स असें लिहून घ्यावयाच्या ऐवजीं पौष शु० ११ असें लिहून घेतलें. वरती पत्रलेखनाचा काळ पौष व॥ १३ असा दिला आहे. त्याची मुकाबल्याची तारीख २६ जाने. येते. आप्पासाहेबांच्या पत्राप्रमाणें २४ जाने. तारापूर फत्ते

झालें आहे व पौष शु० ११ ऐवजीं पौष व॥ ११ धरली म्हणजे बरोबर २४ जाने. ही तारीख येते ! पण राजवाड्यांनीं नक्कल करून घेतलेली हल्ल्याची तारीखच खरी धरली व मग साहजिकच पत्रावरची पौष व॥ १३ ही शुद्ध रवाना तारीख चुकीची ठरविली व ती पौष शु० १३ अशी धरून मग त्याप्रमाणें इंग्रजी तारीख ११ जानेवारी ही दिली ! !

पे. द. भा. २२ मध्यें एक विश्वसनीय समकालीन रोजनिशी छापलेली आहे. त्यांत यासंबंधीं एक महत्त्वाची नोंद आहे ती अशी "पौष वद्य अमावाश्येस रा चिमाजी आप्पाचीं पत्रें रायास आली कीं तारापूर घेतलें फत्ते झाली; परंतु बाजी भिवराऊ यास गोळी लागली. पांचवे रोजीं येथें कळलें असे." पौष व॥ ३० ला २८ जानेवारी ही तारीख येते. म्हणजे २४ तारखेस तारापूर फत्ते झाल्यासंबंधीं जें पत्र आप्पासाहेबांनीं बाजीरावसाहेबांस लिहिलें तें त्यांना ५ दिवसांनीं म्हणजे २८ तारखेस मिळालें हें बरोबर दिसतें. ही नोंदही राजवाड्यांची चूक दुरुस्त करण्यास उपयोगी पडते.

पण सगळ्यांत तारखेच्या बाबतींत मौज झाली आहे ती रा. सा. सरदेसायांची. सुधारून व शुद्ध करून वाढवलेल्या त्यांच्या रिसायतीच्या दुसऱ्या आवृत्तींतहि या वसई प्रकरणांत अनेक चुका राहिलेल्या आहेत. येथें फक्त माहीम तारापुरच्या वेढ्याबाबतच त्यांनीं ज्या दोन ढोबळ चुका केल्या आहेत त्या पाहू. ३० डिसेंबर १७३८ रोजीं माहिमास वेढा बसला व ९ किंवा १०जानेवारी १७३९ रोजीं तें हस्तगत झालें. पण सरदेसाई यांनीं कांहीं एक बिचक्षणा न करतां १७३७च्या डिसेंबरांत माहिमास जो मोठी लढाई झाली ती १७३८ च्या डिसेंबरांत झाली असें धरलें व १७३९ च्या जानेवारींत माहिमास जो वेढा बसला तो १७३८ च्या डिसेंबरांतल्या वेढ्याचा चालू भाग किंवा Continuation आहे असें लिहिलें ! वास्तविक त्या दोन वेढ्यांत सबंध १ वर्षाचें अंतर आहे ! ज्या वासुदेव जोशाच्या पत्राचा आधार घेऊन रा. सरदेसायांनीं ही चूक केली तें पत्र मूळ ब्रह्मेंद्रचरित्रांत पारसनिसांनीं छापलेलेंच आहे. पण त्यावर २४ नोव्हेंबर १७३७ अशी बरोबर तारीखच दिलेली आहे ! !

पण याहिपेक्षां गमतीची चूक या तारापुरच्या वेढ्यासंबंधींची आहे.

ते लिहितात, "बाजी भिवराव ८।१।३९ रोजीं तारापूरच्या वेढ्यांत तोंडांत गोळी लागून पडला." पण त्याच पॅऱ्याच्या सुरवातीस ते असें सांगतात कीं, तारापूरचा वेढा १५ जानेवारीनंतर बसला. मग जो वेढा ८ तारखेस बसलाच नाहीं त्यांत बाजी भिवराव मेला कसा ? वास्तविक हल्ल्याच्या दिवसाची तपशीलवार तारीख देणारें आप्पासाहेबांचें पत्र सरदेसायांनीं पाहिलें आहे व त्याचा विस्तृत सारांशहि त्यांनीं उद्धृत केला आहे. मग २४ जानेवारी ही खरी तारीख न देतां ८ जानेवारी ही चुकीची ते कशी देतात ? सरदेसायांची ही चूक राजवाड्यांचें जसेंच्या तसें उतरून घेतल्यामुळें झाली आहे. कारण वर सांगितलेल्या राजवाड्यांच्या ३ ऱ्या खंडांतील पत्राला राजवाड्यांनीं ११ जानेवारी अशी रवाना तारीख दिली आहे. पौ. शु. १३ म्हणजे ११ जानेवारी व हल्ला झाल्याची तिथि पौष शु. ११ म्हणजे ९ जानेवारी यावयाची. पण सरदेसायांनीं तेवढेंहि बरोबर न देतां ८ जानेवारी ही तारीख दिली आहे !!

अशेरी काबीज होते—

तारापूर जिंकल्यानंतर ३ फेब्रुवारी रोजीं मराठ्यांनीं अशेरी जिंकली. हरिपंत नांवाचा एक सरदार चार हजार हशम व पांचशें घोडेस्वार घेऊन अशेरीस गेला; त्यानें तेथें काय कारस्थानें केलीं असतील तीं असोत, त्या ठाण्यांतल्या शिपायांनीं मराठ्यांविरुद्ध शस्त्रच उचलण्याचें साफ नाकारलें. तेव्हां नाइलाज होऊन अशेरी मराठ्यांच्या स्वाधीन करावी लागली. अशेरीचें ठाणें फार महत्त्वाचें होतें. ६ फेब्रुवारी १७३९ रोजीं लिहिलेल्या पत्रांत बाजीराव साहेब स्वामींस कळवितात कीं, " तारापूर

तारापुरचा वेढा (१७३९) पुरवणी टीपा

(१) बाजी भिवरावाची पहिली बायको फाल्गुन शु. २ (९।२।१७३८) रोजीं वारली. नंतर त्याचें दुसरें लग्न ३ महिन्यांनीं ज्येष्ठ व॥ १ मंगळवारीं (२३।५।३८) रोजीं परांडे येथील नायकाच्या मुलीशीं पेशव्यांनींच करून दिलें. त्या वेळीं नवरी मुलगी बिचारी अवघी ११।१२ वर्षांची होती. पुढें ८।९ महिन्यांतच वैधव्याची कुऱ्हाड तिच्यावर कोसळली.

(२) बाजी भिवरावाला दोन मुलगे १ बापूजी बाजीराव, २ गंगाधर बाजीराव २८।१०।१७४० रोजीं मौजे रेटवडी तां खेड प्रांत जुन्नर हा गांव पेशव्यांनीं बापुजी बाजीरावास पुत्रपौत्रा इनाम करून दिला.

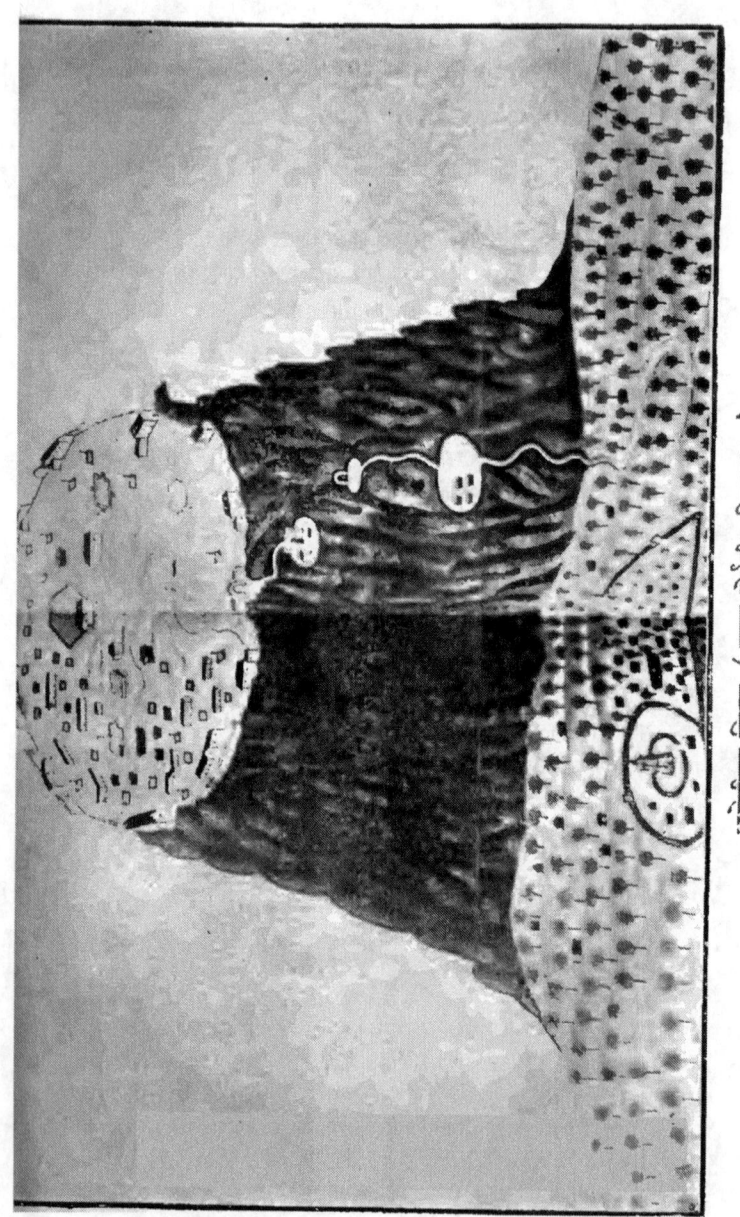

अशेरीचा किल्ला. (जुन्या पोर्तुगीज चित्रावरून.)

घेतल्यावरि अशिरगड किल्ला फिरंगी याचा हस्तगत जाहला. किल्ला मातवर बिलंद आहे. "

पिसुर्लेकर ३ फेब्रुवारी रोजीं किल्ला जिंकला म्हणतात. दुसरी एक पोर्तुगीज बखर २ तारखेस किल्ला जिंकला असें म्हणते. पारसनीस आपल्या ब्रह्मेंद्रचरित्रांत पान ६४ वरील टीपेंत २ जिल्काद. म्हणजे १ फेब्रुवारी १७३९ रोजीं किल्ला जिंकला असें म्हणतात.

पेशवे दप्तर भाग २२ मध्यें छापलेल्या शकावलींत अशी नोंद आहेः– माघ शु० ७ सह ८ (४।२।१७३९) रविवारीं खबर आली कीं, रा.. चिमाजी आप्पांनीं अशेर किल्ला फिरंगी यांचा घेतला. किल्लेदारांची माणसें तारापुरांत सांपडलीं होतीं त्यामुळें त्यांनीं किल्ला दिला असे" या शकावलींतील ही नोंद पाहतां व फिरंग्यांच्या शिपायांचें बंड लक्षांत घेतां या हरिपंतानें तारापुरास जिंकलेल्या सरदारांच्या कबिल्यांना अशेरीस नेऊन त्यांचे करवीं फोडाफोड करून किल्ला गोळी न वाजवितां हस्तगत करून घेतला असें दिसतें. पिसुर्लेकर या हरिपंताचें वर्णन बाजीरावाचा सेक्रेटरी असें करितात. त्यावरून हरिपंत म्हणजे हरिपंत सुरनीस असावा कीं काय असा संशय येतो.

तारापुर काबीज केल्यानंतर वसईस मोर्चे देईपर्यंत मधल्या दहा बारा दिवसांत आप्पासाहेबांचा मुक्काम नक्की कोठे होता तें कळत नाहीं. ब्रह्मेंद्रस्वामिचरित्र पान ६३ लेखांक ४० यावर बाजीराव साहेबांनीं ब्रह्मेंद्रस्वामीस लिहिलेलें पत्र छापलें आहे. तें पत्र ७ जिल्कादचें म्हणजे ६।२।३९ चें आहे. त्यांत ते लिहितात कीं, "तारापूर व अशिरगड घेतल्यानंतर अत:पर चि॥ रा॥ आप्पा कुल फौजेनिशीं साष्टीस गेले. साष्टींत तीन स्थळें. त्यांपैकी वेसावियास खंडोजी माणकर यांणीं मोर्चे देऊन जेर केलें आहे. स्वामीच्या आशीर्वादें इतक्या दिवसांमागें जाहलेंच असेल. वेसावें (पारसनीस वसई लिहितात तें चूक आहे) घेतल्यावरि वानरें, धारावी हीं दोन स्थळें आप्पा गेल्यावरी घेतील. एकूण साष्टींतील तिन्ही स्थळें हस्तगत जाहल्यावर वसईचाहि यत्न करतील."

साष्टीच्या बखरींत पुढीलप्रमाणें मजकूर आहे. "अशेरी कौलास आल्यावर मग सगळी फौज घेऊन आप्पासाहेब वज्रयोगिणीस गेले. तेथून गोविंद हरि व तुबाजीपंत (तुकाजीपंत लिहिलें आहे तें चूक आहे.)

यांस साष्टीस पाठवून आपण खुद्द फौज घेऊन वसईस आले. वसईस मोर्चे लाविले."

बादला पारडी काबीज होते

जानेवारी महिन्यांत पिलाजी जाधवाचा मुलगा दवण प्रांतांत बादला पारडीचें ठाणें काबीज करण्याच्या कामगिरीवर होता. त्या कामगिरी करितां शंकराजी केशवानें आपला रायाजी शंकर नांवाचा एक माहितगार माणूस सटवोजीकडे पाठविला होता. बादलपारडीचा कोट फेब्रुवारीच्या ५ तारखेच्या सुमारास हस्तगत झाला.

वेसावें काबीज होतें १७३९

मराठयांनीं ६ अगर ७ फेब्रुवारी १७३९ रोजीं वेसाव्याचें ठाणें फत्ते केलें. पेशवेशकावलींत नोंद आहे ती अशीः—' तिस्सा सलासीन वेसावें फत्ते झाल्याचें वर्तमान आलें. छ ११ जिल्काद खंडेराव माणकर यांजकडून ' म्हणजे १० फेब्रु० १७३९ रोजीं वेसावें काबीज झालें असें दिसतें.

जाने० १८, १७३९ च्या सुमारास खंडोजी माणकर, नारोजी कडू, व खंडोपंत यांनीं चार फौजा नेऊन वेसाव्यावर हल्ला करण्याचें ठरविलें. ते त्या सुमारास घोडबंदरास होते. तेथून त्यांनीं वेसाव्यास जाण्याचें योजिलें व ठाण्यास रामाजी महादेवास पत्र पाठवून तावडतोब चार तोफा, सरंजाम व लोक घेऊन घोडबंदरास येण्यास सांगितलें. यावेळीं ठाण्यास कोटाचें काम जोरांत सुरू असून गगनबुरूज, हणमंतबुरूज, यांचें बांधकाम सुरू होतें. रामाजी महादेवानें ठाण्याच्या कोटाचा बंदोबस्त केला. आंत भवानजी कदमराऊ हवालदार, कृष्णाजी विठ्ठल सबनीस, सिधोजी गाडे, शिवाजी बाबाजी व तिमाजी पवार यांस ठेवलें बाहेर चेंदणीकडे रामोजी कडूचे स्वार संताजी नाईक मनवर व राजखानाचा जमाव असे ठेवले. फत्तेबुरजाकडे शेलार, साबाजी तिमाजी, येसाजी शिंदे वगैरे लोक ठेवले. असा तेथला बंदोबस्त करून गलवताबर तोफा घालून १९ तारखेस संध्याकाळीं तो घोडबंदरास निघून गेला. २२ तारखेस तोफा, वेसाव्यास जाऊन पोंचणार होत्या. पण त्याच्या आधींच २० तारखेस खंडोजी माणकर वेसाव्यास जाऊन थडकला होता.

शिवाजी बाबाजीनें ३१ जानेवारीस चिमाजी आप्पांस पत्र लिहिलें आहे; त्यावरून वेसाव्याच्या वेढ्याची हकिकत कळते ती अशीः— किल्ल्यास तिहींकडून मोर्चे दिले होते. मोर्चे जेजालांच्या गोळीच्या टप्प्यापर्यंत गेले होते. पूर्वेकडे विहीर होती तेथें हरसावंत व शिवाजी बाबाजीचे लोक यांचा मोर्चा होता; उत्तरेकडे रामाजी महादेवाचा मोर्चा असून उत्तर व पश्चिमेचे मध्यें खंडोजी माणकराचा होता. मोर्चांतून दोन तोफा लागू करून ३१ तारखेपर्यंत मराठ्यांनीं वेसाव्याच्या वरील माडी बरीच ढासळून टाकली होती.

शत्रूनेंहि जोराचा प्रतिकार चालविला होताच. येथला किल्लेदार फ्राँसिस्क दमेलो इकारका नांवाचा सरदार होता. त्यानें स्वतः जखमांनीं जेर असतांहि किल्ला लढविण्याची शर्त केली. शेवटीं व्हॉइसरायाचा निक्षून हुकूम आला तेव्हांच त्यानें तें ठाणें ६ किंवा ७ फेब्रुवारीस मराठयांच्या हवालीं केलें. किल्ल्यांतले लोक वसईस गेले. अशा रीतीनें सुमारें १८।२० दिवस वेढा देऊन मराठयांनीं वेसाव्याचें ठाणें काबीज केलें.

मढ जिंकले

मढच्या वेढ्यासंबंधीं माहिती पिसुर्लेकरांच्या इतिहासांत किंवा समकालीन मराठी कागदपत्रांत सापडत नाहीं. फक्त साष्टीच्या बखरींत तेवढी ती सांपडते. ती अशी—“इकडे साष्टींत गोविंद हरि, तुबाजीपंत, खंडोजी माणकर व कृष्णाजी नाईक यांनीं मढावर हल्ला केला. वसईहून मढास मुऱ्हारजी नाईक यास पाठविलें. साष्टीचे लोक व अणजूरकर यांनीं आपला मोर्चा बंदराकडे चालवून तोफा लावून कोटाची सफेल फोडली. मग रात्रीचा फिरंगी चार वाटांनीं उतरून गलबतांवर चढून पळून गेला. मढचा कोट सै झाला. मग धारावीस गेले.”

या मढच्या लढाईसंबंधानें पेशवे दप्तरांत नारोजी कडूची दोन पत्रें व पेशवे रोजकीर्दींत एक नोंद उपलब्ध होते; त्यावरून मढच्या कोटास मोर्चे लावणाऱ्यांत नारोजी कडू हा मातबर पथक्या होता असें दिसते. कारण ७ जिल्कादच्या (६।२।३९) पत्रांत तो आप्पासाहेबांस लिहितो “तुम्ही लिहिलें कीं मढचे कोटास मोर्चे लाविले आहेत आणि तुम्ही लोकांकडून व जातीनसी कुच बंदी मोर्चे चालवून कस्ट मेहनत करिता

नाहीं. पण ही गोष्ट खोटी आहे. आम्ही मेहनत करीत आहो. येथील सविस्तर खंडोबानी लि॥ आहे त्यावरून कळेल. साखरोजी कडूबरोबर ३००० रु॥ पा। ते पावले. "

नारोजी कडूचें आप्पांस मढ येथून १२ जिल्कादचें (११।२।३९) पत्र 'आनंदराव लांडगे याचे निशाण मोर्चे किले संनिध गेले तेव्हां आंतील गोल्यानें उडाले त्यास निशाणाकरितां एक कद निला, लाल व निमा हिरवा पाठवा.'

धारावीचा वेढा

धारावी काबीज करण्याचें काम खंडोजी माणकर व तुबाजीपंतावर सोंपविण्यांत आलें होतें. खंडोजी पुढें निघून गेला. मागाहून तुबाजीपंत निघाला. तो मालाडास आला. तेथें वाटेंत त्याला वर्तमान कळलें कीं खंडोजी माणकरांनीं गढी काबीज केली; म्हणून मग पुढें न जातां त्यानें खंडोजी माणकरास पत्र पाठवून मीं काय करावें म्हणून विचारलें. त्यावर त्यानें कळविलें कीं "उद्यां आम्ही काशीवर जातों तेथें तुम्ही या" म्हणून त्या पत्राप्रमाणें दुसऱ्या दिवशीं कूच करून १२ फेब्रुवारीस तुबाजीपंत काशीस गेला. तो दिवस साकूचें म्हणजे तात्पुरत्या पुलाचें काम करण्यांत गेला. दुसऱ्या दिवशीं बहुधा १३ तारखेस तो धारावीस गेला. त्याच दिवशीं त्याला आप्पासाहेबांनीं पत्र पाठवून आज्ञा केली होती कीं, धारावीच्या खाडींत शत्रूचीं गलबतें होतीं व तीं तोफांचा फार मार करीत होतीं म्हणून मुर्ध्याच्या खाडीच्या कांठीं तुबाजीपंतानें आपला मोर्चा घालावा.

आप्पासाहेबांची आज्ञा झाली त्याप्रमाणें करावें हें खरें; परंतु तुबाजी पंताची व खंडोजी माणकराची कांहीं धुसफूस झाल्यामुळें खंडोजी माणकर त्याला तोफा वगैरे साहित्य नीट पुरवीना. आप्पासाहेबांची आज्ञा होती कीं, तें साहित्य माणकराकडून घ्यावें. पण तो म्हणूं लागला कीं "आम्ही कोठें दुसऱ्याचें साहित्य करीत बसावें? आम्हांस लिहिलें असतें तर आम्हींच खाडी बंद केली असती." या माणकराच्या वर्तनाबद्दल वैतागून तक्रार करतांना तुबाजीपंत लिहितो "साहेबकामाची तिडिक त्यास नाहीं. दारुगोळी एक सर अगर एक गोळी आमच्या करोलास दिली नाहीं. आंग्र्याच्या २५० लोकांनाहि तो सामान सरं-

जाम देत नाहीं. यामुळें काम कांहीं मोर्च्याचें चालत नाहीं. आम्ही रिकामे गोटांत बैसलो आहोत. " शेवटीं माणकरानें एक लहानशी तोफ तुबाजीपंताकडे पाठवून दिली. पण दारुगोळा दिला नाहीं. आणि तो मागतां मागतां तुबाजीपंत बेजार झाला. अखेर २२ तारखेच्या सुमारास तुबाजीपंताचा मोर्चा कसाबसा कायम होत आहे तों शत्रु त्यावर चालून आला पण मराठ्यांनीं शत्रूला मोडून परत घातले. हा हल्ला झाल्याबरोबर तातडीनें तुबाजीपंतानें आप्पासाहेबांस कळविलें व खंडोजी माणकराकडून तीन तोफांचा सरंजाम तावडतोब द्यावा म्हणून मागणी केली. त्याप्रमाणें आप्पासाहेबांनीं कळविलेंही. परंतु खंडोजी माणकराचा तुबाजीपंतावर राग झाला. तुबाजीपंत आपल्या चाहड्या करतो असें त्याला वाटलें व तो म्हणाला कीं, मी तुम्हांस तीन तोफा तेवढ्या देईन. सरंजाम वगैरे तुमचा तुम्ही करून घ्या.

तुबाजीपंताचा मोर्चा गायमुखावर बसल्यामुळें शत्रूचें पाणी बंद झालें. २६ तारखेस त्याच्या मोर्चाच्या उजव्या हातास वाळवंटावर मेढा घातला होता. त्यावर शत्रु बाहेर पडून चालून आला; म्हणून तुबाजीपंताकडीलहि लोक त्यावर मेढ्यापुढें धावून गेले. चकमक होऊन तुबाजीपंताचे ७/८ लोक जखमी झाले. परंतु अखेर त्यांनीं शत्रु माघारा खाडींत नेऊन घातला. मेढ्यांत अरब वगैरे लोक होते, ते त्यावेळीं पुष्कळ मार सोसून टिकून राहिले.

फिरून दुसरे दिवशीं म्हणजे २७ तारखेस शत्रु दुपारीं मेढ्यावर चालून आला. तेव्हां तुबाजीपंताच्या लोकांनीं व घाटगे, साखरोजी, धायभार व गायकवाड यांच्या लोकांनीं जाऊन मारामार केली व फिरून एकवार शत्रु माघारा पिटवला. त्या चकमकींत तुबाजीपंताचें व खंडोपंताचें मिळून ७/८ माणूस जखमी झालें. या गेल्या दोन दिवसांच्या चकमकींत मिळून शत्रूचे १० लोक ठार पडले व जखमी पुष्कळच झाले. तुबाजीपंत आप्पासाहेबांस लिहितो, "आतां रोज उठून बाहेर पडून गनीम मेढ्यावर येऊं लागला आहे."

तुबाजीपंताप्रमाणेंच रामाजी महादेवाकडेहि धारावीचा एक मोर्चा बसाविण्याचें काम होतें. प्रथम त्यानें गायमुखाचे सुमारें खाडीकाठीं नीटच वाळूवर मैदानांत मोर्चा घालवयाचा विचार केला. त्या रात्रीं

मोर्चा उभारावयाकरितां कणगे व भारे लोकांनीं नेले. कणगे उभे करून भारे नेऊन टाकले. इतक्यांत कोटांतून बंदुकांची व तोफांची शत्रूनें अतोनात मारगिरी केली. तेव्हां रामाजी महादेवाचे ५।७ लोक जखमी झाले व दोन चांगले बारदार ठार पडले. तरीहि रातोरात मेहनत करून त्यांनीं कणगे भरले, मेढासुद्धां तयार केला व मोर्चा बळकट केला. दुसरे दिवशीं दोन प्रहरीं फिरंगी चालून आला, तेव्हांहि त्याला माघारा घातला. पण फिरूनहि दुसरे दिवशीं अधिक जमाव धरून तो आला. मग त्यांची यांची झुंपली. शत्रूचे १० जण ठार व १०।२० जखमी झाले व त्याचा पुरता रेच मोडला.

२७ तारखेच्या सुमारास आप्पासाहेबांनीं रामाजी महादेवास हुकूम दिला होता कीं, खंडोजी माणकराच्या सल्ल्याप्रमाणें गायमुखावर मोर्चा घालून आरमारावर मार करणें. त्याप्रमाणें गायमुखापुढें खडपाजवळ मोर्चा नेण्याची तयारी रामाजीपंत करूं लागला. याच्या आदल्या दिवशीं म्हणजे २६ तारखेस तुबाजीपंत व आंग्रे यांचा एक मोर्चा खाडीकाठीं होता तो त्यांनीं तेथून काढून पुढें रामाजीपंताच्या मोर्च्याजवळ दरवाजा-सन्मुख तीराच्या टप्प्याजवळ नेला व मोर्चापुढें रामाजी महादेवाचे पांच जेजाल बारदार व करोल व २०० शिपाई नेऊन बसविले व तेथून मार धरला.

१ मार्चच्या सुमारास तुबाजीपंताचा मोर्चा पक्का होऊन त्यानें तोफा लागू करून धारावीचा दरवाजा बंद केला. त्यामुळें शत्रूचीं गलबतें पाणकोटाचे पश्चिमेकडे लागूं लागलीं. तिकडेहि एक मातबर मोर्चा घालावा. कारण फिरंग्यांनीं पश्चिमेकडे दरवाजा करून तिकडून राबता ठेवला. पूर्वेकडून व पश्चिमेकडून दोनही आंगांनीं मोर्चे बसले, तर शत्रु आयास येईल, अशी सल्ला तुबाजीपंतानें माणकरास दिली. पण तें त्यानें फारसें मनावर घेतलें नाहीं.

या वेळीं तुबाजीपंताच्या मोर्चांत आंग्र्याचें २५० व त्याचेजवळचें २५० मिळून एकंदर ५०० माणूस होतें. तेवढ्यानें निर्वाह होण्या-सारखा नव्हता, म्हणून त्यानें आणिक ५०० माणूस व तोफा पाठवाल तरच मोर्चा बळकट होईल असें आप्पासाहेबांस कळविलें. शिवाय मोर्चासभोंवार मेढा घालून आसरा करण्याचाहि त्याचा विचार होता. कारण त्यावर किल्ल्यांतून व गलबतांतून दोहींकडून मार होत होता.

३ मार्चच्या सुमारास खालीलप्रमाणें मोर्चांची स्थिति होती. वर सांगितलेला पूर्वेकडचा तुबाजीपंताचा मोर्चा, डोंगरीकडून नारोजी कडू व खंडो गोमाजी यांचा मोर्चा व पश्चिमेकडून गोविंद हरी पटवर्धन व खंडोजी माणकर यांचा मोर्चा. सगळ्यांचे मोर्चे बसून हातघोंड्या-वर गेले. ह्यामुळें बंदराकडून एकहि माणूस गांवांत जाऊं शकलें नाहीं व गांवांतील बाहेर पडूं शकलें नाहीं.

तुबाजीपंताच्या मोर्चावर उजवीकडून गलबतांचा व समोरून कोटाचा मार होई. वाळूचे मोर्चे असल्यामुळें ते शत्रूच्या तोफांनी ढासळत. २ मार्च रोजीं दोघेजण रेजगीनें जखमी झाले. पुढें त्यानें आपल्या मोर्चापुढें एक चर किंवा तवक खंदलें. कारण कीं तोफा-जवळ लोक थोडे. त्यामुळें मोर्चावर हल्ला वगैरे झाला तर आपली कुमक कोणास करतां येणार नाहीं अशी त्यास भीति वाटली.

नारोजी कडू व खंडो गोमाजी यांचा मोर्चा बसला होता, तेथें डाव्या हातास कडा होता त्याच्याच कांठाकांठानें ते आपला मोर्चा पुढें नेण्याचा प्रयत्न करीत होते. त्यावर गलबतांतून कोटावरून व पाणबुरुजावरून असा तिन्हींबाजूंचा मार होत होता; व दररोज त्यांचे चार पांच माणूस जखमी होत होते. ४ मार्च रोजीं त्यांचा मोर्चा पाण-बुरुजापासून अवघा साडे तीनशें हातांइतका जवळ गेला; व तेथूनहि पुढें पाऊणशें हातांवर त्यांनीं आपले करोल नेऊन बसविले व तेथपर्यंत मोर्चा पुढें चालविण्याची तयारी चालविली. त्यांच्या मोर्चावर उजवीकडून गलबतांचा मार होत होता. म्हणून खंडोजी माणकरास सांगून तिकडून तोफा लागू करवून गलबतें माघारीं सारण्याची त्यानीं आप्पासाहेबांस विनंति केली. नारोजी कडूच्या मोर्चांत सुभानजी शेलार, मानासिंग घाटगे, धायबर, साखरोजी कडू वगैरे खास हुजारातीचे पथकेकरी होते.

अखेर ६ मार्च रोजीं धारावी फत्ते झाली. कोटांत धड तोफा आठ, चटकी एक, गर्नाळा दोन व कांहीं दारुगोळा मराठ्यांस सांपडला. या वेढ्यांत तुकोजी पवारानें फार चांगली चाकरी केली असें खंडोजी माणकरानें एका पत्रांत म्हटलें आहे.

या धारावीच्या वेढ्यासंबंधीं पिसुर्लेकरांच्या इतिहासांत एका पोर्तु-गीज रिपोर्टाआधारें जी हकिकत दिली आहे तींत व मराठी

कागदपत्रांच्या माहितींत कालाच्या दृष्टीनें फारच तफावत पडते. मराठी अस्सल कागदपत्राप्रमाणें मार्चच्या ६ तारखेस धारावी फत्ते झाली. उलट एप्रिल महिन्यापर्यंत धारावी पोर्तुगीजांच्या हातीं होती असें पिसुर्लेकर म्हणतात. पोर्तुगीज कागदांतील हकिकत अशी:–कडादिनानें धारावीचें ठाणें जिंकल्यानंतर तें कॅप्टन फिलिप बारात याच्या स्वाधीन केलें होतें. नंतर त्या अधिकाऱ्यानें तें २१ मार्च (१० मार्च) १७३९ पासून १० एप्रिल (३० मार्च) १७३९ पर्यंत संभाळलें. मग गव्हर्नरानें त्या ठाण्याचा अधिकार कॅप्टन अलेक्झांद्र मार्टिन सँटॉक्स यास सांगितला. हा मनुष्य तें ठाणें लढवीत असतां ठार पडला. पुढें तें ठाणें लढविणें झेपत नाहीं असें पाहून तेथल्या लेफ्टेनंट जेरोनिमू रापोझू वगैरे सरदारांनीं गव्हर्नरास तसें कळविलें. तेव्हां त्यानें कांहीं लोक चौकशीस पाठविले. त्यांनींहि चौकशी करून कळविलें कीं, आणखी ६०० लोकांची कुमक येईल तरच हें ठाणें लढवितां येईल. त्याप्रमाणें तितकेहि लोक पाठविण्यांत आले पण मराठ्यांनीं पाणी बंद केलें, सगळीं भिंताडें जमीनदोस्त केलीं, व आगीचा मारा धरला तेव्हां नाइलाज होऊन फिरंग्यांनीं कौल घेतला. सांगण्यासारखी गोष्ट म्हटली म्हणजे कोटांतला एकूण एक शिपाई जखमी झालेला होता. इतक्या शौर्यानें त्यांनीं तें ठाणें लढविलें ! कौल घेऊन ते लोक २५।४ (१४।४) रोजीं वसईस गेले. अशा रीतीनें ३०।३५ दिवसपर्यंत तें ठाणें फिरंग्यांनीं लढविलें. तें लढवीत असतां वर उल्लेखलेला मार्टिन व आल्फेरिस एस्तेव्हो मार्टिन्स असे त्यांचे दोन अधिकारी ठार पडले होते.

मानाजी आंग्रे उरण काबीज करतो

आप्पासाहेब वसईच्या वेढ्यांत गुंतले असतां ती संधि साधून मानाजी आंग्रे यानें फिरंग्यांचें उरण किंवा कारंजा हें बळकट ठाणें अचानक काबीज केलें. मराठी साधनसंग्रहांत त्यासंबंधीं कांहीं विशेष माहिती सांपडत नाहीं. पेशवे दप्तर भाग ३४ मधील पत्र नं. १७९ व पेशवे दप्तर भाग २२ पान १९२ वरील एक नोंद इतकीच त्रोटक माहिती उपलब्ध आहे. पिसुर्लेकर व डॅनव्हर्स यांनीं मात्र ती हकिकत बरी दिली आहे.

पिसुर्लेकर म्हणतात, " कारंजा हें फार सुरक्षित ठाणें होतें. पूर्वी वेळोवेळीं जीं ठाणीं आपल्या हातीं कांहींही झालें तरी राखावयाचीं असें फिरंगी सरकारानें ठरविलें होतें त्यांतच या ठाण्याचा समावेश होत होता. या वेळीं तेथील कप्तान जोसे लुई द सिल्वा हा होता. आंग्र्यानें वसईच्या वेढ्याचा प्रसंग साधून आपल्या कुलाब्यास तें ठाणें जवळ आहे, असें पाहून उरणावर चाल केली. मार्चच्या ४ थ्या तारखेस तो कारंजा बेटांत उतरला. त्याचे बरोबर २००० लोक होते. त्यानें उरणाचे कोळीही फितविले होते. ५ दिवस वेढा चालला. आंग्र्याच्या वातेऱ्यांच्या मारापुढें टिकाव न लागून शेवटीं किल्लेदारानें १० मार्च रोजीं कौल घेतला. आंग्र्यानें त्या सर्व लोकांस मुंबईस पावतें केलें. कप्तान मात्र चौलास निघून गेला. "

डॅन्व्हर्स म्हणतो " ७ मार्च रोजीं (१८ मार्च पोर्तुगीज तारीख) आंग्र्यानें ४० गलबतांतून २००० लोक नेऊन कारंजावर हल्ला केला. ५ दिवस वेढा चालवून तें बेट जिंकलें. बेटावर १०० पोर्तुगीज शिपायांची शिबंदी होती. त्यांपैकीं ३ लोक मारले गेले. "

टीप—१७३९ सालीं मानाजीनें कारंजा काबीज केल्यावर तेथल्या कांहीं लोकांनीं इंग्रजांकडे सूत्र लाविलें. परंतु इंग्रजांनीं तो विचार सोडून दिला. मुंबईकरांचे कौन्सिल म्हणालें कीं, निदान बारा ते १५ हजार पर्यंत लोक कारंजा-जिंकण्यास लागतील. त्याकरतां निरनिराळ्या उतारांवर बंदोबस्ताकरतां ठेविलेले आपले लोक काढून आणावे लागतील आणि मरोळ येथें तर मराठ्यांची मोठी फौज जमा झाल्याची बातमी आली आहे. आपण कारंजावर हल्ला केला तर त्या मोकळ्या पडलेल्या उतारांवर मराठे गर्दी करतील. शिवाय कारंजा जिंकल्यावर टिकविणें कठिण आहे. शिबंदीचा खर्च फार लागेल. किल्ला पडका व नादुरुस्त आहे आणि शेजारचे टेकडीवरून त्यावर मारा होऊं शकतो. तो किल्ला राखण्याकरतां दुसरा किल्ला बांधावा लागेल, शिवाय कारंजा हें पोर्तुगीजांचेंच ठाणें असें मराठे समजत असल्यामुळें ते हल्ला केल्याखेरीज रहाणार नाहींत. मानाजीनें तें मराठ्यांतर्फेंच काबीज केलें आहे असें ते म्हणतात. म्हणून कारंजाचा विचार सोडून द्यावा. तेथले सातआठशें आग्री लोक हे मानाजीस मिळाल्यामुळें मसलत कठिण. या सर्व कारणांचा विचार करतां मानाजीचा हा नवीन शेजार मोठा उपद्रवकारक होण्याचा संभव दिसत आहे. तरीही तो नाद आपण सोडावा. [The rise of Bombay a Retrospect.]

मानाजीनें उरणाकडे जाऊन शत्रूस आणखी एक पायबंद द्यावा हें यावेळीं आप्पासाहेबासहि इष्टच होतें. म्हणून त्यांनीं कांहीं फौजही मानाजीच्या मदतीस देण्याची तजवीज केली, पण मानाजीनें मदत मागितली नाहीं. त्याच्या पोटांतला हेतु असा होता कीं, पेशव्याच्या मदतीशिवाय आपण तें ठाणें जिंकलें म्हणजे तें आपलेंच झालें! आणि पुढें त्यानें तसें केलेंही हें प्रसिद्ध आहे. बाजीरावसाहेबांना किंवा आप्पासाहेबांना ती अटकळ होतीच. असे दोघांत झालेल्या पत्रव्यवहारावरून दिसतें. बाजीरावसाहेबांनीं आप्पासाहेबांस लिहिलें कीं, "मानाजीनें स्थळ हस्तगत केलें तर तें स्थळ आपले हवाला करून घ्यावयाचा विचार पहिला (प्रथम किंवा पूर्वीं) आपणांस लिहिला आहे. तदनुरूप विचार करून स्थळ आपले हवाला होय तें केलें पाहिजे." (पे. द. भाग ३४ प. नं. १७९)

कोरलईचें कारस्थान

[६-३-१७३९ ते २५-४-१७३९]

वसईस बसल्यानंतर फिरंग्यांना शह देण्याचा आणखीही एक डाव आप्पासाहेबांनीं टाकला. तो म्हणजे कोरलईचा किल्ला अचानक ताब्यांत घेणें हा होय. या कारस्थानाचा बेत बहुधा बाजीरावसाहेब व आप्पासाहेब डिसेंबरच्या सुमारास पुण्याहून बाहेर पडण्याच्या आधीं मुकर झाला होता. किल्ला काबीज करण्याचें काम तळागडचा हवालदार सुभानजी माणकर यावर सोंपविण्यांत आलें होतें. आप्पासाहेबांचें पत्र त्याला गेलें कीं, "पांचसहाशें माणूस निवडून घेऊन चोरीनें कोरलाचें कार्य करणें. वाजट (बोभाट) न करणें." हुकमाप्रमाणें सुभानजी माणकरानें लागे भागे माहीतगार मिळवून युक्तीनें काम उरकावयाची तरतूद करून ठेविली. पण मध्यंतरीं कांहीं कटकट होऊन भेदलेले लोक बिथरले. पण सुभानजीनें त्यांची समजूत काढली व दिलासा केला. सुभानजीचा विचार असा होता कीं शक्य तर चोरीनें छापा घालूनच कार्य साधावें पण तें न साधलें तर मात्र राजरोस वेढा देऊन मोर्चेबंदीच करावी. कारण या संधींत आपला वेढा बसला नाहीं तर संभाजी आंग्रे कुलाब्यास शह देण्या करतां येणार आहे अशी बोलवा आहे, तो कदाचित् आपल्या आधीं वेढा बसवील. आपणच आधीं वेढा देऊन बसलों म्हणजे मग

दुसऱ्याचा हात चालणार नाहीं. शिवाय फिरंग्यांचा पैगम हबशांच्याकडे व शाहूमहाराजांकडेहि चालू आहे. करतां शाहूमहाराजांकडून कांहीं भलताच हुकूम येण्याच्या आधीं किंवा शिद्याची कुमक फिरंग्यांना पोंचण्याच्या आधींच वेढा बसला म्हणजे बरें.

असा सगळा विचार करून व आपला युक्तिवाद अप्पासाहेबांस कळवून सुभानजीनें मार्चच्या ६ व्या तारखेस जाण्याची तयारी केली. व दुसरे दिवशीं तो निघूनहि गेला. जातांना त्यानें हजार माणूस व दारूगोळी पाठविण्याविषयीं आप्पासाहेबांस लिहिलें.

कोरलईच्या या कारस्थानांत मानाजी आंग्र्यानें सुभानजीस लागेल ती मदत करावी, असें पेशव्यांनीं ठरविलें होतें. पण त्या बाबतींत वेगळाच अनुभव आला. कारण सुभानजी कोरल्यास जाऊन बसला तरी मानाजी मदत करीना. मदतीविषयींचें पेशव्याचें पत्र मानाजीस सुभानजीनें पाठविलें तेव्हां त्याला विषम वाटलें. त्याच्या मनांत कोरला पेशव्यांच्या ताब्यांत जावा असें नव्हतें. म्हणून तो सुभानजीस म्हणूं लागला कीं, रेवदंडा व कोरला म्हणजे कुलाब्याचा दरवाजा आहे. आतां तुम्ही आलांच आहांत तर तुम्ही कोरला घ्या. मी रेवदंड्याला शह देतों. तोफा वगैरे मदत मला तुम्हाला कांहीं करतां येत नाहीं.

मानाजीच्या या वर्तनामुळें सुभानजीची कठीण अवस्था झाली. दिलेला वेढा मदतीच्या अभावीं उठवावा तर आयताच मानाजी कोरला बळकावणार. म्हणून त्यानें आप्पासाहेबास निकडीनें लिहिलें कीं, मानाजी मदत करीत नाहीं. तर आतां तुम्हीच भारी जमाव तोफा व दारूगोळा अशी कुमक पाठवा म्हणजे फिरंग्यांचा आटा बंद करून कोरला घेतों आणि मग रेवदंडाही घेतो!

पुढें आप्पासाहेबांनीं मदत काय पाठविली वगैरे संबंधीं कांहीं माहिती मिळत नाहीं. फक्त एवढें दिसतें कीं, एप्रिलच्या २५ तारखेपर्यंत कोर्ल्याचा वेढा चालूच होता. मानाजी व सुभानजी यांचें वितुष्ट आल्यामुळें वेढ्याचें काम जोरानें न चालतां भांडणांस मात्र ऊत आला होता. मानाजीचें म्हणणें असें होतें कीं, वेढ्याचें हें काम माझ्या अखत्यारींतलें आहे. माझा हुकूम सुभानजीनें मानला पाहिजे. त्यानें तेलगंडगीवरचे लोक उठवले पाहिजेत. कोरल्यास दुसऱ्या बाजूनें आपला निराळा

मोर्चा लावतां कामा नये. माझ्या मदतीस राहून मी सांगेन तेवढेंच काम त्यानें करावें. हुकूम ऐकला नाहीं तर मी पारिपत्यही केल्याखेरीज सोडणार नाहीं ! कोरला व रेवदंडा हे माझे किल्ले आहेत. ' आपण श्रीमंतास एकंदर देत नाहीं. यामुळें कांहींतरी होऊं ! सर्वस्वास उदक घातलें आहे. !! '

वेळ्याचें अखेर काय झालें त्याची माहिती उपलब्ध नाहीं.

गोव्याचा ग्रास

आप्पासाहेबांनीं एकाचवेळीं फिरंग्यांच्या दवणाकडे म्हणजे उत्तरेस व गोव्याकडे म्हणजे दक्षिणेस स्वारी घालून शत्रूचा गळा तिन्हीकडून आवळून त्याला नामोहरम करण्याची मसलत केली होती. त्यापैकीं दवणाकडची हकिकत पूर्वी सांगितलीच आहे. आतां येथें गोव्याकडील हकिकत द्यावयाची.

गोव्याकडील फिरंग्याचे शीवशेजारी दोन. ते म्हटले म्हणजे कोल्हापुरकर व दुसरे सावंतवाडीकर. या दोघांनाहि पेशव्यांनीं यावेळीं आपल्या बाजूस सामील करून घेतलें होतें. यामुळें ही गोव्याची स्वारी फारच यशस्वी झाली. सावंतवाडीकर पेशव्यास कां व कसे सामील झाले हें यापूर्वी त्यांचा व फिरंग्यांचा जो संबंध आला त्यावरून कळण्यासारखें असल्यामुळें प्रथम वाडीकर भोसले व गोवेकर फिरंगी यांच्या पूर्व संबंधांची थोडीशी माहिती देणें आवश्यक आहे.

सावंत–फिरंग्यांचे पूर्वसंबंध

सावंतवाडीकर व फिरंगी गोवेकर यांचा शीवशेजार असल्यामुळें दोघांचे कलह नेहमीं चालू असत. इ. स. १७०० च्या सुमारास खेमसावंतानें परगणे कुडाळ व महालानिहायची सरदेशमुखी मिळविली. तेथपासून या दोघांच्या कलागती लागल्या. फिरंग्यांनीं सावंतांचा मुलूख लुटावा व सावंतांनीं उलट त्यांच्या मुलुखांत धाडी घालून मुलुख जाळावा, पोळावा, लुटावा व त्यांची देवळें उध्वस्त करावीं. खुद्द खेम सावंताचें नांव या फिरंगी मुलुखांत केमारसांत म्हणजे साधूंना जाळणारा असेंच पडलें होतें !

१७०३ सालीं गोव्याच्या गव्हर्नर जनरलानें सावंतांच्या आमोणें

किल्ल्यावर स्वारी करून तो जमीनदोस्त केला. पुढें दोन वर्षांनीं त्यानें सावंतांचा डिचोली नांवाचा दुसरा किल्ला घेतला व नंतर पुढील सालीं म्हणजे १७०६ त फिरंग्यांनीं खरजुवें व पनोळें हींहि सावंतांचीं ठाणीं घेतलीं. खेम सावंत १७०९ सालीं वारला. त्यानंतर त्याच्या भावाचा मुलगा फोंड सावंत उर्फ आनासाहेब गादीवर आला. त्यानें १७१२ सालीं गोव्याचा गव्हर्नर रॉड्रिक द कोस्त याच्याबरोबर तह केला. यांत असें ठरलें कीं, भोंसल्यांच्या मुलुखापैकीं जो मुलुख पोर्तुगीज लोकांनीं सोंध्याच्या राजाला दिला आहे, त्याच्यासाठीं भोसल्यांनीं पोर्तुगीज लोकांबरोबर लढाई करूं नये; सरदेसाई यांच्याजवळ असलेला मुलुख त्यांच्याकडेच राहावा; भोंसल्यांच्या राज्यांत व बंदरांत पोर्तुगीज लोकांना पूर्ण स्वतंत्रता असावी; भोसले यांनीं अरब लोकांशीं व्यापार करूं नये किंवा त्यांना आपल्या बंदरांत परवानगी देऊं नये; त्यांनीं पनोळें व खोरजुवें या बेटांवरील आपला सर्व हक्क सोडावा; रेव्होरा (रेवडे) या बारदेशांतील गांवचें ख्रिश्चन देऊळ बांधण्याकरितां १०,००० झेराफिन्स द्यावे, आणि दोन अरबी घोडे किंवा त्याच्याऐवजीं १००० झेराफिन्स पोर्तुगीज लोकांस दरसाल देत जावे.

१७२६ सालीं सावंतांनीं सोंध्याच्या राजाच्या ताब्यांत असलेला फोंडा किल्ला हस्तगत करून घेतला; पण त्या राजानें फिरंग्याकडे मदत मागतांच त्यानीं तो भोसल्यांकडून जिंकून परत सोंध्याच्या राजाच्या ताब्यांत दिला. १७३२ त सँडोमिल गोव्यास नेमून आल्यावर त्यानें ठरविलें कीं, एतद्देशीय लोकांत पोर्तुगीज लोकांचा जितका दरारा बसेल तितका बरा कारण त्यानें पोर्तुगीजांविषयीं त्यांचा आदर वाढेल, म्हणून त्यानें कांहीं कुरापत काढून सावंत भोसले यांना जिंकण्याचा निश्चय केला. त्यानें भोसल्यांच्या मुलुखांत सैन्याच्या तीन टोळ्या पाठविल्या. त्या सैन्यानें सावंत भोसल्यांच्या मुलुखांत शिरून धुमाळी व लुटालूट मांडिली. परंतु ही लुटालूट करितांना त्यांच्या सैन्यांत नीट व्यवस्था राहिली नाहीं. आणि त्यामुळें सावंतांकडील लोकांनीं त्यांजवर छापा घालून व त्यांचा पराभव करून त्यांस पळवून लावलें.

फोंड सावंत २ जानेवारीं १७३८ रोजीं वारला. त्याला एकंदर

अकरा मुलगे व सहा मुली होत्या. परंतु १७१६ सालीं त्याचा थोरला मुलगा नारसावंत यानें बापाविरुद्ध बंड केलें, व एका लढाईत तो मारला गेला. तेव्हांपासून फोंड सावंत नार सावंताचा अज्ञान मुलगा राम सावंत याच्या गळ्यांत राज्याचें शिक्के घालून त्याच्या नांवानें कारभार करीत होता. अर्थात् आतां रामचंद्र सावंतच गादीचा मालक झाला व फोंड सावंताचा एक मुलगा जयराम सावंत हा त्याचा कारभार पाहूं लागला. जयराम सावंत शरीरानेंहि फार धिप्पाड व अतिशय शूर होता. पेशव्यांच्या रोजकीर्दींत जयराम सावंत, रामचंद्र सावंत; नाग सावंत वगैरे संबंधीं वसई मोहिमेच्या प्रकरणीं नोंदी येतात. सुलतानजी रायजादे म्हणूनहि एकाचा उल्लेख येतो. तो फोंड सावंताचा सासरा होय. त्याची मुलगी ही फोंड सावंताची पांचवी बायको.

सावंतांशीं पेशव्यांचें सूत्र

गोव्याच्या या स्वारीवर पेशव्यांनीं व्यंकटराव घोरपड्याची नेमणूक केली असून त्याच्या बरोबर त्या प्रांताचा पूर्ण माहितगार मुत्सद्दी व मर्द सरदार गोविंद राम ठाकूर हा कारभारी करून दिलेला होता. गोव्याची मसलत मुख्यतः या गोविंद रामाच्या कर्तबगारीवरच उभारण्यांत आली होती. वसई मोहिम सुरू झाल्या दिवसापासूनच गोव्याकडे स्वारी पाठविण्याचा पेशव्यांचा विचार होता व त्याप्रमाणें पेशव्यांचा सावंतांशीं शिलशिला व पत्रव्यवहारहि चालू होता. पेशवे दप्तर भाग ३४ ले० ८७ यांत फिरंग्यांबाबत पेशवे व सावंत यांचेमध्यें गोंव्याकडे स्वारी करण्यासंबंधीं काय कारस्थान चाललें होतें तें दिलें आहे. पत्रावर निश्चित कालदर्शक तारीख नाहीं. तथापि या वसईमोहिमेसच तें अनुलक्षून आहे, असें निश्चित म्हणतां येतें. त्या पत्रावरून असें दिसतें कीं; पेशव्यांनीं फिरंग्यांवर स्वारी केली हें सावंतांना आवडलें. टोपीकरांना नतीजा पोंचावा हें त्यांस आवश्यकच होतें. त्यांचें म्हणणें असें होतें कीं, पेशव्यांनीं आपल्या फौजा पाठवून गोव्याच्या सरहद्दीसही भारी शह पोंचवावा. म्हणजे आम्हीही मदत करूं. म्हणजे आमचाही मुजरा सरकारांत होईल व आपलें कार्य साधेल. पेशव्यांचा वकील नारायण भास्कर

लिहितो. "आपण आपले जमावसुधां हमराह होऊन फिरंग्यास नतीजा दिल्हा जाईल, म्हणोन विस्तारें लिहिलें आहे, त्याप्रमाणें यांचा मनोदय होऊन येथेंहि बोलतात. पाहता मनसबा नेक. परंतु फिरंगी बाहेर पडोन त्याची मसलत असेल ती सुरू न झाली तों अगोदर पायबंद वसिल्यास उत्तम होतें. अद्यापवरहि त्याचा मुकाम असोन तरतुदेस गुंतोन आहे तों जलदीनें फौजा पोह्चोन. सावंत बोलतात व हुजूर सेवेसी लिहिलें आहे. याप्रमाणें मुतवजे होऊन टोपीकरासी बिघाड राखो सरकारचा स्नेह जोडावा असें होऊन जरब या प्रसंगीं पोंह्चल्यास उत्तम आहे. या गोष्टीस हुजूर बोलावयास शहाणा माणूस अख्तियारी तुम्ही आपला कोणीही पाठवावा म्हणून सांगत होतों; परंतु तूर्त यांस अनुकूल पडोन आलें नाहीं. हुजूर विनंति करणें तो मदार राजश्री भगवंतराव चिंचोरे याजवरच ठेवून, त्यांजला विस्तारें लिहिणें तें लिहून हुजूर पत्रीं लिहिलें आहे, मशारनिले विनती करणें ते करतील. त्याप्रमाणें व सावंताच्या लिहिण्याचा अर्थ ध्यानीं आणून कर्तव्य तें धणी करतील. फौजेची नेमणूक होऊन इकडे रवाना होतेसी जाहल्यास पूर्वीं सेवकास आज्ञा व्हावी कीं फौजांची रवानगी सावंताच्या लिहिल्यावरून केली आहे, तरी सावंतासी बोलून त्यांचे हशम व स्वार जमाव होऊन त्यांतील खासा सलाबतीचा कर्ता कूच होऊन दोन मजली पुढें येऊन मुकाम करून राहात ते करणें."

रामचंद्र हरी माहिम शिरगांवच्या वेढ्यांत असतां त्यानें आप्पासाहेबांस १३ डिसेंबर १७३७ रोजीं लिहिलेल्या एका पत्रांत असें विचारलें आहे कीं, 'श्रीमंत राजश्री पंतप्रधान कोठपर्यंत गेले? निजामन्मुलुख कोठें आहे? तूर्त आपला मुकाम कोठें आहे? व रा. व्यंकटराऊ गोमांतक प्रांतें गेले किंवा त्याच प्रांतें राहिले, हें वर्तमान ल्याहावया आज्ञा केली पाहिजे." पण ते वेळीं व्यंकटरावाचें जाणें झालें नाहीं. कारण पुढें तो १७३८च्या मार्च एप्रिलांत शंकराजी केशवाबरोबर वसईच्या मोर्च्यांतच होता असें तत्कालीन पत्रव्यवहारांत नमूद आहे.

कै. खरेशास्त्री यांच्या इचलकरंजी संस्थानच्या इतिहासांत असे

टीप—सावंताचे मुत्सदी लोक पेशव्यांकडे आल्याचें व त्यांना वस्त्रें वगैरे खर्चास दिल्याचे उल्लेख पेशवे रोजकीर्दींत सांपडतात.

लिहिले आहे कीं व्यंकटरावानें सन १७३८ त गोव्यावर स्वारी केली. तिकडे गेल्यावर त्यानें वाडीकर सावंत व सोंधेकर संस्थानिक याजकडे राजकारण करून त्यास आपणाकडे मिळवून घेतलें व गोवेकरावर जरब बसवून उत्तर कोंकणांत कुमक पाठविण्याचें रहित करणें त्यास भाग पाडिलें. तिकडे ५।६ महिने राहून तो पावसाळ्याचे आरंभीं परत आला व फिरून म्हणजे १७३९ सालीं गोव्यावरील दुसऱ्या स्वारीस नमूद झाला. पण ही माहिती चुकीची दिसते. सध्यां उपलब्ध असलेल्या एकंदर मराठी साधनांत १७३७ किंवा १७३८ सालीं व्यंकटरावानें गोव्यावर स्वारी केली याला कोठें आधार सांपडत नाहीं. तसेंच खुद्द पोर्तुगीज दप्तरांतहि तसा उल्लेख नाहीं असें प्रो. पिसुर्लेकर कळवितात. असो.

फेब्रु. मार्च १७३८ त आप्पासाहेब ठाणें साष्टीस आले; ते वेळीं सुलतानजी रायजादे हा सावंतांचा मातबर माणूस गोव्याच्या स्वारी-संबंधी वाटाघाट करण्याकरितां पेशव्यांकडे आलेला होता असें निश्चित दिसतें. कारण, पे. द. भा. ९ पत्र नं. २३ च्या पत्रांत चिमाजीआप्पा आपल्या आईस लिहितात; "सुलतानजी राय जादे यांचा मजकूर लिहिला तो कळला. त्यांस वस्त्रें देऊन निरोप द्याव-याचा होता; परंतु कारकुनांनीं त्यांस आपला निरोप सांगतांना तफावत पडली. × × × सुलतानजी रायजादे यास जेवावयास एक दोन वेळ घालावयाचें होतें. (त्यास मेजवानी करावयाची होती) तैसेंच खर्चास वस्त्रें देऊन रवानगी करावयाची होती. त्यास बरें वाटेना यास्तव ते कुडाळास गेले. त्याकडील कारकून येथें आला असे...." वगैरे वगैरे.

समान सलासीन (१७।३।३८)

जामदार० रा। जयराम सावंत व रामचंद्र सावंत भोसले परगणे कुडाल ता। अप्पाजी कृष्ण परदरबार सनगें रुपये.

(पुढें पोषाखांचा तपशील)

समान सलासीन (१५।३।३८) ५ जिल्हेज.

खर्च रु।.

२५ भिमाजी केशव दि। सावंत कुडाळकर सावंत यास खर्चास.

तिस्सा सलासेन (२६।७।३८) १९ रबिलाखर.

१० कासी सोनाजी व खान महमद दि। सुलतानजी रायजादे दि। जय-राम सावंत भोसले खर्चास परराज्य.

व्यंकटरावाबरोबर गोव्याच्या स्वारीस किती लोक दिलेले होते तें निश्चित समजत नाहीं, किंवा मडगांवास जाईपर्यंतच्या त्याच्या हालचालीं संबंधीं माहिती देणारें एकहि चिटोरें उपलब्ध नाहीं. जीं काय दोन चार पत्रें उपलब्ध आहेत त्यांवरून सयाजी गुजर व मानाजी पायगुडे हे दोन नामांकित सरदार मात्र आपआपल्या पथकांनिशीं त्याच्याबरोबर होते असें दिसतें.

गोव्याची हालहवाल

१७३८ अखेर फिरंग्यांनीं पोर्तुगालाहून आलेली बहुतेक गोव्याची सगळी मदत वसईकडे लावून दिली. त्यानंतर त्यांना लौकरच सगळी-कडून एकाच अर्थाची पण पक्की बातमी येऊं लागली कीं, वसई-साष्टी-कडे आपणांस पायबंद बसावा म्हणून मराठे खुद्द साष्टी, बारदेश व गोवा यांवरहि येऊन धाड घालणार आहेत. या बातम्यांनीं गोव्याच्या व्हाइसरायास फारच चिंता उत्पन्न झाली.

कारण गोव्यास विश्वासाची अशी फौज म्हणजे पोर्तुगीज शिपायां-च्या कांहीं थोड्याच कंपन्या शिल्लक राहिल्या होत्या. इतर भरतीचे शिपाई व जमाव होता, पण त्यावर विसंबतां येण्यासारखें नव्हतें, पण ती वेळ नुसती चिंता करीत बसण्याची नसल्यामुळें असत्या साहित्यांतच जी काय तरतूद करतां येण्यासारखी होती ती त्यानें केली. विशेषतः गोवा-साष्टींत शिरण्याच्या मार्गांची, व त्यावरील नाक्यांच्या ठाण्यांची पक्की मजबुती करून, आगवाद शापोरा (कांयसूव) वगैरे मोक्याच्या लष्करी ठाण्यांची भरती व खबरदारीहि त्यानें करविली. साष्टींतल्या कुल लोकांना दवंडी पिटवून कळविण्यांत आलें कीं, मरा-ठ्यांची धाड आल्यास रयतेनें सोय पडेल त्या शेजारच्या बंदिस्त ठाण्यांत आसऱ्यास निघून जावें किंवा खुद्द गोवा बेटांत जाऊन राहावें; आणि शत्रूच्या आवाईखालीं पळूनच जावें लागेल ते वेळीं मात्र सगळ्यांनीं आपणच होऊन मुलखास आगी लावाव्या; मुलूख, बेचिराख करावा. शत्रूच्या घोड्यांना चारासुद्धां मिळूं नये.

व्यंकटरावाची फौज साष्टींत शिरून तिनें पहिल्या तडाख्यास मड-गांव जिंकलें. एका पोर्तुगीज बखरींत म्हटलें आहे कीं, १२ जानेवारीस मराठे पारोड्याच्या बाजूनें साष्टींत शिरले व त्यांनीं १५ तारखेस मडगांव

जिंकलें. पण व्यंकटराव वाणावली गांवाकडूनच साष्टींत शिरला. त्या बाजूनें वाटेंत नदी असल्यामुळें तिकडून मराठे येतील अशी शत्रूची कल्पना नव्हती; पण व्यंकटराव—नावा टोकरे जमा करून जलदीनें नदी उतरला व तातडीनें कूच करीत पुढें घुसला कीं तो मडगांवास येई पर्यंत शत्रूस त्याची दाद लागली नाहीं.

मडगांवापुढें मराठे दिसल्याबरोबर शत्रूनें राचोल (रायतूर), मार्मागोवा वगैरे ठाण्यांना इशारे केले; व इतर सर्व नाक्याच्या ठाण्यांकडे जासूदांच्या जोड्या रवाना करून सावधगिरी केली.

मडगांवाच्या किल्ल्याच्या भिंती व बुरुज बळकट नव्हते. किल्ल्यावर बारा एक तोफा होत्या आणि किल्ल्याची भरती बहुतेक सगळी एतद्देशीय शिपायांची असून त्यावर मॅनुअल द कोस्ता हा सरदार नेमलेला होता. मराठ्यांनीं प्रथम गांव जिंकला व नंतर लगेच शिड्या लावून किल्ला जिंकला. किल्ल्यावर मारा सुरू केला त्या वेळीं, आल्व्हारा कायेतानो द मेल्लो एकास्त्रो हा एक नामांकित सरदार नुकताच तेथें आला होता, तोच सुरवातीस ठार पडल्यामुळें शत्रूच्या सैन्यांत गडबड उडाली. २२ जानेवारी १७३९ रोजीं गोव्याच्या व्हाइसरॉयानें पोर्तुगालच्या स्टेट सेक्रेटरीला पत्र लिहिलें त्यांत मडगांवच्या हल्ल्यासंबंधीं असे म्हटलें आहे कीं १५ जानेवारीस व्यंकटरावानें किल्ला घेतला; प्रथम त्यानें गांव घेतला व मग किल्लाहि जिंकला. किल्ल्यांत फिरंगी अधिकारी फक्त चारच होते त्या सर्वांना कैद करण्यांत आलें. मडगांवचा किल्ला काबीज केल्याबरोबर शेजारीं असलेला दुसराहि एक लहानसा किल्ला मराठ्यांनीं जिंकला. वरील दोन्ही ठाण्यांची अतोनात लूट झाल्यामुळें पोर्तुगीजांचें फार नुकसान झालें.

दक्षिणदिशेकडून साष्टीपर्यंत व फोंड्यापासून उत्तरेचा प्रांत मराठ्यांनीं लवकरच लुटालुट करून उध्वस्त केला व नंतर मग ते दुसऱ्या ठाण्यांच्या राशीस लागले शेजारच्या रासई व बोरी या नांवाच्या दोन समुद्रकांठच्या किल्ल्यांत जहाजांतून शत्रूचें दळणवळण चालू होतें. ते मराठ्यांना तोडावयाचे होते. म्हणून एके दिवशीं त्यांनी चोरीनें ५०० लोक एका जहाजांत बसविलें व खाडींतून ते जाऊं लागले. वाटेंत दळणवळण ठेवणारे शत्रूचें जहाज त्यांना भेटलें. त्यांवर खुद्द

बोरीचा किल्लेदारच होता; त्यानें मराठ्यांच्या जहाजास हटकतांच यांनीं परवलीचें शब्द बरोबर सांगितलें अर्थात् शत्रूला कांहीं संशय न येऊन तें जहाज निर्धास्त गेलें; मग त्याच्या पाठोपाठच मराठ्यांचेंहि हें जहाज चालू लागलें. पुढें शत्रूचें तें जहाज नांगरलें व त्यावरील लोक झोंपी गेलें तेव्हां मराठे आपल्या जहाजांतून उतरून त्या जाहजांवर चढलें व शत्रूची त्यांनीं कत्तल केली. त्यांत बोरीचा कप्तान जखमी होऊन दोन दिवसांनीं मेला. मग मराठे बोरीस गेलें; व तें जिंकून त्यांत आपले लोक त्यांनीं घातले. हें ठाणें फारच चांगलें व नाक्याचें असून तेथली खाडी फार अरुंद असल्यामुळें तेथून ती चांगली आटोक्यांत ठेवण्यासारखी होती म्हणून मराठ्यांनीं तेथें १०० घोडेस्वार व ५०० पायदळ ठेऊन ठाण्याचा चांगला बंदोबस्त केला. बोरीची वार्ता कळतांच व्हाइसरायानें ६ शेरी तीन तोफा देऊन गलबतांचा एक काफला २३ जानेवारी रोजीं कुमकेस पाठविला. पण आलेलीं जहाजें कांहीं इलाज नाहींसें पाहून परत गेलीं.

२८ जानेवारीस मराठे राय नांवाचें गांव आहे त्यांत शिरलें; व तेथून त्यांनीं राचोलास वेढा घालून मोर्चे बसाविलें. रायाच्या बाजूनें राचोलाचा तट विशेष बळकट नव्हता म्हणून मराठे त्याच बाजूस लागले.

मराठे राचोलास येऊन बसल्याचें कळतांच ३१ जानेवारी रोजीं गोव्याचा व्हाइसरॉय, व्यंकटराव कदाचित् आतां नदी उतरून समोर गोव्यांच्या बेटांत येईल म्हणून खासा सेंट लुरेंझो (आगसी) या गांवांत गेला. त्यानें दोन पाले व एक गॅली मडकईच्या आखाताच्या (Marquem) बाजूस बंदोबस्तास पाठविली तसेंच गोवा बेटांत ज्या खाडींतून जावें लागतें तिच्या कांठीं ठिकठिकाणीं मोर्चे व चौक्या करून त्यानें तेथें संरक्षणास आपले शिपाई उतरविले व मांदूर गांवच्या रक्षणाकरितां एका लढाऊ जहाजाची योजना केली.

गोव्यास सैन्य थोडें असल्यामुळें सेंट ऑगस्टीनच्या मठांतल्या मठवाशांनाहि सक्तीनें सैन्यांत भरती केलें. तसेंच सेंट तियागो, सेंट ब्राझ वगैरे ठाण्यांत याच मठवाशांपैकीं लोक नेऊन ठेवले. सेंट ब्राझच्या किल्ल्यांतील तोफांच्या माऱ्यास अडथळा होऊं नये म्हणून

कुंभारजुवें बेटांतील झाडी तोडून टाकण्यांत आली. त्या बेटांतील बिनलढाऊ कारकुनी पेशांतील लोकांनाहि सक्तीनें शिपाई करण्यांत आलें. पण इतकेंहि करून चिंता संपत नव्हती म्हणून गोव्याच्या बेटाभोवतीं सेंट लोरेंझोपासून सेंट तियागो या किल्ल्यापर्यंत जहाजांचा एक फिरता पहाराच ठेवण्यांत आला !

व्हाइसरायानें १ फेब्रुवारीस राचोलास मदत पाठविली. वाटेंत मराठ्यांनीं तिच्यावर हल्ला केला. त्यांत पोर्तुगीजांचा अंतोनिओ द मेल्गास हा अडजूटंट जनरल ठार पडला; परंतु मदत किल्ल्यांत पोंचली. याच वेळीं शत्रूच्या कोकोलिम (कुंकुळी) गांवाच्या किल्लेदाराविरुद्ध त्याच्या एतद्देशीय शिपायांनीं बंड केल्यामुळें तो आपले फिरंगी शिपाई घेऊन राचोलास पळून आला होता. शत्रूला मराठ्यांचें उच्चाटन काढावें असें वाटत होतें व त्यांतच ही अनायासें मदत येऊन पोचलेली; तेव्हां त्यांना मराठ्यांवर हल्ला करावा असें वाटूं लागलें. वास्तविक व्हाइसरॉयानें किल्लेकऱ्यांना मराठ्यांवर चालून जाऊं नका व आपलें एकहि माणूस दगावूं नका म्हणून सक्त हुकूम दिला होता. तरीहि भरतीच्या भ्रमानें त्यांनीं बोरी किल्ल्यावर व बंदरावर मारा करीत बसलेल्या मराठ्यांच्या फौजेवर हल्ला करण्याचे ठरविलें.

२ फेब्रुवारीस शत्रु जाहाजांतून बोरीस जाऊन उतरला पण मराठ्यांनीं घोडदळ घालून त्यांस अगदीं तुडवून टाकलें. त्या गर्दीत कमांडर फ्रॅन्सिस्को द सिल्व्हा व नुकताच वसईहून आलेला कॅप्टन जोसे परेरा पिंटो असे दोन मातबर सरदार मेले. मराठ्यांची मांड कोसळतांच वारापाणी होऊन शत्रूचे लोक परत आपल्या गलबताकडे धावले. पण त्यांत शिरतांना अत्यंत गोंधळ झाला. एका जहाजांत तर पळ्यांची इतकी रेटारेट झाली कीं, तें जहाजच बुडालें व त्या वरील सर्व लोक मेले. १५ एतद्देशीय व ७६ फिरंगी मराठ्यांनीं ठार मारले. व ६ लोकांना मराठ्यांनीं कैद केलें. त्यांपैकीं तिघांना ठार मारून बाकीच्या तिघांचीं नाकें कापून त्यांना सोडण्यांत आलें! या नाशामुळें शत्रूला मराठ्यांची इतकी जबरदस्त दहशत बसली कीं विचारतां सोयच नाहीं ! आज सकाळींच इतकी मदत आली काय आणि आजच ती सगळी गारद झाली काय,

असा अचंबा करीत शत्रू बसला ! या वार्तेनें व्हाइसरायाचा तिळपापड झाला पण त्याचा हुकूम मोडण्यांत सगळेच अधिकारी सामील असल्यामुळें तो त्यावेळीं कोणास शिक्षा करणार ?

बोरीच्या या लढाईसंबंधीं खुद्द व्हाइसरॉयाचें एक पत्र उपलब्ध आहे त्यांत तो म्हणतो, " ७ हजार पायदळ व ७ हजार घोडेस्वार घेऊन मराठ्यांनीं राचोलास वेढा घातला. बोरी या ठिकाणीं खाडी अतिशय अरुंद असल्यामुळें तेंच ठाणें काबीज करून आमची कुमक अडविण्याचा उपक्रम त्यांनीं केला. प्रथम प्रथम मदत पोंचविणें मुष्कील झालें परंतु पुढें हरकसेंहि करून रात्रीं आम्ही मदत पोंचवूं लागलों. त्यामुळें किल्लेकऱ्यांना उत्साह आला व त्यांनीं बोरीवरच हल्ला करावयाचें ठरविलें. त्यांनी तेथें अपरात्रीं जहाजांतून माणसें नेऊन उतरविलीं. पण दुर्दैवानें त्यांचा अधिकारी अगदींच अननुभवी असल्यामुळें आपला मोड झाला व त्यांत बरेंच सैन्य खपलें ! "

बोरीच्या विजयानंतर, पकडलेल्या ६ कैद्यांपैकीं तिघांचीं मुंडकीं व तिघांचीं कापलेलीं नाकें मराठ्यांनीं मुद्दाम राचोलास नेऊन टांगलीं ! ! या बाबतींत खुद्द व्हाइसरॉयाच्या मार्फत कडदिनानें मराठ्यांचा एक सरदार दादाजीराव यास एक निषेधपर पत्र लिहून त्या अत्याचाराचा मोठा गवगवा केला. दादाजीरावाला पत्र पाठविण्याचें कारण त्याच्याच सैन्यानें बोरीचें ठाणें बळकावलें होतें व हा अत्याचार केला होता. दादाजीरावानेंहि त्यावर कडदिनास उलट खरपूस पत्र पाठवून कळविलें कीं, आतां या आमच्या अत्याचाराविरुद्ध तुम्ही गवगवा करतां आणि धर्म युद्धाचे नियम आम्हांस शिकवूं पाहण्याचा आव घालतां हें तुम्हांस शोभत नाहीं. पूर्वीं माहिमच्या किल्लेदारानें लढाईंत पाडाव झालेले मराठे कैदी विनाकारण गुरासारखें कापून काढले, तेव्हां हें तुमचें तत्त्वज्ञान कोठें गेलें होतें ? वास्तविक यापेक्षांहि अधिक अत्याचार करण्याचा दाखला तुम्हीं आम्हांस घालून दिला आहे ! दादाजीराव एवढेंच करून थांबला नाहीं, तर त्यानें कडदिनाचें तें पत्रच बजिन्नस राचोलच्या किल्लेदाराकडे पाठवून दिलें, व कळविलें कीं, तुमचा कडदिन आम्हांला पत्रें लिहून आमच्या अत्याचाराबद्दल नुसतीं बोटें मोडीत बसला आहे. यावरूनच तुमचें रक्षण करण्याची कुवत त्यामध्यें

आतां उरली नाहीं असें स्पष्ट दिसतें. करितां आतां मुकाट्यानें आम्हांस शरण या; दुसरा मार्ग नाहीं.

बोरीच्या वरील चकमकीमुळें तर त्या ठाण्याचें महत्त्व मराठ्यांच्या मनावर अधिकच बिंबलें व त्यांनीं तें ठाणें बळकट करून तेथें स्वारांची शिबंदीहि पोक्त केली. तीन नवीन मोर्चे बांधले; व खाडींत ठिकठिकाणीं बॅरिकेडस् म्हणजे बंधारे किंवा अडथळे घालावयास सुरवात केली. ५।२।१७३९ रोजीं मराठ्यांनीं बंदुकीच्या टप्प्यांत मोर्चे पुढें नेले व तेथून राचोलच्या किल्ल्यावर मार करावयास सुरवात केली. या प्रकारानें तर राचोलवाल्यांनीं अगदींच धीर सोडला.

राचोलास एक उचलण्याघालण्याचा साकू किंवा पूल होता; तेथें मराठ्यांनीं तोफा नेऊन लाविल्या.

राचोलचा किल्ला घेण्याचा मराठ्यांचा दृढ निश्चय पाहून मात्र फिरंग्यांचे धाबे दणाणले व त्यानी वेंकटी कामत नांवाच्या एका गोव्यांतल्या सावकारामार्फत मराठ्याशीं तहाचें बोलणें सुरू केलें. पण फिरंग्यांच्या तहाच्या बोलण्यास हूं हूं म्हणत मराठ्यांचे मोर्चे पुढे पुढेंच सरत होते. व त्यामुळें शत्रूची चिंताही दररोज वाढत होती. राचोल शत्रूच्या हातीं पडलें म्हणजे गोवेंहि गेल्यासारखेंच आहे. हें लक्षांत घेऊन कुमक करण्याकरितां व्हाइसरॉयानें कांहीं ग्रेनेडियर्स व कांहीं शिपाई राचोलच्या मदतीस पाठविण्याचें ठरविलें. मदत पाठविण्याचें ठरलें पण ही मदत राचोलास पोंचणार कशी? कारण बोरीची वाट मराठ्यांनीं बंद करून टाकलेली. साध्या पालांतून ती पाठवावी तर मराठे ती सहज बुडवून टाकतील व मोठीं लढाऊ गलबतें पाठवावीं तर तीं कदाचित् रुतून बसावयाचीं, असा व्हाइसरायाला विचार पडला होता; त्याच सुमारास त्याला आणखी एक अनिष्ट बातमी कळली कीं, मराठ्यांनीं फोंडा, (Vzeguao) उसगांव, व सोंधेकरांचे इतर किल्ले बिनहरकत काबीज केले! किल्ले मराठ्यांच्या ताब्यांत गेल्यामुळें त्यांचा वेढा आगसीपासून कुंभारजुव्या पर्यंत गोवा बेटाभोंवतीं सहजच पडला. गोव्यांत हाहाकार झाला. मातबर लोक व्हाइसरायाकडे गेले व राचोलास मदत पाठवूं नका, आमच्याच संरक्षणास ठेवा म्हणून रडूं लागले. तेव्हां व्हाइस-

रॉयानेंहि मदत तहकूब केली व गोव्यांतील फ्रायर्स, सरदार, उमराव, जमिनदार वगैरे सर्व लोकांना मारमागोव्याच्या किल्ल्यांत जाऊन रहावयास सांगितलें व सरकारी मदत देऊन त्यांची पाठवणी केली.

याच वेळीं डचांचीं कांही लढाऊ जहाजें २७ फेब्रुवारीस गोव्याकडे आलीं होती. त्यांचीही मदत मिळविण्याची व्हाइसरायानें खूप खटपट केली. बोलणें करण्याकरितां लुइ ब्रेतेलो याला मध्यस्थ केलें, पण त्याचा कांहीं उपयोग झाला नाहीं !

बिदनूरकर कानडी राजाला, भोसले, आंग्रे वगैरे सर्व दर्यावर्दी सरदारांना मराठ्यांनीं सूचना देऊन ठेविली होती कीं, फिरंग्यांना धान्य पोचवूं नये. त्यांच्या जहाजांना बंदरांत थारा देऊं नये व वाटेंत कोठें तीं भेटल्यास तीं बेलाशक जाळावीं पोळावीं. त्याप्रमाणें या सुमारास म्हणजे फेब्रुवारी मार्चांत फिरंग्यांच्या ४७ परांग्या व एक फरगात म्हणजे फ्रिगेट दवणाहून येत होते, त्यावर वाडीकर भोसल्याच्या आरमारानें हल्ला करून तो सर्व काफला लुटला. त्या चकमकींत फिरंग्यांचा कप्तान ठार पडला. ही लढाई रेडीच्या किल्ल्याजवळ झाली.

सावंतांचा झपाटा

पण येवढ्यानें फिरंग्यांचे नष्टचर्य संपत नव्हते त्यांना आणखी एक अस्मानी तडाखा बसावयाचा होता तो सावंतानीच दिला. त्यांनीं व्यंकटरावाशी केलेल्या संकेताप्रमाणें आपलें सैन्य हलर्ण येथें जमा केलें होतें. त्यांनीं फिरंग्यास सफशेल चकविलें. कारण खरोखर सावंताच्या विश्वासावर जी बाजू निर्धास्त आहे असें फिरंगी समजत होते, तिकडूनच एकाएकीं सावंतांनीं सपाटा मारल्यामुळें फिरंग्यांची मोठी शोचनीय अवस्था झाली. सावंतांनीं आलोर्नाजवळ फौजा जमा कराव-

---

टीप—एक पोर्तुगीज बखरकार म्हणतो कीं, १५ फेब्रुवारीस मराठे फोंड्यांत शिरले, परंतु खुद्द व्हाइसरॉयानें १ मार्च रोजीं त्याच्या कौन्सिलपुढें स्टेटमेंट केलें त्यावरून त्या तारखेच्या अगदीं सुमारासच फोंडा गेला असावा, कारण तो म्हणतो कीं, फोंडा गेल्याची बातमी, मला आली आहे; परंतु ती अजून कन्फर्म झालेली नाहीं.

यास सुरुवात केली, ते वेळींच गोव्याच्या व्हाइसरॉयाला कुणकुण कळून त्यानें चौकशीहि केली होती. आपला व सावंतांचा तह आहे व बिघाडास तूर्त कारण दिसत नाहीं हें खरें, तथापि शीव शेजारीं असल्यामुळें शेजारच्या मुलखांतील हालचालींवर आणि घडामोडींवर सक्त नजर ठेवणें राज्याधिकारी पुरुषांना आवश्यकच असतें. म्हणून व्हाइसरायानें विचारणा केली. परंतु सावंतांनीं त्यास असें कळविलें कीं, आम्ही सैन्य जमविलें ही गोष्ट खरी आहे; परंतु तें कोणावर स्वारी नेण्याकरितां नसून दुसऱ्याची स्वारी अडविण्याकरितां, स्वसंरक्षणापुरतेंच आहे. पेशव्यांची धाड इकडे येऊन पडली आहे. न जाणों कदाचित् आमच्याहि मुलुखास उपसर्ग पोंचेल म्हणून आम्ही ही आधींच सावधगिरी केली आहे इतकेंच! तुमचा आमचा तह असल्यामुळें आमची ही फौज एक तऱ्हेनें तुमचीच असल्यासारखी आहे!! सावंताच्या या थापेनें व्हाइसरायाचें समाधान झालें नसतें. परंतु त्याला तें मानून घ्यावें लागलें. कारण सावंतालगतच्या फिरंगी मुलखांतला प्रांताधिकारी जनरल वारंवार व्हाइसरायास पत्र लिहून सावंताविषयीं बेधडक हमीच भरीत होता! त्यानें व्हाइसरायास कळविलें कीं, तुम्ही सावंताविषयीं बिलकूल अंदेशा मानूं नका. मी पूर्ण जागृत आहें; व असें खात्रीपूर्वक सांगतों कीं, इकडून कांहीं सावंत खास उठावणी करीत नाहींत. चालत असलेला सलूख मोडण्याची त्याची बिलकूल इच्छा नाहीं. तुम्ही निर्धास्त रहा. याचा परिणाम मात्र असा झाला कीं, त्या प्रांतांतलें म्हणजे बारदेशांतलें बहुतेक सर्व फिरंगी सैन्य काढून व्हाइसरायानें तें राचोलच्या मदतीस पाठवून दिलें.

आणि मग व्हावयाचें तेंच झालें. अभावितपणें एकाएकीं उठावणी करून सावंतांनीं बारदेशावर चढाई केली. २२ फेब्रुवारी १७३९ रोजीं त्यांनीं तिव्हीच्या (थियेच्या) किल्ल्यावर हल्ला करून शिड्या लावून तो काबीज केला. त्यांना प्रतिकार असा झालाच नाहीं. नंतर कोलवाळ Coloale या किल्ल्यावर हल्ला झाला. किल्ल्यावर पाणी नसल्यामुळें किल्लेकरी शरण आले. सावंतांनीं तेथले सगळे लोक कैद केले, पण दुसरे दिवशीं त्या सर्वांस सोडून देऊन फक्त एक अधिकारी तेवढा अडकावून ठेवला. पुढें त्यालाहि सोडून देण्यांत

आलें. पण तो बिचारा गोव्यास परत जातांच त्यावर लष्करी कोर्टापुढें खटला होऊन शत्रूस विनाकारण ठाणें खालीं करून दिलें या आरोपावरून त्याला कैदेची शिक्षा सांगण्यांत आली. नंतर सावंतांनीं मेओ नांवाचा म्हणजे मधला किल्ला बिनहरकत घेतला. पुढें कायसूं (Xapara) या नांवाच्या किल्ल्यावर हल्ला केला. तो तीन दिवस लढला, पण शेवटीं सावंतांनीं तो जिंकलाच. सारांश, आगवाद व रेइस या किल्ल्याखेरीज बाकीचा सारा मुलूख सावंतांनीं जिंकला. या मोहिमेत त्यांना ४३ तोफा व मुबलक दारुगोळा मिळाला. नंतर म्हापसें येथें छावणी करून ते राहिले.

साष्टी गेली, बारदेश गेला गोवा बेटच तेवढे राहिले. गोवेकरांना मरण स्पष्ट दिसूं लागलें. सगळे लोक डावाडोल होऊन गेले होते. इन्क्विझिशनची म्हणजे धर्मसमीक्षण सभेच्या पाद्र्यांची तर पांचावर धारण बसली. त्यांपैकीं अँटोनिओ ड आमाराल कुतिन्हो यानें गोव्यांतल्या कौन्सिल ऑफ स्टेटची संमति घेऊन व्हाइसरॉयाकडे एक स्टेटमेंट सादर केलें. त्यांत फक्त गोवें हातीं ठेवून बाकी सर्वच प्रांत मराठ्यांना देऊन टाकावा पण तह करावा असा सल्ला दिला होता ! त्याचाच परिणाम असो किंवा दुसरें कांहीं कारण असो, फिरंग्यांनीं आपण होऊन चोडणें, खर्जुवें व पनाळें हीं तीन ठाणीं सोडून दिलीं. मराठ्यांनीं खर्जुवें व पनाळें हीं ठाणीं ताब्यांत घेतलींच. चोडणें हें बेटवजा ठाणें मात्र त्यांनीं घेतलें नाहीं. कारण स्वतः फिरंग्यांचें सरकारी सैन्य जरी त्यांतून बाहेर पडलें होतें तरी तेथल्या लोकांनींच तें ठाणें लढविण्याचें ठरविलें. शेवटीं वेंकटी कामतामार्फत फिरंग्यांनीं दादाजीरावाकडे अगदीं अजीज होऊन तहाचें बोलणें लाविलें.

याच सुमारास गोव्यांतील गरीब बिचाऱ्या हिंदु प्रजेवर एक मोठेंच संकट गुदरलें, व त्यांचा नाहक फार छळ झाला. आणि त्यालाही कारण फिरंग्यांना मराठ्यांची बसलेली जरबच होय. गोव्यांत फोड्डू ऊर्फ फोड्या कामतां नांवाचा एक फार मातबर व्यापारी होता. हिंदुस्तानच्या सर्व किनाऱ्यावर नामांकित हिंदू सावकार म्हणून त्याची ख्याति होती. गोव्यांतील हिंदू प्रजेवर त्याचें फार वजन होतें. धामधुमीच्या प्रसंगीं बाजारगप्पांना नुसता ऊत येतो. त्याप्रमाणें गोव्यांतल्या ख्रिस्ती लोकां-

तही रोज कांहींना कांहीं तरी बातमी उठे. त्यांत एक अशी गप उठली कीं, मराठ्यांनीं फोड्या कामताकडे फितूर खेळविला असून, पांचसहाशें लोकही गोव्यांत उतरवून लपून ठेविले आहेत त्यांच्या मदतीनें फोड्या कामत हिंदु लोकांना चिथावून बंड करून उठणार आहे. वास्तविक फोड्यावर काय किंवा दुसऱ्या कोणा हिंदूवर संशय येण्यासारखें कोण-तेंच कृत्य त्या हिंदूकडून घडलें नव्हतें. पण कांव्याचा नायटा व्हावा त्याप्रमाणें, ख्रिस्ती लोकांत आणि विशेषतः पाद्री भटांत हा संशय दृढ-मूल झाला. आणि अखेर त्याचा असा परिणाम झाला कीं, गोव्यांतील पाद्री भटांनीं जणुं कांहीं हिंदूविरुद्ध बंडच पुकारलें व हिंदूंचा अमानुष रीतीनें छळ केला.

हिंदूंच्या काल्पनिक बंडाची येवढी आवाई झाली कीं, तेथें दुसरा विषय ऐकूं येईनासा झाला. ख्रिस्ती पाद्री भटांनीं तर व्हॉईसरायाकडे धरणें धरून अमुक अमुक ठिकाणीं फितूर उघडकीस आला आहे, तुम्ही अजून फितुऱ्यांचीं डोकीं मारत नाहीं हें काय असें म्हणून साऱ्यानीं एकच गिल्ला केला व सरकारांतून फोड्याचें पारिपत्य न झाल्यास आम्ही तें स्वतःच करूं अशा धमकावण्याही देण्यास सुरुवात केली. अखेर व्हॉइसरायानें फोड्याच्या घराची झडती घेण्यास व त्याला कैद करून आणण्यास लोक पाठविलें. पण सरकारी शिपायांआधींच पाद्र्यांचें पेंढार तेथें धावलें. व घाशीरामप्रकरणांतील माथेफिरू तेलंगी भटांप्रमाणें त्यांनीं फोड्यावर हल्ला करून त्याची धिंड काढली. त्यांच्या तडाक्यांत बिचाऱ्याचा प्राणच जावयाचा पण व्हॉइसरायानें कसेंबसें त्यास वांच-विलें. यानें पाद्री अधिकच चिडले, व त्यांनीं सरकारी शिपायांवरच हल्ला चढविला. अखेर व्हॉइसरायाला लष्कर आणवून पाद्री भटांना हुसका-वून लावणें भाग पडलें. पण येवढ्यानें संपलें नाहीं. अनेक हिंदूंच्या घरांच्या झडत्या घेण्यांत आल्या. त्यांत अर्थात् संशयास्पद असें कांहींच सांपडलें नाहीं कीं, शत्रूचें माणूसही दिसले नाहीं. पण यानें त्या माथे-फिरू पाद्र्यांचा संशय नाहींसा व्हावा तो उलट दुणावला माव. झड-त्यांत शत्रूचा एकही माणूस सांपडला नाहीं, त्याअर्थी फारच गुप्तपणानें शत्रूचे लोक लपविले असले पाहिजेत असें ते म्हणूं लागले. त्याचा परिणाम असा झाला कीं, प्रथम कांहीं थोड्या हिंदु गृहस्थांवरच संशय

होता तो सरसकट सर्वच हिंदूवर संक्रांत झाला आणि मग बेभान होऊन पाद्र्यांनीं आणि ख्रिस्त्यांनीं शेंकडों हिंदूंचीं घरेंदारें राजरोस लुटून त्यांचा सत्यानाश केला. फोंड्याप्रमाणेंच रोलू कामत नांवाच्या मातबर सावकाराच्या घरावर हल्ला करून, त्याला लुटलें व मारलें. फोंड्या कामताचा तर सत्यानाश झाला. घरदार, जिन्नसपान्नस सारा पाद्र्यांनीं लुटून नेला. व ती सर्व लूट त्यांनीं शत्रूकडून लुटींत आणलेल्या मालाप्रमाणें भर बाजारांत लिलावास काढली. त्याच्या घरांतून एक लाख तीस हजार झेरॉफिन्स इतकी रोकड लुटली गेली.

या फोंड्या कामत प्रकरणाची हकीकत सुदैवानें आम्हांस पेशवेदप्तर चाळीत असतां एका समकालीन पत्रांत उपलब्ध झाली आहे. तें पत्र वासुदेव जोशानें आप्पासाहेबांस ४।४।१७३९रोजीं लिहिलें आहे व गोव्यांतील हकिकत आहे. ती किती विपर्यस्त होती, हें वरील माहितीशीं ती ताडून पाहतां कळण्यासारखें असल्यामुळें तें पत्रच देतों. "आतांच दुसरे ब्राह्मण मुंबईहून आले त्यानीं वर्तमान सांगितलें कीं, गंगाधररूपजी सावकार आहे, त्यास फोंड्या ×××× कार आहे. ××× त्यांचें पत्र कीं आगवात घेतलें. आगवात म्हणजे गोवें. विजरें गोव्याहून पलोन उमरजेच्या ठाणियांत गेला. उमरज म्हणजे जंजिरा आहे. फोंड्या कामत वगैरे २।४ साहुकार यांचें द्रव्य लुटून विजरेनें नेलें. फोंड्या कामत याची वस्तभावहि मुंबईस आली. येैसे तहकीक वर्तमान आहे. दुसरें वर्तमान मुंबईहून इंग्रेजांची पतमारी वलंदेजाचे खबरेस कांहीं शाकभाजी घेऊन गेली होती त्यास वलंदेजाचें आरमार फिरोन गेलें. पतमारीस पाणी नाहींसारिखे जालें याकरितां ते पतमारी गोव्यास जात होती........"

आतां तहप्रकरणीं काय झालें तें पाहूं. वास्तविक मराठ्यांची स्वारी गोव्यावर झाली त्याच्या सुरवातीपासूनच फिरंग्यांनीं शाहूमहाराजांकडे तहाचें बोलणें सुरू केलें होतें व त्याकरितां त्यांनीं माणूसही मोठा नामी निवडला होता. तो दुसरा तिसरा कोणी नसून खुद्द नारो राम मंत्री होता ! नारो राम स्वतः गोवेकरच असून बिचोलींतील नारवे गांवच्या देसायाचा आप्त होता. यामुळें फायदेशीर तह घडवून आणण्याची फिरंग्यांना मोठी आशा होती. तिकडे शाहूमहाराजांशीं अनुकूल तहाची

कारवाई चालू असतां इकडे प्रत्यक्षच बोकांडीं येऊन बसलेल्या व्यंकट-रावालाही तहाचें आमिष दाखवून कालहरण करण्याची त्यांची योजना होती व त्याप्रमाणें त्यांनीं दादाजीरायामार्फत तहाचें बोलणेंही सुरू केल्याचें वर सांगितलेंच आहे.

तह करावयाचा तर कोणच्या अटींवर कसा करावा याच्या वाटा-घाटी गोव्यास काय सुरू होत्या. व्हॉइसरायानें वसईस मर्तिन सिर-वेलास ३१ जानेवारीस जें पत्र लिहिलें आहे त्यावरून त्या चांगल्या कळून येतात. तो लिहितो—

"इकडे गोव्यास आम्हांवरच स्वारी झाल्यामुळें तुम्हांकडे पैशांची, माणसांची, दारूगोळ्याची कसलीच मदत पाठवितां येत नाहीं. तुम्हींच आमच्याकडे कांहीं पाठवाल तर बरें, असें म्हणण्याची पाळी आली आहे. मीं कौन्सिल ऑफ स्टेटचा सल्ला घेतला. त्यांनीं तो असा दिला कीं, दीव, दमण व कारंजा हीं तीनच ठाणीं राखावींत. वसईसुद्धां सोडून द्यावी व तेथलें सर्व सैन्य इकडे गोव्याच्या रक्षणास आणावें. हा सल्ला एकंदरींत भयंकरच आहे. जीं ठाणीं आपल्याला सोडूनच द्यावयाचीं आहेत तींच देऊं करून शत्रूला तह करावयास लावावें म्हणून मीं शाहूशीं बोलणें सुरू केलें आहे. त्याला चौल देऊं केलें आहे. वास्तविक चौल व मोरो (कोरला) या ठाण्यांवर आपला भलताच खर्च होतो, त्या मानानें त्यांचा उपयोगहि नाहीं. म्हणून तीं मराठ्यांना देऊन टाकावीं. तसेंच वेळीं वसईहि द्यावी. कारण साष्टी व आर्नाळा शत्रूच्या ताब्यांत गेल्यावर वसई हातीं राख-ण्यांत कांहीं फायदा दिसत नाहीं. आणि तें ठाणें हातीं राखावयाचें तर त्याला खर्चहि फार लागेल. तेव्हां वसई, मोरो आणि चौल हीं ठाणीं शत्रूस देऊन तह करावा व त्याच्या बदल्यांत दवणाकडील मुलुख परत मागावा, असें बोलणें चालविलें आहे. ही हकीकत तुम्हीं चिमाजी आप्पासहि कळवावी व तहाची चालना करावी. मी शाहूराजाला परस्पर पत्र लिहिलेंच आहे. तात्पुरता तह होऊन दमण व वसईकडील हल्ले तूर्त थांबतील असें करावें. बाजीराव पेशवा नादिर-शहाच्या स्वारीस निघाला नसेल तर त्यालाहि ही हकिकत लिहावी. शाहूला तहप्रकरणीं पाठविलेल्या पत्राची नक्कल तुम्ही फिरून वसई-

हून स्वतंत्र शाहूकडे पाठवावी; कसेही करून तहाला तोंड पाडा. आधीं चौलच देतो म्हणावें, नंतर साष्टी जिंकली आहे तेवढीच ठेवा व भांडण तोडा म्हणावें किंवा वसईच्या बदल्यांत तुम्हांस सायवान अणजूर व बेलापूर हे परगणे देतों म्हणावें. अशी बोलणी लाऊन तात्पुरती युद्धतहकुबी करवा."

व्यंकटरावाकडे व्यंकटी कामतामार्फत तहाचें सूत्र फिरंग्यांनीं लावलें खरें, परंतु प्रथम त्यांचें बोलणेंच कोणी ऐकून घ्यावयास तयार होईना. म्हणून फिरंग्यांनीं दादाजीरावास अंतस्थे ७० हजार झेरॅफिन्स चारले; व खुद्द व्यंकटरावासहि तशाच फार मोठ्या रकमेची लालूच दाखविली. तेव्हां कोठे तहाचें बोलणें बाट चालूं लागलें. फिरंगी इतिहासकारांनीं दिलेली ही हकिकत बरोबर असावी. कारण त्यावेळचा शाहूकडे गेलेला इंग्रज वकील यानेंहि अशीच कांहींशीं हकिकत लिहून ठेवली आहे. तो म्हणतो, "गोवेकर पोर्तुगीझ लोकांनीं सहा लक्ष रुपये देण्याचें कबूल करून मराठ्यांशीं म्हणजे अर्थात् व्यंकटरावाशीं समेट करून घेतला. त्यांपैकीं त्यांनीं ३५ हजार रुपये रोख व १ लक्ष ३५ हजार रुपये किमतीचीं ताटें, तबकें वगैरे चांदी दिली." असो.

मराठे तहप्रकरणीं बोलावयास तयार झाल्यावर मग वेंकटी कामतानें टुमणें लावलें कीं, आतां बोलणें करावयाचें ठिकाण व दिवस लवकर मुकर करा. सबब व्यंकटरावानें सरकारीरीतीनें व्हाइसरॉयास एक पत्र लिहून पाठविलें. तें असें "आजपर्यंत या कपटी व विश्वासघातकी फिरंग्यांनीं मराठ्यांस खंडणी देण्याची टाळाटाळ केली. म्हणून महाप्रतापी शाहू महाराजांनीं त्यांच्या मुलुखावर स्वारी करून त्यांना त्यांच्या अपराधाचें यथायोग्य प्रायश्चित्तहि दिलें आहे. फिरंगी आतां शुद्धीवर आले आहेत व सलुखास तयार झाले आहेत. तर त्यांनीं आतां केळोशीच्या बेटावर बोलणें करण्यास यावें. बोलावयास त्यांची कोण माणसें येणार व आम्ही कोण पाठवावीं तेंहि कळवावें." हें पत्र पोचल्यावर फिरंग्यांचें खलबत होऊन वाटाघाट झाली व शेवटीं अंतन काडनेर म्हणजे अँटोनिओ कार्नेइरो अलफसो व जुजेफ म्हावस म्हणजे ज्योझे पेद्रो एमोस या दोघांना अधिकार देऊन पाठविण्याचें ठरलें. त्या दोघाना मदतनीस म्हणून, दुभाषे म्हणून उपे कामत, बाबुलेशेणवी

सुखटणकर, बाबूराव देसाई, संतुशेणवी डांगई व विठोजी शेणवी धुमे वगैरे मातबर हिंदु लोकही नेमण्यांत आले. पेशवे द० भा० १६ पत्र नं. १४७ वर यासंबंधीं मार्चच्या १६ तारखेस रायचूरहून (म्हणजेच रायतूर किंवा राचोल) दादाजीरावानें आप्पासाहेबांस पत्र लिहिलेलें छापलें आहे. त्यांत तो म्हणतो कीं, " अलीकडील वर्तमान तर फिरंगी यांचा दोरा अगोदर राजश्री माहादाजी विठ्ठल यांचे विदमानें आम्हांकडे लागला होता. त्यास गोवेंतील सावकार राजश्री वेंकटी कामत व उपे कामत येसे अगोदर येऊन भेटून मातबर फिरंगी भेटीस आणतों, येसा करार करून गेले होते. त्यास अंतन काडनेर व दरराजे दव जुजेपद्र म्हात्रस दोतर येसे दोन फिरंगी घेऊन, केळोसी म्हणवून नदी-तीरी आहे, तेथ फिरंगी आले. मग येथून राजश्री धोंडबा व राजश्री गोविंदपंत व राजश्री महादाजी विठ्ठल पाठऊन त्यांस लस्करामध्यें आणलें. त्यांणी येऊन उदंड रदबदली केली. "

१।३ रोजीं शत्रूच्या दोन लोकांनीं केळोशीस येऊन तेथें बोलणें होण्याचें मुकर झालें. पण ते दिवशीं ते लोक केळोशीस आल्यावर व्यंकटरावानें दादाजीच्या हाताखालचा मुख्य कारभारी धोंडिबाराव व आपला मुख्य कारभारी गोविंदराम ठाकूर यांना पाठवून त्याकरवीं कळविलें कीं, आम्ही कांहीं बोलणें करण्याकरितां केळोशीस येत नाहीं ! तुम्हीच आमचे छावणींत या. फिरंगी काय करणार ? ते मुकाट्यानें मुठींत नाक धरून गेले. छावणी Arraya या गांवीं होती. व्यंकटरावानें वकिलांचे स्वागत चांगले केलें. ते प्रथम बोरीस उतरतांच त्यांना सात तोफांची सलामी देण्यांत आली व तेथून स्वारांचा सरंजाम बरोबर देऊन त्यांना छावणींत आणण्यांत आलें. मग वकिलांनीं बरोबर आणलेले दुभाषे बहु गुण कामत बाघ वेंकट कामती व उपेकामती या मार्फत प्राथमिक बोलणें सुरू झालें.

फिरंगी वकील आल्सासोव्हा यानेंच खुद्द Memorial of what passed in the maratta Army या नांवाचा एक विस्तृत अधिकृत रिपोर्ट आपल्या सरकारास सादर केलेला गोव्याच्या दप्त-रांत उपलब्ध झालेला आहे. त्यांत त्या वकिलानें तो मराठ्यांच्या

तळांत असेपर्यंत घडलेली सर्व हकिकत तपशिलवार दिलेली आहे. ती फार मनोरंजक आहे. ती अशी.

प्रथम भेट होतांच त्यानें व्हाइसरॉयाकडून आणलेलें पत्र व्यंकटरावाच्या हातीं दिलें. व्यंकटरावानें तें घेतलें वाचलें व म्हणाला आतां रात्र झालेली आहे व तुम्हीहि दमलेले आहांत, तर आम्ही तुमची उतरण्याची व्यवस्था केलेली आहे तेथें आराम करावा. मग आपण पुढें विचार करूं. आपण तह करण्यास आला आहांत, त्याअर्थी बेबनावास कारण काय झालीं व सुरवात कोणाकडून झालीं याची शुष्क वाटाघाट न करितां युद्ध थांबवून तडजोड कशी होईल याचाच विचार करा. नंतर वकील म्हणाला आधीं तात्पुरती कां होईना, पण युद्धतहकुबी झाली पाहिजे. त्याशिवाय आम्ही कसें बोलणें करावें ? तेव्हां खूप आढेवेढे घेऊन शेवटीं व्यंकटरावानें एक दिवसापुरती युद्धतहकुबी मान्य केली. नंतर तो वकील त्याच्या राहुटींत गेला. तेथेंहि त्याची देशी पद्धतीप्रमाणें चांगली सरबराई ठेवण्यात आली. पहिले तीन दिवस याला भेट त्याला भेट, या हेलपाट्याखालीं भेटीगांठीं घेण्यांतच गुदरले. तेवढ्यांतच दुसरा जोडीदार मध्यस्थ जुजेफ पेद्रो आजारी झाला व त्याला परत गोव्यास जावें लागलें. चौथ्या दिवशीं वकिलानें व्यंकटरावास पत्र लिहून कळविलें कीं, इतके दिवस फुकटच गेले. तुम्ही अजून तहाचें सूतोवाचहि करीत नाहीं. तर आतां तुमच्या मनांत बोलणें चालवावयाचें आहे कीं नाहीं ?' त्यांवर व्यंकटरावानें कामाची सबब सांगितली व अखेर म्हणाला कीं, आतां आमच्या बाजूनें गोविंदराव, महादजी शेणवी व दादाजीराव या तिघांना नेमून देतों त्यांच्याशीं वाटाघाट करा. मग दुसरे दिवशीं हे तिघे खलबतास बसल्यावर त्यांच्या वकिलांनीं पत्र पाठवून साष्टीच्या जनरलास कळविलें कीं, मराठ्यांनीं मोठ्या नाखुषीनें तूर्त युद्धतहकुबी दिली आहे.

तहाचीं बोलणीं सुरू झालीं म्हणजे तीं कशीं असतात तें सर्वांच्या परिचयाचें आहेच. दोघांनीं दोन बाजूंला आधीं खूप ताणून धरावें आणि मग सैल सोडीत सोडीत कांहीं तरी अटी ठराव्या असें ठरतें. दादाजीरावानें सुरवातीसच तहाची पहिली अट म्हणून घातली, ती अशीः—"तुम्ही आतां सर्व फिरंग्यांनीं इंग्रजांच्या नाहींतर स्वतः तुमच्या

जहाजांत बसून सुखानें आपल्या विलायतेस म्हणजे पोर्तुगालास चलावें !! तसें करीत असतां आम्ही तुम्हांस कोणत्याहि तऱ्हेनें अडथळा करीत नाहीं असें आश्वासन वाटेल तर देतों. ज्या कोणाला येथेंच राहावयाचें असेल त्यानें शक अंदेशा न धरतां निर्धास्त राहावें. मार्मा गोव्यास पळून गेलेल्या लोकांनींहि वाटल्यास परत गोव्यास येऊन राहावें.'' येथपासूनच दादाजीरावानें सुरवात केली. तेव्हां वकिलांनींहि साफ उत्तर केलें " या तुमच्या अटीला आम्ही तोंडानें उत्तर देत नाहीं. त्याचा जाब तोफांनींच देऊं. " अशी सुरवातीसच खडाजंगी झाली. मग गोविंदराम म्हणाला, " आमच्या अटी मी तुम्हांला लेखीच लिहून देतों. पटत असल्यास पहा. " असें म्हणून तो उठून गेला. तेव्हां वकिलानें दादाजीरावास समजाविलें कीं, " असल्याच तुमच्या तहाच्या अटी असतील तर आंताच मला निरोप द्यावा. मी परत जातों." त्यावर दादाजीरावानें त्याचें सांत्वन केलें मग त्या दिवशींचें बोलणें संपलें. दुसरे दिवशीं वकील खलबतास आला तेव्हां दादाजीरावानें आपल्या अटींचा लेखी मसुदा त्याच्या हातांत टाकला. त्यांत खालील कलमें होतीं:—

(१) साष्टी बारदेशप्रांत आम्ही जिंकूनच घेतला आहे. तरीहि तो फिरंग्यांस परत देण्यांत येईल. परंतु त्याबद्दल शेंकडा ६० टक्के खंडणी मिळाली पाहिजे.

(२) गोव्यांत पूर्ण धार्मिक स्वातंत्र्य मिळालें पाहिजे व हिंदूंना वाटेल तेथें व वाटेल तितकीं देवळें बांधण्याची मुभा असली पाहिजे.

(३) इन्क्विझिशनचें ट्रायब्युनल म्हणजे धर्मसमीक्षणसभा फिरंग्यांनीं मोडून टाकावी.

(४) खुद्द गोव्यास एक देऊळ बांधून स्वतःच्या आचाराप्रमाणें वागण्याची हिंदूंना मुभा असावी व त्याना शेंडीकर माफ असावा.

(५) गोव्याबद्दल २५ लाख रुपये खंडणी म्हणजे ९० लाख झेरॅफिन्स मराठ्यांना मिळावे.

(६) वसई, दमण, कारंजा बेटासकट सर्व प्रांत मराठ्यांना द्यावा.

वकिलानें हा कागद पाहिला व उत्तर केलें कीं, " हा कागद मी व्हाइसरॉयाकडे नेऊं शकत नाहीं. कारण या अटी कधींच मान्य होणार नाहींत. मी जाऊन सांगेन कीं, मराठ्यांच्या मनांत खरा तह करावयाचा

नाहीं." मग वकील परत गेला, व त्यानें ती हकीगत व्हाईसरॉयास कळविली. पण व्हाईसरॉय म्हणाला, इतर अटी कबूल करू पण खंडणी कमी करून घेण्याचा प्रयत्न करावा. व तसें त्यानें दादाजीरावास कळविलें त्यावर दादाजीरावानें कळविलें कीं खंडणीचा आकडा १२ लाखांपेक्षां कमी होणें शक्य नाहीं. कारण व्यंकटरावानें ४ गांवांतील लोकांकडून असा रोखा लिहून घेतला आहे कीं आम्ही २ लाख असुर्फिया देऊं. चार गावांतच इतकी खंडणी घेतली तर साठ गांवांतून किती घेऊं? खेरीज तुमचे लोक आमचेकडे कैदी आहेत तेही बाटेल तेवढा दंड देण्यास तयारच आहेत. आणि आतां राचोल किंवा रायतूरचें मातबर ठाणें जिंकू तेव्हां अगणित संपत्ति भेटल्याखेरीज राहील काय?

याच वेळीं फिरंगी व्हाइसरॉयानें तह फायदेशीर होण्याकरितां एक निराळाच डाव टाकला होता. त्याच्या मतें खुद्द शाहू महाराजांशींच तहाचें बोलणें सुरू केलें म्हणजे शाहू महाराजांचा नोकर असलेल्या पेशव्यांच्या नोकराला म्हणजे व्यंकटरावाला विचारावयास नको. म्हणून त्यानें खुद्द शाहू महाराजांशींच नारो राम मंत्र्यामार्फत तहाचें बोलणें चालू करून अखेर खुद्द त्यांची युद्धतहकुबी करण्यासंबंधींचीं पत्रेंच व्यंकटरावास आणविण्याचीं कारस्थानी केली. तीं पत्रें घेऊन २९ मार्च रोजीं शिवाजीपंत देसाई नांवाचा मनुष्य व्हाइसरायास भेटला. व्हाइसरायानें तीं पत्रें देऊन त्याला ३१ मार्च रोजीं व्यंकटरावाकडे पाठविलें. पत्रांत मजकूर होता कीं, आम्ही इकडे फिरंग्यांशीं तहाचें बोलणें करीत आहोंत. करितां तिकडे युद्ध तहकूब ठेवा. या अव्यापारेषु व्यापारांत फिरंग्यांचें चांगलेंच तोंड फुटावयाचें होतें. कारण तीं पत्रें पाहून व्यंकटरावानें साफ सांगितलें कीं मी युद्ध तहकुबी मुळींच करणार नाहीं. या उत्तरावरून शाहू महाराजांची अवस्था पेशव्यांच्या प्रभावापुढें काय झालेली होती, तें मात्र चांगलें कळून येतें. व्यंकटरावानें असें उत्तर दिल्यानंतर अंतोनिओ फ्रँसिस्को द अंद्रादे फ्रॅनसिक्स यानें शाहू महाराजांस ६ एप्रिल रोजीं लिहून कळविलें कीं, तुमचें पत्र शिवाजी देवजी मार्फत आलें तें व्यंकटरावास सादर केलें; परंतु तो तें मानीत नाहीं.

पण तक्रारीचा काय उपयोग होणार होता? शाहू महाराजांची कुवत फिरंग्यांनींहि खरोखर ओळखलेलीच होती. एरवीं ते आधीं

व्यंकटरावाशीं तहाचें बोलणेंच करते ना. आणि खरोखर आतांपर्यंत त्यांचें जें तहाचें बोलणें चाललेलें होतें तें बाजीराव पेशवा हाच मुख्य व त्यालाच खंडणी द्यावयाची असें समजून चाललें होतें. तहाच्या वाटाघाटीस सुरवात झाली, तेव्हांच एकदां फिरंगी वकिलानें असा प्रश्न उपस्थित केला होता कीं तहाचें बोलणें करण्यास व्यंकटरावास अधिकार कसा पोंचतो? त्याच वेळीं व्यंकटरावाचा कारभारी गोविंद राम यानें त्याला टिचून उत्तर दिलें होतें कीं, आम्हांस तहाचें बोलणें करण्याचा काय अधिकार म्हणतां? एकदां आमच्या या विजयी फौजे-कडे दृष्टि फेका. या तोफा व ही फौज हींच आमचीं अधिकारपत्रें. तीं तुम्हांस पुरेशीं नाहींत काय? तुम्हांस वेळोवेळीं येथें खडे चारणारें हें आमचें सैन्य हेंच आमचें छत्रपतींचें फर्मान आहे असें समजा. जो लढाई करील तोच तह करील. युद्ध करण्याची ज्यांना कुवत आहे त्यांना तह करण्याचा अधिकार कोणी निराळा द्यावा लागत नाहीं.

शाहू महाराजांच्या पत्राचा असा बोजवारा उडाल्यानंतर फिरंग्यांना फिरून व्यंकटरावाचेच पाय धरावे लागले, कीं आम्ही चुकलो. तुमच्या-शीच तह करतो पण तुमच्या अटी थोड्या सौम्य तर कराल?

या वाटाघाटी एकंदर १७ दिवस चालल्या होत्या. याचवेळीं ३००० आगीचे बाण लादलेलें फिरंग्यांचें एक जहाज मंगळूर बार्सि-लोर कडून गोव्यास जात असतां संभाजी आंग्र्याच्या आरमारानें त्याची पाठ घेतली होती. संभाजीचीं जहाजें म्हणजे निवडक लोकांनीं भरलेलीं सात पालें व अकरा गलबतें होतीं तीं फिरंग्यांच्या मागावर दक्षिणेच्या बाऱ्यास फिरत होतीं. आंग्र्यानें शेवटीं फिरंग्यांच्या जहाजास गांठून लढाई दिली. अखेर दोन दिवस घनचक्कर होऊन फिरंग्यांचें तें जहाज आगवादास कसेबसे जाऊन पोंचलें. या युद्धांत पोर्तुगीजांचे पुष्कळ लोक मेले.

इकडे या वाटाघाटी होत असतां व्यंकटराव वसईस आप्पासाहेबां-कडे जासूद जोडे पाठवून गोव्याकडील इत्थंभूत हकिकत कळवी-तच होता. ते वेळीं तिकडे वसईस मराठ्यांचे मोर्चे चालू लागले असून शत्रुहि निकरानें त्यांचा प्रतिकार करूं लागला होता व युद्ध ऐन रंगास आलें होतें. म्हणून आप्पासाहेबांनीं व्यंकटरावास पत्रें

पाठवून कळविलें कीं "बोलणें करावयास आलेल्या फिरंग्यास तुम्ही साफ कळवा कीं, आधीं वसई मुकाव्यानें आमचे हवालीं करण्याचें कलम बिनतक्रार तहांत घालावयास तयार असाल तरच पुढें बोलावें. नाहींतर आम्हांस तहच कर्तव्य नाहीं."

व्यंकटरावानें त्याप्रमाणें फिरंगी वकिलास समजावलें. त्यावर वकिलानें उत्तर केलें कीं, तुमचें म्हणणें समजलें. परंतु वसईबद्दल आमच्या व्हाइसरॉयानें बोलणें करण्याबाबत आम्हांस कांहींच अधिकार दिलेला नाहीं. त्याची वाट काय ? म्हणून फिरून तहाचें बोलणें खुंटलें व पुढें कांहीं दिवस तें घोंगडे तसेंच भिजत पडलें.

मग पुन्हां बोलणें सुरू झालें. तेव्हां फिरंग्यांच्या वकिलांनीं कबूल केलें कीं, वसईसुद्धां दातिवऱ्याच्या खाडीपर्यंतचा सगळा मुलूख आम्ही पेशव्यांना देतों. मात्र दवण तेवढें मराठ्यांनीं आम्हांस परत द्यावें. व्यंकटरावास तें कलम मान्य झालें. पण त्याला अलीकडे ज्या बातम्यांवर बातम्या येत होत्या, त्यावरून त्याचा कयास असा झाला कीं, हा वेळपर्यंत आप्पासाहेबांनीं तिकडे वसई जिंकली सुद्धां असेल किंवा १।२ दिवसांत नक्की जिंकतील. वसई तिकडे तशी जिंकली गेलीच असेल तर या कलमाचा उपयोग काय ? मग दवणेसंबंधीं आपला शब्द फुकट कशास गुंतवावा ? असा विचार करून व्यंकटरावानें वकिलास सांगितलें कीं, तुमच्या अटी मी मान्य करतों. परंतु त्यांना खुद्द आप्पासाहेबांची संमति मिळेपर्यंत हा करार पक्का झाला असें समजूं नये. पण फिरंग्यांचेहि वकील धूर्तच होते. व्यंकटरावाचा तो डाव ओळखून त्यांनींहि त्यास उलट बजाविलें कीं, हें कलम आमच्या जबाबदारीवर आम्ही तहांत घालीत आहों. व्हाइसरॉयाची संमति त्याला न मिळेल तर तेंहि रद्दच समजलें जाईल. असो.

वकिलांच्या बोलण्यांत वसईखेरीज जीं दुसरीं कलमें होतीं तीं अशीं:—

(१) खरजुवें व पन्हाळें सावंतांना परत देऊं.

(२) राचोलचा वेढा उठवून मराठ्यांनीं साष्टी बारदेशांतून आपलीं सैन्यें उठवून न्यावीं.

(३) आम्ही मराठ्यांना आठ लाख रुपये तीन हप्त्यांनीं देऊं पहिला

हप्ता दोन लाखांचा. तो राचोलचा वेढा उठतांच रोख देऊं. नंतर सैन्य पोर्तुगीज सरहद्दीवर गेलें म्हणजे पंधरा दिवसांनीं दुसरा चार लाखांचा हप्ता देऊं; व देणें उरलेल्या रकमेच्या हमीबद्दल आमचे दोन मातबर माणूस ओलीस देऊं व पुढें सहा महिन्यांनीं बाकीचे पैसे देऊं.

व्हाइसरॉयानें आपलें स्टेट कौन्सिल बोलाविलें व त्याला वसईकडची नवीन हालहवाल समजावून सांगितली. तसेंच तहप्रकरणीं झालेल्या वाटाघाटीहि सांगितल्या. तो म्हणाला मराठ्यांच्या फौजा राचोलास दाट वेढा घालून बसल्या आहेत. त्या राचोल घेतल्याखेरीज निश्चित उठत नाहींत आणि एकदां राचोल गेलें म्हणजे खुद्द गोव्याचेंच संकट आ पसरून उभें राहणार ! बोरी वगैरे ठिकाणीं झालेली आपली दुर्दशा तुम्हांला आतां अवगतच आहे, तर आतां आपण आपल्या वकिलांना सर्व अधिकार देऊन त्यांच्याच शहाणपणावर सोपवून कसा तरी तह करून घेतल्याशिवाय गत्यंतर नाहीं. काय सोडावयाचें व काय ठेवावयाचें हें ठरविण्याचा सगळा अखत्यार त्यांच्यावरच सोंपविण्यास संमति द्या. अशी परोपरीनें आपल्या कौन्सिलाची समजूत घालून अखेर २८ मार्चला सर्वाधिकार देऊन वकिलांना मराठ्यांकडे फिरून पाठविण्यांत आलें.

इकडे व्हाइसरॉयानें फिरून आपलें स्टेट कौन्सिल बोलाविलें त्या वेळीं तहांतील अटींसंबंधानें खूप खडाजंगी झाली. मुख्य वाद वसई देण्यासंबंधीं व खंडणी देण्यासंबंधीं माजला. व्हाइसरॉयाचें म्हणणें होतें कीं, " आतां मराठ्यांच्या खंडणीची अट मान्य केल्याखेरीज गत्यंतर नाहीं. " पण कोणी शहाणे म्हणाले, ही अट मान्य करूं नका. कोणी म्हणाले, मराठ्यांनीं खरोखर येथें काय दिवे लावले ? तीन महिने येथें बसून ४।५ ठाणीं त्यांनीं घेतलीं इतकेंच कीं नाहीं ? त्यांना राचोल व गोवा कांहीं घेववलें नाहीं. कोणी म्हणाले, मराठ्यांत आतां दमच उरलेला दिसत नाहीं. कोणी म्हणाले; बाजीरावाला गोव्यावर हल्ला करण्याचा हुकुमच नसेल, म्हणून मराठे स्वस्थ बसले. कोणी म्हणाले आतां पावसाळा समीप आला. मराठ्यांना उठावेंच लागेल. त्यांना कांहीं एक खंडणी देऊं नका. दुसरे कोणी म्हणाले कीं, वसई तर इतक्या दिवस जीव जानानिशीं लढल्यानंतर सोडून देणें हें फारच

नामुष्कीचें आहे. आपले लोक तें ठाणें तिकडे प्राण पणास लावून लढवीत असतां व शेवटपर्यंत त्यांची लढविण्याची हिंमत असतां, इकडे तें एका लेखणीच्या फटकाऱ्यानें आपण शत्रूस देऊन टाकण्यांत काय भूषण ? यांत त्यांच्या पराक्रमाची व इमानाची आपण काय बुज केली ? शिवाय मराठ्यांना खंडणी देत राहण्याचें कलम तर फारच वाईट आहे. फिरंग्यांनीं आजतागाईत कोणास खंडणी दिलेली नाहीं. ती आतां या रानदांडग्यांना द्यावयाची. "

एकंदरींत खूपच वाटाघाट झाली; पण निष्कर्ष न होतांच कौन्सिल उठलें व व्हाइसरॉयानें स्वतःवरच सर्व जोखीम घेऊन आपल्या वकिलांना परत मराठ्यांकडे पाठविलें आणि सांगितलें कीं, तुम्हांला जमेल तसें करून ठरतील त्या अटी घेऊन या मी त्यावर सही करतों. जमेल त्या अटीं-वर तह एकदांचा उरकून घेणें हेंच यावेळीं शहाणपणाचें आहे. आज गोवें तरी आपल्या हातीं राहात आहे. उद्यां त्याच्या आधारावर गेलेला मुलुख सहज जिंकतां येईल. खंडणीविषयीं म्हटलें तर आतां आठ लाखच रुपये द्यावे लागतील; उलट नुसतें राचोलच मराठे जिंकतील तर या रकमेच्या किती तरी पट लूट मराठ्यांना मिळेल. मी आणिकहि ओढून धरलें असतें; परंतु पोर्तुगालची मदत येणार होती, तिचा आतां मुळींच भरंवसा वाटत नाहीं. करितां तुम्ही सत्वर जाऊन एकदांच्या या अटी करार करून आणा.

याच वेळीं त्यानें वसईस मार्तिन सिरवेलास (वसईचा किल्लेदार) पत्र लिहून हुकूम पाठविला कीं, " तुम्ही छपून आपलीं सगळीं माणसें काढून घेऊन ठाणें मोकळे टाकून इकडे निघून या. किंवा तें न जमेल तर राजरोस शत्रूचा कौल घ्या. " पण त्या बहाद्दरानें तो हुकूम नाकारला आणि उलट व्हाइसरायालाच पत्र पाठवून विचारलें कीं, " आम्ही कांहीं सेवाचोर झालों किंवा बेइमानी केली कीं काय म्हणून असला नामुष्की आणणारा हुकूम मला करतां ? मी या वेढ्यांत मरणार असें उघडच दिसतें आहे. पण मी तसाच मरूं इच्छितों. मी तरी जिवंत-पणीं हें ठाणें मराठ्यांस कधींहि देणार नाहीं. "

व्हाइसरायाच्या कौन्सिलांत वकिलांना सर्वाधिकार देऊन पाठवि-ण्यांत आल्यावर मग खंडणीची रक्कम उभी करण्याकरितां खटपट सुरू

झाली. ते वेळीं फिरंग्यांची गोव्यांत किती नातवानी झाली होती हें चांगलें दिसून येतें. कारण व्हाइसरायानें साष्टी, गोवा व बारदेश या तीन प्रांतांच्या अधिकाऱ्यांना बोलावून आणून साडे तीन लाख झेरॅफिन्स इतकी रक्कम ताबडतोब उभी करा म्हणून हुकूम काढला. पण ती रक्कम उभी करणें अशक्य झालें. म्हणून मोठमोठ्या पाद्री धर्माधिऱ्यांना हुकूम काढून असें सांगितलें कीं, झाडून साऱ्या मठांतलीं चांदीचीं हरएक प्रकारचीं उपकरणीं गोळा करा. अगदींच आवश्यक व पवित्र उपकरण असेल तेवढें वगळून बाकी एकूण एक चांदीसोन्याचें पात्र हजर करा. अशारीतीनें खंडणीच्या भरपाईकरितां सगळीं देवळेंहि त्या धर्मवेड्या पाद्यांना अखेर धुऊन काढावीं लागलीं. ! पण येवढ्यानें तरी कोठें संपत होतें ? म्हणून पुन्हां हिंदु रयतेवर पट्टचा बसवून जुलूम-जबरदस्तीनें सुमारें साडेचार लाख झेरॉफिन्स उभे करण्यांत आले. या जाचानें कित्येक हिंदूंना पट्टीची भर करण्याकरितां आपल्या बायकापोरांच्या अंगावरील एकूण एक दागिना विकावा लागला ! सारस्वत हिंदु सावकारांची दैना तर फारच झाली. पूर्वी सांगितलेला धर्मवेडा माथेफिरू इन्क्विझिटर यानें तर व्हाइसरायाला जशी सल्ला दिली कीं, गोव्यांतील एकूण एक हिंदूचा सुतळीचा तोडान् तोडा, चीजवस्त टिपून जप्त करावी व विकावी; व त्या सगळ्यांना एकेका वस्त्रानिशीं जहाजांत बसवून गोव्याबाहेर मराठ्यांकडे उतरवून द्यावें. मग ते त्यांना मारोत, तारोत वाटेल तें करोत.

शेवटीं सात दिवस वाटाघाटी होऊन एकदांचे वकील परत व्हाइसरायाकडे आले व व्हाइसरायानें तहावर सह्या केल्या. २२ ते २६ एप्रिलच्या दरम्यान राय गांवीं तहावर फिरंगी वकिलांच्याहि सह्या झाल्या. तहांत अनेक कलमें होतीं. तहाच्या खर्ड्याची तारीख २२।४।१७३९ अशी आहे. त्यांतील अटी :—

(१) फिरंग्यांनीं मराठ्यांस सध्यां सात लाख रुपये द्यावे. एका रुपयास दोन अश्रफी या भावानें.

(२) पहिला हप्ता रोख दोन लाख रुपयांचा द्यावा. तो मिळतांच मराठ्यांनीं साष्टीबारदेशांतील फौज उठवावी.

(३) त्यानंतर आठ दिवसांनीं दुसरा हप्ता तीन लाख रुपयांचा

फिरंग्यांच्या सरहद्दीवर मराठी लष्करांत पोचवावा. मात्र पहिल्या हप्त्यापासून दुसरा हप्ता मिळेपर्यंत एक फिरंगी सरदार मराठ्यांकडे ओलीस राहावा.

(४) पहिला हप्ता रोख रुपयांचा द्यावा. दुसरा हप्ता सोनें, रुपें, पोवळीं व सकलाद इ० रूपानें द्यावा; व तिसरा हप्ता हुंडीनें द्यावा.

(५) हा हुंडीचा तिसरा हप्ता दोन लाख रुपयांचा असावा; व ती हुंडी पटेपर्यंत दोन मातबर फिरंगी मराठ्यांकडे ओलीस राहावे.

नंतर २५ एप्रिल रोजीं वसईसंबंधीं स्वतंत्र तह झाला. त्यांत अटी अशा होत्याः—आम्ही इकडे गोव्यास असा तह करतों कीं वसईचा कोट व त्याखालचा सारा मुलूख व ठाणीं फिरंग्यांनीं पेशव्यांस द्यावीं. उलट पेशव्यांनीं दवणाचा कोट व मुलुख व तेथील ठाणीं फिरंग्यांना परत द्यावीं. ह्या तहाचें वर्तमान नोडतीस म्हणजे नॉर्थला म्हणजे उत्तर कोकणांत कळावयाचे अगोदरच एकादा लढाईचा प्रसंग वस-

---

टीप १:—मडगांवच्या पूर्वेस पारोडें आहे. मडगांवाजवळ कटकामळ नांवाचा जागा आहे. त्या जागेवर व्यंकटरावाच्या सैन्याचा तळ पडला होता जवळच एक ओढाही आहे.

पारोड्यावरून मडगांवास येताना व्यंकटराव फिरंगीणगुडी नांवांचे निशाणाचें ठिकाण आहे, तेथें पूर्वी कोट होता, तेथें गेला असावा. अद्याप तेथें एक विहीर पाहावयास सांपडते. फिरंगिणगुडी मडगांवचे पूर्वेस आहे. पूर्वीं पारोडें व मुळें हे दोन संयुक्त गांव होते. एक मैलाच्या अंतरावर. अनुक्रम असा. प्रथम पारोडें नंतर मुळें, नंतर फिरंगणगुडी, नंतर कुडतरी.

कुडतरीला फिरंग्यांचे ठाणें होतें. त्यालाही त्या वेळीं कदाचित् फिरंगणगुडी म्हणून म्हणत असत. त्यावेळीं पारोडें-मुळें हे गांव सोंधेकरांचे चंद्रवाडी महालांतील होते. व्यंकटराव घोरपडे निघून गेल्यानंतर, कांहीं लोक तेथेंच राहिले व त्यांनीं आसपासची खेडीं झांबडली. जवळच्या चंद्रनाथ पर्वताच्या आश्रयानें ते फिरंगाणी मुलखांत उपद्रव देत. त्यांचा उपद्रव होऊं नये म्हणून पुढें पारोडें, मुळें व तळवडे हे गांव फिरंग्यांनीं सोंधेकरांकडे मागितले. तो द्यावयास तयार झाला नाहीं, म्हणून फिरंग्यांनीं सोंधेकरांच्या सदाशिवगडावर समुद्रांतून हल्ला केला. मग सोंधेकर शरण आला व तह झाला. व त्यानें ते तीनही गांव फिरंग्यास दिले. (ही माहिती जनार्दन विष्णु कामत पारोडें गोवा यांनीं सांगितली.)

ईस उभयपक्षीं घडला असेल तर मग पेशव्याच्या मनास येईल तरच हा तह त्यांनीं मान्य करावा. मात्र जर त्यानें तो मान्य केला तर वसईचे रयत लोक; किरिस्ताव व हिंदु आपला वित्तविषय पेश-आड हत्यारी, सिलाभाला, साजसामान घेऊन कोटाबाहेर निघून जातील व कोट पेशव्याचे स्वाधीन करतील त्यावेळीं, बाहेर जाणाऱ्या फिरंग्यांच्या लोकांस सर्व तऱ्हेचें साहाय्य पेशव्यांनीं करावें. उभय पक्षांनीं वसईस आपापल्या लोकांस हा तह पत्र पाठवून कळवावा. वसईकडे कांहीं होवो गोव्याबाबत जीं कलमें येथें निराळ्या तहांत ठरलीं आहेत तीं मात्र कायम व स्वतंत्र आहेत.

गोवा व वसईसंबंधाच्या मुख्य अटीखेरीज दुसऱ्याही अटी पुष्कळच होत्या. त्यांपैकीं कांहीं अशाः-(१) साष्ट व बारदेश या मुलखांत

टीप २:-तहनामा करार विदमानें राजश्री वेंकटराव व राजश्री दादाजीराव सरदार राजश्री-राव प्रधान व अंतोन करनेल दे आलक्रासव जुजे पेद्र माउस, कुलयेखतयार फिरंगी अमल जंजिरे गोवा. तेरीख छ. २४ मोहोरम सुा तिसा सलासीन मया अलफ. (शिक्का)

फिरंगी यांच्या मुलकामध्यें फौजा मुकाम जाहल्या आहेत. त्या उठोन जाण्याच्या खर्चास फिरंगी याहि सध्यां यावे रुपये लाख सात. दर रुपयास असुरफी २ दोन प्रमाणें देता तपसीलः—

तहनामेवर उभयतर्फेनें निशाणें व सिके होतांच, दोगे फिरंगी मोतबर दोन लाख रुपये बा घेऊन लस्करात येतील तेणेकरून पहिली खिस्त फारीक होईल. ते रुपये पावलेनंतर साष्टी बारदेशांतील फौज उठवावी; आणि कोट व फलपूट सोडून देऊन मुलुख खराब झाला,तो आबदानीस यावयास रयत गांवीं येऊन कमाविसी व्हावयाकारणें, कुलीं फौज फिरंगी याची सरद सोडून आपल्या कांदास जावे आणि कांहीं जमावानसीं एक सरदार फिरंगी याचा मुलकांबाहीर सरदेस राहावा त्याबराबर दुसरे खिस्तीचे रुपये आठां दिवसांत फारीक होई पावे तंव, दोगे फिरंगीयांनी गोवेस जावें. तेरीख छ मजकूर.

(लेखनसीमा).

टीप ३:-तहनामा करार राव अजम बाजीराव प्रधान यामधे व फिरंगी यामधे बनाव केला ब हुजूर सरदार अजम वेंकटराव व दादाजीराव व अंतोन कारनेर दे अलक्रास व जुजे पेद्र येमाउस येखतियार फिरंगी अलम जंजेरे गोवा. ब-तारीख मया अलफ.

श्रीमंत राजश्री बाजीराव प्रधान वसईचा कोट व त्या खालिचा सारा मुलुख व तेथिल ठाणीं त्या स्वाधीन करावे याचा करार जाहाला, तेणेकडून लढाईच

गांवगन्ना दिवाणाचा जो वसूल उत्पन्न होईल त्यांपैकीं दर शेंकडा ४० टक्के वसूल मराठ्यांनीं घ्यावा व तो पेशव्यांस मिळावा.

[मागील पानावरून पुढें चालूं.]

धंदा वारून जातो. श्रीमंत राव याणी दवनाचा कोट व मुलुक व तेथील ठाणो फिरंगिया स्वाधीन करावी. लस्कर फौज त्यावरी तेथील उठवावी; परंतु येथें करार जाहाला हा समाचार नोडतीस पाववेयाचे पूर्वी, येकादा लढाईचा प्रसंग उभयेपक्षी घडला असेल तरी श्रींमंतराव याचे चितास येईल तर हा करार मान्य [करावा] आणि सदरहू करार उभयेपक्षी मान्य जाहालेवरी वसईचे रयेत लोक व किरिस्ताव व हिंदु आपला वस्त विशय पेश आव्हत्यारी सिला भाला कोटामधील आपुला साजसामा घेऊन बाहीर निघोन कोट श्रीमंत राव प्रधान यानिस्पत करावे. सदरहू कोटांतील लोक बाहीर निघोन जे जातील यास साह्या करून तफऊ देऊन कोणाही बंदरास गनिमाचा बाधा न होयेसारिखे करून सुखरूप जातसारिखे करावे अणी या तहनामेचा नकल उभयेपक्षीने अलाहिदा पाठवून, लवकर ध्यावा. त्याबावत पत्रें उभयेतर्फेने नोडतीस लिहावी; परंतु गोवेचा करार जाहाला तो खरा हे निविस्तन मोकाम राई ब तारीख छ २७ माहे मोहरम सुहुर सन तिसा सलासीन मया अलफ.

(लेखनसीमा)

जयराम सावंत भोंसले व रामचंद्र सावंत भोंसले सरदेसाई प्रांत कुडाळ यांनी अंतोन फिरेर दे आंद्राद सकतार्य ईस्ताद जंजिरे गोवा यांस लिहिलेल्या पत्रांतील मुद्दे:

करार मुद्दे करून द्यावे

खरजुवा व पनाळें दोनही गांव आमचे आम्हास कोटसहित द्यावे.

कलम १

दारूगोळी व भांडचे गोले सिवभट याचे मुदती मधे दर आहे तेणे प्रा॥ द्यावे.

कलम १

सिवाभटाचे विधमाने जो तह जाहाला आहे तो कागद ऐन जिनस आमचा आम्हास द्यावा.

कलम १

हिंदू धर्माचा मुद्दा बारदेशामधे व्यंकटराउ यांकडून कबूल केला असेल तर जाहाले. न कबूल केला तर आम्हास करून द्यावा.

कलम १

नकद पैसे आम्हास खर्चास द्यावे.

कलम १

तुमचें भांडतें आरमार आहे त्याचे वाटेस आम्ही जाऊ नये, आमचें भांडतें आरमार आहे त्याचे वाटेस तुम्ही जाऊं नये.

कलम दुर (?)

येणेप्रमाणे मुद्दे करून द्यावे. करार करून लिहीले आहेत

(२) म्हणून त्या प्रांतीं पेशव्याचे अम्मलदार वसुलाकरितां पुढें राहणारच. परंतु त्यांनीं, तो प्रांत पुन्हा लावणीस आणण्यासाठीं

[मागील पानावरून पुढें चालू.]

टीप ४:- श्री

श. १६६१ चैत्र व॥ ११

स. १७३९ एप्रिल २२

१ तहनामा श्रीमंत राजश्री बाजीराव पंडित प्रधान यामध्ये बनाव बे हुजूर राजश्री वेंकटराव व राजश्री दादाजीराव राजश्री राव प्रधान यांचे सरदार व अंतान कार्नेर दे अलकाइब व जुजे पेद्र यमाऊस यख्तयार फिरंगी अमल जंजिरे गोवा तेरीख २४ मोहरम सुहुर सन तिसां सलासीन मयां व अलफ श्री । श्री व्यंकटेश—

तास— । न मुद्रा व्यंकटराव । स्य जयते— । मुद्रिका ।

(या सहा ओळींचा लांबट गोल शिक्का)

१ तर्पे साष्ट व बारदेस फिरंगीयाचा तेथील कोटे व फळफुट फिरं) गियांनीं भोगावें यास्तव मुलुकामधील फौज उठवावी म्ह (ण) जे गावगन्ना जो दिवाण म्हासुल वसूल देत आहेत त्यापैकी दर सदे ४० चाळीस राजश्री ——राऊ प्रधान यासी (द्यावी) क (लम १)

१ साष्ट व बारदेश लस्कर पाइमालीखाले खराबी जाला मुलुकनी बदल फिरंगी कौल देती (ल) तेणंप्रमाणें राजश्री —राऊ प्र (धाना) ही व अमलदाराही चालवावे कलम येक

१ खोरजुवें व पनले दोन ही गांव भोंसले यास द्यावें व हुसुरफी दर सालीना फिरंगियास द्यावें येसा करार सी ( ) मुदतीमध्यें केला होता त्या असुरफी मना म्हणून फि (रोन) कागद द्यावा. कलम येक

१ फोंडे मुलकामध्यें राजश्री—राऊप्रधान यांचा अम (ल चालि) ला आहे तेथें गोवें प्रांतांतील उदमी साहुकार लोक जा (तील) येतील त्यांस व वितविशये उदमीं जिनस आणितील त्यांस उपद्रव होऊं नये. सालाबादप्रमाणें जकात घ्यावी. मार्गानें जो जिनस येईल जाईल त्यास सालाबादप्रमाणें चा (लवावें) जाजतीजलल होऊं नये. कलम येक.

१ राजश्री—राऊप्रधान या दिमतीचा जो मुलुक असेल ( ) फिरंगी या तर्फेनें उपसर्ग होऊ नये व फिरंगी यांच्या (मुलु) कास राजश्री —राऊप्रधान यांजकडून उपसर्ग लागो (नये) कलम येक.

६

फिरंगी आपल्या रयतेस जो कौल देतील, त्यांत कांहीं ढवळाढवळ करूं नये.

(३) खर्जुवें व पन्होळे हे दोन्ही गांव फिरंग्यांनीं भोसल्यास परत द्यावे. पूर्वी शिवभटाचे कारकीर्दीत झालेल्या फिरंगी व सावंत भोसले यांच्या तहाप्रमाणें दरसाल एक हजार अशरफी म्हणजे झेरॉफिन्स खंडणी सावंत भोसल्यांनीं फिरंग्यांस द्यावी, असें ठरलें होतें; तें मना व्हावें. व तहाचा तो कागद फिरंग्यांनीं सावंतास परत द्यावा.

(४) फोंडें प्रांत पेशव्यांच्या अमलाखालीं आहे. तेथें गोव्यांतील उदमी सावकार वगैरे लोक जातील त्यांना कोणत्याहि प्रकारें उपद्रव होऊं नये. सालाबादप्रमाणें मार्गानें जो जिन्नस येईल जाईल त्यावर जकात मात्र घ्यावी.

(५) पेशव्यांनीं फिरंग्यांच्या व फिरंग्यांनीं पेशव्यांच्या मुलुखास उपद्रव देऊं नये.

अशी हीं तहाचीं कलमें होतीं. वास्तविक मराठे गोवें देखील जिंकून फिरंग्यास समूळ खणून काढावयाचे. परंतु ते न बनण्याचें कारण म्हणजे सर्वप्रसिद्ध अशी मराठी फौजांवरील सरदारांची आपसांतली स्पर्धा किंवा स्वार्थबुद्धि होय. पेशव्यांतर्फे व्यंकटराव, कोल्हापुरकरांतर्फे दादाजीराव व सावंतवाडीकरांतर्फे खुद्द खासे जयराम व रामचंद्र सावंत असे मोहिमेकरितां एकत्र झाले होते खरे; परंतु ती संपून तहाची वाटाघाट सुरू होतांच प्रत्येकानें आपापला स्वार्थ साधण्याचीं कारस्थानें सुरू केलीं! व्यंकटराव खुद्द पेशव्यांचाच मेहुणा. त्याला फिरंग्यांचा जितका राग असावयाचा तितका होता; परंतु इतरांस तसा असण्याचें कांहींच कारण नव्हतें. किंबहुना ते फिरंग्याचे कायमचे शेजारी असल्यामुळें आपला मुलुख बचावण्याचा किंवा आपल्या धन्याचा स्वार्थ साधण्याचाच त्यांचा उद्योग असावा हें कांहीं विपरीत म्हणतां येत नाहीं. व्यंकटरावाच्या या दोघां साथीदारांनीं तो प्रथम जोर धरून

[मागील पानावरून पुढें चालू]

येणेंप्रमाणें सहा कलमें श्रीमंत राजेश्री राव—प्रधान याचा व फिरंगियाचा तह जाहला याप्रमाणें दुतर्फा चालवावे जाणिजे छ. मजकूर लेखनसीमा। (गोल शिक्का.)

फिरंग्यांचे तहाचें बोलणें धुडकावून लावीत असतां, फितुरी केली व त्याला तें करावयास एकतऱ्हेनें भाग पाडलें. दादाजीरावाला तर फिरंग्यांचा वकील अन्तोनिओ कारनेरिओ पाठचा भाऊच समजत असें; इतकें त्या दोघांचें आंतून सूत्र होतें असें फिरंगी इतिहासकारांनींच लिहून ठेवलें आहे ! फिरंग्यांच्या दुसऱ्या वकिलानें (अल्सा सोहानें) आपल्या सरकारास सादर केलेल्या रिपोर्टांतच म्हटलें आहे कीं " गोविंद राम ठाकराच्या सांगीनें व्यंकटराव शेफारल्यासारखा झाला. अद्वातद्वा बोलून तहाचें नीट जुळवीना म्हणून मी त्याच्या मातबर सरदारांशीं आंतून सूत्र लावून त्यांना फितविलें आणि बोरीच्या ठाण्यांत दादाजीरावाच्या तर्फेचा जो अधिकारी होता त्याच्याकरवी खुद्द राचोलांतच शिपायांची एक कंपनी व दारुगोळा पोंचवून तें ठाणें बळावलें व व्यंकटरावाला शह दिला ! " दादाजीरावाला सत्तर हजार झेरॉफिन्स तहाचें बोलणें सुरू करावयाचे वेळीं फिरंग्यांनीं दिल्याचें आपणांस ठाऊक आहेच. सारांश नजीबखान आणि मल्हारराव होळकर यांचा 'पाळकपुत्राचा' जो संबंध तसाच कांहींसा दादाजीरावाचा व फिरंग्यांचा दिसतो यांत शंका नाहीं. दादाजीरावानें आप्पासाहेबांस राचोलच्या मुक्कामाहून मार्चच्या १६ तारखेस जें पत्र पाठविलें त्यांतील एक वाक्य असें होतें. " परंतु केवळ उडवावे तर तेहि गोष्ट कामाची नव्हे. याकरितां तुम्हीं गोव्यास जाऊन विजुरेइसी बोलून मागती उत्तर आम्हांस पाठवा असें सांगून फिरंगी वकिलास निरोप दिला आहे. चौघा सरदारांचें मतें जसें होईल तसें पाहूं " या वाक्याचा खरा अर्थ दादाजीरावासंबंधींची वरील हकिकत कळल्यानंतर लक्षांत येणार आहे. एरवीं दरबारी लिहिण्यांत तो कांहीं कमी करीत नाहीं. आप्पासाहेबांना तो तीर्थरूप मायना लिहिता आणि स्वतःस अपत्यसमान म्हणवितो ! फिरंग्यांना तर तो पेशव्यांपेक्षांहि तोंडभर शिव्या देतो ! तो म्हणतो, " फिरंगी म्हणजे पापात्मे !! त्यांचा नाश होणें हें अपूर्व नाहीं."

व्यंकटरावाचे दुसरे साथीदार सावंतवाडीकर. त्यानीं एप्रिलच्या २ तारखेस फिरंग्यांस पत्र पाठवून कळविलें होतें कीं, आमचें व पेशव्याचें संगनमत नाहीं. तुमचा आमचा जुनाच सलुख आहे. परंतु पेशवे बारदेश घेतील म्हणून तो आम्ही जिंकला इतकेंच ! या पत्रांत सावंतांनीं

आपल्या तहाच्या कांहीं अटीही परस्पर फिरंग्यास कळविलल्या होत्या. वास्तविक प्रत्येकानें आपापल्या अटी स्वतंत्रपणें शत्रूस कळविणें योग्य नव्हे. पण व्यंकटराव, दादाजीराव व सावंत तिघेहि बरोबरीचे म्हणूनच त्यांनीं असा प्रकार केला असावा.

वाडीकर सावंतांनीं एप्रिलच्या १७ तारखेच्या आधीं थोडे दिवस आप्पासाहेबांस पत्र लिहिलें आहे. त्यांत मात्र आपली एकनिष्ठा व पराक्रमाचे डोलारे खूप वाढवून लिहिले आहेत. ते म्हणतात. " फिरंगी म्हणजे आमचा सीमसेजारी व बहुता दिवसांचा स्नेही. परंतु आपले वचनावर नजर देऊन असाध्य कार्य केलें ! ! बारदेशच्या प्रसंगामुळें आमची त्याची मुलुख सराद, त्यास जकाती व खाजणें बांद तोडून पाणी भरलें. यामुळें आमच्या ५०|६० हजार रुपयांस धक्का बसला. तरीसुद्धां केवळ तुमच्या स्नेहाकरितां सात आठ हजार हशम व अडीच तीनशें स्वार दोन अडीच महिने पदरचा पैका देऊन ठेवून काम केलें."

टीप ५:-- **गोविंदराम ठाकूर**

इचलकरंजी संस्थानचा इतिहास व ब्रह्मेंद्रस्वामी चरित्र या दोन पुस्तकांत कांहीं पत्रें छापलेलीं आहेत त्यावरून गोविंदराम ठाकुरासंबंधीं माहिती संकलित करतां येते, ती अशी--राम ठाकूर हा मूळ सावंतवाडीचा राहणारा. सावंतवाडीस ब्रह्मेंद्र स्वामी असतां त्याची व या राम ठाकुराची चांगली दोस्ती असे व तेथपासूनच पुढें स्वामींच्या वशिल्यानें राम ठाकुराचा मुलगा गोविंदराम याची पेशव्याकडे ओळख पडली. राम ठाकुरास मुलगे तीन. थोरला नारो राम, मधला लक्ष्मण राम व धाकटा गोविंद राम. हा तिसरा गोविंद राम, साता महिन्यांचा असतां राम ठाकूर वारला. पुढें गोविंद रामाचा प्रतिपाळ नारे रामानें केला. गोविंद राम पुढें आपल्या कर्तबगारीनें मोठमोठ्या मसलती उरकूं लागला व राजकारणें करूं लागला. ब्रह्मेंद्रस्वामीच्या अत्यंत विश्वासू कारस्थानी माणसांच्यापैका तो असावा असें दिसतें. संभाजी व मानाजी आंग्रे यांचा कुलाब्यासंबंधीं तंटा पडला. मानाजी संभाजीस कुलाबा देत नव्हता व मानाजीशीं स्वामीचाहि बेबनाव झाला होता. तेव्हां संभाजीस फूस देणाऱ्या एका पत्रांत स्वामी लिहितो " आतां तूं होऊन कुलाब्यास जावयास येणें. मी पुढें. तू मजमागे. जमाव तारवे घेऊन येणें कुलाबा घेऊ. त्याचा हिसाब काय आहे ? मुखजबानी गोविंद राम सांगतलि ती एकांती ऐकणें. कोणास ब्र कळों न देणें. तू जाणस हे जाणा. त्याचा मान्याचा (मानाजीचा) देहांत समय आला तर गोविंद राम ईश्वरें पाठविला आहे ऐसे समजोन कार्य करणें."

तहाची कलमें मुकर झाल्यावर मराठ्यांनीं राचोलचा वेढा उठविला तो १० मेस असें पिसुर्लेकर म्हणतात. पण पेशवेदप्तरांतील सयाजी गुजराच्या एका अप्रसिद्ध पत्रावरून तो वेढा ३ मेसच उठला असें दिसतें. नंतर तेथेंच आठ दिवस पहिल्या हप्त्याकरितां

[मागील पानावरून पुढें चालू]

पुढें गोविंद राम व्यंकटराव घोरपड्यांच्या पदरीं पडला व त्यानें आपल्या कर्तृत्वानें त्यांचाहि चांगला विश्वास संपादन केला. व्यंकटराव घोरपडे यांचे घराणे हेहि मूळ सावंतवाडी संस्थानांतील म्हापण गांवचे कुळकर्णी असल्यामुळें व गोविंदरामहि सावंतवाडीचा असल्यामुळें त्यांचा घरोवा पडला असावा. व्यंकटरावामुळें पुढें पेशव्यांकडेहि गोविंद रामाचे वशिले लागले.

वसई मोहिमेंत गोव्यावर पेशव्यांनीं स्वारी केली. गोव्याचा माहितगार मुख्यतः हा गोविंद रामच होता. व त्याच्यामुळें ती स्वारी चांगली झाली. गोव्याचा तह होत असतांहि व्यंकटरावातर्फे मुख्य बोलणें त्याचा कारभारी म्हणून हा गोविंद रामच करीत होता. पुढें गोव्याचा तह झाल्यावर व्यंकटरावानें जिंकलेला तिकडला बहुतेक सर्व मुलुख पेशव्यांनीं व्यंकटरावाकडेच जहागिरीस ठेवला. तो मुलुख व्यंकटरावाकडून कमाविशीनें घेऊन गोविंद राम तिकडे ७००। ८०० लोकांनिशीं राहिला. कै. खरे म्हणतात कीं, १७५० नंतरच्या पत्रव्यवहारांत गोविंद रामाचें नांव इचलकरंजी दप्तरांत आढळत नाहीं. त्यावरून कदाचित् तो त्या सुमारास वारला असावा.

Portugueses E Maratas या पुस्तकाच्या पृष्ठ ४५ वर रंगाजी शेणवी म्हणजे रंगो नारायण याचें बाबुले शेणव्यास ता. २०।११।१७३९चे पत्र आहे तें असे. " आपणांस डिचोलीस भेटल्यावर मी कोल्हापुरास आलो, आणि संभाजीची भेट घेतली. आपण सांगितल्याप्रमाणें कोल्हापुरकरांस विनंति केली. त्यानें आपलें मंत्रिमंडळ जमवून असे ठरविलें कीं, आपली सत्ता कृष्णानदीपासून आहे व ती १०–१२ वर्षेपर्यंत चालत आहे. असे असूनहि पेशव्यांनीं त्या प्रांतांतले किल्ले बळकावले म्हणून संभाजी कोल्हापूरकरानें यशवंतराव गायकवाडास तक्रार करण्यासाठीं शाहूकडे पाठविलें. त्याबरोबर दिलेल्या पत्रांत कोल्हापूरकरानें शाहूस असे विचारलें आहे कीं, पेशव्यांनीं जे हे किल्ले घेतले ते तुमच्याच आज्ञेनें कीं काय ? त्यावर शाहूनें कळविलें कीं, तुमच्या प्रांतांत मला ढवळाढवळ करावयाची नाहीं. तुम्ही मला स्वतः येऊन भेटावे. पण त्यावर संभाजीनें उत्तर केलें कीं, घेतलेले किल्ले परत केल्याखेरीज भेट घेणे शक्य नाहीं. यामुळें दोघांत तंटा झाला आहे. मिरजेहून असे पत्र आले आहे कीं,

मुक्काम करून व्यंकटरावाची फौज पुढें १० मे रोजीं सांगेयास गेली. तोंपर्यंत पाऊसकाळ नजीक येऊन एक दोन पाऊसहि पडले होते. मग व्यंकटरावानें मानाजी पायगुडे व सयाजी गुजर यावरोबर बुणगे देशास लावून दिले; व तो, दादाजीराव व संभाजी शिंदे असे तिथे सावंताची भेट घेण्याकरितां राहिले. त्यांच्या भेटीस जाण्याचे कारण म्हणजे नुकतेच

[मागील पानावरून पुढें चालूं].

बाजीराव आता खालीं गोव्यावर उतरत नाहीं. गेल्या सालीं जेव्हां मराठे खालीं उतरले, तेव्हां त्यांनीं संभाजीची आज्ञा घेतली होती. कारण कीं, वसईस रसद पोचूं नये. आतां पुन्हां बाजीराव गोव्यास येणार नाहीं. शाहूनें नानासाहेबां-कडून बाजीरावास कळविलें आहे कीं, सदरहू किल्ले ज्याचे त्यांस परत करावे. यामुळें गोविंदपंत बाजीरावाकडे सैन्य मागावयास गेला असतांहि, त्याला फौज मिळाली नाहीं. हा गोविंदपंत पुण्याकडून कोल्हापुरास गेला. व ज्याप्रमाणें गेल्या सालीं संभाजीराजास नजराणा देऊन व्यंकटरावाबरोबर फोंड्याला गेला, त्याप्रमाणें यंदाहि कांहीं नजराणा देऊन साधलें तर पहावे, म्हणून तो संभाजीस भेटला. पण संभाजीस त्याचा इतका राग आला कीं, त्यानें लगेच त्यास कैद करणार असें सांगितलें. म्हणून त्याच रात्रीं गोविंदपंत आपली पालखी दुसऱ्या एका बाजूनें काढवून पुण्यास पळून गेला. बाजीरावानें त्रिंबक हरि (पटवर्धन) नांवाच्या दुसऱ्या एका फार हुशार सरदाराला पाठवून तो प्रांत आपणांस द्यावा अशी कोल्हापूरकराकडे मागणी केली. व तिकडे व्यंकटरावाला पांच हजार घोडेस्वार देऊन पाठवितो असे म्हणाला, व सोंधेकराचा जो प्रांत आपण घेतला आहे, तो त्यांस परत देतो, गोंत्रे देतो, आंग्र्याला शिक्षा करितो, आणखीहि पाहिजे ते करतो असें म्हणाला. पण संभाजी महाराजानें ते मान्य केले नाहीं. आणि त्यांस दुरुत्तरे बोलून सांगितले कीं, मला फिरंग्यांचा प्रांत त्यांचा त्यांच्या-कडेच ठेवण्याचे अगत्य वाटतें !

इतके झाले तरी त्रिंबकपंत आपला हेका सोडीत नाहीं. तूर्त संभाजी आणि शाहू यांमध्यें या बाबत तंटा उद्भवला असून, संभाजीनें आपल्या सरदारांस तयार रहाण्यास ताकीद दिली आहे. दोन्ही बाजूच्या सरदारांस तंट्याखेरीज कांहीं इच्छा नाहीं. शाहूराजा बाजीराव परत येण्याची वाट पहात आहे, व संभाजीराजास फोंडे परत घेण्याची असोशी लागली आहे. व त्याकरितां त्यानें हिंदुराव घोरपड्याला खालीं उतरण्याचा हुकूमही केला आहे' हे पत्र गोवा सरकार-च्या दप्तरांत पणजी येथें प्रोफेसर पिसुर्लेकर याना भाषांतर केलेले सांपडलें. भाषांतराची तारीख १७।१२।१७३९ अशी आहे. म्हणजे पत्राची नक्कल सम-कालीनच आहे.

उभयतां सावंत मोहिमशीर असतां तिकडे रामचंद्र सावंताची आई वारली होती. बहुधा त्या दुखवट्याच्या भेटीकरितांच हे जाणार असावे. पेशवेदप्तरांत एक पत्र आम्हांस उपलब्ध झालें आहे. त्यावरून असाच प्रकार असावासें वाटतें. तें पत्र असें:-ता.२४।४।१७३९ पत्र आपासाहेबांस

[मागील पानावरून पुढें चालू.]

या गोविंद रामाबाबत खुद्द पेशव्यांना स्वामीजवळ रदवदली करण्याचा एक मजेदार प्रसंग आला होता तो असा—स्वामीनें गोविंद रामाच्या बापास एकदां ५० रुपये पालखी आणण्याकरितां दिले; पुढें तो वारला. पुढें गोविंद राम बाजीरावाजवळ आला तेव्हां स्वामीनें बाजीरावास कळविलें कीं "गोविंद राम ठाकूर प्रस्तुत तुम्हाजवळ आला आहे तरी याजपासून पन्नासा रुपयांचे सासे रुपये घेऊन पाठविणें " पेशव्यांनीं गोविंद रामास विचारतां तो म्हणाला, "--मला कांहींच ठाऊक नाहीं. बाप मेला तेव्हां मी सात महिन्यांचा होतों. पुढें थोरल्या भावाजवळ वाडीस राहात असतां माझी व स्वामीची तेथें भेट झाली होती; त्यावेळीं कांहीं कोठें स्वामी बोलले नाहींत. पुढें हंबीरराव मोहित्या-पासून स्वामी वाडीस कधीं आले नाहींत. बरें, अलीकडे १४ वर्षे मी या देशांत आहे; पण स्वामींनी कधीं रुपयांबद्दल बोलणें काढलें नाहीं.माझा थोरला भाऊ नारो राम मरून ७ वर्षे झालीं. त्यानेंहि कधीं मला याबद्दल सांगितलें नाहीं. शेवटीं ९।९। ३९ रोजीं चिमाजीआप्पा व नानासाहेब यांनीं केवळ स्वामीची अवज्ञा होऊं नये म्हणून त्या बिचाऱ्याकडून सव्वाशें रुपये स्वामीस पाठवून दिले. ब्रह्मेंद्रचरित्र पान १५३ ले. १३८ व पान १३९ ले. १२३ वरून (याची तारीख पारसनिसांनीं दिलेली बरोबर असेल तर) १७२५ सालीं गोविंद राम देशावर आला व १७३२ सालीं त्याचा थोरला भाऊ नारो राम मेला. [आधार-ब्रह्मेंद्रचरित्र पा. १०१, १३९, १५३, २९२ व इचलकरंजी सं. इतिहास —खरेकृत].

११।१२।१७३८ रोजीं पेशव्यांनीं या गोविंद राम ठाकुराला मौजे सिरवडें ता। आंतरुज व मौजे पिळगांव ता। डिचोली मामलें गोवा सुभे दारुल जफर बिजापूर हे दोन गांव इनाम दिले. हे दोन गांव गोविंद रामाचा बाप रामजी ठाकूर याला विजापूरचा बादशाह सुलतान शिकंदर यानें इनाम दिले होते; त्याचें अस्सल फर्मानहि गोविंदरामानें आणून दाखविलें म्हणून हे दोन्ही गांव त्याजकडे इनाम चालविण्याविषयीं पेशव्यांनीं आज्ञापत्रें दिलीं.

खमस सलासीन १ मोहरम (१३।५।१७३५) रखासुदगी गोविंद राम याचें सेत मौजे आंजलें येथें आहे. त्याचा वसूल बाणकोटकरी घेतात; म्हणून

नारायण जिवाजीचे चैत्र बहुल १३ चेः–“ आम्हाकडील प्रसंग तर बारदेशचे काम श्रमसाहासे करून आजी अडीच मासपर्यंत नेह्मीं साहा सात हजार हशम व तीन (शें ?) स्वार बारदेशांत ठेऊन, उभयेतां येजमान, कोट हलवर्ण, सरादीस आहे तेथ राहिले. अशामध्यें त्यांचे मातुश्रीस

[मागील पानावरून पुढें चालूं.]

हुजूर विदित जाहलें. त्यावरून मशारनिल्हेचे शेतापैकीं हरी गणेश याजकडून देविले रु. १००.

गोविंद राम गोवे प्रांताकडला किती माहितगार होता व पेशव्यांतर्फे तिकडील संस्थानिकांशींहि त्याचा शिलशिला कसा होता हें खालील पत्रावरून कळेल. तें पत्र असेंः––लखमगौडा सरदेसाई पा। खानापूर याचें छ२७ रबिलावलचे बाजीरावसाहेबांस “ गतवर्षी पत्र पाठविलेत ‘की तुमचेकडील वर्तमान गोविंद नाईक ठाकूर याणि विदित केले तर ते प्रांती फौजेसह वर्तमान आगमन आहे. ते प्रांती आले नंतर तुमच्या हाते सेवा घेऊन ’ तरी सेवा घ्या. नाग सावंत भोसले सरदेसाई पा। कुडाळ व महालानिहाय याणीहि वर्तमान कळविलें आहे. स्वामीचे येणे या प्रांती जाहलेवर हेहि पदरी घेतले नंतर सेवा करून दाखवितील. ”

गोव्यावरील स्वारी—पुरवणी टीप.

टीप ६–ःदादाजीरावः–याचें सवंध नांव दादाजीराव वल्लाळ भावे, नरगुंदकर. नरगुंद व रामदुर्ग हे दोन किल्ले प्रथम शिवाजी महाराजांनीं बांधले. त्या नंतर राजाराम महाराजांच्या कारकीर्दींत मराठयांचा एक ब्राह्मण सरदार आपाजीराव सुरणे याच्या पदरचा रामराव भावे यानें ते किल्ले मोगलाकडून परत जिंकले. रामरावाच्या कर्तबगारीवर व निष्ठेवर नजर देऊन आपाजीरावानें त्या दोनही किल्ल्यांचा अधिकार व शिवाय पंतसचिव हा किताब कोल्हापूरकर संभाजीमहाराजांकडून त्याला देवविला. आपाजीरावांस पुत्रसंतान नव्हतें; म्हणून त्यानें बळवंतराव नांवाच्या एका मुलास दत्तक घेतलें. मग तो वारला. त्या दत्तकाचें पालनपोषण व जहागिरीसंबंधींचा हरएक कारभार रामरावच करीत असे. कांहीं दिवसांनीं रामरावानें आपला पुतण्या दादाजीराव याला कोंकणांतून आपणांजवळ आणिलें. हा अतिशय शूर खटपटया व हुषार असल्यामुळें अनेक स्वाऱ्याशिकाऱ्या करून त्यानें चांगली कीर्ति व पुष्कळ सरंजाम मिळविला. सावनूरकर नबाबास लढाईत साहाय्य केल्याबद्दल त्या नबाबानें कोणूर हा गांव दादाजीरावाला इनाम दिला. तशाच दुसऱ्या एका प्रसंगीं हेबळी हा गांव दिला. वेळोवेळीं निरनिराळ्या देसायांस लढायांत

दुखणे. प्राणसंकट जाहालें; परंतु मनसत्रेकरितां हे घरीं गेले नव्हते ××× परम संकट जाहाले येसे वर्तमान येता ××× गेले तो दुसरे दिवशी देवाज्ञा जाहाली ××× विचार समजोन आजीवर हरकसे ×× ढाहि कितेक मुख्य स्थला आदि ×× तजविजेत आहू. श्रीकृपे मनोरथ सिद्धीस पावतील. येथून रा व्यंकटराव याकडून अनुकूलता व्हावी (त्यास) तेथील प्रकार (?) स्वामीस विदितच आहे. सध्यां त्याचे आशौच सरत आले. तेही चार रोजी हलवर्णी येतील. येविसी व्यंकटरावांच्या लिहिण्यावरून कळेल."

वसईची पूर्णाहुती

फेब्रुअरीच्या सहाव्या तारखेस आण्णासाहेब आपली सारी फौज घेऊन जातीनिशीं वसईचें सत्त्व पहाण्यास येऊन बसल्याचें पूर्वीं सांगितलेंच आहे.

तिकडे साष्टींतील कांहीं स्थळें जिंकण्याचीं राहिलीं होतीं. त्या कामावर त्यांनीं अशेरी काबीज झाल्यावर गोविंद हरी, तुबाजीपंत, खंडोजी माणकर वगैरे लोक पाठविले होते. मढ, धारावी, वेसावें यांची हकीकत पूर्वीं दिलीच आहे. येऊन जाऊन साष्टींतलें एक वांद्रें राहिलें. तें ठाणें फिरंग्यांना लढविणें अशक्य झालें. म्हणून त्यांनीं इंग्रजांच्या

[मागील पानावरून पुढें चालू.]

फौजेनिशीं मदत करून दादाजीरावानें अनेक देणग्या मिळविल्या. १७३४ सालीं तर कोल्हापूरकर संभाजी महाराजांनीं तुंगभद्रा व घटप्रभा या नद्यांमधील मुलखाचा सरकारी अंमल दादाजीरावाकडेच सोंपविला.

१७४० सालापर्यंत रामराव हयात होता. त्यासालीं तो व त्याचा मुलगा योगिराव काशीयात्रेस गेले. पण रामराव तिकडेच वारला. परत आल्यावर योगिराव आपला सरंजाम परत मागूं लागला ! पण दादाजीराव कांहीं केल्या तो देईना. अखेर त्या गृहकलहांतच योगिरावानें मारेकरी घालून दादाजीरावाचा खून केला !

दादाजीरावास भास्करराव नांवाचा एक मुलगा होता. टिपूच्या नरगुंदावरील स्वारींत तो विशेष प्रसिद्धीस आला. (वरील माहिती कोल्हापूर व कर्नाटक प्रांतांतील राज्यें व संस्थानें यांचा इतिहास, उत्तरार्ध भाग २ या पुस्तकांतून घेतली आहे. मात्र त्यांत दादाजीरावाच्या बापाचें नांव नाहीं. त्या नांवाचा शोध अन्यत्र करून आम्ही तें येथें दाखल केलें आहे.)

मदतीनें तें २५ मार्च रोजीं जमीनदोस्त केलें अशी माहिती पिर्सुलकरांनीं दिली आहे. राजवाडे खं. २ मधील पेशव्यांच्या शकावलींत " १५ जिल्हेज म्हणजे १५ मार्च रोजीं वांद्रे पाडावयास आरंभ केल्याचें वर्तमान धुळ्यास आलें " अशी नोंद आहे. वरील दोन तारखांत फेर पडतो. त्यावरून कदाचित् १५ मार्च रोजीं कोट पाडण्याचें काम सुरू झालें तें २५ तारखेस पुरें झालें असा समन्वय करतां येईल. असो. याप्रमाणें साष्टींतील कामगिरी उरकल्यावर तेथल्या बहुतेक फौजा वसईच्या वेढ्यांत जाऊन सामील झाल्या.

वसईस जी फौज जमा झाली होती तींत सुमारें दोन लक्ष लोक होते अशी गणती वसईच्या किल्लेदारानें आपल्या पत्रांत केलेली आहे. दोन लक्ष या संख्येंत अर्थातच बाजार बुणगे, लढाऊ बिनलढाऊ पेंढारी कबिले इत्यादि सर्व लोकांचा समावेश होतो. हे सारेच लोक लढाऊ नव्हते. एकंदर लष्कराच्या तळांत दोन लाख लोक असणें अशक्य नाहीं. तळ खचित फारच मोठा असला पाहिजे, असे पोर्तुगीजांच्याच नाहीं तर खुद्द नानासाहेब पेशव्यांच्याहि एका पत्रावरून दिसून येते. १७ एप्रिल १७३९ रोजीं मुक्काम म्हैसाळ कृष्णातीर, येथून नानासाहेब पेशव्यानें ब्रह्मेंद्र स्वामीस पत्र लिहून वसईकडील हालहवाल कळविली आहे. त्यांत तो म्हणतो " लष्कर फार. दोन तीन महिनें एक जागीं मुक्काम झाला. गवत चहूं गांवाहून आणावे लागते असें वर्तमान तेथील आहे. "

या अपरंपार सेनासंभारांत पेशव्यांची ठेवणीतली सारी वीररत्नें एकत्र झाल्यासारखी दिसत होती. मातबर लोकांत पिलाजी जाधव, मल्हारराव होळकर, राणोजी शिंदे, राणोजी शितोळे, गणपतराव मेहेंदळे, रामचंद्र हरी पटवर्धन, बापूजी भिवराव, कंठाजी बांडे, विभूतराव सत-कर, शंकराजीपंत फडके, कर्णाजी शिंदे, खंडो चिमणाजी, रायाजी शंकर, आप्पाजीराव खानविलकर, गणोजीराव खानविलकर, रुद्राजी शिंदे, विठोजी कदम, जिवाजीराव विचारे, सुमानजी नाईक; गंगाजी नाईक व त्याचे भाऊ; गणेशजी नाईक, नामाजी देसाई, भानजी देसाई, गंगाजी देसाई, बबनजी प्रभु, गणेशजी प्रभु, वगैरे अनेक नामांकित लोक होते. शंकराजी केशव व अणजूरकर मंडळी व भंडारी मंडळी यांना " मोर्चास व दमा

न्यास व सुरुंगास व तोफांस सामान, बंगले व वाडे व तट्टे व झांप, सोडशिड्या, दारूगोळा वगैरे सामान पुरवावयास लागलें. " बखरकार लिहितो, " तीन महिने अहोरात्रंदिवस जमीनीस अंग लागलें नाहीं. "

गेलीं दोन वर्षें या मोहिमेंतील बहुधा प्रत्येक हालचाल आप्पासाहेबांच्याच देखरेखीखालीं झालेली होती. पण आजवर स्वतः ते जातीनिशीं वसईच्या मोर्चांत आलेले नव्हते. १७३७ च्या डिसेंबरांत मराठ्यांचे माहीम शिरगांवचे वेढे उठून शत्रूनें त्यांची ससेहोलपट उडवून दिली. त्यावेळीं ते खानदेशांतून तातडीनें धाऊन फिरंगाणांत आले होते. तेच वेळीं शत्रू वसईच्या मोर्चावर येऊन पड-ण्याचा फार संभव असल्यामुळें तेथेंच जाऊन बसावें असा त्यांचा फार हेतु होता. पण त्या वेळचा एकंदर रागरंग पाहून मातबर सरदारांनींच त्यांना त्यापासून परावृत्त केलें. कारण खासे वसईस गेले आणि वसई न घेतां उठून आले तर त्यांत नंगनामोष रहात नाहीं! वेढ्यास बसल्यानंतर स्थळ न घेतां उठणें हें सामान्यतःच नामुष्कीचें समजलें जाई. मग त्यांतच लाखो फौजांचे जे खावंद अशा आप्पासाहेबांसारख्या मोहऱ्यावर तो प्रसंग येणें हें फारच वाईट. असल्या मातबर माणसांच्या नांवाचा आणि सान्निध्याचा कांहीं विलक्षण जोर असतो. त्याच्या जोरा-वर काम तडीस गेलें तर ठीक. नाहींतर ती सर्वतोपरी हानीचीच गोष्ट असते. यदाकदाचित् आप्पासाहेब वसईस जाऊन बसले आणि स्थळ हातीं आलें नाहीं, तर शेवटचा हातचा राखीव बाण फुकट जाऊन लौकिक एक प्रकारचा व्हावयाचाच; शिवाय आधींच अवसानें सोडून डावाडोल झालेल्या मराठी फौजांत भणाण होऊन हाती असलेली स्थळेंहि ठासून राखण्याइतका धीर न राहून सगळी पळण व्हावयाची; आणि हजारों माणसांचे बळी देऊन व लक्षावधि पैका खर्चून मिळविलेला मुलूख हातून जावयाचा. असा सगळा विचार करून त्या वेळीं एका मोठ्या सरदारानें त्यांना मुद्दाम 'अविज्ञा' करूनहि पत्र लिहून कळविलें होतें कीं, " (आपण) आलियासी उत्तम गोष्ट जाली. आपल्या लोकांनीं सलाबत गनिमाची खादली होती तों आतां सर्वांस जोम आला कीं, खासे आले! याउपरि गनीमाची दहशत खाऊन निघालों तर धणी जिवें मारून टाकतील येसे भयद्रांत जाले. पण खासा

यांणीं ठाणेयासी यावें. म्हणजे येथून सारा बंदोबस्त करावा; परंतु वसईस जाऊन मागती पाहोन फिरोंन येवों नये!"

हा प्रकार यंदा नव्हता. या सालीं आप्पासाहेब आले ते फिरंगी समूळ उखळून काढण्याच्या निश्चयानेंच आले होते. त्याकरितां दमण, वसई व गोवें या तिन्ही मुलखांत एकाच वेळीं फौजा पाठवून त्यांनीं धुमाकूळ सुरू केला होता. यंदाचा नूर निराळा होता. सध्या मराठ्यांच्या फौजा फिरंगाणांत जातील तेथें जयश्री हात जोडून उभी होती. ठाण्यामागून ठाणीं हिसकावून मराठे शेर झाले होते; आणि चढत्या तेजानें आणि वाढत्या उत्साहानें त्यांचीं युद्धें रंगूं लागलीं होतीं. एकीकडे दमण प्रांत जाळून पोळून बेचिराख झाला, आणि दुसरीकडे साष्टी–बारदेश जिंकून झाला. अशा रीतीनें फिरंग्याचे दोन्ही पंख तोडून आतां खुद्द मधल्या वसई प्रांतांत आप्पांनीं उद्योग चालविला होता. फिरंगाणांत उतरल्यापासूनच त्यांनीं माहीम जिंकलें, तारापूर काबीज केलें, अशेरी हिसकावून घेतली. या क्रमानें आठदहा मातबर ठाणीं होतीं तीं जिंकून ते आतां वसईचा सोक्षमोक्ष करण्यास येऊन बसले.

याच्या उलट फिरंग्यांचा मात्र पडता काळ सुरू झाला होता. त्यांचें मनुष्यबळ, द्रव्यबळ संपुष्टांत येत चाललें असून मराठ्यांच्या वर्षानुवर्ष चाललेल्या धडक्यानीं ते खिळखिळे होऊन गेले होते. १७३७ च्या ऑगस्ट–सेप्टेंबरांत बाजी भिवरावाचा मोठा हल्ला वसईवर झाला व त्यांत मराठ्यांचा फार नाश झाला तेव्हांच फिरंग्यांना वाटूं लागलें होतें कीं, ते आतां सल्ल्याचें बोलणें करतील. व तें फिरंग्यांना पाहिजेच होतें. नंतर नोव्हेंबरच्या आधीं थोडे दिवस कडदिनानें खंडोजी माणकराच्या मार्फत तहाबद्दल पेशव्याकडे कांहीं सूत्रहि लावून पाहिलें होतें. ऑक्टोबर–नोव्हेंबरांत जरी फिरंग्यांनीं मराठ्यांचे ठिकठिकाणीं पराभव केले आणि यश संपादिलें तरी त्यांची अंतःस्थ स्थिति फार हलाखीचीच झालेली होती. ते वेळीं वसईचा मुख्य अधिकारी कडदिन यानें व्हाइसरायास पत्र लिहून आपली एकंदर किती नातवानीची स्थिति झाली ते कळवून पैका आणि सैन्य पाठविण्याविषयीं वारंवार

लिहिलें होतें. पुढें डिसेंबरांत तर पोर्तुगीज् व्हाइसरायानें पेद्रो द सिल्व्हा लेइतावो या नांवाचा एक पोर्तुगीज वैद्य जयपूरच्या जयसिंगाच्या पदरीं होता, त्याच्या मार्फत सूत्र चालवून खुद्द जयसिंगासहि पत्र लिहिलें कीं, आमचा व मराठ्यांचा वेबनाव झालेला आहे, तर तुम्ही आमच्या वतीनें बाजीरावसाहेबांजवळ मध्यस्थी करून तह घडवा. आणि त्यानंतर गोव्यावर व्यंकटरावाची स्वारी झाली तेव्हां तर २०–१–१७३९ रोजीं व्हाइसरायानें वसईस मर्तिन सिरवेलास पत्र लिहून कळविलें कीं इकडे गोव्यावर आम्हावरच स्वारी झाल्यामुळें तुम्हाकडे पैशाची, माणसांची, दारुगोळ्याची कसलीच मदत पाठवितां येत नाहीं. तुम्हींच आम्हांकडे कांहीं पाठवाल तर बरें, असें म्हणावयाची पाळी आली आहे !

सारांश, फिरंग्यांची स्थिति अशी कठिण झाली होती. अखेर तर व्हाइसरायानें मार्तिन सिरवेलाला एक तातडीचा हुकूम पाठविला कीं आतां यापुढें वसई, दमण, चौल, कारंजा हीं चारच ठाणीं निकरानें लढवावींत. त्यावरच असेल नसेल ती तपसामुग्री वेंचावी. व बाकीचीं सारीं ठाणीं सोडून द्यावींत !

६ फेब्रुवारीस आप्पासाहेब वसईस येतांच त्यांनीं दुपारीं तीन वाजल्यापासून कामास एकदम सुरवातच केली. पहिलें काम म्हणजे मोर्चे देणें. म्हणून बहादरपूरच्या नव्या मेढ्यांतून खूप पुढें येऊन कोटावरील बंदुकीच्या टप्प्यांत मोर्चे घालावयाचें मुक्रर करून त्याप्रमाणें हुकूम दिला. तेव्हां ज्या त्या सरदारानें मोर्चा उभारावयाच्या ठिकाणीं आपापली निशाणें नेऊन रोवली. मराठे मोर्चेबंदीचा उद्योग करूं लागल्याचें पाहातांच कोटांतून शत्रूनें तोफांस आगी घातल्या आणि मराठ्यांवर देवढा मार धरला. त्यानें कितीएक लोक जायाजखमी होऊं लागले. तरी न डगमगतां त्यांनीं भराभर सामान तयार करावयास सुरवात केली. आगींच्या खाईंत जळत राहून त्यांनीं हें काम इतक्या निश्चयानें, शिस्तीनें आणि जलद चालविलें कीं, तें पाहून शत्रूनें आश्चर्यानें तोंडांत बोटेंच घातलीं. त्यावेळीं किल्ल्यांतून फिरंग्यांचा सर्वांत वरिष्ठ इंजिनिअर डॉम-ऑंद्रियानो-द गाब्हिह्ला हा सर्व प्रकार डोळ्यांत तेल घालून पहात होता. तो तर अगदीं दंग होऊन गेला. पण त्यांचें

आश्चर्य अजून वाढावयाचेंच होतें. कारण मराठ्यांनीं दुपारीं तीन वाजल्यापासून हजारों माणसें लावून मोर्चेबंदीच्या कामास जी सुरवात केली ती दुसरे दिवशीं मोर्चे बांधून चांगले वर आल्यावरच ते थांबले. रात्रभर अंधारांत दिवाही न लावतां त्यांनीं मोर्चाचें काम केलें. दिव्याची खूण नसल्यामुळें शत्रूस मोर्चावर तोफा किंवा गरनाळा टाकतां आल्या नाहींत.

वसईस हे मोर्चे बसले ते सर्व उत्तरेच्या बाजूनें. तेवढी एकच बाजू खुष्कीची म्हणून मोकळी होती. बाकी तिन्ही बाजूंस दर्या. “ पश्चिमेकडून दक्षिणेकडे खाडी, पूर्वेकडे खाजण, चिखल; तिन्हीकडून किमपि इलाज नाहीं. एके उत्तरेकडून उपाय. ”

मग मराठ्यानी अडतीस तोफा लागू करून कोटावर मार धरला. तेव्हां फिरंग्यांनींही तटावर लांब पल्ल्याच्या ११० तोफा चढवून ते जाबास जाब देऊं लागले. मराठ्यांच्या तोफांचा मारा किल्ल्याच्या भिंतींना आधार देण्याकरितां ज्या लादण्या केलेल्या होत्या, त्यावर होता. त्यांची पुष्कळच पडझड होई; परंतु खुद्द किल्लेदार स्वतःच्या देखरेखीखालीं ती तावडतोब दुरुस्त करून टाकी. म्हणून मग मराठ्यांनीं धमधमे बांधून त्यावरून कोटांत मार करावयाचें ठरविलें. खालून तोफांनीं व धमधम्यावरून जेजालदारांनीं मारा सुरू केला म्हणजे त्यांच्या आश्रयानें सुरुंगाचाहि उद्योग सुरू करतां येईल, दोन ठिकाणीं शत्रूचें लक्ष गुंतून पडेल अशी मराठ्यांची कल्पना होती. प्रथम दोन धमधमे बांधण्यांत आले ते जवळजवळ तटाइतकेच उंच होते! त्यानंतर तसेच आणखी तीन धमधमे बांधण्यांत आले. ‘एक २०० हातांवर; दुसरा १०० हातांवर; तिसरा ६० हातांवर, चौथा ३० हातांवर व पांचवा कोटाजवळ. त्यावर करोल, बरखंदाज व जेजालबारदार बसवून मार धरला.’ धमधमे उभारतांना शत्रूनें आग ओतून शिकस्त केली. मोर्चांतील व धमधम्यांतील माणसें हरएक जखमी व ठार होऊं लागली तथापि सारी आग पिऊन हिंमत न सोडतां जीवित्व तृणप्राय मानून साहस करूं लागले.

शत्रू कोटांतून बेमोताद मार करीत होताच. पण शिवाय वसईच्या बंदरातूनहि तो मोर्चावर गोळे टाकीत होता. म्हणून त्याचा

कांहीं तरी उपाय आप्पासाहेबांना योजणें भाग होतें. तो उपाय म्हणजे धारावीच्या किनाऱ्यास येऊन तेथून शत्रूच्या आरमारावर गोळे टाकणें. नुकतीच धारावी सर झाली होती. व तेथील सरदार तुबाजीपंत, नारोजी कङ्क वगैरे आपापली फौज घोडबंदरास बुणग्यांत पाठवून सडे राहिले होते. कारण, तेथें गवत मुळींच नव्हतें. ९ मार्चच्या सुमारास ते भाइंदरावर गेले. त्या दिवशीं आप्पासाहेबांचा हुकूम त्यांना गेला कीं, तुम्ही मुर्ध्यां-च्या रानांत खाडीच्या कांठास जागा पाहून तोफा लागू करून तेथून वसईच्या बंदरांत शत्रूचीं गलबतें आहेत तीं फोडून टाका. त्याप्रमाणें ते लोक मारा करण्यास सोइस्कर जागा पाहूं लागले. पूर्वी तुबाजीपंत वगैरे लोकांनीं धारावीच्या पूर्वेस तोफ ठेवून लागू करून पाहिलेली होती. परंतु तेथून गोळा कांहीं गलबतावर जाऊन पोंचत नव्हता. म्हणून ती जागा सोडून ते भाइंदरच्या एका माहीतगार पाटलाला घेऊन किनारा तपासावयास गेले. कोठेंहि कोरडी जागा सांपडेना. अखेर मुर्ध्यांच्या माडीजवळ धारावीच्या वेढ्यांत तुबाजीपंताचा पूर्वी मोर्चा होता त्या जागेपासून गोळीच्या टप्प्यावर पांचसातशें स्वार राहाण्या-पुरती कोरडी जागा होती. तेथें तोफा आणून, तेथून त्या लागू कराव्या कीं काय, असें त्या सरदारानी आप्पासाहेबांस विचारलें. पण तेथून तोफा लागू झाल्या कीं नाहीं याची कांहींच माहिती उपलब्ध कागद-पत्रांत मिळत नाहीं. तरी बहुधा तेथून मारा करण्याचें काम चांगले साधलें नसावें असेंच वाटतें.

नादिरशहाचे अरिष्ट

याच सुमारास नादीरशहाच्या स्वारीचें संकट उभें राहून वसईस बसलेल्या आप्पासाहेबांचें मन चिंताक्रांत करण्यास कारणीभूत झालें त्याची थोडीशी हकीकत सांगू. गेल्या सालच्या जुलै १५ रोजीं बाजीरावसाहेब स्वारीहून पुण्यास परत आल्यावर महिनाभर त्यांनीं तेथेंच विश्रांति घेतली व मग ते शाहूमहाराजांची भेट घेण्यास त्यांचेकडे गेले. पण तेथेंहि त्यांना स्वस्थता लाभावयाची नव्हती. त्या वेळीं शाहू महाराजांची चव्हाणावर मोहीम चालूं असल्यामुळें बाजी-रावसाहेबांना पुन्हा मोहीमशीर राहून तासगांवच्या ठाण्यास मोर्चे लावून तें जिंकून देण्याचें काम पत्करावें लागलें. तें ठाणें त्यांनीं आक्टो-

बरच्या २२ तारखेस जिंकलें. नंतर सुमारे २ महिन्यांनीं त्यांची सुटका होऊन डिसेंबरच्या १८ व्या तारखेस ते पुण्यास आले. ते येण्याच्या आधींच नोव्हेंबरच्या २० तारखेस आप्पासाहेब स्वार होऊन वसई मोहिमेस निघूनहि गेले होते. बाजीरावसाहेब पुण्यास किंवा आसपास कोठें असतांच माहीमतारापुरच्या फत्तेची वर्तमानें त्यांना समजलीं. बाजीरावसाहेब ३-२-३९ रोजीं पुन्हा डेरेदाखल झाले.

इतक्यांत नादिरशहाच्या स्वारीची विपरीत वर्तमानें दक्षिणेंत येऊन थडकूं लागलीं. नादिरशहाच्या स्वारीची, त्याच्या व बादशहाच्या लढाईच्या हकीकतीचीं पत्रें फेब्रुअरीच्या ४, ७, व ९ तारखांस लागोपाठ मिळालीं आणि त्यांचें चित्त व्यग्र होऊन त्या मोठ्या मनसब्याच्या तर्तुदेस ते लागले. वसईकडे बरीच मोठी फौज गुंतून पडली आणि मातबर सैन्यानिशी नादिरशहाच्या उपमर्दास धावून जाणें तर प्राप्त, अशा कात्रीत ते सापडले. त्यानीं तावडतोब आप्पासाहेबांस सर्व हकीकती कळवून सैन्य जमविण्याचा आटोकाट प्रयत्न चालविला.

मार्चच्या २० तारखेस त्यांचा मुक्काम प्रांत गोंधळी नजीक धरणगांव येथें पडला. २४ तारखेस खानदेशांत ते नसराबादेस पोचले होते. त्यासुमारास त्यानीं आप्पासाहेबांस पत्र लिहिलें कीं, "अतःपर बऱ्हानपुरापुढें जात नाहीं. बऱ्हानपुराजवळच मुक्काम करून राहूंन. खानदेश प्रांताचा बंदोबस्त करतों. आपण कोंकणातील कार्यभाग उरकून फौज घाटावरी पाठवून मुलकाचा बंदोबस्त करावा. वसईचा प्रसंग उरकून आपण लवकरीच घाटावर यावे. पागेची पथकें घाटावर आम्हाकडे पाठवावी. जागा जागा परगणियांत बंदोबस्त केला जाईल. डाक नासिकापावेतो रावतांची बसविली. याजबराबरी दिन प्रतिदिनी वर्तमान ल्याहावें. चहूं दिवसीं वर्तमान तुमचे आम्हास पोचेल. आप्पा ! परराज्य राहिलें तरी सर्वांवरी आहे. त्यास फार विचार मनांत न आणितां इकडील कार्याची पैरवी मनांत आणून कर्तव्य तें करावें." (पे. द. भाग १५ पत्रें ७१, ७२).

त्याच:सुमाराच्या दुसऱ्या एका पत्रांत त्यानीं आप्पासाहेबांस लिहिलें, " या उपरी [नादिरशहा] दक्षिणेस चाल करणार. मोठें अरिष्ट आहे. याची अगोदर तर्तूद व पैरवी करावी आणि मातबर फौज सामील करून हिंदुस्थानची फौज सामील करून घ्यावी आणि चमेली पलीक-

डेच लढाई घालून तिकडेच गुंतवावे. इकडे पराश्रम होऊं न द्यावा. याजकरितां ये गोष्टीची तरतूद करणें तें करीत असों. बऱ्हाणपुरांत मुकाम आहे. रा. स्वामीस [शाहू महाराजास] विनंतिपत्रें फौज सामील व्हावयासी पाठविली आहेत. " [पे. द. भाग १५ पत्र ७५]

आप्पासाहेबांस मोठी अडचण उत्पन्न झाली होती. तरी कांहीं फौज मोकळी होताच त्यांनीं ती साष्टी वसईतून बाजीरावसाहेबांकडे पाठविली व धारावी सर झाल्यावर त्यानी गोविंद हरीची रवानगी बाजीरावसाहेबांकडे करून दिली.*

---

* १७३९ च्या फेब्रुवारीच्या धारावीच्या वेढ्यांत गोविंद हरी होता ३१ मार्चपासून पुढें त्याची व त्याच्या पथकाची हकीकत कळतें ती अशी. यावेळीं गोविंद हरीची प्रकृती फार बिघडली व तो आजारी झाला. त्याला आप्पासाहेबांचा हुकूम गेला होता कीं "तुम्ही आपले पथक घेऊन बऱ्हाणपुराकडे जाऊन बाजीरावसाहेबांच्या लष्करांत सामील व्हा. फौजसुद्धां घाट चढोन फौज राजश्री रायाकडे रवाना करणें" त्याप्रमाणें त्याच दिवशीं कूच करून तो साष्टीस गेला. तेथून तलेद्यानजीक गेला. तेथून २।४।१७३९ रोजीं म्ह. चैत्र शु॥ ५ स सोमवारीं तो प्रबळाजवळ चिखलीस आला. दुसरे दिवशीं खालापुरानजीक आला. ४ तारखेस बोरघाट चढून घाटमाथा मुकाम केला. ५ तारखेस नाणें येथें मुक्कामास आला व तेथूनच त्यानें फौज बाजीरावांकडे रवाना केली. फौज अशी होती. " सिलेदार स्वार ५९०, घोडी लहान थोर १२६० व पागाघोडीं १४० पैकीं स्वार ७५ एकूण सिलेदार पांगा देखील चवदाशे घोडी याप्रमाणें देवाजी मल्हार, कृष्णाजी महादेव व नरसोजी घाटगे वगैरे तमाम लोक देखील हुजरात रवाना केले" स्वत: गोविंदपंत जाऊं शकला नाहीं. कारण तो लिहितो, "आमचे शरीरी सावकाश नाहीं. घाट चढोन जाऊं तोपर्यंत श्रीकृपेनें उतार पडला तरी आम्हीचें जाऊ. नाहीं तर फौज रवाना करूं" फार काय आजारामुळें त्याला आप्पासाहेबांचाहि निरोप घेतां आला नाहीं. आप्पासाहेबांनी त्याला लिहिलें होतें कीं, फौज कल्याणास पाठऊन तुम्ही घोडबंदराजवळ उतरून भेटून जावे. पण या पत्राच्या आधीच्या हुकुमाप्रमाणेंच गोविंदपंत साष्टीस निघून गेला होता.

गोविंद हरी ८ ला पुण्यास पोंचला. फिरून १० व्या तारखेस त्यास तेथें आप्पांचा हुकूम आला कीं, फौज बाजीरावसाहेबांकडे न पाठविता शंकराजी

मराठे सुरुंग चालवितात.

मार्च महिन्यांत मराठ्यांनीं सुरुंग तयार करण्याचें काम सुरू केलें पण हें काम अत्यंत कठिण होतें.* 'जिकडे तिकडे वाळूची जमीन. दोन हात खटल्यानें पाणी लागतें.' वरून उघड्या जागेवरून सुरुंग न्यावेत तर शत्रू ते भराभर मोडून टाकणार. आणि चर खणून गुप्तपणें चालवावे तर रेतीची जमीन असल्यामुळें धरच धरणार नाहीं. खुद्द वसईतल्या मुख्य इंजिनिअरानेंहि गोव्यास असे लिहून कळविले होतें कीं, 'मराठ्यांचें सुरुंग कोटास लागणें ही गोष्ट केवळ अशक्य आहे. जमीन रेतीची असल्यामुळें सुरुंगाचा उपाय नाहीं. सुरुंगानें मराठे वसई घेऊं म्हणतील तर तें कालत्रयीं शक्य नाहीं.' पण तट किंवा बुरुज पाडून भगदाड केल्याखेरीज कोटांत शिरतां येणार नाहीं. त्याकरितां सुरुंगांचाच उपाय केला पाहिजे. असा विचार करून मराठ्यांनीं सुरुंगांचेंच काम लावलें. 'सुरुंगाचा उपाय केला. त्यास जमीन रेतीची. धर नाहीं याजकरितां सुरुंग खंडोन दोन बाजूंनी खांबावर तक्तपोशी, त्याजवर दोन अडीच हात रेती. गरनाळेसही फुटेना असें करून बारा चौदा सुरुंग चालविले.'

मराठ्यांचे सुरुंग चालू लागल्यावर मात्र शत्रूनें त्यावर मारा करून ते

[मागील पानावरून पुढें चालू.]

निकमाकडे पाठवावी. पण फौज अगोदरच रवाना झाली असल्यामुळें चिमाजी आप्पांनीच तिकडे जासूद पाठवावे व तिला गांठून हुकूम द्यावा असें गोविंद हरीनें कळविलें.

* छ १८ जिल्हेज श्री

पुा श्रीमंत राजश्री आप्पा स्वामींचे सेवेसी, विनंति येसीजे. मौजे भायेंधरामध्यें येक किरिस्तव नव्वद वरसाचा पुरुष आहे त्यानें यैसे सांगितलें कीं, वसईचा पाया पंधरा हात रुंद आहे. यापैकीं बाहेर सोडसात हात जोतदाखल टाकून साडेसात हात शाहारपन्हा रुंद आहे म्हणौन कितेक तेथील तपसिल सांगत होता. त्यासी स्वामींचे सुरंग चालिले आहे. दिवाल अजमाकडे चबुतरा आहे त्यासी लागू होतील. दिवाल पलेकडे तैसेच राहील, याकरता सुचली गोस्ट सेवेसी लिा आहे. मोर्च्यापासून दिवाल मोजावी व सुरुंगही मोजविला पाहिजे. सुचली गोस्ट सेवेसी लिहिली असे हे विज्ञप्ति.

[पेशवे दप्तर भाग १६. वसई मोहीम १७३७-३९. पत्र नं. १४८].

मोडण्याचा चंग बांधला. " सुरुंग कोटाजवळ जात तों फिरंगी वरून उफराव्या तोफा डागून सुरुंगावर गोळे मारूं लागला. वरून लाकडें टाकूं लागला. चंद्रूस, गंधक टाकूं लागला. तापलेलें पाणी ओतूं लागला. प्रत्येक सुरुंग पांच पांच वेळ मोडला. ' खुद्द चिमाजीआप्पांच्या दोन पत्रांत त्यांनीं खालीलप्रमाणें वर्णन केलें आहे. "सुरुंग चालवितात हे बातमी फिरंगियास कळलियावर सुरुंगावर मोठमोठ्या गरनाळा टाकून सुरुंग मोडून टाकले. दहा पांच सुरुंग याच रीतीनें विच्छिन्न केले. तदोपर दहा सुरुंग कोटास नेऊन लागू करून टांकी वाजतां फिरंगी यांनीं ऐकून पनाळांनीं पाणी सोडलें. पाण्याचा उपाय न चालेसा जाहला, तेव्हां आगीचा मार करून मोठमोठे बोंडे पेटवून खालीं टाकून त्यावर राळ-व तेल टाकून चार पांच रोज डोंब केला. तरीही (फिरंग्याचा) उपाय न चालेसा जाला." मराठे हटेनात.

६ एप्रिल रोजीं फिरंगी किल्लेदारानें गोव्यास जें पत्र लिहून पाठविलें त्यांतही असें म्हटलें आहे कीं, " शत्रूनें दोन मोठे लक्कड कोट किंवा धमधमे तयार केले आहेत. एक पिस्तुलाच्या गोळीच्या व दुसरा बंदुकीच्या गोळीच्या टप्याच्या अंतरावर आहे. ते इतके उंच आणि भक्कम आहेत कीं, रमेदीच्या व सबॅशियमच्या बुरुजाइतके ते उंच झाले आहेत. ते बांधित असतां आम्ही अतोनात मारा केला तरी मराठ्यांनीं ऐकले नाहीं. दुसरी त्यानीं मोठी केलेली गोष्ट म्हणजे तटाच्या तळाचा गाळ काढून चिरे फोडून सुरुंग लावण्याचा त्यांचा प्रयत्न. त्यायोगे शिड्या न लावतां किल्ल्यांत शिरण्याचा शत्रूचा विचार दिसतो. चौदा सुरुंग मराठ्यांनीं तयार केले. आमच्या भडिमारानें जुमस न खातां उलट चिडून व चेवूनच ते सुरुंगाच्या उद्योगास लागतात. "

वसईला वेढा बसल्यापासून दोन महिनेपर्यंत अशी तोफांची दोही-कडून जोराची मारगिरी चालली होती. एप्रिलच्या सुरवातीस सांगण्या-सारखी महत्त्वाची गोष्ट म्हणजे सेनापति मार्तिन सिरवेल याचा मृत्यु होय. तो एप्रिलच्या ४ थ्या तारखेस रात्रीं ९ वाजतां तटावर पहाणी करीत असतां मराठ्यांचा गोळा लागून मरण पावला. गोव्यास व्यंकटरावाशीं व्हाइसरायाची तहाबद्दल वाटाघाट होत

असतां व्हाइसरायानें मार्तिनला कळविलें होतें कीं, " आतां तुम्ही ठाणें मोकळें सोडून शत्रूचा कौल घ्या किंवा चोरीनें किल्ल्यांतील माणसें काढून इकडे निघून या–" पण या त्याच्या पत्राला सिरवेलानें जबाब दिला कीं, " आम्ही कांहीं बेइमानी केली किंवा कुचराई केली कीं काय, म्हणून असला अपमानकारक हुकूम आम्हांस पाठवितां ? मी जिवंत आहें तोंपर्यंत तरी ठाणें मराठ्यांस देणार नाहीं. या लढाईत मी मरणार हें मला निश्चित दिसत आहे व त्याप्रमाणें घडावेंच अशी इच्छा आहे. " अखेर त्या बहाद्दराची ती इच्छा अशा रीतीनें सफळ झाली!

सुरुंग लावण्याचें काम मराठे किती शिकस्तीनें करीत होते व पोर्तुगीज लोक तें निष्फळ करण्याचा कोण आटापिटा करीत होते तें वर आलेंच आहे. चिमाजी आप्पांच्या एकाच वाक्यांत सांगावयाचें म्हणजे " जे जे उपाय स्थळ हस्तगत करावयाचे ते ते केले; उलट फिरंगी यानें निराकरणाचे मंत्र पूर्वी युद्धप्रसंगीं मोठमोठ्या सुरांनीं केले, तद्-न्यायें केलें. " अखेर मराठे ऐकत नाहींत, आज ना उद्यां ते सुरुंग खचित पोंचविणार व किल्ला ढासळणार असें पाहिलें तेव्हां किल्लेकऱ्यानीहि खुष्कीचे बाजूनें तटाच्या आंत नारळीचा मेढा घालून त्याची पेटी भरली व तेही तयार झालें. हा मेढा त्यांनीं बुरुजासुद्धां तटभर घातला व त्यावर तोफा चढवून तेथेंहि मराठ्यांचा प्रतिकार करण्याची जय्यत तयारी करून ठेवली.

होता होता एप्रिल महिन्याचे शेवटास मराठ्यांचे सुरुंग एकदाचे किल्ल्यास पोंचले. एकंदर १०-१२ सुरुंग त्यांनीं लावले होते. राणोजी शिंदे यांनीं पांच सुरुंग नेऊन एका बुरजास लावले. यशवंतराव पवार व राणोजी भोसले यांचे दोन लहान सुरुंग किल्ल्याच्या सफेलीस म्हणजे तटाच्या भिंतीस भिडले होते. त्यांच्या उजव्या बाजूस मल्हार-राव होळकराचा सरदार संताजी वाघ यानेंहि आपले दोन-एक मोठा व एक लहान–नेऊन पोंचविले होते. आणि त्यांच्याही पलीकडे शेवटीं घोरपड्यांचा सरदार व हशमांचा एक अधिकारी विभूतराव सतकर याचाहि सुरुंग कायम झाला होता. उत्तरेस खुष्कीकडे कव्हलेरी, रमेदी आणि सबॅशियम नांवाचे जे तीन बुरुज होते त्यांच्या घेऱ्यांत हा सर्व

उद्योग झाला. सुरुंग तयार झाल्यानंतर एकदम दहा सुरुंग उडवून भगदाडें पडतांच हल्ल्यास उठावयाचें असा नकाशा ठरला.

तिकडे शत्रूला सुरुंगांच्या सिद्धतेची वार्ता लागलेलीच होती. २७ एप्रिलपासूनच त्यांना बातमी जात होती कीं मराठे एक दोन दिवसांत नक्की बुरूज उडविणार. ३० एप्रिल रोजीं तर त्यांना पक्की बातमी कळली कीं, मराठे उदईक सुरुंगांना वत्ती देणार. आणि ती त्यांची बातमी खरीहि होती. कारण त्याच दिवशीं इकडे आप्पासाहेबांनीं हल्ल्याची सारी तयारी करून शिड्या नेमून देऊन बाजू वांटून दिल्या ! व हल्लेकऱ्यांना तटासमीप तबकें म्हणजे खंदक किंवा चर खणले होते, त्यांत नेऊन बसविलें. सुरुंग भरून लिंपून घेऊन बत्त्या भरून आणल्या आणि ठरविलें कीं, दुसरे दिवशीं सकाळीं नगाऱ्याच्या इशारतीबरोबर सुरुंगाना आगी द्याव्यात. आणि धडाका उडतांच लोकांनीं येलगार करून सांपडेल तेथून घुसून अगर शिड्या लावून तटावर किंवा बुरुजावर चढावें आणि जागा फत्ते करावा.

दुसरा दिवस उजाडला. ते वेळीं मराठ्यांनीं गलबतांचे दोन काफले एक वसईच्या खाडींतून व दुसरा घोडबंदराकडून पाठविले. त्यांच्या हालचालीवरून वसईस कांहीं तरी उतरविण्याचा मराठ्यांचा बेत आहे, असें किल्लेदारानें ओळखले. यावेळीं झाडून साऱ्या बुरुजांचा कडेकोट बंदोबस्त असून किल्ल्याचा गव्हर्नर जातीनें पाहाणी करीत हिंडत होता. खाडींत तारवें दिसूं लागलीं आणि मराठ्यांच्या मोर्चांत हालचाल दिसूं लागली. त्याबरोबर किल्लेदारानें तोफा डागण्याचा हुकूम दिला. त्यानें तीं तारवें मुरडून डोंगरीचे बाजूस सरकलीं. इतकें होईतों दोन प्रहर दिवस आला तोंच एकाएकीं धडाका होऊन रमेदीचा सुरुंग उडाला. "सुरुंगास बत्त्या दिल्या. डावे बाजूचे सुरुंग कांहीं उडोन कांहीं उडणें होते, तोंच लोकांनीं उतावळी करोन कोटावर चालोन घेतलें. तों दुसरे सुरुंग तेच बाजूनें उडाले, त्यांनीं लोक दडपले जायां व ठार झाले." म्हणजे डावे बाजूस लावलेल्या सुरुंगापैकीं कांहीं आधीं उडाले व लोक हल्ल्यास उठल्यानंतर फिरून कांहीं उडाले, व त्यामुळें लोक जखमी झाले व मेले. असा गोंधळ होण्याचें कारण कांहीं कांहीं सुरुंगांना सरदी पोंचली होती. त्यामुळें त्यांना उडावयास विलंब लागला.

दोन सुरुंग तर उडालेच नाहींत. तथापि एकदम वीस माणसें शिरण्या-इतकें मोठें भगदाड पडलेलें पाहून फुटलेल्या धरणाच्या पाण्याच्या लोंढ्याप्रमाणें मराठे निकरानें आंत शिरूं लागले; परंतु तेथें शत्रु जय्यत तयार असून त्यानें आगीचा इतका कांहीं मार केला कीं, पुसतां सोय नाहीं. हुक्के, गरनाळा, दारूची मडकीं व रेजागिरी यांचा जसा कांहीं पाऊस पडला. तो मराठ्यांस सोसवेनासा झाला. मराठ्यांना तोंड देण्याचें हें काम मुख्यतः अद्रियानो गाव्हिल्ला व कॅप्टन् मास्कार्न्हिस् ह्या दोघांनीं बजाविलें. हल्ला होत असतां व तो तुडवला जात असतां किल्लेदार जातीनिशीं हजर असून आपल्या लोकांना उत्तेजन देत होता. तेथलें काम ठीक चाललें असें पाहून तो सबॅशियमच्या बुरुजावर गेला. कारण त्या बाजूस मराठ्यांच्या झुंडी हालतांना दिसूं लागल्या. इतक्यांत तेथेंहि मोठा धडाका होऊन त्या बुरुजास लावलेल्या दोन सुरुंगांपैकीं एक उडून त्यानें रमेदीच्या बुरुजापेक्षांहि फार मोठें खिंडार पडलें. लोक लगटानें घुसूं लागले तों तेथेंच लावलेला दुसरा सुरुंग उडाला. त्याबरोबर तो बुरुज व त्यावर चढलेले मराठे शिपाई घारीसारखे उडाले. कित्येक मेले, दडपले, कित्येकांच्या चिंधड्या झाल्या व कांहींतर किल्ल्यावरून पलीकडे फेंकले गेले! त्या एका दिवसांत सकाळीं ७ वाजल्यापासून दुपारीं ३ वाजेपर्यंत मराठ्यांनीं रमेदीच्या व सबॅशिय-मच्या बुरुजावर एकंदर अनुक्रमें सहा व अकरा निकराचे येलगार केले; पण तितक्यासही तोंड देऊन शत्रूनें हल्ले तुडवून काढले व दोनदां मराठ्यांचीं निशाणें हिसकावून घेतलीं. फिरून तिसऱ्या प्रहरीं कौलेरीच्या सुरुंगाला मराठ्यांनीं बत्ती दिली, आणि सान् पेद्रो, सान् पावला या बुरुजांना शिड्या लावल्या. पण शत्रूनें रमेदीच्या व सबॅशियमच्या बुरुजावरचा सगळा तोफखाना त्यावर धरून एकही शिडी लागूं दिली नाहीं. सारांश, इतका भगीरथ प्रयत्न करूनही काम झालें नाहीं. संध्याकाळ झाला. लोक धीरमोड होऊन परत फिरले.

पण आप्पासाहेबांना इसिम आले होते. त्यानी अधिक तयारी केली. सैनिकांचा दिलासा केला. त्यांना हुरूप आणला. बक्षिसें कबूल केलीं. ते वेळीं त्यांनीं हल्ला करण्यास जाणारे लोक म्हणतील

त्या अटी मान्य केल्या. यासंबंधींचें एक उदाहरण प्रसिद्ध आहे. बाजी भिलारे नांवाच्या एका शूर शिपायाचें पथक होतें. हल्ल्याच्या आदल्या दिवशीं बाजी भिलारे यानें आप्पासाहेबांस अट घातली कीं, 'मी उद्यां पथक घेऊन हल्ल्यास जातों. माझा व भावाबंदांचा वतनाचा कज्जा पडला आहे; उद्यां जगून वांचून आलों तर वतनाचें पुढें पाहून घेईन. पण खस्त झालो तर मात्र माझें वतन तुम्ही खरें करून दिलें पाहिजे.' म्हणजे दावा माझ्यासारखाच करून वतन आमच्या घरांत कायम केलें पाहिजे. आप्पासाहेबांनीं अर्थातच तें मान्य केलें. दुर्दैवानें दुसरे दिवशींच्या हल्ल्यांत बाजी भिलारे, त्याचे तिन्ही भाऊ व पथकांतील एकूणएक माणूस ठार पडले !

असो. ठरल्याप्रमाण दुसरे दिवशीं म्हणजे मेच्या २ ऱ्या तारखेस गुरुवारी, उजवे बाजूचा सुरुंग मातबर बांधला होता त्याचा शोध केला; सुरुंगांत दारूचे बुधले घातले, बत्ती दुरुस्त केली, लोकांची निवड केली आणि एकदांच लोकांस जोरावर ताकीद केली कीं, पडेल तो पडेल. राहील त्यानें खामखा निशाण कोटावर चढवावें ! त्याच वेळीं तिकडे कोटावर शत्रूनेंही खालील प्रमाणें बंदोबस्त केला. रमेदीच्या बुरुजावरील भगदाडांत आगीचे ओंडके वगैरे टाकून होळी पेटवून ठेवली व सबॅशियमचा बुरुज बहुतेक सगळाच उध्वस्त झाल्यामुळें तेथल्या तोफा हालवून ग्रेनेडिअर्सचें एक पलटण तेथें आणून उभें केलें.

दुसरे दिवशीं सुरुंगास बत्ती दिली. तो उत्तम उडाला. निमा बुरूज ढासळला आणि मराठयांनींहि केवळ निर्वाण करून तेथें निशाणें नेली. तेव्हां तेथें जी घनचक्कर झाली तिला सीमा नाहीं. मराठयांची व फिरंग्यांची सरमिसळ होऊन हातघाई झाली. प्रथम शत्रूनें चांगला प्रतिकार केला. पण मागाहून मराठयांच्या झुंडीच्या झुंडी खिंडारांतून येऊं लागल्या आणि मग शत्रूची नुसती कत्तल झाली ! यावेळीं या जागीं फिरंग्यांनीं एकूण एक गोरा आणून उभा केला होता. त्यांपैकीं बहुतेकांना येथें कंठस्नान घडलें. त्यांचे लहानमोठे १२० अधिकारी जखमी किंवा ठार झाले. उलट मराठयांचीही हानी तशीच जबरदस्त होती. गेल्या दोन दिवसांच्या हल्ल्यांत दत्ताजी भांडवलकर, कर्जेकर, हंसु

आढाव पुणेकर, सखो गणेश सरनाईक पुरंदरकर, दुर्जनसिंग राजे मांडवीकर यांचा कारभारी जसोजी, बाजीरावसाहेबांचा जमातदार कुवरसिंग, अणजुरकरांपैकीं मुरारजी नाईक वगैरे नामांकित लोक व हजारो सैनिक ठार झाले होते. "मुरारजी नाईक पडले, त्याचा मुरदा गंगाजी नाईकाने काढला."

मराठे मार खाऊन व आग पिऊन तेथेंच बसले. तीन वेळ त्यांच्यावर लगट होऊन ते उधळले होते. पण तसेच तीनतीनदां परतून ते मुंडी देत. "लष्करच्या हशमांनी छातीचा कोट करून बुरुजाच्या ओघळीस व दरड्यास बिलगून बसले." मराठे हालेनात असें पाहून शत्रू मेढ्यांत गेला. त्याच रात्रीं मेढा जाळण्याचा प्रयत्न करावा असा मराठ्यांचा बेत होता. पण तो साधला नाहीं.

त्या रात्रीं किल्लेकऱ्यानीं बसून विचार केला कीं, आतां यापुढें किल्ला राखणें अशक्य आहे. आपली सर्वतोपरी हलाखीची स्थिति झालेली आहे. शेंकडो लोक मेले, जखमी झाले. दारुगोळ्याचीं कोठारें बहुतेक खलास झालीं आहेत. लढवय्ये लोक म्हणावें तर नाममात्रच आहेत. बुरुज ढासळले आहेत; तट कोसळले आहेत; बरें आतां कोठून कुमक मिळण्याचीहि आशा राहिलेली नाहीं. गोंव्याकडच्या मदतीविषयीं तर बोलावयासच नको. पण शेजारच्या मुंबईकराकडूनहि कांहीं एक मिळणार नाहीं. आजपर्यंत येथली सोनेंचांदीं; होय नव्हे सर्व विकून आपण मुंबईकरांकडून पांच सात हजार हातगोळे व दारु वगैरे मिळविली. पण आतां यापुढें तें शक्य नाहीं. शिवाय बातम्या अशाच येत आहेत कीं, अजून मराठ्यांचे दोन तीन सुरुंग शिल्लक असून ते त्यांनाही उद्यां बत्त्या देणार ! मग आकाशच फाटल्यावर ठिगळें तरी किती देणार ? असा विचार करून त्यांनीं कौल घेण्याचें ठरविलें. ४ तारखेस उजडतां फिरून मराठ्यांची हालचाल दिसूं लागली. हल्ल्याचे लोक धांवून येऊं लागले, तोंच एकदम सबॅशियमच्या खिंडारांतच तहाचें पांढरें निशाण फिरंग्यांनी उभें केलल पाहून ते चाकित झाले. अर्थात् हल्ला व लढाई महकूब झाली ! फिरंग्यांनीं आपला एक माणूस मराठ्यांच्या तळांत आप्पासाहेबांकडे पाठवून 'तहाचें बोलावयास येतों. परवाना द्या' म्हणून सांगितलें. मग तसा रीतसर परवाना मिळून पेद्रो

बारीत नांवाचा फिरंगी सरदार तहाची बोलीचाली करण्याकरतां मराठी लष्करांत दाखल झाला. आप्पासाहेब लिहितात: "कोट घेतल्याखेरीज उठत नाहीं असें पुरतें कळलें तेव्हां फिरंगी बेहिम्मत होऊन कौलाची बोली लागली. मातवर फिरंगी बाहेर येऊन सेवकास भेटले." तहाच्या अटी खालीलप्रमाणें ठरल्या:—

(१) " पोर्तुगीज फौज व बुणगे यांस सर्व हत्यारांसह, बॅण्ड वाजवीत व निशाण सोडून, सुरक्षितपणें किल्ल्याबाहेर मराठ्यांनीं जाऊं द्यावें.

(२) वसई येथें रहात असलेलीं ख्रिस्ती, हिंदी किंवा मुसलमानी कुटुंबें किंवा लोक वसई सोडून जाण्यास इच्छितील त्या सर्वांना आपापली मालमत्ता घेऊन मराठ्यांनीं सुरक्षित जाऊं द्यावें.

(३) वसईच्या बंदरांत फिरंग्यांची जहाजें असतील त्यांसहि आपापला दारुगोळा व तोफखाना घेऊन सुरक्षितपणें बंदरांतून जाऊं द्यावें.

(४) कलम २ प्रमाणें लोकांस निघून जाण्यास गलबतांची वगैरे जरूर लागल्यास तीं गलबतें मराठ्यांनीं पुरवावीं. आणि ते लोक आपापल्या स्थळीं पोंचेपावेतों रस्त्यांत आंगरे वगैरेकडून त्यांस त्रास न होईल अशी तजवीज व्हावी.

(५) ख्रिस्ती पाद्र्यांस आपापली मालमत्ता घेऊन सुरक्षित जाऊं द्यावें.

(६) पोर्तुगीज लोकांचा दारूगोळा व दाणागोटा वसईत आहे तो सर्व बरोबर घेऊन जाण्याची त्यांस मोकळीक असावी. (हें कलम आप्पासाहेबांनीं कबूल केलें नाहीं. सर्व सामान त्यानी विकत घेतलें.)

(७) जे ख्रिस्ती लोक आपखुषीनें वसईच्या हद्दीत राहातील त्यांस आपलें धर्माचरण करण्यास मराठ्यांनीं हरकत करूं नये, किंवा त्यांच्या जिंदगीचा अपहार करूं नयें.

(८) एकमेकांनीं पकडलेले कैदी ज्याचे त्यास परत करावे.

(९) किल्ला खालीं करून निघून जातेवेळीं पोर्तुगीजांस त्रास होऊं नये म्हणून चिमाजीनें आपली फौज दूर अंतरावर बहादरपुऱ्यास न्यावी; पोर्तुगीज लोक जहाजांत बसून तोफेच्या टप्प्याच्या बाहेर जाईपावेतों मराठी फौजेनें किल्ल्यांत प्रवेश करूं नये.

(१०) वसईतील कोणताही माल किंवा सामान योग्य किंमत दिल्याशिवाय मराठ्यांनीं घेऊ नये.

(११) वसईत तीन क्रिस्ती देवळें आहेत तीं तशींच राहूं द्यावीं. त्यांतील मूर्ति व दागिन्यांस मराठ्यांनीं धक्का लावूं नये.

(१२) या तहावर सही झाल्यानंतर त्याप्रमाणें वर्तन राहाण्यासाठी आप्पासाहेबांनीं आपला एक अंमलदार पोर्तु० जहाजावर ठेवून द्यावा, आणि त्याप्रमाणें पोर्तु०चा एक अंमलदार आप्पांजवळ ताब्यांत राहावा."

तहांत असेंहि ठरलें कीं, सात दिवसांत फिरंग्यांनीं ठाणें खालीं करून द्यावें. तहाचा खर्डा घेऊन वकील परत कोटांत गेला. त्यानंतर वसईच्या अधिकाऱ्यांनीं वसईतले झाडून लोक सांत अंटोनियाच्या देवळांत जमविले आणि त्यांना तहाच्या अटी समजाऊन दिल्या. आजपर्यंत काय काय उद्योग करून येवढ्या सैन्यापुढें आपण टिकाव धरला, किती परिश्रम केले, किती खस्ता खाल्ल्या आणि अखेर आतां आपणांस केवळ नाइ-लाजानें हा दोनतीनशें वर्षें ताब्यांत असलेला किल्ला कसा सोडून द्यावा लागत आहे, येथली आपलीं पूज्य देवळेंहि आपणांस कशीं पारखीं होणार आहेत, वगैरे सर्व समजून सांगितलें. ते वेळीं त्यांच्या आणि ऐकणारांच्या सर्वांच्याच डोळ्यांस पाणी आलें.

ठरल्याप्रमाणें आप्पासाहेबांनीं शंभर गलबतांची तरतूद करवून दिली. पेशवे रोजकीर्दीत त्याकरतां मेच्या ८, ९ व १० तारखांस अनुक्रमें ३००, १५५, व ९०॥ रुपये गलबतभाडेंखर्च पडल्याच्या नोंदी सांप-डतात. फिरंग्यांनींहि स्वतःची म्हणून कांहीं गलबतें मुंबईहून भाड्यानें आणलीं. नंतर पेद्रो वारांत हा शत्रूचा सरदार पेशव्यांच्या लष्करांत ओलीस राहावयास गेला. बुरुजाबुरुजावर आप्पासाहेबांनीं वीस वीस शिपाई ठेवले आणि मग सबॅशियम बुरुजाच्या भगदाडांतून बाहेर पडून सारे फिरंगी लोक निशाणें सोडून बँड वाजवीत बाहेर पडले व गलबतांत बसून रवाना झाले ! !

वसईच्या विजयाचें महत्त्व किती तें तत्कालिन पत्रव्यवहारावरून स्पष्टच दिसतें. खुद्द आप्पासाहेबांनीं, अभिमानाचा स्फुंद येऊन या शेवटच्या हल्ल्यासंबंधीं लिहिलेलीं पत्रें व निरनिराळ्या नामांकित लोकां-नीं आप्पासाहेबांस पाठविलेलीं अभिनंदपर पत्रें पाहिलीं म्हणजे या

विजयाचें महत्त्व काय तें निराळें सांगण्याचें कारण उरत नाहीं. या पत्रांतून वसईची अभेद्यता, मराठ्यांची चिकाटी, शौर्य व पराक्रम आणि फिरंग्यांची शिपाईगिरी यांची यथार्थ चित्रें पहावयास सांपडतात. आप्पा साहेब लिहितातः–"फिरंगी यांनीं हिंमत धरून शिपाईगिरी म्हणावी तशी केली, कीं ज्यांचें नांव शिपाईगिरी! पूर्वी भारती युद्धांत अतिरथी महारथी झुंजले त्याच न्यायें प्रस्तुत काळीं महाराजांचे एकनिष्ठ सेवकलोकही विरथीपणें झुंजले. इतकी आग पिऊन मराठी फौजेनें दम धरला असें कधीं झालें नाहीं. सीमा केली. महाराजांचे [शाहूचे] प्रतापतेजोद्भवें सार्वभौमादिक म्लान होऊन महाराजांची कीर्ति समुद्रवलयांकित पृथ्वींत प्रफुल्लित झाली आहे! फिरंगियांचा जागा वसई हस्तंगत जाहालियामुळें समुद्रांत सर्वांस दहशत प्राप्त होऊन चौऱ्यांशीं बंदरांतरीं महाराजांची सलाबत गालीब जाली!!" ब्रह्मेंद्रस्वामीस लिहिलेल्या दुसऱ्या एका पत्रांत ते लिहितात; "यामागें युद्धें बहुत जालीं. परंतु या लढाईस जोडाच नाहीं." अमृतराव शंकर नांवाचा सरदार आप्पासाहेबांस लिहितो:–"वसई फत्ते जाहली! याजपेक्षां श्रीकृपें महत्कार्य होऊन हिंदराज्याचें संस्थापन स्वामीचे हातून होतील. वसईचा प्रसंग म्हणावा तरी हस्तगत होईल यैसा भरवसा कोणासही नव्हता! परंतु स्वामीचा निश्चय थोर. तन्मुळेंच वसई फत्ते होऊन देव–ब्राह्मण–जोसी–गाणिक या सर्वांस खरें केलें." मल्हार राम लिहितो: "देवब्राह्मणांची संस्थापना करावयासाठींच स्वामींचा अवतार आहे. जे कार्य दुर्घट स्वामी चित्तावर धरतात तें सिद्धीस ईश्वर स्वामीच्या मनोदयावरून नेतो." त्रिंबक हरी पटवर्धन लिहितो; "यैसे कर्म मागेंहि कोणास न जालें, अथवा पुढेंही न होणार, ऐसी गोष्टी स्वामीच्या हातून जाली." पिलाजी जाधव राधाबाईस म्ह. पेशव्यांच्या मातोश्रीस लिहितांना म्हणतो, "ईश्वरें राजश्री आप्पाची फत्ते केली, येणेंकरून सुरत आदिकरून सर्व जागे पादाक्रांत आहेत!" खुद्द आप्पासाहेबांनीं आपल्या आवडत्या पुतण्यास अभिमानानें लिहिलें आहे कीं; "यामागें युद्धें बहुत प्राप्त झालीं परंतु मराठी फौजेस यासारखें युद्ध पडलें नाहीं! सीमासीमाच केली. त्याचा विस्तार लिहितां विस्तार आहे. हा जागा फत्ते होणें ही देवाची दया आहे." चिंचवडकरांची एक समकालीन नोंदवही पेशवेदप्तर भाग २२ मध्यें छापली

आहे, त्यांत जसजशी बातमी येईल तसतशी ते ते दिवशीं नोंदली आहे. वसईच्या फत्तेसंबंधी नोंदकार लिहितो; "वसई फत्ते झाली! संस्थानच प्राप्त जालें!! राज्येच थेक सुटलें!!! फिरंगी स्थळापासून चेवलें. ईश्वरें यास [पेशव्यांस] स्थल दिलें. मोठी फत्ते जाली. यांणींही करोड रुपये खर्च केला. फार येत्न केला. यैसा यत्न या राज्यांत कोण्ही केला नाहीं !!!"

आणखी दुसरा एक सरदार आप्पासाहेबांचें अभिनंदन करतांना लिहितो, "दक्षिणची फौज मऊ लागलें म्हणजे बेजरब घेणार, कठीण लागलें म्हणजे फिरोन पाहणें नाहीं. ऐशी पूर्वापार या राज्यांतली तऱ्हा. सरदारांस कर्म झालें नाहीं पुढेंही होणें नाहीं हा तों कृतनिश्चयच आहे. ज्या प्रकारें वानरांकडून लंका घेविली त्या प्रकारें हे गोष्ट जाहाली. दक्षिणी फौजेस उपास करून व छातीचा कोट करून झुंजावें हे हिम्मत पूर्वी कोण्हीं केली ऐसें ऐकिलेंही नव्हतें. सर्व प्रकारें ओढ. उपास करून हिंमत धरण आणि येणेंप्रमाणें झुंजणें ही गोष्ट सर्व स्वामीच्या पुण्याची आहे. नाहींतर अवरंगजेब, बीहि पातशाह जाहले होते त्यांनीं ही कर्मे करावीं; परंतु त्यांसही तवकल न जाहली."

कर्मधर्मसंयोग असा कीं, तें संवत्सरहि सिद्धार्थी नांवाचेंच होतें. प्रभाकर शाहिरानें म्हटलें आहे; "यशस्वी होता तो संवत्सर सिद्धार्थी।" त्याची फोड चिमाजीआप्पांस अभिनंदनपर लिहिलेल्या एका पत्रांत दुसऱ्या एका लेखकानें केली आहे. तो म्हणतो: "या प्रांतीं यंदा सर्वत्र मृगाचा पाऊस बहुत जाला. रयेतीनें पेरण्या करून रयती बहुत आनंदमय जाली. दुसरी गोष्ट तोहमासकुलीखान (नादिरशहा) माघारी गेला. यामुळें सावकारास व रयतीस बहुत उमेद आली. आपण वसई फत्ते केली! यैशा तीन गोष्टी सालमजकुरीं बहुतच उत्तम जाल्या. या वेगळें गोवेंयांकडील कामकाज होऊन चार टक्के हातास आलें म्हणून परस्परें ऐकलें. ज्या गोष्टी न घडावयाच्या त्या घडोन आल्या!!"

वसई जिंकली यामुळें तर आप्पासाहेबांची कीर्ति झालीच. पण ती विशेष होण्याचें कारण म्हणजे या दोन दिवसांच्या हल्ल्यांत झालेली मराठ्यांची व फिरंग्यांची मनुष्यहानि हें होय. त्या अवघ्या दोन दिवसांत मराठ्यांचें पांच हजार व शत्रूचें चार हजार माणूस ठार पडलें.

ब्रह्मेंद्रस्वामीस लिहिलेल्या पत्रांत आप्पासाहेब लिहितात, " लष्करचे व हशमांचे लोक सुरुंगांनीं उडाले व जाया, ठार, अजमासें पांच हजार किंबहुना विशेष होतील. तैसेंच फिरंगियाचें सातआठशें माणूस ठार व निराळे जखमी जाहलें " शाहू महाराजांस लिहिलेल्या पत्रांतही तोच अजमास ते देतात कीं, " दोन रोज येलगार केला. त्यास सुरुंग उडाले त्याखालीं लोक दडपले व जखमी व ठार अजमास चार पांच हजार होतील. तैसेच फिरंगी यांचे दोनही येलगारा अगोदर दोनसें असे सातशें ठार जाहले. या निराळे जखमी जाहले. " कोटास वेढा बसला त्यावेळीं तेथें किती लोक होते त्याचा अजमास त्यांनीं त्याच पत्रांत दिला आहे तो असा : " कोटांत चार हजार माणूस. त्यामध्यें एक हजार ढोणें (Dons) फिरंगी, पुर्तुकाली, बाकी तीन हजार किरिस्ताव, वगैरे (किरकोळ) एक हजार जुजतें माणूस खबरदार होतें. " म्हणजे चार व एक हजार मिळून पांच हजार लढवाई लोक किल्ल्यांत होते. फिरंग्यांनीं सल्ला केला त्यावेळीं साडेतीनशे पोर्तुगीज शिपाई, सरदारांसकट एकशें साठ किरस्ताव व तीनशें एतद्देशीय इतकेच लढवाई लोक शिल्लक राहिले होते, असें पोर्तुगीज इतिहासावरून दिसतें. म्हणजे गेला बाजार पांच हजारपैकीं आठशें लोकच शिल्लक राहिले. याचाच अर्थ असा कीं, बाकीचे बेचाळीशें ठार किंवा जखमी झाले. मराठ्यांचे पांच हजार व फिरंग्यांचे चारहजार या संख्या पाहून कांहीं लोक त्रैराशिक मांडून पोर्तुगीजांच्या व फिरंग्यांच्या शौर्याची तुलना करतात तें भ्रामक असतें. केव्हांही झालें तरी एखाद्या कोटावर हल्ला करणारांचीच प्राणहानी कोटांतील लोकांच्या प्राणहानीपेक्षां अधिक असते. यांत आश्चर्य मानावयास नको. मराठी कागदपत्रांत एकंदर वसईस किती लोक मेले याचे सरकारी झाडे उपलब्ध नाहींत. उलटपक्षीं पोर्तुगीज ऐतिहासिक साधनांतही त्यांचे किती लोक या हल्ल्यांत मेले त्याची नोंद ठेवलेली नाहीं, असे प्रो. पिसुर्लेकर म्हणतात.

वसईच्या विजयाचें वर्तमान बाजीरावसाहेबांस मेच्या १६ तारखेस जैनाबाद परगण्यांत रनाळीस मुक्काम असतां कळलें तेव्हां मोठी खुशाली जाली ! साखरा वांटल्या. सरदारांनीं बाजीरावसाहेबांस नजरा केल्या.

वसई जिंकल्यावर.

वसईवर निशाण चढल्यावर आप्पासाहेबांनीं तत्कालीन धार्मिक समजुतीप्रमाणें करावयाची होती तीं ती कृत्यें केलीं. तत्कालीन धार्मिक समजुतीप्रमाणें होमहवनहि करण्यांत आले होते असे दिसते. त्यासंबंधीं पे. द. भा. २२ मधील १२२ व्या नोंदीवरून पुढील माहिती कळते. " छ. १९ सफर गुजारत कृष्णाजी पांडुरंग होमशांति व पूर्णाहुती खर्च ३७ रुपये साडेचार आणे. "

किल्ल्यावर विधीपूर्वक निशाण चढविण्याविषयीं त्याच नोंदींत खालील तपशील आढळतो.

" सफर २५ रवासुदगीं जमा नि॥ शंकराजी केशव.

वसई फत्ते जालियावरी निशाण चढले त्यास खर्च रुपये.

२७ रु. ०।=।॥ छ. २५ सफरच्या पूजेस सामान वगैरे (२३ मे)

१५ रु. बकरी सहा दर २॥

७.॥= . कणिक.

४.॥.॥ किरकोळ नारळ सेंदूर पानें अबीर बुक्का.

२.।=८ रु. छ. १७ रोज झेंडा करावयासी खाद्या दहा रंगाईबद्दल खर्च

२. गेरु वजन पक्के ८८५

.।- तेल वजन

बाजीरावसाहेबांचा व आप्पांचा ब्रह्मेंद्रस्वामींवर मोठा विश्वास होता. ते स्वामीला गुरुस्थानी मानीत असत. स्वामींनेहि आप्पासाहेबांच्या वसई घेण्याच्या निश्चयाला आशीर्वादाचा वेळोवेळीं टेकू देण्याचा उपक्रम सुरू ठेविला होता. " तुम्हास वसई दिल्ही दिल्ही दिल्ही " वगैरे बुवाला शोभणारे अधिकारयुक्त आशीर्वाद स्वामी पेशव्यांस लिहीत असे. चिमाजी अप्पांना लागलेली असोशी पाहून त्यांची भेट होईल तेव्हां, स्वामी, वसई तुझ्या हातें घेऊन दाखविली नाहीं तर माझें संन्यासपणच लटके अशी प्रोत्साहक वचनें मोठ्या आवेशानें उच्चारीत असे. तुला वसई नक्की घेऊन देतो पण ती फत्ते होतांच सव्वाशें पुतळ्या पाठवून दे व

श्री भुलेश्वरास सव्वाशे रुपयांचा मुकुट घाल असें स्वामींने आप्पासाहेबांस सांगितलें होतें. म्हणून वसई फत्ते झाल्याबरोबर आप्पासाहेबांनीं १३ मे रोजींच आधीं पहिलें काम केलें तें म्हटलें म्हणजे पुतळ्या व रुपये स्वामीकडे पाठविणें हें होय.

आजवर वसईच्या कोटांत हिंदु देवाचा संसर्गहि लागला नव्हता पण मराठ्यांचा भगवा झेंडा कोटावर चढला त्याप्रमाणें किल्ल्यांत प्रथमच हिंदु देवतेची स्थापना झाली. आप्पासाहेबांनीं २७ जुलैस माणकोजी पाथरवटाकडून मारुतीची मूर्ती करून तिची स्थापना कोटांत विधिपूर्वक केली.

या मोहिमेबाबत आप्पासाहेबांनीं वज्रेश्वरीच्या वज्रयोगिणीसही तुझें देऊळ बांधीन म्हणून नवस केला होता त्याप्रमाणें पुढें ऑगस्टांत त्या नवसापैकीं कांहीं भाग त्यांनीं फेडला. आप्पासाहेबांच्या रोजकीर्दीत ६–८–१७३९ या तारखेस पुढील नोद सांपडते. " खर्च १२८३ रुपये २ आणे नवस श्रीवज्रजोगिणी मु. वडवली बाबत वसई वगैरे सोने नवसलें होतें त्यापैकीं त॥ रामचंद्रगिरी गोसावी वजन गु॥ सिउबानाईक थोरात वजन तोले (तपशील.)" देऊळ बांधण्याचा नवस आप्पा साहेबांकडून पुरा झाला नाहीं. कारण ते पुढें लवकरच वारले. तो त्यांचा नवस नानासाहेब पेशव्याने पुरा केला. त्यासंबंधीं नानासाहेव पेशव्यांच्या रोजकीर्दीत नोंदी सांपडतात.*

---

* टीप—श्रीवज्रयोगिनींचें देवालय बांधण्यास भिक्षा हशम सरदार व कारकून व शिपाई लोक व बाजे हशम व खलाशी व दर्यावर्दी दर आसामीस रुपये ।॥. निम व स्वार दर आसामीस रुपाया एक प्रमाणें देविला असे. तर रोजमुऱ्याचेऐवजीं वजा करून अखेर साला ऐवज झाडीयानिसी रा. शंकराजी केशव यांजकडे पावता करणें. येणेंप्रमाणें पत्रें:—

इ. स. १७५३–५४.
अर्बा खमसेन
मया व अलफ
जमादिलावल १५

श्री वज्रयोगिनीचे देवालयाचें बेगमीबद्दल धर्मादाय रयत निसबत देखील मोकाशी इनामती वगैरे दरोबस्त जमाबंदीबर दरसदे रुपये -॥-

वसईतील रयतीनें व पाद्र्यांनी आप्पासाहेबांकडून अभय मागितलें म्हणून ९ मे रोजीं आप्पासाहेबांनीं आंतोन पाद्री फर्नाद ज्यानु देमिनेज पाद्री वगैरेंच्या नांवानें कौलपत्र दिलें ते असें--“ वसईचे साहुकार काले कातर्डीचे व रयेत किरिस्ताव सावकार किरिस्तां यांस कौल कीं तुम्ही बेशक होऊन रहाणें. कोणे बाबें अंदेशा न धरणें. माल मवेशीस आजार लावणार नाहीं. ”

१३ मे रोजीं वसईतले रयत लोक आप्पासाहेबांस नजरा घेऊन आले.

यानंतर महत्त्वाची घडलेली गोष्ट म्हणजे मुंबईकर इंग्रजांनीं आप्पासाहेबांकडे मोठया अदबीनें माणूस पाठवून सलोख्याचा तह केला ही होय. वसई जिंकल्यामुळें इंग्रजांचा भीतीनें थरकाप उडाला होता. आजवर इंग्रजांनीं मराठ्यांस बाह्यात्कारी सलोखा दाखवून त्यांच्या शत्रूस दरवेळीं मदतच केली होती. पोर्तुगीजांशीं त्यांचें पूर्वापारच वैर होते. पण पुढें मराठे व आंग्रे बळिष्ठ होऊं लागले तसतसे तेहि इंग्रजांच्या डोळ्यांत सलू लागले. म्हणून इंग्रजांनीं असें धोरण आखून ठेविलें कीं, पोर्तुगीज, आंग्रे, शिद्दी आणि मराठे यांच्यांत सतत कलागती लावून भांडणें व युद्धें पेटवावींत व तीं सुरू झाल्यावर जो कमजोर पडेल त्याला मदत पुरवावी उदाहरणार्थ इंग्रजांनीं पेशव्यांच्या शिद्द्यांवरील मोहिमेंत शिद्द्यांस फार मदत केली. मानाजी व संभाजी आंग्रे यांच्या भांडणात संभाजीला व वेळीं मानाजीला मदत करून आंग्र्यांना कमजोर केलें. या वसई मोहिमेंत तर त्यांनीं फिरंग्यास पुष्कळच मदत केली. फिरंगी जगावेत अशी

[मागील पानावरून पुढें चालू.]

निमप्रमाणें सर्वांनीं द्यावा ऐसा करार करून व शिबंदीवर पट्टी राऊती दर असामीस रुपाया १ एक प्यादास रुपाया -॥- अर्धा व कारकुनास दर असामीस रुपाया १ प्रमाणें द्यावयाचा पेशजी करार जाहला होता, त्यांपैकीं ऐवज वसूल पावला असेल तो वजा करून बाकी ऐवज शिबंदीचा व जमाबंदीचा सन तिसाचे आकाराप्रमाणें ठरवून ऐवज हुजूर पाठवून देणें म्हणोन पत्रें:—

Selections From Peishwas Diaries Vol I, पृ. ३५८ व ३५९ नोंद नंबर ५०८ व ५११.

त्यांची मुळींच इच्छा नव्हती. मराठे शेर व्हावेत हेही पण त्यांना नको होते. म्हणून त्यांनीं दोघांनाही थोडी थोडी मदत देऊन भांडण चालू ठेवून मराठे फिरंग्यांना निस्तेज करण्याचे धोरण स्वीकारलें. १७३७ सालीं मराठ्यांनीं मुंबई बेटालगतच्या साष्टीतील वांद्र्यांच्या ठाण्यावर हल्ला केल्याबरोबर मुंबईकरांनीं आपण होऊन फिरंग्यांना सर्व मदत पोचविली. उलट १७३८ च्या डिसेंबरांतील फिरंग्यांच्या ठाण्यावरील हल्ल्यांत त्यांनीं मराठ्यांस गोलंदाज पुरविले. आणि वसई जातीशीं वांटतांच दारुगोळा धान्य फिरून फिरंग्यांस पोचविलें. मराठ्यांच्या मनांत समुद्रकिनाऱ्यावरील इतर सर्व सत्ता बुडवून ती सत्ता आपल्या एकट्याच्या हातीं घ्यावयाची होती. त्यामुळेंच प्रथम त्यांनीं शिद्दी बुडविण्याचा उद्योग केला, नंतर बेकैदी आंग्र्याना आहारी आणले व मग फिरंगी पालथा घातला. त्यानंतर इंग्रजांचाच नंबर लागत होता. व तशी सार्वत्रिक समजूतही होती. यासंबंधीं खुद्द मराठ्यांच्या, पोर्तुगीजांच्या व मुंबईकरांच्याही तत्कालीन लेखांत आधार सांपडतो. बाजीरावसाहेब व चिमाजीअप्पा हे खरोखरच आठदहा वर्षें अधिक जगते तर कदाचित् इंग्रजांची फिरंग्यांसारखीच अवस्था होऊन कांहीं निराळीच स्थिति दृष्टीस पडली असती. पण 'भवितव्यता बलीयसी' हेंच खरे !! असो.

इंग्रज तहास येतात.

तारीख ५ मे रोजीं वसई कौलास आली व १२ रोजीं प्रत्यक्ष वसईवर मराठ्यांचें निशाण चढलें. त्याच दिवशीं इंग्रजांनीं साताऱ्यास शाहू महाराजांकडे व वसईस आप्पासाहेबांकडे वकील पाठवून त्यांना खूष करण्याचा व सलोखा वाढविण्याचा प्रयत्न केला. त्या दोन्ही वकिलातींची हकिगत महत्त्वाची असल्यामुळें जरा सविस्तर सांगणें अवश्यक आहे.

साताऱच्या वकिलातीवर गॉर्डनसाहेबाची नेमणूक करण्यांत आली होती. त्याच्याबरोबर देशी दरबारांच्या रिवाजांची व भाषेची माहिती असणारा भिकाजीपंत नांवाचा एक माणूस मुद्दाम देण्यांत आला होता. हा माणूस पूर्वी शिद्द्याकडून शाहूमहाराजाकडे बोलणें चालणे करावयास पाठविण्यांत येत असे. यामुळेंच बहुधा त्याची या वेळीं नेमणूक झाली असावी.

गॉर्डनची ही वकिलात पाठविण्यांत मराठ्यांच्या दौलतीचे अधिराजे या नात्यानें शाहूमहाराजांस मुंबईकरांतर्फे नजर करावी, वसईबद्दल बरकरणी खुषाली दाखवून स्नेहवाद जोडावा असा मुंबईकरांचा हेतू होता. पण त्याच्या जोडीला दुसराही एक अंतस्थ कुटिल हेतु होता. तो असा कीं, शाहूमहाराजांच्या मनांत बाजीराव साहेबांच्या उत्कर्षाविषयीं किल्मिष भरून देऊन त्यांच्याविषयीं मत्सर उत्पन्न करावा व त्या दोघांत शक्य तर द्वैत पाडावें ! मुंबईहून निघताना शाहूमहाराजांशी कोणच्या कोणच्या धोरणावर बोलणें करावयाचें यासंबंधी गॉर्डनला जी लेखी समजूत देण्यांत आली होती तीत असे म्हटले होते कीं, तुम्ही शक्यतर शाहू आपणाशी परस्परच पेशव्यांच्या अनुमताखेरीज सलोख्याचा तह करील असें जुळवा. दोन गोष्टी विशेष तऱ्हेनें त्याच्या मनावर बिंबवा. एक अशी कीं, आम्ही मुंबईकर खरोखरच तागडी तुकाप्या उदमी लोक आहो. व्यापार हें आमचें मुख्य दैवत. आम्हास निर्वेध राखण्यांत व्यापार उदीम सावसावकारी वाढून तुमच्याही मुलखाला त्याचा फायदा मिळेल. दुसरी गोष्ट अशी कीं, आम्ही शिद्द्यांप्रमाणें किंवा फिरंग्याप्रमाणें रयतेवर कधीही धर्माच्या बाबतीत जुलूम जबरदस्ती केलेली नाहीं. यावरून आमची भलाई दिसून येईल.

गॉर्डन १२ मे रोजी मुंबईहून निघाला तो १३ तारखेस दंडाराजपुरीस पोचला. तेथे शिद्द्यांकडून एक माहितगार वाटाड्या घेऊन दुसऱ्या दिवशी पुढे निघाला. १५ तारखेस वाटेत पेशव्याचे दस्तक नाहीं म्हणून त्याला एका मराठ्यांच्या चौकीवर अटकाव झाला; पण झडतीत त्याच्याजवळचे कागदपत्र पाहून त्याला मुक्त करण्यांत आले. येवढेंच नव्हे तर बदरका म्हणजे संरक्षणास शिपाई बरोबर देऊन पुढें रवाना करण्यांत आले. २० तारखेस गॉर्डन घाटमाथा चढून देशावर आला. २५ तारखेस तो साताऱ्यास पोचला. तेथे वास्तविक त्यानें प्रथम पेशव्यांच्या वगीतल्या सरदारास भेटावयाचें. पण तो प्रतिनिधीच्या एका हस्तकाकडे गेला. त्या करवी शाहूमहाराजांची भेट घ्यावी असा उद्देश. पण ते जुळले नाहीं; कारण शाहूमहाराज तेथून पाच मजलीवर मिरजेच्या वेढ्यांत गुंतले होते. म्हणून गॉर्डन तिकडे निघाला. १ जूनला तो मिरजेस पोचला. ३ तारखेस श्रीपत-

रावाची व त्याची मुलाखत झाली. श्रीपतरावानें अर्थातच फार बारीक चौकशी केली. मुंबईपासून वसई किती लांब आहे, मधली खाडी किती रुंद आहे, बांद्र्याहून निघाले तर गलबतावांचून मुंबईत शिरता येईल काय, मुंबईच्या किल्ल्यास तटबंदी व खंदक आहे कीं कसें, वसई आम्ही जिंकल्यामुळेच बहुधा आता तुम्ही आला आहात ना ? असे अनेक प्रश्न त्यानें विचारिले. शेवटच्या खोचक प्रश्नाला गॉर्डननें भिकाजीपंतामार्फत तसेंच प्रत्युत्तर केलें. तो म्हणाला, " छे छे तसेच कांहीं नाहीं. आमच्या कंपनीवर पहिला प्रेसिडेंट जाऊन नवा नेमून आला आहे. तेव्हा सहाजीकच शेजाऱ्यांशी ओळख व स्नेह वाढावा म्हणून त्यानें आम्हाला पाठविलें आहे. आम्ही शेजारधर्म चांगला जाणतो. आजपर्यंत आम्ही कोणाच्या धर्मात ढवळाढवळ केली नाहीं व करणार नाहीं. "

पुढें ४ दिवसांनी वसईहून महादजीपंत पुरंधरे शाहूमहाराजांकडे आला. त्यानें मुंबईकरांकडून दोस्तीच्या तहाकरता तेथें आप्पासाहेबांकडे वकील आल्याचें सांगितलें. त्यावर शाहूमहाराज म्हणाले " मग तुमचें काय ठरलें ? इंग्रज फार सालस व सज्जन लोक आहेत. त्यांना मी संरक्षण दिले तर बाजीराव आमचें चालवील कीं नाहीं ? " त्यावर अर्थातच महादजीपंतानें जरूर चालवील असें उत्तर केले.

८ तारखेस गॉर्डनची शाहूमहाराजांशी मुलाखत झाली. शाहूमहाराजांचे पशुपक्षांचें वेड इंग्रजांना माहीत होतें म्हणून त्यांनीं त्याला नजर करण्याकरितां निरनिराळे पक्षी बरोबर आणले होते ते त्याना नजर केले. ते पाहून महाराज निहायत खूष झाले व त्या खुशालीतच मी तुमचे काम नक्की पुरें करून देतो असें आश्वासनही त्यानी देऊन टाकलें ! पण शाहूमहाराजांच्या आश्वासनाला खरोखर फारशी किंमत नाहीं हें गॉर्डनला लवकरच कळून आलें. कारण मुख्य देवता म्हणून शाहूमहाराजांना कौल लावला तरी कौल देणें न देणें, किंवा दिला तर कोणचा कसा धावयाचा ही सारी सत्ता बाजीरावसाहेबांची, अशी वास्तविक स्थिति होती. शाहूमहाराज नाममात्र असून बाजीरावसाहेबच खरे खुरे सत्ताधीश आहेत. त्यांच्या अनुमतीखेरीज खुद्द शाहूमहाराजांनाही कांहीं करवून

घेण्याची शक्ति नाहीं असें गॉर्डनला आढळून आलें. श्रीपतराव प्रतिनिधीसारख्या बाजीरावसाहेबांच्या प्रतिपक्षीयामार्फत शाहूमहाराजांची भेट घेतल्यामुळें पेशव्यांच्या लोकांचा आपणावर राग झाला आहे हेंही गॉर्डनला कळून चुकलें. म्हणून मग गॉर्डनने नानासाहेब पेशव्यांची गांठ घेतली. पण "नानासाहेब इंग्रजांचा मोठा द्वेष्टा आहे. त्याने आम्हाविषयीं अगदीं तुच्छताच दाखविली" असें गॉर्डनने लिहून ठेविलें आहे. अखेर २५ जून रोजीं तहाचें कांहींच न साधतां शाहूमहाराजांनीं तुमचें काम मी करून देईन असें आश्वासन देऊन गॉर्डनची बोळवण केली. मात्र त्याच्या मोबदल्यात गिनी कोंबड्या, तुर्की कोंबडे, बसऱ्याचीं खबूतरें इत्यादिकांची मागणी करावयास ते चुकले नाहींत.

अशा रीतीनें पेशव्यांस न विचारतां शाहूमहाराजांकडून परस्पर तह उरकून घेण्याची कारवाई फसून गॉर्डनसाहेब १४ जुलै रोजीं मुंबईस परत पोचला.

आतां मुंबईकरांनीं खुद्द वसईस आप्पासाहेबांकडे वकील पाठविला त्याची हकिकत पाहूं. वसईवर निशाण चढल्याबरोबर आप्पासाहेबांनीं मुंबईकरांकडे माणूस पाठवून बोलणें करावयास या म्हणून फर्माविलें होतें. मध्यंतरी मुंबईकरांच्या बोर्डानें ठराव करून भिकू शेणव्यास आप्पासाहेबांकडे पाठवून त्यांचें वसईच्या विजयाबद्दल अभिनंदन केलें. त्यानें त्यावेळीं देशी दरबाराच्या पद्धतीप्रमाणें मखमल व कापड असा आप्पासाहेबांस नजराणा दिला. नंतर मुंबईकरांनीं कॅप्टन इंचबर्ड याला आप्पासाहेबांकडे रवाना केलें.*

इंचबर्डाला पुढीलप्रमाणें बोलणें करण्यास लेखी हुकूम होता.

"वसई जिंकल्यानंतर चिमाजी अप्पाने आपणांस फर्माविलें आहे कीं, तुम्हाला ताबडतोब बोलणें करण्याकरितां आमचेकडे पाठवून द्या. म्हणून तुम्हांस त्याकडे पाठविण्याचें ठरलें आहे. या भेटींत चिमाजीच्या

***टीप:**—पेशवे दप्तर भा. २२ नोंद १४० वरून इंचबेट म्हणजे इंचबर्ड वसईस २० जून पासून १३ जुलैपर्यंत, म्हणजे २३ दिवस होता असें दिसतें. "इंग्रज इंचबेट दिम्मत इंग्रज मुंबईहून आला त्यास खर्च इस्तकबील छ. २४ रबिलावल तागाईत छ. १७ रबिलाखर पावेतों."

पुढील धोरणाचा कयास तुम्हाला घेतां येईल. तिकडे गेल्यावर पुढील मुद्द्याप्रमाणें बोलणें करा. मराठ्यांना आमच्याशीं स्नेहभाव वाढवावयाचा असेल तर आमची मनःपूर्वक तयारी आहे. आमच्या बेटांतून तुमच्यावर हल्ला होणार नाहीं अशी आम्ही हमी घेतो म्हणून तुम्ही (मराठ्यांनीं) खाड्यांच्या उतारांवर बुरुज किंवा ठाणीं बांधू नयेत. तशीं तुम्ही बांधाल तर तुमच्या दोस्तीविषयीं आम्हाला संशय उत्पन्न होईल. आम्हा मुंबईकरांचा मुख्य उद्योग व्यापारवृद्धि हा आहे. म्हणून तुम्ही आमच्या गलबतांना जकातीच्या सवलती द्या. जबर जकातीपेक्षां, अशा रीतीनें सवलती दिलेल्या व्यापारामुळें-तुमचे उत्पन्न जास्त वाढेल.

आम्ही आमच्या संरक्षणापुरतेंच आरमार आणि सैन्य बाळगलें आहे. आम्ही मराठ्यांच्या गलबतांच्या वाटेस जाणार नाहीं. पण मानाजी आंग्रे माहीमच्या खाडींतून शिरून आम्हांस कदाचित् त्रास देईल. तर माहीमच्या खाडीतून व्यापारी गलबतां खेरीज दुसरें गलबत फिरू देऊं नये. मराठी मुलखांतून आमच्या बेटांत पळन आलेल्या लोकांना परत जाण्याची परवानगी देण्यात येईल. आम्ही शाहूकडे पत्र पाठवून स्नेहाची याचना केली आहे. त्या पत्राची नक्कल तुम्हांस देऊं. कर्जाऊ पैका मागाल तरी मिळणार नाहीं. पूर्वीं शिद्द्याला तसा दिला असला तरी आतां तसें न करण्याबद्दल कंपनीला तिच्या वरिष्ठांचा सक्त हुकूम आहे. चिमाजी अप्पा खंडणी मागूं लागला तर त्याला सांगा की भोवती चाललेल्या धामधुमींमुळें आमची फार वाईट स्थिति झाली आहे. आम्हासच जीवधारण करतांना यातायात पडत आहे. तुमच्या बंदीच्या हुकमामुळें शेजारच्या मुलखांतून आम्हांकडे धान्य येत नाहीं. तें लांबून आणावें लागतें. करितां कृपा करून या गोष्टी लक्षांत घेऊन खंडणी मागूं नका. आपण शिद्द्यांना व पोर्तुगीजांना मदत केली असा आरोप मराठे करतील तर त्याला तुम्ही असें उत्तर द्या कीं, त्यावेळीं पोर्तुगीज किंवा शिद्दी यांपैकीं कोणी ठार बुडण्यानें आम्हांस इजा पोचेल असें संकट वाटत होतें म्हणून केली. पण पुढें तुमचा जसजसा अनुभव आला तसतसा तुम्ही आमचे स्नेही आहात असा विश्वास आला.

म्हणून नंतर आम्हीही तटस्थच राहिलों नव्हतो कां ? मानाजी संभाजी आणि शिद्दी यांच्या पाडावाकरितां मराठे मदत मागतील तर त्याला तुम्ही पुढीलप्रमाणें उत्तर द्या. तूर्त मानाजीशी आमचा सलोखा असल्यामुळें तसें करणें बरें नाहीं. शिद्दी हे मोंगलांचे ताबेदार व मोंगलांच्या कृपेमुळेंच आम्हांस ठिकठिकाणीं सवलती मिळून वखारी घालतां आल्या. तेव्हां त्याच्या वाटेस कसें जावें ? पण संभाजी मात्र आमचा शत्रू आहे आणि त्याचा समाचार आम्ही आमच्या परी घेतच आहोत."

इंचबर्ड वसईस पोंचल्यावर प्रथम त्याची अप्पासाहेब व त्याचे कारभारी यांशी औपचारिक मुलाखत झाली. आप्पासाहेबांस बरें वाटत नसल्यामुळें तहाच्या कलमांची उरसफोड नको म्हणून त्यांनी तें काम आपल्या कारभाऱ्यांवर सोपविलें. मग इंचबेट व कारभारी खलबतास गेले. प्रथम कांहीं बोलणें झाल्यावर कारभाऱ्यांनी विचारलें कीं, उंदेरीस तुमची किती फाज आहे. व ती तेथें कशाकरता ठेविली आहे ? या प्रश्नाच्या रोखावरून इंचबर्डनें तर्क केला कीं, वहुधा यापुढें मराठे पैक्याचे बोलणें काढतील. इंग्रजांना पैका द्यावयाचा नव्हता. म्हणून इंचबर्डनें पैक्याचा प्रश्न मुळातच निकालात काढावा म्हणून उत्तर केलें कीं, या उंदेरी प्रकरणांतच आमच्या माजी प्रेसिडेंटाला कंपनी सरकारनें शिक्षा केली. त्यानें कंपनीचा पैसा शिद्द्यांना कर्जाऊ दिला होता. आणि त्यामुळेच कंपनीने असा सक्त नियम केला कीं, पुढें कोणाही गव्हर्नराला स्वतःच्या अखत्यारांत केव्हाही कोणासही पैका देता येऊ नये." हीं बोलणीं झाली त्याच्या आदल्या दिवशीं खंडोजी माणकर इंचबर्डकडे जाऊन या प्रश्नाचा घोळ घालीत बसला होता. त्यावेळीं ही पैक्याची मागणी त्यानें इतक्या निकराने केली होती कीं, अखेर इंचबर्डानें त्याला सांगितलें कीं, आतां तुम्हास एकदाच अखेरचें सांगतो कीं, कंपनी एक वेळ मुंबई बेटही समुद्रांत बुडवायला तयार होईल. पण ही तुमची मागणी मान्य होणार नाहीं. असो. इंचबर्डचा पैक्याच्या बाबतींत इतका दुराग्रह दिसल्यावर मग मराठ्यांनीं दुसरे मुद्दे पुढे काढले. सलोखा राखण्याचा मुद्दा निघाल्यावर कारभारी म्हणाले, तुम्ही आतां सलोखा करूं म्हणता; पण तुमची आतापर्यंतची करणी शत्रूला शोभ-

ण्यासारखीच आहे. शामलाच्या मोहिमेंत तुम्ही शिद्द्याला सर्व तऱ्हेनें कुमक केलीत व त्यामुळें आमचा लाखों पैका पाण्यांत गेल्यासारखा झाला. त्यावर इंचबर्डनें उत्तर केलें कीं, आम्ही बाजीरावसाहेबांचेंच अनुकरण केलें. शिद्द्याच्या खुनी नोकरांनी धन्याला गुंडाळून ठेवण्याचा उपक्रम केला म्हणून आम्ही त्यांत पडलो. बाजीराव पेशव्यानेच अब्दुल रहिमान याला आश्रय देऊन हाताशीं घेतलें नसतें, तर एकट्या आमच्या गव्हर्नराला अबदूल रहिमानाची स्थापना करता आली असती का? या उत्तरावर कारभारी पुन्हा म्हणाले, शिद्द्याचें सोडा*

---

*टीप—मर्तिनाचे पत्र २८ तारखेचे मुंबईकरांस (न्यू स्टाईलचे) "तुम्ही, सोळा तारखेस शुक्रवारी मराठे वसईच्या कसब्यावर जोराचा हल्ला करणार ही बातमी कळविली. याबद्दल आभारी आहे. तुमची बातमी खरी आहे असें दुसरीकडून आलेल्या बातम्यांवरूनहि सिद्ध झालें. आम्ही कितीहि आगीचा मार केला तरी चर खणून सुरुंगाचा मराठ्यांचा प्रयत्न थांबत नाहीं. ते तटाच्या पायाशी भिडले आहेत.

आमच्या इंजिनियरांच्या मतें रेतीची जमीन असल्यामुळें हातगोळे टाकून त्यांचे सुरुंग उधळता येतील. तथापि अशावेळीं तुमचाहि सल्ला घेतलेला बरा. करतां तुम्ही इंजिनियरांचा सल्ला घेऊन त्यांच्या सुरुंगास टाळे कसे पाडावे आणि त्यांचे चर कसे उध्वस्त करावे हें आम्हांस कळवा. सुरुंग खोल लागले नाहींत तरी त्याने तटाला धक्का बसेलच. आम्हांस हातगोळे व दारु पाठवा. गेले बारा दिवस अहोरात्र मारा केल्यामुळें आमची दारुगोळी फार संकटांत आली आहे."

कायतानो डिसोझाचे पत्र १ मार्चचे (न्यू स्टाईल) "जॉन झेवीअर पिंटो हा कसब्याचा अधिकारी गोळीनें मेल्यानें त्याच्या जागी माझी नेमणूक झाली आहे. मराठ्यांचे सुरुंग तटाशी येऊन भिडले. त्यांचे धमधमे तटासमीप आहेत, त्यांवर तोफा चढवून मराठे दगड मारीत आहेत. तुम्ही यावेळीं मदत न कराल तर आम्ही बुडतो. कसेंहि करून ५०० पिपे दारु व पांच हजार गोळे पाठवा."

पण तुम्ही या युद्धांत फिरंग्यांनाही मदत कलात त्याची वाट काय? परवा अगदीं शेवटच्या घटकेस तुम्ही वसईला जी मदत केलीत त्या पायी आमची अतोनात नुकसानी झाली. यावर इंचबर्ड काय बोलणार? तो म्हणाला; मदत दिली हें खरें आहे. तें माझ्यानें नाकबूल करवत नाहीं. पण शेजारधर्माप्रमाणें तशी मदत करणें आम्हांस भागच नव्हतें काय? पण त्याबरोबर आता हेंही लक्षांत ठेवा कीं; सुदैवानें तुम्ही आमचे शेजारी झाला आहात; तेव्हां आतां तशीच मदत तुम्हासही करूं. यानंतर कारभारी म्हणाले, आम्ही आतां दमण आणि चौलसुद्धां फिरंग्यापासून हिसकावून घेणार आहों. भारी आरमार सजवून साऱ्या शत्रूंची शास्ती केल्याशिवाय आम्ही रहात नाहीं. या कार्याकरता आम्हास लष्करी व आरमारी उपयोगाचें जें जें सामान लागेल तें तें योग्य किंमत घेऊन तुम्ही पुरविलें पाहिजे. नंतर आपली नवी मैत्री कायम टिकविणें असेल तर सुलूखाचा तह करा अशी

[मागील पानावरून पुढें चालू.]

कंपनीने आपला इंजिनीवर जॉन ब्राऊन आणि गोलंदाज जोसेफ स्मिथ यांचा विचार घेतला. त्यांनीं असें सांगितलें कीं, जरी आम्हांस वसईच्या किल्ल्याचा नकाशा पहाण्यास मिळलेला नाहीं किंवा समक्षहि आम्ही वसई पाहिलेली नाहीं तरी दिलेल्या वर्णनावरून असें सांगतों कीं सुरुंग खोल जाणे शक्य नसल्यामुळें त्यांवर गोळे टाकावे किंवा किल्यांबाहेर पडून ते उधळावेत. फिरंग्यांना दोनशे दारूची पिपें आणि निरनिराळ्या वजनाचे चार हजार गोळे पाठविण्याचे ठरल.

१७ एप्रिल १७३९ रोजच्या मुंबईकरांच्या बैठकींत असें ठरलें "पावसाळा लागेपर्यंत थोडे दिवस उरले आहेत. तेवढ्या पुरती मदत पोर्तुगीजांना आपण करावी. पावळ्यांत मराठ्यांचे हल्ले थांबून पोर्तुगीज कांहींतरी तरतूद करूं शकतील. कदाचित् नादीरशहाच्या स्वारीमुळें मराठ्यांना वसईहून उठावें लागेल किंवा वसईचा वेढा उठविण्याबद्दल गोव्याहून शाहूकडे वकील पाठविण्यांत येतील. करितां कंपनीने नव्हे तरी पण व्यक्तिशः सभासदांनीं स्वतःच्या जबाबदारीवर पंधरा हजार रुपये कर्जाऊ द्यावेंत असें ठरलें.

कारभाऱ्यांनीं बोली लाविली. वास्तविक इंचबर्डला तहाची कलमें वाटा-घाटण्याचा अधिकार कंपनीकडून देण्यांत आलेला नव्हता; तरीही त्यानें आपल्या जबाबदारीवर कारभाऱ्यास सांगितलें कीं, तहास आमची केव्हा-ही तयारी आहे. तुमचे मुद्दे सांगा मी ते प्रेसिडेंटाकडे मंजुरीकरतां पाठ-वून देईन. ते कारभाऱ्यास कबूल होऊन त्यांनीं कलमें सांगावयास सुरुवात केली. पहिलें कलम असें कीं; मराठ्यांचें दस्तक असल्याखेरीज व्यापारी गलबतें चालू नयेत. यावर इंचबर्डने खूप भांडून कंपनीच्या किंवा तिच्या छत्राखालच्या सावकारी गलबतांना तेवढी परवानगी असावी असें कबूल करून घेतलें. पण तें कबूल करताना कारभारी म्हणाले लक्षांत ठेवा, सुरत ही मोठीच व्यापारपेठ आहे. तेथले व्यापारी कंपनीचें दस्तक घेऊन व निशाण लावून कौलावण न देता जाण्याचा संभव आहे. पण असें एकही उदाहरण सांपडल्यास तुम्ही तह मोडलात असें आम्ही समजू. आरमारी व लष्करी सामान आणि दारुगोळा पुरविण्या-संबंधीं कलम निघाले तेव्हां इंचबर्ड म्हणाला, आम्ही तो जिन्नस तुम्हास विकणार नाहीं. आमच्या बंदरात येणारा इतर माल जसा सर्वजण विकत घेतात तसा हाही तुम्हीं घ्या. यावर कारभारी खोचून म्हणाले, "मग फिरंग्यांना तेवढा तुम्ही दारूगोळा कसा पुरविलात ?" इंचबर्ड म्हणाला, आमची गरज भागवून शिल्लक राहील तो लढवाई जिन्नस आम्ही इतरांप्रमाणें तुम्हासही विकू. पण तसें कलम तहांत घातल्यान उद्या तुम्ही मुंबईच्या किल्ल्यावरच्या आमच्या तोफाहि मागाल ! मग कारभाऱ्यांनीं तिसरें एक कलम असें सांगितलें कीं, पेशव्याच्या सावकारी व लढवाई गलबतांनाहि माही-मच्या खाडींतून वावरण्यास मोकळीक असावी. पण तशी मोकळीक आम्ही फक्त व्यापारी गलबताना देऊ असें इंचबर्ड म्हणाला. चौथें कलम साष्टी वसईतले लोक मुंबईत पळून गेले असतील त्यांना मुका-ट्यानें जिकडचे तिकडे परत जाऊ द्यावें असे होते. हें कलम इंचबर्डने मान्य केलें.

इतकें बोलणें झाल्यावर कारभाऱ्यांनीं इंचबर्डला सांगितलें कीं, तुम्ही तुमचा कारकून पाठवून हीं आमचीं तहाचीं कलमें उतरून घ्या व कंपनीकडे पाठवा आणि तह करण्याची अखत्यारी मागवा. नंतर इतरहि

कांहीं व्यापार व दळणवळणासंबंधीं अटी त्याच तहात घालाव्या असें इंबर्डने कारभाऱ्यास सुचाविलें. तें त्याना पटलें म्हणून त्यानीं पुन्हा इंचबर्डास चिमाजी आप्पाकडे नेलें. चिमाजी आप्पाशी इंचबर्डचें जें बोलणें झाले तें असें-" यापुढें आपण दोघांनी एकाचा शत्रू तोच दुसऱ्याचा असें मानलें पाहिजे असे आप्पासाहेब म्हणाले तेव्हां इंचबर्ड म्हणाला, आम्ही मध्यस्थासारखे राहूं. तुमचे कोणाशी भांडण लागल्यास फक्त मध्यस्ती करूं. तुमचा शत्रू तोच आमचा असें निघाल्यास मात्र तुम्ही आम्ही एक विचारानें वागूं.

इंचबर्डाने आपला कारकून ठरल्याप्रमाणें त्यांच्या अटी उतरून घेण्याकरितां पाठविला. त्याबरोबर त्यानें स्वताचींही टिपणें त्यांकडे माहिती करता पाठविलीं व मला बोलावल्यास मी येईन असेंहि कळविले. पण आप्पासाहेबांनीं इंचबर्डाच्या अटींप्रमाणें कांहींच न करता स्वतः-चींच दुसरीं नऊ कलमें प्रेसिडेंटाकडे पाठविलीं व कळविलें कीं " हीं कलमें प्रेसिडेंटाकडे पाठवा आणि तुमचा तह करण्याचा अधिकार कबूल करून मागवा. मग त्याचें उत्तर येईल तसें पाहूं." २७ तारखेला इंचबर्डानें पुन्हा त्या नऊ कलमांसंबंधीं बोलणें करण्याचा घाट घातला पण आप्पासाहेब ऐकेनात. नऊ कलमांपैकीं दोन कलमें अशीं होती.

एक पेशव्यांच्या संमतीशिवाय इंग्रजांनीं शाहूशी परस्पर बोलणें करता कामा नये. व दुसरें " मराठ्यांच्या किनाऱ्यास वादळामुळें फुटलेलीं जीं गलबतें लागतील तीं मराठ्यांच्या मालकीचीं होतील.

इंचबर्डानें कंपनीस लिहून कळविलें कीं मराठे वसईप्रमाणेंच चौल व दमण जिंकण्याच्या योजना करीत आहेत. त्या ' आजची फिरंग्यांची स्थिती पाहता, मराठे खऱ्या करून दाखविल्याशिवाय राहणार नाहींत. आणि त्याप्रमाणें करून ते प्रबळ झाल्यास पुढे आजच्यापेक्षाही फार कडक अटी ते आम्हावर लादतील. करता आत्ताच तह उरकून घेणें चांगलें. मात्र एक गोष्ट मुद्दाम सुचवितो ती ही कीं मुंबईची तटबंदी ताबडतोब बांधण्यास सुरवात करा! या मराठ्यांना आपल्या आरमारी सत्तेचें मोठेंच शल्य वाटत असल्यामुळें ते एखादे क्षुल्लक खुसपट काढूनहि आपणास नेस्तनाबूद करण्याचा प्रयत्न केल्याखेरीज खचित रहाणार नाहींत. । !

अखेर १२ जुलै रोजीं पुढील तहाचीं कलमेंवसई येथें मराठयांतर्फे अप्पासाहेब व इंग्रजांतर्फे इंचबर्ड यांमध्यें पक्की करार झालीं व २० जुलै रोजी मुंबई सरकारनें ती मान्य केली.

कलम १:—नेहमींप्रमाणें इंग्रज, कंपनीला, मुंबई बंदरांतील व्यापाऱ्यांना, लोकांना दस्तके देतील पण त्यांनी परमुलखांतील गलबतांना दस्तकें देतां कामा नयेत. अशा गलबतांनीं आम्हा मराठ्याचे दस्तक घेतले असेल तर त्यांना इंग्रजांनीं हरकत करू नये. जीं गलबतें मराठ्यांचें दस्तक घेणार नाहींत त्यांना आम्ही शिक्षा करूं. त्यांत इंग्रजांनीं ढवळाढवळ करूं नये. कदाचित् एखादवेळीं अचानक दोन तीन परमुलखी गलबतें इंग्रज कंपनीच्या संरक्षणाखालीं चाललेलीं दिसली तर बाजीरावाच्या आरमारानें त्यावेळीं गय करावी.

कलम २:—बाजीरावाचें दस्तक नसलेल्या कोणत्याही गलबतांवरून इंग्रजांनीं किंवा त्यांच्या रयतेनें माल मवेशी नेऊ नये. अशी गलबतें सांपडल्यास बाजीरावाचें आरमार तीं जप्त करील. मात्र मुंबईकर ती मालमवेशी आपली आहे असें सिद्ध करतील तर ती मालमत्ता त्यांना परत देण्यांत येईल.

कलम ३:—युद्धामुळें वसईपासून दमणापर्यंत परमुलखांतले जे जे लोक मुंबई बेटांत आसऱ्यास येऊन राहिले असतील, मग ते मजूर सुतार किंवा दुसऱ्या कोणत्याही जातीचे असोत, त्यांना आपापली मालमत्ता व गलबतें घेऊन स्वदेशास जाण्यास इंग्रजांनीं बिनशर्त परवानगी द्यावी.

कलम ४:—पेशव्यांची मच्छीमार गलबतें माल वगैरे घेऊन माहीम ते वेसावे किंवा वेसावे ते माहीम अशी जातील येतील त्यांबरोबर आपलीं दोन लढवाई गलबतें देऊन इंग्रजांनीं त्यांना संरक्षण द्यावें.

कलम ५:—इंग्रजांनी तोफा, बारुत, हातगोळे व तोफांचे गोळे या खेरीज सर्व तऱ्हेचा व्यापारी व इतर माल म्हणजे लोखंड शिसें सोरागंधक डामर वगैरे मराठ्यांना विकावा. मराठ्यांच्या मुलखांतील व्यापाऱ्यांना हा माल विकत घेण्यास मुंबईतील व्यापाऱ्यांनी कोणत्याही तऱ्हेचा अडथळा करता कामा नये. नेहमीपेक्षा त्यावर जादा

जकात मागू नये. तसेच पूर्वी ज्या पदार्थांवर जकात नव्हती अशा कोठल्याही पदार्थांवर जकात बसवूं नये. वरील प्रमाणेंच मराठे त्यांच्या मुलखांत इंग्रजांनाही सवलती देतील.

कलम ६:—माहीमच्या खाडींत पोर्तुगीजांपासून मुंबई ते माहीम जेवढा भाग इंग्रजांना मिळालेला आहे त्यावर इंग्रजांचीच सत्ता राहील. त्यानंतर त्याखेरीज जो मुलूख किंवा जी सत्ता इंग्रजांनी मिळविली असेल ती त्यांकडे यापुढें चालणार नाहीं. मुंबई ते माहीम खाडीतून कोणच्याही मच्छीमार व व्यापारी गलबतांना इंग्रजांनीं कोणच्याही तऱ्हेचा अडथळा करू नये. (फक्त मराठ्यांच्या लढाऊ आरमारी गलबतांना तेवढा अडथळा करावा.) पांच दहा हत्यारबंद शिपायाना मात्र वरील गलबतांवर अटकाव असू नये. मग ते बातमी आणण्याचे अथवा दुसरें कोठलेही काम करोत.

कलम ७:—इंग्रजांनी मराठ्यांच्या शत्रूला कसलीही मदत करू नये. मग तो इंग्रजांचा मित्रही असो. मराठे इंग्रजांच्या शत्रूस मदत करणार नाहींत. इंग्रज मराठ्यांना जो माल पुरवितात तो त्यांनीं इतरांसही पुरवावा. मात्र दारुगोळा इत्यादी लढाईचें सामान त्यांनी मराठ्यांच्या शत्रूस पुरवूं नये.

कलम ८:—परस्परांच्या मुलुखापैकीं कोणीही व्यापारी अगर नोकर असो; जर तो एका हद्दींतून दुसऱ्या हद्दीत पळून गेला तर त्या माणसाच्या सावकाराला मुंबई बेटांत किंवा मराठ्यांच्या मुलखात जाऊन पंचाईत करून पैसा उगवून घेण्याची मोकळीक आहे. तसेंच त्या देणेदाराला मग काहीही तोशीस लागू नये. त्याला वाटेल तिकडे रहाण्यास परवानगी असावी. मात्र एखादा गुलाम अशा रीतीनें दुसऱ्याच्या मुलखांत पळून गेलेला असेल तर त्या त्या सरकारने त्यास पकडून सक्तीने परत पाठविलें पाहिजे.

कलम ९:—लहान मोठें गलबत मग ते कंपनी सरकारचे असो अथवा पेशव्याचे असो ते वादळात सापडून किनाऱ्यास आश्रयार्थ आलें तर तो किनारा ज्या सरकारच्या ताब्यांत असेल त्या सरकारने त्या गलबताचें किंवा जहाजाचें शक्य तें साहित्य करावें. म्हणजे शिडें, डोलकाठी वगैरे दुरुस्त करण्यास मदत द्यावी. पण कंपनीची किंवा

तिच्या व्यापाऱ्यांची गलबतें फुटून ती मराठ्यांच्या किनाऱ्यास लागली तर त्या मालापैकीं निम्मा माल मूळ मालकाला दिला जाईल व बाकीचा निम्मा माल मराठ्यांच्या मालकीचा होईल. मराठ्यांच्या फुटणाऱ्या गलबतांना हाच नियम लागू समजावा.

कलम १०:—माहीमापाशी पुरलेल्या हद्ददर्शक डांबापासून बंदराच्या तोंडापर्यंत एक कोसपर्यंतच्या हद्दीत मराठ्यांनी कोणाही जहाजाला मग त्याजवळ मराठ्यांचे दस्तक नसले तरी अटकाव करू नये.

कलम ११:—परस्परांनी या भागांत फिरणाऱ्या एकमेकाच्या मच्छिमार किंवा इतर कोणत्याही गलबतांना त्रास देऊ नये.

कलम १२:—मराठ्यांच्या आरमाराला इंग्रजांनी त्रास देऊ नये. एखादे वेळीं पाणी घेण्याकरता किंवा इतर कांहीं कारणाकरता तें मुंबई बंदरास लागेल व तेथें कांहीं दिवस राहील तर इंग्रजांनी शक्य ती मदतच करावी. उलटपक्षी इंग्रजांचें आरमार मराठी बंदरास लागल्यास मराठ्यांनीही त्यांना मदत करावी.

कलम १३:—मराठ्यांची व्यापारी गलबतें नागोठणें पेण वगैरे खाड्यांतून जातील येतील त्यांना इंग्रजांनी उपसर्ग पोचवूं नये. पण मराठ्यांचें एखादें जहाज मुंबई बंदरात गेलें तर मात्र त्यांकडून इंग्रजांनी जकात घ्यावी. मात्र बंदराखेरीज खाडीत त्यांना बिलकूल कसलाच त्रास पोचता कामा नये.

कलम १४:—मुंबईकरांच्या व्यापारी गलबतांनी पेण नागोठणे या किंवा दुसऱ्या कोणत्याही ठिकाणीं माल विकत घ्यावा किंवा विकावा. मामुली जकात असेल ती द्यावी म्हणजे झाले. मराठे त्यांना त्रास देणार नाहींत.

तह उरकल्यानंतर वसईचा सर्व प्रकारचा बंदोबस्त करून कांहीं दिवसांनंतर आप्पासाहेब देशी जाण्यास निघाले व ३ सप्टेंबर रोजी भाद्रपद शु. १२ सोमवारी पुण्यास जाऊन पोचले. त्यावेळीं बाजीरावसाहेब त्यांना औंधापर्यंत सामोरे गेले होते ! बरोबर पुण्याचे देशमुख देशपांडेहि गेले होते. त्यांनीही आप्पासाहेबांस आहेर केले.

परिशिष्ट नं. १

चासकर जोशांची हकीकत.

चंदीच्या वेढ्याचे प्रसंगीं कृष्णरावाचे मुलगे नारो, महादाजी व गोविंद हे फार उपयोगी पडल्यामुळें मौजे खवली हा गांव राजारामानें त्यांस इनाम करून दिला. पुढें त्यांनीं त्या इनामाचा १०।२० वर्षे एकत्र उपभोग घेतल्यावर नारोकृष्ण मेला. त्याला मूलबाळ नव्हतें. गोविंदरावाला श्रीधर नांवाचा मुलगा होता. महादाजीपंताला दोन बायकापासून मुलें झाली ती अशी,–थोरली भवानीबाई. हिला बाळाजी व रामचंद्र आणि काशीताई. पुढें कांहीं दिवसांनीं शिवबाईला कृष्णराव झाला. पुढें गोविंदकृष्ण खानदेशांत रोजगारास गेला. महादजीपंताला काशीबाईखेरीजही आणखी दोन कन्या झाल्या होत्या. त्या त्यानें गोळे व मनोहर या घराण्यांत दिल्या. महादाजपंताचें कोल्हापूर दरबारीं फार वजन असून कान्होजी आंग्र्याशीही विशेष स्नेह होता. महादाजीपंतानें थोरला मुलगा बाळाजी याला कोल्हापुरास म्हणजे पन्हाळ्यास ताराबाईजवळ ठेविले. दुसरा मुलगा रामचंद्र महादेव प्रसिद्ध आहे. त्यानेंच मतबरखानाशीं झुंजोन कल्याण प्रांत जिंकला. महादाजीपंत पन्हाळ्यास मुलाजवळ असे. कांहीं दिवसानीं ताराबाईनें महादाजीपंत व बाळाजीपंत या बापलेकांत भांडण लावून दिले. म्हणून बाळाजीपंतास तेथेंच दरबारांत ठेवून महादाजीपंत कल्याणप्रांतीं कुडकलोंस येऊन वसई व मुंबईकरांशीं तारवाचा उदीम करूं लागले. पन्हाळ्यास असलेल्या बाळाजीनेंच ताराबाईच्या कारकीर्दीत रांगण्याच्या मुक्कामीं बाळाजी विश्वनाथ पेशव्यास प्रथम नोकरी लावून दिली. शिवाय शेंकडा पंचोत्र्या व्याजानें अडचणीच्या प्रसंगीं बाळाजी महादेवानें बाळाजी विश्वनाथास त्या सुमारास कांहीं कर्ज देऊनही नड भागविली होती. नंतर कांहीं दिवसांनीं बाळाजी विश्वनाथानें महादाजी कृष्णास बाजीरावाकारितां मुलीची मागणी केली. कमालीचा आग्रह केला. तेव्हांच महादाजीपंत कबूल झाला व लग्न झाले. त्या लग्नास महादाजीपंतानें २५ हजार व बाळाजी विश्वनाथानें ५ हजार रु. खर्च केले. यावरून त्यावेळीं बाळाजी विश्वनाथाची स्थिती सामान्यांतलीच होती असें दिसतें. पुढें कित्येका दिवशीं (पुष्कळ वर्षांनीं) बाळाजी विश्वनाथाला पेशवाईपद मिळालें. त्यावेळींसुद्धां महादाजी कृष्णाचेंच साहाय्य बाळाजीस झालें. आंग्र्यानें लोहगड, विसापूर, प्रबळ, कल्याणप्रांत जिंकून लोहगडावर बहिरोपंत पिंगळे पेशव्याला कैदेंत टाकिले होते. यावेळीं महादाजीपंताचा व आंग्र्यांचा अत्यंत स्नेह असल्यामुळें त्यानें कान्होजीचा व बाळाजी विश्वनाथाचा भाऊपणा करून दिला. म्हणूनच बाळाजी विश्वनाथाला अनुकूल

तह होऊन बहिरोपंतास सोडवून आणतां आले. कान्होजीचा व बाळाजी विश्वनाथाचा भाऊपणा वरकरणीं नव्हता. बाजिराव व चिमाजीअप्पा यांनीं कान्होजीस कान्होजी काका म्हणून कितीतरी लिहिलेलीं पत्रें आतां उपलब्ध आहेत. बाळाजी विश्वनाथाच्या कारकीर्दींत त्याची दिवाणगिरी महादाजीपंत व रामचंद्रपंत हेच पहात होते. खानदेश, बागलाण, जुन्नर, कल्याण हे सुभे त्यांच्याकडेच होते. १७२६ सालीं बाजिरावानें कर्नाटकची मोहीम केली. त्यांत कर्ज झालें. त्याची फेड करण्याकरितां प्रथम रामचंद्र महादेवानेच लाख दोनलाख रुपये दिले. मग मल्हार दादाजी बर्वे, बापूजी श्रीपत चित्राव, त्रिंवकराव पेठ्याचा बाप विसाजी कृष्ण पेठे यांचेकडून पैसा घेतला. मोरो बल्लाळ चासकर अभिमानानें लिहितो, " केवळ कन्या देऊन दौलत मिळविली नाहीं. " बाजीरावाच्या कारकीर्दीच्या सुरवातीसही महादाजीपंतच त्याचा कारभारी होता. पुढें शाहू महाराज नको नको म्हणत असतां महादाजीपंत काशीयात्रेस निघाला. "जातांना कल्याणाहून रामचंद्र महादेव येऊन कारभार करील. तो अति धीर गंभीर सर्व ओझें चालवील " असें सांगून गेले. महादाजीपंत काशीयात्रेस निघण्याच्या आधीं २।३ वर्षें त्याचा भाऊ गोविंद कृष्ण खानदेशांत रोजगारास गेला होता. तोही त्या सुमारासच मेला. असो.

सातान्याहून निरोप घेऊन महादाजीपंत निघाला तो लोहगडास आला. व तेथली घरची सर्व व्यवस्था लावून जलदीनें कडेमाणिकपुरास गेला. तेथें त्याची · दुसरी बायको शिऊबाई आपला मुलगा कृष्णराव याला घेऊन त्याला मिळाली. त्यांना तेथें मोगलानें अटक केली. तेव्हां खंड भरून सुटका करून घेऊन ते सारे काशीस गेले. पण तेथें ३० च दिवसांनीं महादाजीपंत मरण पावला. मग शिऊबाई कृष्णरावास घेऊन परत कल्याणास रामचंद्र महादेवाकडे आली.

रामचंद्रपंतानें महादाजीपंताच्या मृत्यूची हकीगत कळविल्यामुळें त्याचा थोरला मुलगा बाळाजपंत· क्रिया करण्याकरितां त्रिस्थळीस गेला. जातांना कल्याणास रामचंद्रपंतास भेटून गेला. रामचंद्रपंत त्यावेळीं फार आजारी पडला होता. " शरीर अशक्त, घडीचा भरवसा नाहीं " म्हणून त्यानें बाळाजीपंतास एक मुलगा दत्तक मागितला. पण एक फारच लहान व दुसऱ्यास कोल्हापूरकर निरोप देत नाहींत, असें त्यानें सांगितलें. बाळाजीपंतालाही दोन बायका होत्या. त्यांपैकीं थोरली बायको त्यानें कोल्हापुरासच मुलाजवळ ठेवली होती. निराश होऊन रामचंद्र महादेवानें भावांस आपली सारी दौलत समजावून दिली. पांच लाख शिऊबाईजवळ, २० लाख कल्याण प्रांतांत, शिवाय घोडी वगैरे अवांतर. बाळाजपंत काशयात्रेस गेल्यामागें रामचंद्र महादेव फारच आजारी झाला.

म्हणून बाळाजी त्रिस्थळीहून तांतडीनें परत आला. वाटेंत येत असतां औरंगाबाद येथें निजामाजवळ संभाजीराजा गेला होता त्याची भेट घेऊन कल्याणास जातो तों १५ दिवसांपूर्वींच रामचंद्रपंत मेला होता. मरणसमयीं कृष्णराव व शिऊबाई जवळ होते. वीस लक्ष कृष्णराव चासकरानें घेतले. व पांच शिऊबाईंनें आटोपले. रामचंद्र महादेवानंतर कल्याणचा सुभा अर्थातच कृष्णराव महादेवास झाला. पण कृष्णरावानें अमोरभोईचा किल्ला बांधल्यामुळें चिमाजी आप्पानें त्याचा सुभा काढून वासुदेव जोशी याच्या भावास सांगितला. व किल्ला खणून टाकला. मग अंबाजपंत व जिवबा चिटणीस यांना ५० हजार रुपये देऊं करून व मोठी थोरली नजर छत्रपतीस देण्याचें आमिष दाखवून सुभा परत मिळविण्याची त्यानें खटपट केली.

परिशिष्ट नं. २

(भा. इ. सं. मंडळाच्या दप्तरीं असलेलें एक अप्रसिद्ध पत्र)

श्री

पु॥ श्रीमंत राजश्री आपा

स्वामींचे सेवेसी

विनंति सेवेसी येसीजे राजश्री शाहाजी भाभकर यासी सारे राऊत सुधा घाटावर न्यावे येैसे स्वामीने केले असे. त्यावरून भाभकर व सारे राऊत तयार जाले आहेत. पत्राचा मार्ग लक्षीत राहिले असेत. त्यास गनिमाची दाटी जाली याकरितां हे राऊत, आपले अडलाचे लोक, याकरिता भले लोक सारे जमा करून येक जागा बसोन तजवीज केली कीं तुम्ही वरघाटी जाणार तर ही गोस्ट कामाची नाही. निमित्य कीं खावंद लांबीस (?) राहिले. तेथे राऊत आहेत ते आपले आडलाचे नाहींत तुम्ही सर्वांनीं राहावे व रहा. निघोन गेल्याने येकादा अपाये जाला तर बोल लागेल. तुम्ही सारेजण राहा. त्यावरून सर्वांही मान्य केले कीं आम्ही राहातो परंतु आमची बोलीचाली करून मुलालेकराची बेगमी करावी. आम्ही खावंदाचे काम टाकून जात नाही येैसी बोली त्याणी केली. त्यास मान्य केले की खावंदास लेहून तुमची बेगमी करून आणवितो येैसे करार करून राहविले असेत. त्यास (?) सारे रावतांची बोली जाली, सरकामावर अगर साष्टीमध्यें ठाणे यावर घोडे मेले तर घोडे ध्यावे येैसा कौल स्वामीचा असे त्याप्रमाणें स्वामी चालवितील अंतर होणार नाहीं. परंतु सूर्याजी काकड, मकुदराव बावर बोधमारी तीही पतकाची बोलीचाली जाली नाहीं. रोजमरा मात्र खाऊन आहेत. चाकरी म्हणावी तैसी केली आण पुढेंही करतील हा भरवसा आहे. याजकरितां राहाविले असेत. तर स्वामीनें कृपालू होऊन सदरहूची बोलीची करारी करून

सर्वांचे घरची मुलालेकराची बेगमी करून पाठवावी म्हणजे हे लोक चाकरीस चुकणार नाही व काही ताडपत्र्या व तिवटे येसी पाठवावी. सारे राऊत भले लोक आहेत. यासी समाधानपत्रे वस्त्रे व घरचे बेगमी येसी करून पाठवणार स्वामी समर्थ आहेत. रा शाहाजी भाभकर मात्र स्वामी नेणार असिले तर त्याचे उपपत (?) असेल तितके खातील. भाभकराची व रावताचीही चितशुध, सामान्यच आहे. स्वामी म्हणतील की नवे राऊत पाठविले तर हेच राऊत माहिमास होते. परिणाम जाला तो कळलाच असेल! याकरिता हे राऊत माहेत जाले आहेत सर्व प्रकारे याचे उर्जित करून हे लोक राहात ते करणार स्वामी समर्थ आहेत सेवेसी श्रुत आहे हे विज्ञप्ति

('हे विज्ञप्ति' या अक्षरावरून पत्र खंडोजी माणकराचे असावेसे वाटते)

परिशिष्ट नं. ३

दुर्जनसिंगासंबंधीं माहिती

१ पेशवे रोजनिशी भा. १ पृ. ९६ ले. २०१. अरबासलासीन ९ जमादिलावल. (ता. ७।१०।१७३३) शाहूचें दुर्जनसिंगास आश्वासनपर पत्र कीं तुमच्या स्थळास तुमची स्थापना करावी म्हणून लिहिले तें कळलें. तुम्ही पंतप्रधान हुजुर दर्शनास येतील त्यांच्याबरोबर यावे. तुमच्या चित्तानुरूप होणें ते होईल.

२ पेशवे रोजनिशी समान सलासील २७ सावान (९।१२।१७३७). खर्च रुपये १०० दुर्जनसिंग मांडवीकर रोजमरा पैकीं सिलेदार.

३ पेशवा डायरी भा. २२. ले. ३९६ (ता. ७।५।१७३९). वसईमोहिमेंत दुर्जनसिंग राजा मांडवीकर याचा जसोजी कारभारी होता तो पडिला.

४. पेशवा डायरी. अरबैन ३० रबिलाखर रवासुदगी. परभारें. दुर्जनसिंग सिलेदार खासगत गल्ला दाणा व कापड हरजिन्नस सुरत व हरयेक जागाहून वादलापारडीस आणतील त्यास दस्तक.

५ पेशवा डायरी. सीतसलासीन ८ साबान ६० रु. दुर्जनसिंग मांडवीकर रोजमरा येकमहा.

परिशिष्ट नं. ४

पिलाजी जाधव

इतर सर्व सरदाराप्रमाणें पिलाजी जाधवरावानाहि मोहिमेंत सीमेपरती मेहनत पडली होती. वसईस जे पाच मोर्चे होते त्यातल्या खास हुजरातीच्या मोर्च्याचे काम पिलाजी जाधवरावांकडे होते. आणि त्या उतारवयातहि त्यानी मेहनत फार केली; इतकी कीं शेवटीं ज्वर येऊ लागून दुखणें लागले आणि बंदुकीच्या व तोफांच्या

धुराने डोळ्यास आजार उत्पन्न झाला. तरीहि ते वसई फत्ते होईपर्यंत तसेच लष्करांत राहिले होते. वसई फत्ते होतांच मात्र त्यांनीं ताबडतोब आप्पांचा निरोप घेतला व ते १३।५।१७३९ (१५ सफर) रोजीं आपल्या गांवी वाघोलीस दाखल झाले. नंतर १६।५।३९ रोजीं आप्पांना लिहिलेल्या पत्रात ते लिहितात " आपली आज्ञा घेऊन स्वार जालियानंतर वरघाटें आलियानें देशचा वारा लागून समाधान वाटेल म्हटलें. परंतु तोफेच्या व गरनाळ्यांच्या धुरानें नेत्रांस व घशास किंचित् अपाय जाला आहे. त्याचा उपाय करतों " दुसऱ्या त्याच तारखेच्या पत्रात ते लिहितात " शरीरीं कांहीं समाधान आहे " त्याच पत्रात वसईतल्या दोन घाटा पिलाजीस देण्याचे आपांनीं कबूल केले होते त्या त्यांनीं मागितल्या आहेत.

पिलाजी जाधवराव वाघोलीकडे निघून गेल्यावर १३ सफर रोजीं संध्याकाळीं पोर्तुगीज लोक वसईतून बाहेर पडून बंदरातलि जहाजात बसून निघून गेले. व चिमाजी आपानी किल्यात लोक पाठऊन बंदोबस्त केला. नंतर त्यासंबंधी जाधवरावास असे लिहिले कीं " किल्यात नेहमी हजार दीडहजार माणूस ठेवणे ते ठेऊन तुमच्या चित्तास येई ऐसा बंदोबस्त करतो " यावरून पिलाजीस आप्पा किती मानीत तें दिसतें.

६ सफर रोजी पोर्तुगीजानी ६ दिवसाचा वायदा मागितला तहाच्या कलमांची वाटाघाट फिरंगयाचा मनुष्य येऊन सुरू झाली होती. त्याचवेळीं जाधवराव वाघोलीस निघाले होते. त्यांच्या मनांत वसईस पकडलेले कैदी सोडावयाचे होते. त्यांचे म्हणणे असे होते कीं, " मुख्य कैदी म्हणजे तारापूरच्या बायका, चिंचणीकर फिरंगी व माहीमचे लोक. व बाकीचे किरिस्ताव व पाद्री. यापैकीं किरिस्ताव वगैरे सोडून द्यावे कारण ते सोडल्यावर येथेंच राहणार. फक्त पाद्री मात्र सोडूं नयेत. त्याना सांगावें कीं आमचे लोक जे गोव्यास नेऊन कैदेत घातले आहेत ते सोडावेत. ते सोडलेत तर पाद्र्याना सोडू " त्यास पादरी त्याचे गुरू आवश्यक आहेत. तो विचार चित्तात आणून सोडले तर तो सोडोत नाहींतर मरतील ! " शिवाय पिलाजीचे दुसरे म्हणणे असे होते कीं हे इतके गैर महत्त्वाचे कैदी ठेवल्याने ' खर्चास मात्र कारण आहेत.' पिलाजीना कैदी सोडून देण्याबद्दल फारच आतुरता होती कारण या करतां वसईस राधाबाई पेशवी चिमाजी आप्पांच्या बरोबर होती तिलाहि आप्पास गळ घालण्याबद्दल त्यानी लिहिले. " या गरीबांचे मुक्ततेने ईश्वर यशाची वृद्धिच करील. ये विशी लक्ष वेल भीड वेचून मुक्तता करविली पाहिजे. "

" ईश्वरे रा. आप्पाची फत्ते केली येणेकरून सुरत आदिकरून सर्व जागे पादाक्रांत आहेत " असा पिलाजी जाधवरावाना विश्वास वाटत होता.

परिशिष्ट नं. ५

विभूतराव सतकर

व्यंकटराव नारायणाचें आप्पास पत्रः—

पैवस्ती १४ जिल्हेजचें:–विभूतराव सतकर स्वामीपाशीं स्वामीयांसी गतवर्षांपासून निष्ठा धरून सेवा करितात. त्याचा मूल गमाजी सतकर आपण ठाणे साष्टीत गतवर्षी ठेविला. त्यास त्याच्या चाकराने जीव दिल्हा हे निमित्त त्यावरी ठेऊन त्यांची घोडी पागेस रा. खंडोजी माणकर यांणी लाविली होती. त्यास जमानकतबा होऊन सोडून दिली. अशास जमानकतबा राहिला आहे. त्यास हे उभयेता येक निष्ठेने सेवा करितात. तरी यावरी कृपा करून माणकरास आज्ञा करावी आणि कतबा सोडून देवावा. व पुढेहि सेवा उभयेता करीतच आहेत. यांचे उर्जित करणार स्वामी समर्थ आहेत.

परिशिष्ट नं. ६

वाघोजीराव खानविलकर

हा माहिमच्या मोर्चांत १७३७ डिसेंबरांत ठार पडला. पे. द. भा. १७ प. ७५ मध्यें त्याच्यासंबंधीं पूर्वीची कांहीं माहिती कळते. याच्या शिपाईगिरीची माहिती पेशव्यांना असल्यामुळें त्यांनीं पिलाजी जाधवास लिहिलें कीं वाघोजीराव कार्याचा माणूस आहे. त्यास समजुतीच्या चार गोष्टी सांगून आमच्याकडे पाठवून द्या. त्यावर पिलाजीनें असें लिहिलें "बरा नांवाचा कर्ता शिपाई माणूस आहे. आपणांजवळ असावा असा आमचाहि हेतु होता. परंतु सध्यां ते फत्तेसिंग भोसल्याचे चाकरीस आहेत व त्याचा भाऊ रामाजीराव खानविलकर, त्रिंबकराव सोमवंशी सरलष्कर याच्या चाकरींत आहे. वाघोजीरावानें तुमच्याकडे माणूस पाठवून चौकशी केली त्यावरून तुम्ही मला लिहिले असेल. त्यास माणसास दंडक लागला आहे कीं एक जागा चाकरी करावी आणि दहा जागा शोध करावा."

परिशिष्ट नं ७

खंडोजी माणकराची हकीकत

(भा. इ. मंडळाच्या दप्तरांतील अप्रसिद्ध वाक्यावरून)

"शिद्याच्या जंजिऱ्याखेरीज व कांसाखेरीज वरकड किल्ले घेतले त्याचा सर्व अधिकार बाजीरावाने खंडोजी माणकर यास दिला. त्यापासून भोसले राजे यांजकडून पंत प्रधान यांचे निसबतीनें प्रांत मजकुरास आलाहिदा सुभेदार

होत आले. इ॥ सन आरबा सलासीन मया व अलफ शके १६५५ प्रमाथी-नाम संवत्सरे त्या सालापासून सुभेदार होत आले. त्यांच्या सुभ्यांत मामले तळें परगणे घोसाळें तपे निजामपूर तपे गोरेगांव आणि अर्धा तपे गोवेले एकूण ४॥ महाल असत. सदरहू मामलतीच्या अंमलाखालीं किल्ले तळागड घोसाळगड, मानगड व विश्रामगड असे चार किल्लेही असत. आरबा सलासीन साली छत्रपतींकडे मुलुख गेला तेव्हां तळागडास व मामले मजकुरी जंजीरकरांचे हवालदार होते ते अर्थातच कमी होऊन बाजीरावाने राजपूरचे मुक्कामीं आपले नवे हवालदार नेमले. त्यांपैकीं किल्ले तळागडास धावजी कारल्या व तळे येथील महालावर महादाजी सोनदेव नेमले. व सर्व किल्ल्यांचा व महालांच्या सुभ्याचा अधिकार खंडोजी माणकरांस देऊन त्याला तळगडास ठेविले व कृष्णाजी महादेव मेहेंदळे याला मुजुमदार म्हणून नेमून दिला. त्यानंतर सन खमसैना पासोन नारो त्रिंबक सोमण मुजुमदार झाला. त्याने मक्ताही कबूल केला असल्यामुळें सर्व सुभ्याचा कारभार तो करी.

प्रथम खंडोजी माणकर नामजाद म्हणून होता. पुढें सुभेदार झाला. इहिद्दे खमसेनपर्यंत म्हणजे १७ वर्षेपर्यंत त्याच्याकडे सुभेदारी चालली.

शके १५७३ प्रजापती संवत्सर इसन्ने खमसेन मया व अलफ मध्यें खंडोजीने आपला मुलगा भवानजी माणकर याच्या नांवें सुभेदारी करून घेतली. सुभ्याचा कारभार नारो त्रिंबक सोमण व भवानजी माणकराचा चुलता सुभानजी माणकर करीत. खंडोजी माणकराचा सुभा होता तेव्हांही सुभानजी माणकर कारभार करीतच असे. भवानजीची सुभेदारी किंवा मामलत दोन वर्षेपर्यंत म्हणजे सलास खमसेनपर्यंत चालली. त्याच्या सुभेदारीच्या कारकीर्दींतच रामाजी महादेव पेशव्याकडून जंजिऱ्याच्या वेढ्यास आला होता. शके १६८० वैशाख शु॥ ११ समान खमसेन २४ महिने वेढा बसला होता. पानपतच्या अरिष्टामुळें शके १६८२ विक्रम संवत्सर फाल्गुन व॥ ४ इहिद्दे सित्तैन रोजी तो वेढा उठून निघून गेला.

परिशिष्ट नं. ८

अणजुरकर मंडळीविषयीं माहिती

गंगाजी नाईक अणजूरकरः—निंबाजी नाईकाच्या धाकट्या बायकोच्या पांच मुलांपैकीं ज्येष्ठ. फार कर्तबगार. यानेच निंबनायकाप्रमाणें आपलीं वतनें सोडविण्याचा व हिंदू राज्य करविण्याचा दृढ निश्चय केला. त्यानें आपल्या चारी भावांची संमती घेऊन आपल्या निश्चयाला देवाचा आश्रय असावा म्हणून मोरेश्वरास प्रमाण केलें. त्यानें मोरेश्वरास एकवीस दिवस निराहार उपोषण केलें.

देवाने स्वप्नांत दृष्टांत दिला. मग गंगाजी चिंचवडास गेला. तेथे मोरया गोसाव्याचा नातू नारायणदेव यानें आपल्या मुलाकडून म्हणजे चिंतामण देवाकडून अनुग्रह दिला. एक गणपतीची मूर्ती पूजेस दिली व त्यास सोबत देऊन अणजुरास पोचविलें. १७२२ सालीं गंगाजी आपल्या भावासहवर्तमान सातार्‍यास बाजीराव व चिमाजी अप्पांना जाऊन भेटला. गंगाजीने आपले मेव्हणे बेंडजी देसाई मालाडकर व नामाजी देसाई मालाडकर, मामा मायाजी राऊत कळवेकर, जावई नारायणजी सुतार बसईकर, व्याही लाडकोजी हैबतराव भाईदरकर इत्यादि आप्त स्वकीय ठाणे वसई प्रांतांचे पूर्वापार स्थायिक वतनदार माहीतगार लोक यांना मसलतीत घेऊन पेशव्यांकडून त्यांस गुप्त कौलपत्रें देवविलीं.

गंगाजी नाईकाने अंबरनाथ येथें आपल्या आईच्या स्मरणार्थ देकाळें नांवाचें तळें बांधलें. गंगाजी नाईक अखेर काशीस गेले व तेथेंच विरक्त स्थितीत वारले.

मुरारजी नाईक अणजुरकर--हा निंबनाईकाचा मुलगा व गंगाजी नाईकाचा धाकटा भाऊ. वसईच्या कारस्थानांत व मोहिमेंतलि लढायांत त्यानें अनेक ठिकाणीं जातीनें भाग घेतला. अखेर वसईवर झालेल्या शेवटच्या निकराच्या हल्ल्यांत तो ठार झाला. त्याच्या स्त्रीचे नांव येसूबाई ती मोठी साध्वी होती. पुढें दिलेल्या अणजुरकर घराण्यांतील एका अप्रसिद्ध पत्रांत मुरारजी नाईकाच्या मृत्यूनंतर येसूबाईने तीन वर्षेपर्यंत सूर्यदर्शन व दीपदर्शन घेतलें नाहीं अशी माहिति दिलेली आहे.

श्री

जबानी शिवजी नाईक अणजुरकर हकीकत लिहून दिल्ही ऐसीजे. फिरंगाणची मसलत केली ते समई श्रीमंतांच्या संदा घेतल्या. मसलतीमुळें साष्टी जाताच फते जाहाली. वसई तीन वर्षे भांडली तेथें मुरारजी नाईक कामास आले त्याजवर नव्या सनदा ध्यावयास पुन्यास गेले ते समई राजश्री शंकराजीपंत यासी पेसजी गुमस्तगीरी समधे सावी तक्षीम देऊन केली होती तेव्हां आपण पाच भाऊ होतो वर्तमान. हाली मुरारजी नाईक वारले तेव्हा चवघे राहिलो. तेव्हा पाचवे तक्षीमेस शंकराजीपंत जडतात याचा उपाय केला पाहिजे. दिवानात चाल याची आहे याचेसे कोन्ही बोलेल तो आमचे कोन्ही बोलणार नाहीं. उभयेता धणी होते ते कैलासवासी जाहाले आता आपले कोन्ही ऐकणार नाहीं. तेव्हा मुरारजी नाईक याचे तक्षमेस नारायेणजी नाईक याचे लेकाचे नाव लिहिले. जनार्दन नाईक बीन मुरारजी नाईक ऐसे गुमास्त्याचे तक्षीमे करीता लिहिले...मुरारजी नाईक वारल्यावर त्याची बायको येसूबाई तीन वर्षे

शोक केला. सूर्यदर्शन व दीपदर्शन घेतलें नाहीं आणि चवधे बंधू वर्तमान असतां येसूबाई हिने कधी बोलिलें नाहीं कीं जनार्दन नाईक माझा लेक. हाली बोलतो हीं सदरहू हकीकत भीकजी राो व बनकूबाई याचे गुजारतीनें लिहून दिल्ही आणि यास उभयतांस पुसीलें तरी याणी सांघितले की नाईकाही लिहीले आहे या प्रो आम्हास ठाऊक आहे. मिा माघ बा १३ शके १६९८ दुर्मुखनाम संवत्सुरे येणेप्रो हकीकत. १७७६.

मुरारजी नाईकाच्या मुलाचें नांव जनार्दन नाईक. पुढें नानासाहेब पेशव्यानें इसन्ने अर्बैन मया व अलफ २२ सवाल रोजी गंगाजी व त्याच्या चारी भावांना सर पाटिलकीचें ऊर्फ देश नाडगौडीपणाचे वतन करार करून दिले. त्यांत मुरारजी नाईकाच्याबद्दल जनार्दनजी नाईक बिन मुरारजी नाईक असा गंगाजी बुबाजी शिवजी व नारायणजी या नावाबरोबर उल्लेख केलेला सांपडतो.

शिवजी नाईक अणजूरकर यांचें बाळाजी बाजीरावांस पत्र

(गजानन गोविंद नाईक यांचे दप्तरांतून)

श्रीमंत राजश्री--पंत

स्वामीचे सेवेसी--

विनंति सेवक आज्ञाधारक सीवजी ना। अणजूरकर सरपाटील सेवेसी विज्ञापना ता। छ--शाबान पावेतो स्वामीचे कृपे अवलोकने सेवकाचे व प्रांत मजकुरचे वर्तमान येस्थास्थित असे बहुत दिवस जाले परंतु लेखण आज्ञा करवून सेवकाचा परामृश न केला राजश्री बुवाजी ना। यांसी कैलासवास जाला सेवकाचे समाधान पत्री करावें तेहि समर्थाहि न केलें . विशेष गनीमाची बातमी तरी वलंदेजाची दुफरगादे नव आले आहेत चार मुबैचे बाऱ्यावर आहेत. पांच माहा समुद्रात नाटी आहेत चार बाऱ्यावर आहेत. साजमध्यें सीपाई भांडायाचे सामान आहे. हजार दीढ हजार माणूस आहे आणीक च्यालीस गलबतें मागें येणार त्यांस पतीमारी रवाना केली आहे. मागोन फिरंगीहि येणार अैसी खबर मुबैस दाट आहे. कोन्ही कोन्हाजवळ बोलत नाहीं अंतस्ते गुलमुल असे फिरंगी दोघे मुबैस आहेत त्यास खर्चवेच गोव्याहून येतो. त्यांस मुंबैस फिरंगी आहेत त्याणी दोन गुरवा बांधिल्या त्याजपैकीं येक पाण्यात लोटली येक लोटावयाची आहे गोव्यास दोघे विजुरेल आहेत ते उंचे रक्ताचे आहेत. त्याजवर पातशाचा येखत्यार आहे. त्याणी केलें ते पातशास प्रमाण आहे. सारांश दिसोन येते कीं फिरंग्याचे व वलंदेजाचे येकत्र आहे जैसीयास दिसते अैसे असोन येथील अमलदार रा। रामाजीपंत हुजूर बोलाविले राजश्री रामाजीपंत यांचा नक्षा टोपीकरावर बरा आहे. मौजे मुर्धे येथील भांडणात व पाणबुरुजावर

फिरंगी आला होता ते समईहि हेच पुढें होऊन गनीम पराभवीला. साष्टीत उतरता सेवकाचे पाठीवर हेच धारीष्ट करून आले. म्हणून कार्येसिद्धि जाली नाहींतरी वसईसारीखे होते. मग उपाये न होता. परंतु स्वामींचे प्रतापे करून सर्व सिद्धिते पावले. हाली शंकट वोडवल आहे ऐसे सेवकास दिसोन येते याजकरितां स्वामींनीं रा। रामाजीपंतास सरजाम देऊन फौजेसुद्धां आज्ञा करणार स्वामी समर्थ आहेत. गनीम भाद्रपद आश्वीन या दोहा मासात येणार तरी येईल पुढें नये त्यास राऊताचे भये आहे अैसे वर्तमान तथें आहे स्वामींचा प्रताप भूमंडली भरून उरला आहे हा सेवकास भरवसा आहे. वरकड गनीमाची भाव खरींच असे सेवेसी श्रुत होये हे वीज्ञाप्ती.

२२-१०-१७४१ रोजीं गंगाजी अणजूरकरांस पालखी दिली त्याकरता वेतन करून दिल्हे.

२२-१०-१७३३ मुरारजी अणजूरकर याचे तीन शिपाई मुंबईस रवाना केले व त्यांना तीन रुपये दिले. यावरून यासालीं अणजूरकर मंडळी पेशव्यांच्य नोकरींत दिसतात.

२९-१०-१७३३ रोजीं मुरारजी अणजूरकराला दोन रुपये दिल्याचा उल्लेख बाजीरावांच्या रोजकीर्दींत आहे.

३०-८-१७३३ च्या नोंदीवरून बाजीरावानें 'बाळाजी' महादेव नांवाचा जो वकील संभाजी आंग्र्याकडे पाठविला त्याच्याबरोबर मुरारजी अणजूराचे लोक दिल्याचा उल्लेख आहे.

२७-११-१७३४ रोजीं खंडोजी माणकराकडून मुरारजी अणजूराच्या हशम लोकांना ७५ रुपये देऊन त्यांची समजावीस केल्याचा उल्लेख पेशव्यांच्या रोजकीर्दींत आहे.

३०-४-१७३५ पेशवा डायरींत असा उल्लेख आहे कीं, "गंगाजी नाईक अणजूरकर हशम याला सालमजकुरी मौजे जानवहाळ तर्फ सोनाळे हा गांव दिला होता. परंतु तो वासुदेव जोशी यांनीं त्यास दिला नाहीं. म्हणून त्या गांवाच्या ऐवजीं तितक्याच उत्पन्नाचा दुसरा गांव म्हणजे मौजे जावसई तर्फ अंबरनाथ हा गांव मोकासा दिल्हा आहे.

२५-२-१७३५ रोजीं अणजूरकरानें नवीन लोक ठेवले. सबब त्यांच्या खर्चास २५० रु. दिले.

१२-८-१७३५ रोजीं मुरारजी अणजूरकराला श्रीवर्धन किल्ल्याची हवालदारी सांगितली व त्यास दरमहा तैनात २० खासा व ७ पोरग्याकरतां अशी करार केली. हा श्रीवर्धन म्हणजे राजमाचीचा एक भाग.

२४-११-१७३५ रोजीं नारायणजी अणजूरकर बारगीर हुजूरपागा याल ५ रु. दिले आहेत.

२४–१–१७३६ गंगाजी अणजूरकरांस नाजूक खर्चाकरतां २०० रु. दिले.

९–४–१७३७ रोजीं बुबाजी नाईक अणजूरकराला नवीन हशम चाकरीस आणावयाकरतां २०० रु. दिले आहेत.

परिशिष्ट नं. ९.

वसई प्रांताचा बंदोबस्त

१८–७–३९ रोजीं कृष्णाजी बेलोसे यास अर्नाळा किल्ल्याची हवालदारी, शंकराजी केशवाचा मुलगा सर्वोत्तम शंकर याला सबनिशी व खंडो चिमणाजी याला खासनिशी देण्यांत आली.

२४–८–३९ रोजीं लक्ष्मण गणेश याला मौजे वांद्रे तर्फ तुर्भे प्रांत साष्टी या गांवाची कमाविशी देण्यांत आली व त्याला सालीना १०० रुपये वेतन करून दिलें.

२७–८–३९ बाबाजी सुंदर याला यशवंतगड ऊर्फ वेसावें येथील कारखानिशी दिली.

१२–८–३९ बाळाजी अनंत यास वसईच्या किल्ल्याचे सबनिस नेमण्यात आले. किल्ल्याची फडनिशी महादाजी रघुनाथ याकडे होती.

१६–४–१७३९ येसाजी गणेश याला कोट तारापूर येथील कारखानिशी सांगण्यांत आली.

२७–७–१७३९ मोरो नरसिंह व महादाजी दत्ताजी यास अनुक्रमें ता। तारापुरची हवालदारी व मामला तारापूर येथील फडनिशी सांगण्यांत आली.

२७–७–३९ बाळाजीराम यास ता। चिंचणी येथीला हवाला सांगण्यांत आला.

१७–२–३८ किल्ले टकमक येथील हवाला गणोजी मोरे यास व सरनोबती बापूजी निगुडसे यांना देण्यांत आली.

८–२–३९ परगणे अशीरची कमाविस पंताजी मोरेश्वरास सांगण्यांत आली.

हरीवंशाच्या बखरींत असें म्हटलें आहे कीं, रामचंद्र हरीनें वसईच्या हल्ल्यांत निशाण चढविलें. नंतर तेथील फडनिशी त्यांस सांगण्यांत आली ती अद्यापहि चालत आहे. १७४३ सालीं रामचंद्रपंत अप्पा शिवराजपुरास भागिरथी तीरीं मेला.

७ जुलै १७३९ रोजीं (आषाढ शु. ११ शके १६६१) शाहूनें पेशव्यांस पुढीलप्रमाणें पत्र लिहिलें:—

" फिरंगाण वगैरे ताल्लुके तुम्ही सोडविले पुढें सोडवाल तेथील किल्ले व जंजिरे व ठाणीयाच्या कारखानानिशींचें व सरदारांकडील चिटणिसी व जमे-

नसाच धंदेयाचे कामावरी जिवाजी खंडेराव चिटणीस आपले लोक पाठवितील त्यांचेकडून चिटनिशी व जमेनिशीचे धंदे घ्यावे.

परिशिष्ट नं. १०

Nairne's Konkan (पान ९७–१०९)

पूर्वीच्या म्हातन्याला काढून त्याजागीं पाटील नेमण्यांत आले. साष्टीचा पहिला सुभा खंडोजी माणकर झाला व त्यानें हें केलें. त्यानें जमिनधारा पोर्तुगीजांचा जो होता त्यापेक्षां १० टक्के वाढविला. व उंबरेपट्टी व दुकानपट्टी मोहतरफा इत्यादि नवीन बरेच कर बसविले.

पेशव्यांच्या अमलांत सरसुभेदार असे. तो वसईत नवीन स्थापलेल्या बाजीपुऱ्यात राही. त्याच्या हाताखालीं मामलतदार होते. परंतु सध्याच्या मामलेदारापेक्षां त्याच्या हातांत पुष्कळ मुलूख होता. वर्षाच्या सुरवातीस सरकार मामलेदाराला ज्याच्या त्याच्या मुलखाचा वसूल ठरवून देई. मामलेदार आणि पाटील यांच्यामध्यें दुसरा कोणी अधिकारी नसावा. सरसुभेदारच फौजदारी व दिवाणी व्यवस्था पाहणारा असल्यामुळें पाटलांची सत्ता अर्थातच बरीचशी निरंकुश होती.

१७६० सालीं रामाजीपंत सरसुभेदारानें पोर्तुगीजांचें सैन्य मदतीस आणून जंजिऱ्याला वेढा दिला. तेव्हां इंग्रज त्याच्या मदतीस गेले. त्यानीं आपले निशाण किल्ल्यांत लावले. तेव्हां इंग्रजांचे पारिपत्य करण्याची वेळ आली होती. परंतु इंग्रज दैववान् पानपत उभे राहिलें.

१७६० सालीं वसईचा किल्ला चांगला सजुंदा होता. त्यासालीं त्या किल्ल्यांतील अग्नेयेचा दरवाजा चिणून टाकण्यांत आला. डहाणूचा किल्ला त्याच सुमारास दुरुस्त झाला. तसाच तारापूरचा. केळव्यास एक नवीन किल्ला बांधण्यांत आला पोर्तुगीजांनीं आपल्या अंमलात काजींचा नायनाट केला होता. पण नानासाहेबानें तुर्भ्यास काजीचें मुख्य ठाणें स्थापून कल्याण भिवंडीचे काजीस त्याचे नायब म्हणून स्थापिलें. त्यांना इनामेंहि दिलीं. १७६० त फिरंगाणाचीं सगळीं खेडीं किरीस्तावानी भरली असतांहि दरसाल २४ लाखांहून अधिक वसूल येत होता.

सूचि